ഗ്രീൻ ബുക്സ്

# ശിലാഹൃദയരുടെ ചിരിമുഴക്കം

ഹുദാ ബറാക്കത്ത്

ലെബനീസ് നോവലിസ്റ്റ്. ജീവിതത്തിന്റെ നല്ലൊരു പങ്ക് ബെയ്റൂട്ടിൽ ചെലവഴിച്ചതിനുശേഷം ഇപ്പോൾ പാരിസിലാണ് താമസം. ബറാക്കത്തിന്റെ അറബിക് രചനകൾ ഇംഗ്ലീഷ്, ഹീബ്രൂ, ഫ്രഞ്ച്, ഇറ്റാലിയൻ, സ്പാനിഷ്, തുർക്കിഷ്, ഗ്രീക്ക് ഭാഷകളിലേക്ക് പരിഭാഷപ്പെടുത്തിയിട്ടുണ്ട്. 1975–76 കാലഘട്ടത്തിൽ ലെബനനിലെ ആഭ്യന്തരയുദ്ധം തുടങ്ങിയപ്പോൾ ബറാക്കത്ത് പി.എച്ച്ഡി. പഠനം നിർത്തിവച്ച് പാരിസിൽ നിന്ന് നാട്ടിലേക്ക് മടങ്ങിവരാൻ തീരുമാനിച്ചു. യുദ്ധസമത്തായിരുന്നു അവരുടെ രചനകളെല്ലാം പ്രസിദ്ധീകൃതമായത്. ആദ്യ കൃതിയായ വനിതാസന്ദർശകർ എന്ന ചെറുകഥാസമാഹാരം 1985ൽ പ്രസിദ്ധീകരിച്ചു. 1988ൽ 'ഷഹ്രസാദ്' വനിതാമാസിക തുടങ്ങുന്നതിൽ നിർണായകപങ്ക് വഹിച്ചു. 1989ൽ പാരിസിലേക്കു മടങ്ങിപ്പോവുകയും അവിടെവച്ച് പ്രധാനകൃതികളായ 'സ്റ്റോൺ ഓഫ് ലാഫർ', 'പീപ്പിൾ ഓഫ് ലവ്' എന്നിവ പ്രസിദ്ധീകരിച്ചു. ബറാക്കത്തിന്റെ ആദ്യനോവലും സ്വവർഗ്ഗാനുരാഗിയായ പുരുഷന്റെ കഥ പറഞ്ഞ ആദ്യ അറബിക് കൃതിയുമായ 'സ്റ്റോൺ ഓഫ് ലാഫർ' അൽ- നാകിദ് സാഹിത്യപുരസ്കാരം നേടി.

**ഡോ. അശോക് ഡിക്രൂസ്:**
കൊല്ലം ജില്ലയിലെ മുണ്ടയ്ക്കൽ സ്വദേശി. മലയാളത്തിൽ എം.എഡ്., എം.ഫിൽ., പി.എച്ച്.ഡി. ഗ്രീൻ ബുക്സ് പ്രസിദ്ധീകരിച്ച 'മാന്ത്രികച്ചെപ്പ്' അടക്കം അഞ്ച് പരിഭാഷകളും രണ്ട് കഥാസമാഹാരങ്ങളും പ്രസിദ്ധീകരിച്ചിട്ടുണ്ട്. തുഞ്ചത്തെഴുത്തച്ഛൻ മലയാളസർവകലാശാലയിലെ സാഹിത്യരചനാ വിഭാഗത്തിൽ അസിസ്റ്റന്റ് പ്രൊഫസർ.

നോവൽ

# ശിലാഹൃദയരുടെ ചിരിമുഴക്കം

ഹുദാ ബറാക്കത്ത്

വിവർത്തനം
ഡോ. അശോക് ഡിക്രൂസ്

ഗ്രീൻ ബുക്സ്

green books private limited
gb building, civil lane road, ayyanthole,
thrissur- 680 003, kerala
ph: +91 487-2381066, 2381039
website: www.greenbooksindia.com
e-mail: info@greenbooksindia.com

(original arabic title)
**hajar al-dahk**

(original english title)
**the stone of laughter**

(malayalam)
**silahrudayarute chirimuzhakkam**
(novel)
by
hoda barakkath

translated by
dr. ashok d'cruz

first published december 2016


cover & design : rajesh chalode
cover photo : gab pagani/istockphoto

تمت ترجمة هذا الكتاب بمساعدة صندوق منحة الترجمة
المقدمة من معرض الشارقة الدولي للكتاب

This book has been translated with the assistance of the Sharjah International Book Fair Translation Grant Fund

branches:
thrissur 0487-2422515
palakkad 0491-2546162
kannur 0497-2763038
thiruvananthapuram 9846670899

isbn : 978-93-86120-64-9



GBPL/834/2016

## മുഖക്കുറിപ്പ്

# ശിലാഹൃദയരുടെ ചിരിമുഴക്കം

**ക**ഴിഞ്ഞ ഒരു നൂറ്റാണ്ടിൽ ചോരയൊഴുകുന്ന നദിയായി എങ്ങനെ മദ്ധ്യപൗരസ്ത്യദേശത്തിന്റെ ചരിത്രം മാറിമറഞ്ഞു പോയി? അത് പരിഹാരമില്ലാത്ത രക്തപ്പുഴകളായി ചരിത്രത്തിന്റെ സമകാലികതയിലേക്ക് എന്തുകൊണ്ടാണ് അനന്തമായി നീണ്ടുപോകുന്നത്?

മദ്ധ്യപൗരസ്ത്യമേഖലയിലെ കാവ്യകാലഘട്ടത്തിലൂടെ ഊർന്നുവീഴുന്ന ചരിത്രം പഠിക്കുക എന്ന ദൗത്യമാണ് ഈ ലേഖകന് കൂടുതൽ അഭികാമ്യമായി തോന്നിയിട്ടുള്ളത്. ഇരുപതാം നൂറ്റാണ്ടിന്റെ ആദ്യപകുതികളിൽ അറബ് കാവ്യസരണികൾ കിഴക്കും പടിഞ്ഞാറുമായി സങ്കലനവും സംവേദനവും നടക്കുന്നുണ്ട്. അമീൻ റൂഹാനിയും ഖലീൽ ജിബ്രാനും അറബ് ദേശത്തിന്റെ സാംസ്കാരിക പെരുമകളെ ഉയർത്തിക്കാണിക്കുന്നു. വിമാനങ്ങൾകൊണ്ട് ആകാശങ്ങളേയും യാത്രകളേയും നവീകരിക്കാൻ പുറപ്പെട്ട ശാസ്ത്രവികാസത്തിന്റെ കാലത്ത് റൂഹാനി കവിത കുറിക്കുന്നതിങ്ങനെ–

*ഞാൻ കിഴക്കാകുന്നു*
*കിഴക്കിന് തത്ത്വചിന്തകളുണ്ട്*
*കിഴക്കിന് മതങ്ങളുണ്ട്*
*ആകാശവിമാനങ്ങൾക്കായി മാത്രം*
*അവ കൈമാറാനാകുമോ?*

പാരമ്പര്യത്തിന്റെയും തലമുറകളുടെയും അഭിമാനം ഉയർത്തിപ്പിടിച്ച ഒരു സാംസ്കാരിക ജീവിതം പില്കാലത്ത് കവിതയിലും കണ്ണുനീരിലും മുങ്ങിപ്പോയതെന്തേ?

## രണ്ട്

**1940**-കളിൽ പലസ്തീൻ എന്ന ഭാഗം വിഭജിക്കപ്പെട്ട ശേഷമാണ് അറബ് ദേശങ്ങളിൽ രക്തം ഒരു പുഴയായി ഒഴുകാൻ തുടങ്ങിയത്. ഇത് അർത്ഥശങ്കയ്ക്കിടയില്ലാത്ത ഒരു ചരിത്ര നിഗമനമാണ്. പടിഞ്ഞാറൻ ഘട്ടോകളിലും തടങ്കൽ പാളയങ്ങളിലും കൂട്ടക്കൊല ചെയ്യപ്പെട്ട ജൂതചരിത്രം യൂറോപ്പിന്റെ ഇരുട്ടായി മാറി. അവർക്ക് കിഴക്കൊരു കൈത്തിരിവച്ച് വെളിച്ചം നൽകാനുള്ള ശ്രമമായിരുന്നു പലസ്തീൻ വിഭജനം. അതുണ്ടായില്ലെന്നുമാത്രമല്ല വിഭജിച്ചുകിട്ടിയ സ്വന്തം മണ്ണിൽനിന്നും അവർ നിഷ്കരുണം കുടിയൊഴിപ്പിക്കപ്പെട്ടു. അയൽരാജ്യങ്ങളിലെ അഭയാർത്ഥികളായി മാറിയ ഒരു ജനത ജിബ്രാന്റെയും റൂഹാനിയുടെയും ജന്മദേശമായ ലെബനോണിൽ എത്തിച്ചേരുകയും അതു സ്വാഭാവികമായും അവിടത്തെ സാമൂഹികസാംസ്കാരിക കാലാവസ്ഥയെ അട്ടിമറിക്കുകയും ചെയ്തു.

പൊട്ടിപ്പൊളിഞ്ഞ നരകതുല്യമായ പലസ്തീൻ ക്യാമ്പുകൾ അതിർത്തികൾക്കപ്പുറത്ത് നഷ്ടമായ തങ്ങളുടെ ജന്മദേശത്തിന്റെ പ്രതിരോധക്യാമ്പുകളായി മാറിയപ്പോൾ ഒരു പ്രതികാരമെന്നോണം ഇസ്രായേൽ പാശ്ചാത്യസാമ്രാജ്യത്വ ശക്തികളുടെ ആധുനികമായ കവചിത വാഹനങ്ങളുമായി കരുത്ത് കാട്ടി ബെയ്റൂട്ട് നഗരം കയ്യടക്കി. ഒരു ദിവസം കൊണ്ടല്ല ഒരു നിശ്ചിതകാലം കൊണ്ടാണ് അതവർ സാധിച്ചെടുത്തത്. ഇസ്രായേൽ അധിനിവേശത്തിന്റെ മറവിൽ ബെയ്റൂട്ടിൽ ആഭ്യന്തരകലാപമുണ്ടായി. അവിടെ പരസ്പരം പടവെട്ടാൻ നിരവധി ഗ്രൂപ്പുകളുണ്ടായിരുന്നു. ക്രിസ്ത്യൻ, ശിയാ, പലസ്തീൻ, ഇടതുപക്ഷം എന്നിങ്ങനെ നിരവധി ഗ്രൂപ്പുകൾ. അവർ ബെയ്റൂട്ട് നഗരത്തെ അക്ഷരാർത്ഥത്തിൽ വിഭജിച്ചു; യുദ്ധക്കളമാക്കി മാറ്റി. പലരും നഗരം ഒഴിഞ്ഞുപോയി സുരക്ഷിതമായ ഇടങ്ങൾ നേടി. ഒഴിഞ്ഞുപോകാൻ കഴിയാത്തവർ ബുള്ളറ്റുകൾ കുത്തിക്കീറിയ കെട്ടിടങ്ങളുടെ പ്രേതാവശിഷ്ടങ്ങളിൽ, മണ്ണും പൊടിയുമേറ്റ് ചോര വാർന്ന കബന്ധങ്ങളുമായി ജീവിച്ചു. ഹുദാ ബറാക്കത്തിന്റെ 'ശിലാഹൃദയരുടെ ചിരിമുഴക്കം' എന്ന നോവലിന്റെ പശ്ചാത്തലം ഇവിടെയാണ് സ്ഥിതി ചെയ്യുന്നത്.

തുടർന്ന് പലസ്തീൻ സമൂഹത്തിലെ പടയാളികളായ ആയിരക്കണക്കിനു സൈനികരെതന്നെ കുടിയൊഴിപ്പിച്ചു

കൊണ്ട് ബെയ്റൂട്ടിലെ ഇസ്രായേൽ ആക്രമണം ഒരു ഒത്തു തീർപ്പിലെത്തുകയായിരുന്നു. അറബ് രാജ്യങ്ങളായ യെമനി ലേക്കും സിറിയയിലേക്കുമായി അവരെ നാടുകടത്തി. ഒരു അനുതാപത്തോടെ മാത്രം ആ പഴയ ചരിത്രം കുത്തിക്കുറിച്ച് പിന്നെ എന്തു സംഭവിച്ചു എന്ന് ഓർക്കുമ്പോൾ, മനസ്സിലൊരു ചിരി പടരുന്നു. സർഗ്ഗാത്മകമായ ഒന്നും സംഭവിച്ചില്ല. അറബ് രാഷ്ട്രീയത്തിലെ മിതവാദികളും ഇടതുപക്ഷക്കാരും ചരിത്ര ത്താളുകളിൽ പോയി മറഞ്ഞു; മതവർഗ്ഗീയതയുടെ കറുപ്പ ണിഞ്ഞ ഒരു വർത്തമാനകാലഘട്ടം നമ്മെ പരിഭ്രാന്തരാക്കാൻ പിന്നെയും കടന്നുവന്നു.

## മൂന്ന്

The Stone of Laughter എന്ന പേരിൽ ഇംഗ്ലീഷിലേക്ക് ഭാഷാ ന്തരം ചെയ്യപ്പെട്ട ഹൂദാ ബറാക്കത്തിന്റെ നോവൽ മലയാള ത്തിലേക്ക് തർജ്ജമ ചെയ്യപ്പെടുമ്പോൾ എനിക്കിത്രയും കുറിക്കേണ്ടിവരുന്നു. ഈ പഴയ ചരിത്രത്തെ അനാവരണം ചെയ്തുകൊണ്ടല്ലാതെ വായനക്കാരന് ഈ നോവൽ വായി ച്ചെടുക്കാനാകില്ല. അറബ് കവിതയെ പല ഘട്ടമായി വിഭജി ച്ചിട്ടുണ്ട്. സംഘർഷം മുറ്റിനിന്ന ഓരോ കാലഘട്ടവും ആസ്പദമാക്കി അവ എങ്ങനെ സാഹിത്യത്തിൽ പ്രതിഫലി ക്കുന്നു എന്ന് കൗതുകപൂർവ്വം നോക്കിക്കാണാനാകും. അറബികൾ ദയനീയമായി തോറ്റോടിയ 1967-ലെ അറബ് ഇസ്രായേൽ യുദ്ധത്തിനുശേഷം വന്നുചേർന്ന എൺപതു കളിലെ ലെബനോൺ ആഭ്യന്തരകലാപത്തിന്റെ പശ്ചാത്തല ത്തിലാണ് എഴുത്തുകാരി ഈ നോവലിന് ജന്മം നൽകിയത്. അക്കാലത്ത് കാവ്യമേഖലയിലും അഭൂതപൂർവ്വമായ രചന കളുണ്ടായി.

പട്ടിണി, ക്ഷാമം, യുദ്ധം ഇവയൊക്കെ ഉത്പ്പാദിപ്പിക്കുന്ന ചില വൈകാരികതലങ്ങളുണ്ട്. സ്നേഹം, ദയ, കാരുണ്യം എന്നിങ്ങനെയുള്ള മനുഷ്യത്വവികാരങ്ങൾ അപ്രത്യക്ഷ മാകും. ഒരു തരം പൈശാചികത വന്നുനിറയും. സാധാരണ വികാരവിചാരവിക്ഷോഭങ്ങളിൽ തരളഹൃദയനായ ഖലിൽ എന്ന യുവാവ് തന്റെ ചുറ്റുപാടുമുള്ള ഒരു സമൂഹത്തോടൊപ്പം ശിലാഹൃദയനാകുന്നു എന്നതാണ് ഈ നോവലിന്റെ സരള മായ ഉള്ളടക്കം. കല്ലിന്റെ ഹൃദയമുള്ള ഒരു നാടും മനുഷ്യരും രൂപപ്പെടുന്നു. ശിലാഹൃദയരുടെ ചിരിമുഴക്കങ്ങൾ അവിടെ നിറയുന്നു.

ഈ ചിരിമുഴക്കം, ഇപ്പോഴും എപ്പോഴും ചരിത്രത്തിൽ സ്ഥാനം പിടിക്കുന്നു. തന്റെ വിക്ഷോഭമായ മനസ്സിനെ ഈ രചനയിലൂടെ ഹൂദാ പാകപ്പെടുത്തിയെടുത്തതാകും. ബെയ്റൂട്ടിൽ തന്റെ പി.എച്ച്.ഡി. തിസീസ് രൂപപ്പെടുത്തുമ്പോഴാണ് ബെയ്റൂട്ട് യുദ്ധം വന്നെത്തിയത്. തുടർന്ന് അവർ പാരീസിലേക്ക് മാറി താമസിച്ചു. ഇതിലെ കഥാനായകനായ ഖലിൽ എന്ന യുവാവ് ഒരു സ്വവർഗ്ഗാനുരാഗിയായിട്ടാണ് (Homo Sexual) ചിത്രീകരിക്കപ്പെട്ടത് എന്നത് അറബ് സാഹിത്യരചനയിലെ വിവാദമായിരുന്നു.

**കൃഷ്ണദാസ്**
*മാനേജിങ് എഡിറ്റർ*

# പരിഭാഷകന്റെ കുറിപ്പ്

**ലെ**ബനീസ് ആഭ്യന്തരയുദ്ധത്തിന്റെ പശ്ചാത്തലത്തിൽ രചിക്കപ്പെട്ട നോവലാണിത്. ബെയ്റൂട്ടിലെ യുദ്ധാന്തരീക്ഷത്തിന്റെ എല്ലാ തീവ്രതകളും അനുഭവിച്ചുകൊണ്ടാണ് ബറാക്കത്ത് ഈ നോവൽ പൂർത്തിയാക്കിയത്. അധികാരമോ ആയുധങ്ങളോ സൈന്യമോ ഇല്ലാത്തതുകൊണ്ടാണ് എനിക്ക് എഴുതേണ്ടിവന്നതെന്ന് പിന്നീട് അവർ പറയുകയുണ്ടായി. അതുകൊണ്ടുതന്നെ ഈ കൃതി ഒട്ടേറെ ചർച്ചകൾക്ക് വഴിതുറന്നിട്ടു.

പൗരുഷത്തേക്കാൾ സ്ത്രൈണത ഏറിനിൽക്കുന്ന, സ്വവർഗ്ഗാനുരാഗിയായ ഖലിൽ എന്ന ചെറുപ്പക്കാരനാണ് ഈ കൃതിയിലെ പ്രധാന കഥാപാത്രം. സ്വവർഗ്ഗാനുരാഗം പ്രമേയമാകുന്ന ആദ്യ അറബിക് നോവലെന്ന പ്രത്യേകതകൂടി ഈ രചനയ്ക്കുണ്ട്. ചുറ്റും ഘോരസ്ഫോടനങ്ങളും വെടിയുണ്ട വർഷവും വേണ്ടപ്പെട്ടവരുടെ മരണവും വേർപാടും നടക്കുമ്പോഴും തന്റെ മാളത്തിൽ (അവിടെ പാർപ്പിടം ഒരു സങ്കൽപ്പം മാത്രമായി മാറിക്കഴിഞ്ഞിരുന്നു) യാതൊരു അല്ലലുമില്ലാതെ കഴിയാൻ വെമ്പൽ കൊള്ളുന്ന ഒരു യുവാവാണ് ഖലിൽ.

അനിശ്ചിതത്വങ്ങൾ നിറഞ്ഞ യുദ്ധകാലജീവിതത്തെ അനുസ്മരിപ്പിക്കുന്ന രചനാരീതിയാണ് ഈ കൃതിയുടെ മറ്റൊരു സവിശേഷത. ഓരോ വാക്കിലും ഓരോ വരിയിലും ഓരോ താളിലും അത്തരം അനിശ്ചിതത്വങ്ങൾ അനുവാചകരെ കാത്തിരിക്കുന്നുണ്ട്. ഇടതടവില്ലാതെയുള്ള ഒഴുക്ക് അസാധ്യമായ ജീവിതം പോലെ... വാക്കുകളും വരികളും അകാരണമായി മുറിയുകയും, അർത്ഥപൂർത്തിയില്ലാത്ത വിധം പെരുമാറുകയും ചെയ്തേക്കും. ഒരു പേജിൽ കണ്ടുമുട്ടുന്ന കഥാപാത്രത്തെ പിന്നീടൊരിക്കലും കണ്ടുമുട്ടാതെയും വന്നേക്കാം. എങ്കിലും, ഒട്ടേറെ കഥാപാത്രങ്ങൾ ഈ രചനയിൽ വന്നും പോയുമിരിക്കുന്നു. ബെയ്റൂട്ടും അവിടത്തെ തെരുവ്നായകളും ഖലിലിന്റെ സ്വാത്മം (self) പോലും കഥാപാത്രങ്ങളാകുന്നുണ്ട്. അവസാന അധ്യായത്തിൽപ്പോലും പുതിയ കഥാപാത്രങ്ങൾ കടന്നുവരുന്നു.

സംഭാഷണങ്ങളും ചിന്തകളും ഒരു ഖണ്ഡികയിൽത്തന്നെ കൂടിക്കലരുന്നു. ചിലനേരം അത് അനുവാചകന്റെ കൂടി ചിന്തകളായി മാറും. യുദ്ധത്തിനിടയിലും ചിന്തിക്കാനും ചിരിക്കാനും നേരം കണ്ടെത്തുന്നവർക്കിടയിലേക്ക് ശ്രദ്ധയോടെ പദമൂന്നിക്കോളൂ...

■

# ശിലാഹൃദയരുടെ
# ചിരിമുഴക്കം

# ഭാഗം ഒന്ന്

## ഒന്ന്

**ഖ**ലിലിന്റെ കാലുകൾക്ക് അത്ര നീളമില്ലായിരുന്നു.

ചിതറിത്തെറിക്കുന്ന മഴത്തുള്ളികൾക്കിടയിലൂടെ, തലയും കുടഞ്ഞ് നാജിയുടെ പിന്നിലായി, കിതപ്പു വകവെക്കാതെ അവൻ നടന്നു - അപ്പാർട്ട്മെന്റിന്റെ അവസാന പടിക്കു തൊട്ടുമുമ്പുവരെ പിടിക്കപ്പെടുമെന്ന ഭീതിയോടെ. ഷൂസിൽ പറ്റിപ്പിടിച്ചിരിക്കുന്ന ചെളിയൊഴിവാക്കാൻ തന്നാലാവുംവിധം കാലുകൾ കുടഞ്ഞുകുടഞ്ഞ് അവൻ ഉള്ളിലേക്കു കയറിപ്പോയി...

## രണ്ട്

**നാ**ജി വാതോരാതെ സംസാരിക്കുകയായിരുന്നു. അതുകൊണ്ടുതന്നെ ഖലിൽ നിശ്ശബ്ദതയുടെ തുരുത്തിൽ ഒരു അഭയാർത്ഥിയായി മാറിയതു പോലെ. നിഷ്പക്ഷനാണെന്ന് വരുത്തിത്തീർക്കാൻ മുഖം പരമാവധി നിർവികാരതയോടെ അവൻ നിലനിർത്തി; മുഖത്തെ പേശികളുടെ പിരിമുറുക്കം കുറയ്ക്കാൻ ഇടയ്ക്കിടെ ദീർഘമായി നിശ്വസിച്ചുകൊണ്ടിരുന്നു. ഒരു പ്രതികരണവും ഉളവാക്കാതിരിക്കാൻ തന്റെ കണ്ണുകളെപ്പോലും ശ്രദ്ധിച്ചു. എന്നാൽ നാജിയുടെ വാക്കുകളുടെ ഒഴുക്ക് തടസ്സപ്പെടുത്താൻ അവൻ ശ്രമിച്ചില്ല. നാജിയെപ്പോലെ മിതഭാഷിയായ ഒരാളിൽ നിന്ന്, മനുഷ്യമനസ്സ് ഒരു വീപ്പ പോലെയാണെങ്കിലും അത് നിറഞ്ഞാലുടൻ മറ്റുള്ളവരിലേക്ക് പകരണമെന്നും വിശ്വസിക്കാത്ത ഒരാളിൽ നിന്ന്...

ഖലിൽ നാജിയെ ഭയന്നു. ഓരോ തവണ നോക്കുമ്പോഴും നാജിയിൽ അത്യന്തം വിചിത്രമായ എന്തൊക്കെയോ ഉള്ള പോലെ. വർദ്ധിത വീര്യത്തോടെ അയാൾ പൊട്ടിത്തെറിക്കുകയാണ്. അവന് കാര്യമായെന്തോ കുഴപ്പമുള്ളതുപോലെ... അതൊരിക്കലും രോഗം കൊണ്ടുള്ളതല്ല... കുട്ടികളുടെ കളികളിൽ പങ്കെടുക്കാൻ താല്പര്യമില്ലാത്ത മക്കളെ കാണുമ്പോൾ അമ്മമാർക്ക് സ്വന്തം കുട്ടികളോടുതോന്നുന്ന പോലെയുള്ള ഒരുതരം വികാരമായിരുന്നു.

അന്നേരം താഴത്തെ നിലയിലുള്ള ഖലിലിന്റെ മുറിയിലായിരുന്നു അവർ. നാജി പറയുന്നത് ഗൗനിക്കുന്നില്ലെങ്കിലും ഉറക്കം തൂങ്ങിയിരിക്കുമ്പോൾ ചൂടുവെള്ളം ദേഹത്ത് വീഴുംപോലെ, ഇടയ്ക്കിടെ ഖലിൽ ഞെട്ടിയുണരുന്നുണ്ട്. അതിനിടയിലും നാജിയുടെ വെളുത്തുതുടുത്ത കാലുകളെ ഖലിലിന്റെ കണ്ണുകൾ പിന്തുടരുന്നുണ്ട്. നിക്കറിനും സോക്സിനുമിടയിൽ അനാവൃതമാക്കപ്പെട്ട ഭാഗത്തായിരുന്നു ഖലിലിന്റെ നോട്ടം. സൗകര്യത്തിനുവേണ്ടി കട്ടിലിന് കുറുകെ നിവർന്നുകിടക്കുകയായിരുന്നു നാജി. കൈകൾ തലയിണപോലെ തലക്കീഴിൽ ചേർത്തുവച്ച് ചുവരിന് അഭിമുഖമായി, കാലിന്മേൽ കാലും കയറ്റിവച്ച് കിടക്കുന്നു അവൻ. അവന്റെ ശരീരത്തിന് എന്തൊരു വെളുപ്പാണ് - ഈ അരണ്ട വെളിച്ചത്തിൽപ്പോലും... അവന്റെ മുടിയിഴകൾക്ക് എന്തൊരു കറുപ്പാണ്,

എന്തൊരു തിളക്കമാണ്; അവന്റെ കണ്ണുകൾ പോലെ തന്നെ... നാജിയെക്കുറിച്ചുള്ള ഖലിലിന്റെ ആലോചനകൾ പഞ്ചാരത്തരികൾ പോലെ ഊർന്നുവീഴാൻ തുടങ്ങി.

സംസാരത്തിന് തടസ്സമുണ്ടാവാത്ത മട്ടിൽ നാജി കാലുകളെ പരസ്പരം മാറ്റി പിണച്ചുവച്ചു. അപ്പോഴേക്കും കാലിൽനിന്ന് ഉണർന്നെണീറ്റ ചെറുരോമങ്ങൾ സാധാരണനിലയിലായി. സോക്സിന്റെ ഇലാസ്റ്റിക് ചുണ്ടിക്കാട്ടിയ ഇടത്തേക്ക്, താഴേക്കുതന്നെ, രോമങ്ങൾ അടങ്ങിനിന്നു. നാജിക്ക് അവന്റേതായ ചില പ്രത്യേകതകളുണ്ട് - മറ്റാർക്കും എളുപ്പത്തിൽ അനുകരിക്കാനാവാത്ത ചിലത്. അവന്റെ വസ്ത്രധാരണം എപ്പോഴും ലളിതമാണ്. എത്രതവണ ഉരച്ചുരച്ചു കഴുകിയാലും അവന്റെ വസ്ത്രങ്ങൾക്ക് പുതുമ നഷ്ടപ്പെടുന്നില്ല. ഒരുപക്ഷേ, ഖലിലിനുള്ള വസ്ത്രങ്ങളുടെ പാതിപോലും അവനുണ്ടാവുകയില്ല. പുതിയത് വാങ്ങുമ്പോൾ നാജിയുടെ കണ്ണുകളിലൂടെ തെരഞ്ഞെടുക്കാനും അവൻ ശ്രമിക്കും... പക്ഷേ എന്തുകാര്യം, ഏറെത്താമസിയാതെ ഖലിലിന്റെ മറ്റുവസ്ത്രങ്ങളെപ്പോലെ തന്നെ അവയെല്ലാം നരച്ച്, നിറംമങ്ങി നാശമായിപ്പോകും. ഒന്നുകിൽ, നാജിയുടെ ശരീരത്തിന്റെ വശ്യമായ അവയവവാനുപാതം, അതല്ലെങ്കിൽ ഇസബെല്ല തുണികൾ കഴുകുന്നതിന്റെയും തേയ്ക്കുന്നതിന്റെയും മടക്കുന്നതിന്റെയും സവിശേഷരീതികൾ, എന്തായാലും അവിടെവിടെയോ ആണ് അതിന്റെ രഹസ്യം ഒളിച്ചിരിക്കുന്നത്...

ഖലിലിന് ഒരിക്കലും അനുകരിക്കാനാവാത്ത ഒരുപാട് കാര്യങ്ങൾ നാജിക്കുണ്ട്... ഉദാഹരണത്തിന്, നാജിയുടെ ഭക്ഷണത്തോടുള്ള സമീപനം തന്നെയെടുക്കാം. ഓരോ വിളയും അതിന്റെ വിളവെടുപ്പുമെല്ലാം അവന് നന്നായറിയാം. എങ്കിലും വളരെക്കുറച്ചുമാത്രമേ ആഹാരം അകത്താക്കുകയുള്ളൂ. അക്കാര്യത്തിൽ ഇസബെല്ലക്ക് കടുത്ത ആകാംക്ഷയും സങ്കടവുമുണ്ട്. അതുകൊണ്ടുതന്നെ മിക്കവാറും അവസരങ്ങളിൽ അവർ ഖലിലിനെക്കൂടി ഭക്ഷണത്തിനു ക്ഷണിക്കും. തന്റെ മകന്റെ ഭക്ഷണത്തോടുള്ള താല്പര്യം കൂട്ടാൻ അതുപകരിക്കുമെന്നാണ് അവർ കരുതുന്നത്...

ചെറിയ കാര്യങ്ങൾ പോലും അറിയാവുന്നവനാണ് നാജി. ഇതൊക്കെ കണ്ടെത്താൻ അവന് എവിടെനിന്നാണ് ഇത്രയും സമയം കിട്ടുന്നതെന്ന കാര്യം മാത്രം ഖലിലിന് ഇതേവരെ മനസ്സിലായിട്ടില്ല... അല്ലെങ്കിലും ഇതൊന്നും പത്രങ്ങളിൽ നിന്നോ പുസ്തകങ്ങളിൽ നിന്നോ വീട്ടിൽ നിന്നോ കിട്ടുന്ന അറിവുകളല്ലല്ലോ. ഒരിക്കൽ തനിക്കും നാജിക്കും ഇടയിലുള്ള 'വ്യത്യാസം' സംഭവിച്ചത് ഖലിൽ ഓർത്തെടുത്തു. കോൺവെന്റ് സ്കൂളിലെ വർണപ്പകിട്ടുള്ള, വലിയ, നഴ്സറി ക്ലാസ്സിൽ വച്ച്... 'ബേബി റോസ്' അല്ലെങ്കിൽ 'ലെ യർദിൻ ഡി ഇൻഫൻസ്' എന്ന് കേട്ടമാത്രയിൽ കുട്ടികളൊക്കെ പഠിക്കാൻ തുടങ്ങുന്നു. എന്നാൽ ഖലിലിന് അത്തരമൊരു കാര്യം സങ്കല്പിക്കാൻ പോലും കഴിഞ്ഞില്ല... നാജി ആ പ്രായത്തിൽ തന്നെ വായിക്കാനും എഴുതാനും തുടങ്ങിയിരുന്നു...

നാജി പെട്ടെന്ന് സംസാരം നിർത്തി. ഏറെക്കഴിഞ്ഞിട്ടും സംസാരം തുടരാതിരുന്നപ്പോൾ ഖലിൽ ഭയാശങ്കകളോടെ നാജിയെ നോക്കി. അപൂർവമായെങ്കിലും തന്നെ കാണാനെത്തുന്ന സന്ദർശകനെ ശല്യപ്പെടുത്തിയതിൽ അസ്വസ്ഥനായ ഖലിൽ പെട്ടെന്ന് എന്തെങ്കിലും ചെയ്യണമെന്നു കരുതി ചായയുണ്ടാക്കാൻ എഴുന്നേറ്റു. എന്നാൽ നാജി അവനെ വിലക്കി. ഒന്നുകിൽ പനിച്ചുകിടക്കുമ്പോൾ, അല്ലെങ്കിൽ മറ്റെന്തെങ്കിലും അസുഖമുള്ളപ്പോൾ മാത്രമേ വെറുംചായ കുടിക്കാറുള്ളൂ എന്നും, മറ്റെല്ലാ അവസരങ്ങളിലും മുല്ലമൊട്ടുകൾ ചേർത്ത ചൈനീസ് തേയില മാത്രമേ ഉപയോഗിക്കാറുള്ളൂ എന്നും നാജി പറഞ്ഞു. ഖലിൽ മറുത്തൊന്നും പറയാതെ വളിച്ച ചിരി വരുത്തിക്കൊണ്ട്, ചെറിയ പാത്രം വലുതിന്മേൽ കയറ്റിവച്ച് ഗ്യാസടുപ്പ് കത്തിച്ചു. തീ പടരുംമുമ്പ് ഖലിൽ തിരിഞ്ഞുപോയി കസേരയിൽ ചെന്നിരുന്നു. അന്നേരം ആ ചെറിയ മുറിയിലെ സകല വസ്തുക്കളും ജനാലയിലൂടെ നോക്കിനിന്ന നാജിക്കു മുന്നിൽ പ്രതിഫലിച്ചു.

സൗദി അറേബ്യയിലെ സഹോദരിയെ സന്ദർശിക്കാൻ അമ്മ നിർബന്ധിക്കുന്നതിലുള്ള ഈർഷ്യ സഹിക്കാനാവാതെ നാജി വീണ്ടും പിറുപിറുക്കാൻ തുടങ്ങിയിരുന്നു.... വീട്ടിൽ പോകുന്നതിനെക്കുറിച്ചായിരിക്കും അവനപ്പോൾ ആലോചിക്കുന്നതെന്ന് ഖലിൽ കരുതി. എന്നിട്ട് പറഞ്ഞു, ഇസബെല്ല നിന്നെയോർത്ത് സങ്കടപ്പെടുന്നതിൽ കാര്യമുണ്ട്. ഓരോ ദിവസവും എന്തെല്ലാം കുഴപ്പങ്ങളാണ് നമുക്കുചുറ്റും നടക്കുന്നതെന്ന് നീയും കാണുന്നില്ലേ... പക്ഷേ, പെട്ടെന്ന്, ഒരു നിഷ്പക്ഷമായ ഉപദേശത്തിൽ നിന്ന് ഖലിൽ പിൻവാങ്ങി. ഉപദേശം കേട്ടിട്ട് നാജിയെങ്ങാനും ഒരിക്കലും മടങ്ങിവരാനാവാത്തവിധം തന്നിൽ നിന്ന് അകന്നുപോയാലോ എന്ന് അവൻ ഭയപ്പെട്ടു.

'അക്യുപങ്ചർ ചികിത്സയൊക്കെ എങ്ങനെ പോകുന്നു?', നാജിയെ കുറേനേരം കൂടി അവിടെത്തന്നെ പിടിച്ചിരുത്താൻവേണ്ടി ഖലിൽ പെട്ടെന്ന് വിഷയം മാറ്റി. 'അത് ഗംഭീരമായി നടക്കുന്നു.' നാജി പറഞ്ഞു തുടങ്ങി, 'ഹൊ! അവളുടെ വശ്യസുന്ദരമായ കാലുകളെക്കുറിച്ച് പറയാൻ എനിക്ക് വാക്കുകൾ കിട്ടുന്നില്ല...' ഖലിലിന്റെ തന്ത്രം ഫലിച്ചു. പൗരസ്ത്യ ചികിത്സാവിധികളെക്കുറിച്ചും പ്രകൃതിഭക്ഷണരീതിയെക്കുറിച്ചും പൗരസ്ത്യരായ പൂർവ്വ പിതാക്കന്മാരുടെ ധിഷണാവൈഭവത്തെക്കുറിച്ചും നാജി വിശദീകരിക്കാൻ തുടങ്ങി. 'നമ്മൾ പൗരസ്ത്യർ' എന്ന് അവൻ ആവർത്തിച്ചുകൊണ്ടിരുന്നു. ഓരോ തവണ ആ പ്രയോഗം നടത്തുമ്പോഴും അവൻ അഭിമാനപുളകിതനാവുന്നുണ്ടായിരുന്നു. അതിനിടയിൽ അവന്റെ കൈയിൽ അകപ്പെട്ടുപോയ ഇരുണ്ട കപ്പിൽ നിറഞ്ഞിരുന്ന ചായ തണുത്തു തുടങ്ങിയിരുന്നു.

ഇപ്പോൾ അവർ രണ്ടുപേരും തണുത്ത കാറ്റിലൂടെ നടക്കുകയാണ്. എല്ലായ്പോഴും ഖലിലിനേക്കാൾ ഒരുചുവട് മുന്നിലായിരിക്കും നാജി നടക്കുന്നത്. ഖലിലിനും അതായിരുന്നു ഇഷ്ടം. നാജിയുടെ ചുമലുകളും

ചന്തിയും പിന്നിൽനിന്ന് രഹസ്യമായി കണ്ട് ആസ്വദിക്കുകയെന്ന ഗൂഢ ലക്ഷ്യംകൂടി ആ ഇഷ്ടത്തിന് പിന്നിലുണ്ടായിരുന്നു. വീട്ടിലേക്കെത്തുമ്പോൾ ചെയ്യാറുള്ളതുപോലെ നാജി സംസാരം അവസാനിപ്പിച്ചു. ജാക്കറ്റിന്റെ കോളർ ഉയർത്തിവച്ച് കൈകൾ നിക്കറിന്റെ പോക്കറ്റിൽ തിരുകി, നടത്തത്തിന് വേഗംകൂട്ടി. എന്നിട്ടും ടാറിട്ട റോഡിൽ നിന്ന് പതിവായി കേൾക്കാറുള്ള കരകരശബ്ദം കേട്ടില്ല. ഇടുങ്ങിയ തെരുവീഥിയിലൂടെ അവൻ വേഗം നടന്നു.ചുരുക്കം ചിലർ മാത്രമായിരുന്നു അന്നേരം അതുവഴി കടന്നുപോയതെങ്കിലും വളരെ പ്രധാനപ്പെട്ടതെന്തോ ചിന്തകളിൽ കുടുങ്ങിക്കിടന്നതിനാൽ അവൻ ആരെയും ഗൗനിച്ചില്ല. നീലലോഹിതമായ ആകാശത്തെ മാത്രം അവൻ ഇടയ്ക്കിടെ തലയുയർത്തി നോക്കുന്നുണ്ടായിരുന്നു.

അപ്രതീക്ഷിതമായി നാജിയുടെ മുഖത്ത് വിശാലമായ ഒരു ചിരി വിരിഞ്ഞു. ഖലിലിനു നേരെ തിരിഞ്ഞ് അവന്റെ ചുമലിൽ കൈവച്ചു. നാജി എന്തോ പറയാൻ തുടങ്ങുകയാണെന്നാണ് ഖലിൽ കരുതിയത്. പക്ഷേ, നാജി ഒന്നും പറഞ്ഞില്ല... എന്തായിരിക്കും അവൻ ചിന്തിക്കുന്നത്...? എനിക്കെതിരേ എന്തെങ്കിലുമായിരിക്കുമോ? അതോ, ഞാൻ എന്തിനെങ്കിലും എതിരായിരിക്കുമെന്നാണോ.... എന്തായാലും ചിരിച്ചത് എന്തെങ്കിലും നല്ല കാര്യത്തിനു വേണ്ടിയായിരിക്കും. അത് എന്തിനു വേണ്ടിയാണെന്ന് അറിയില്ലല്ലോ... ഒരുപക്ഷേ, അവനെ സംബന്ധിക്കുന്ന എന്തെങ്കിലും രഹസ്യമായിരിക്കും... അല്ലെങ്കിൽ അതൊരു നാണക്കേടാണ്, എന്റെ ചിന്തകളെ ഞാനെന്തിന് അവനോട് പങ്കുവയ്ക്കണമെന്നായിരിക്കും ഒരുപക്ഷേ അവനിപ്പോൾ കരുതുന്നത്... അവന്റെ മറ്റുള്ള ചിന്തകൾ പോലെതന്നെ... ചിലപ്പോഴൊക്കെ അവൻ എന്നെ ബോധ്യപ്പെടുത്താൻ ശ്രമിച്ചിട്ടുണ്ട്, എങ്കിലും മിക്കപ്പോഴും പാതിദൂരം പിന്നിടുമ്പോഴേക്ക് അവൻ മുഷിഞ്ഞിട്ടുണ്ടാവും... എന്നാലും ആ ചിരി... അത് എന്റെ നന്മയ്ക്കുവേണ്ടി തന്നെയാവും... - 'അവർ മടങ്ങി വന്നിരിക്കുന്നു. നീ അതു കണ്ടോ.' പെട്ടെന്നാണ് നാജി അതുപറഞ്ഞത്...

നോക്കിയപ്പോൾ ഖലിൽ കണ്ടത് റീത്തയെയാണ്. മുഴുവനായി കണ്ടില്ല. ഒരു മിന്നായംപോലെ മാത്രം. ഒരിക്കലും അവനോട് സംസാരിച്ചില്ലെങ്കിൽപ്പോലും സദാസമയവും വിറകൊള്ളുന്ന അവളുടെ ചുണ്ടുകൾ. അവളിതേവരെ അവനോട് സംസാരിച്ചിട്ടില്ല, ഒരിക്കൽപ്പോലും റീത്ത ആരോടെങ്കിലും സംസാരിക്കുന്നത് ഖലിൽ ഇതേവരെ കണ്ടിട്ടുമില്ല, ഒരിക്കലും. ഒന്നുകിൽ, ഈ തെരുവീഥിയിലൂടെ റീത്ത എവിടേക്കോ ഒറ്റയ്ക്കു നടന്നുപോകുന്നത് മാത്രമാണ് അവൻ ആകെ കണ്ടിട്ടുള്ളത്. അല്ലെങ്കിൽ, അവളുടെ വീട്ടിലേക്കുള്ള മടക്കയാത്രയാകും... ഒരിക്കൽ അവൻ അവളെ കാണുമ്പോൾ, നാലാംനിലയിലുള്ള അപ്പാർട്ട്മെന്റിന്റെ ബാൽക്കണിയിൽ നിന്നുകൊണ്ട്, ഇളയ സഹോദരിയെ ലക്ഷ്യമാക്കി ഒരു നൈലോൺ ബാഗിൽ പൊതിഞ്ഞ എന്തോ സാധനം എറിഞ്ഞുകൊടുക്കുകയായിരുന്നു. തൊട്ടടുത്ത നിമിഷം തന്നെ

അവൾ ഉള്ളിലേക്ക് കയറിപ്പോവുകയും ചെയ്തു. ഒരുപക്ഷേ അതു കൊണ്ടാവണം അവന്റെയുള്ളിൽ അവളിപ്പോഴും നിശാവസ്ത്രമണിഞ്ഞു നിൽക്കുന്നത്. നാജി പലപ്പോഴും അവളോട് സംസാരിച്ചിട്ടുണ്ടെന്ന് പറയുന്നുണ്ടെങ്കിലും ഒന്നും വ്യക്തമായി പറയുന്നില്ല. ആ കെട്ടിടത്തിന്റെ പ്രവേശനകവാടത്തിലെത്തുമ്പോഴോ, അല്ലെങ്കിൽ തമ്മിൽ കണ്ടുമുട്ടുമ്പോഴോ രണ്ടുപേരും പതിവായി തല തിരിക്കാറുണ്ട്. അവസരം ഒത്തുകിട്ടിയാൽപ്പോലും അവളുമായി ശൃംഗരിക്കാൻ നാജി താല്പര്യം പ്രകടിപ്പിക്കാത്തത് ഖലിലിന് വിചിത്രമായി തോന്നി. അവന് എന്താണൊരു കുറവ്? റീത്ത നാജിയെ പ്രേമിക്കുന്നുണ്ടെന്ന കാര്യം ഖലിലിന് തീർച്ചയായിരുന്നു... നാജി കണ്ണുചിമ്മിക്കാണിക്കുകയും തലയാട്ടുകയും ചെയ്യുന്നത് കാണുമ്പോഴൊക്കെയും ഖലിൽ അക്കാര്യം വീണ്ടും വീണ്ടും ഉറപ്പിക്കുമായിരുന്നു...

അവർ ആ വീടിനടുത്ത് എത്തിയപ്പോഴേക്കും, വീട്ടുസാധനങ്ങൾ കയറ്റിയ വാനിനു മുന്നിലുള്ള കാറിലേക്ക് അമ്മയോടൊപ്പം അവളും കയറിയിരുന്നു. വിദ്വേഷവും പുച്ഛവും കലർന്ന, അവിശ്വസനീയമായ ശബ്ദമായിരുന്നു അന്നേരം നാജിയുടേത്: ‘അവർക്ക് വട്ടാണ്... മുഴുത്തവട്ട്... എന്തൊരു മനുഷ്യരാണവര്... അവളുടെ അപ്പൻ, അയാളൊരു രോഗിയാണ്, മതഭ്രാന്തനായ ഒരു മരമണ്ടൻ, വൈകിയെങ്കിലും ഭക്തിപുരസ്സരം കടലാസുകൾ കൈപ്പറ്റിയിട്ടുണ്ടാവും... മുടി പോലും ചീകാതെ, പൈജാമ മാത്രം ധരിച്ച്, റേഡിയോയും കേട്ടുകൊണ്ട് വീട്ടിൽ മയങ്ങിക്കിടക്കുമ്പോഴായിരിക്കണം അത് സംഭവിച്ചിട്ടുണ്ടാവുക...” അവൻ ആക്രോശം നിർത്തിയതേയില്ല... “അപൂർവ ഇനങ്ങളെന്നു കരുതി താലോലിച്ച വളർത്തുമൃഗങ്ങളെ പരിചരിച്ച് നിർവൃതിയടയുകയാണ് അയാളിപ്പോൾ...”

“വീട് ഏല്പിച്ചവർ മടങ്ങിവന്നിരിക്കുന്നു...” പുറപ്പെട്ടുപോയ ആരെങ്കിലും മടങ്ങിവന്നതുപോലെയല്ല... ബാൽക്കണിയിലുണ്ടായിരുന്ന പൂച്ചട്ടികളെല്ലാം വരണ്ടുണങ്ങിയിരിക്കുന്നു... പെട്ടെന്നുള്ള ഒരു യാത്രകഴിഞ്ഞ് മടങ്ങിവരുന്ന ഗൃഹനാഥയ്ക്ക് ചവറുകൂനയിലേക്ക് വലിച്ചെറിയാൻ പാകത്തിനുള്ള പാഴ്‌വസ്തുക്കൾ മാത്രമാണ് അവയെല്ലാം. യാത്രപറഞ്ഞ് പിരിയുമ്പോൾ അയൽക്കാരെ സൂക്ഷിക്കാനേൽപ്പിച്ച വീടുമാത്രം ഉണ്ടാകും... അവൾ പോകുമ്പോൾ അവരും വിഷമിക്കും. എങ്കിലും പതിവ് ആചാര്യമര്യാദകൾ തെറ്റാതിരിക്കാൻ, തെറ്റിക്കാതിരിക്കാൻ, യാത്രാമൊഴി പറയാനുള്ള അവസരം നൽകും. സാധാരണ ഉപയോഗിക്കാറുള്ള ഉപദേശങ്ങളും ലോകോക്തികളും ഒന്നൊന്നായി നിരത്തിവയ്ക്കും. അതാണ് എല്ലാവർക്കും എളുപ്പം ചെയ്യാവുന്ന കാര്യം. എത്രയും പെട്ടെന്ന് മടങ്ങിവരാൻ കഴിയട്ടെ എന്ന് ആശംസിക്കും... ശാപം ഒഴിഞ്ഞുപോകാൻ വേണ്ടി അവൾ കുട്ടികളെ ചുംബിക്കും. എങ്കിലും സാഹചര്യങ്ങളും കാലവും വേഗം പടികളിറങ്ങി താഴെയെത്തും... അല്പനേരത്തിന് ശേഷം തെല്ലാരാശ്വാസത്തോടെ അയൽക്കാരുടെ വാതിലുകളടയും അല്ലെങ്കിൽ ആകാശത്തേക്ക് ഭയാശങ്കകളോടെ കണ്ണോടിക്കും വെടിയുണ്ടവർഷമെങ്ങാനും

വിലങ്ങനെയുള്ള വഴിയിലൂടെ വന്ന് കാൽപ്പാദം വരെ മൂടിക്കളയുമോ എന്ന്.... അതും കിഴക്കു ഭാഗത്തുകൂടെ വരുമോയെന്ന്...

"പോയവരാരും മടങ്ങിവരികയില്ല..." ഖലിൽ മറുപടി പറയാൻ തുടങ്ങിയപ്പോഴേക്കും പരിഹാസവും സങ്കടവും കലർന്ന ചിരിയോടെ നാജി അവന്റെ മുതുകത്തടിച്ചു. എന്നാലും, റീത്തയുടെ വിതുമ്പുന്ന ചുണ്ടുകൾ കണ്ടപ്പോൾ മുതൽ അവൻ അതീവ ദുഃഖിതനാണെന്ന് ഖലിലിന് മനസ്സിലായിരുന്നു. ആകാശവിതാനത്തിലെ നിറങ്ങളത്രയും കറുപ്പിന് വഴിമാറി. ഖലിലിന്റെ ചുമലുകൾ പിടിച്ചുകുലുക്കിക്കൊണ്ട് നാജി മടക്കയാത്രയെക്കുറിച്ച് ഓർമ്മിപ്പിച്ചു...

ഒരു വെളുത്ത നായ അതിന്റെ ഒടിഞ്ഞുതൂങ്ങിയ കാലുകൾ വലിച്ചിഴച്ചുകൊണ്ട് അവർക്കു മുന്നിലൂടെ കൂസാതെ കടന്നുപോയി... താക്കോൽ നഷ്ടപ്പെട്ടുപോയ ഒരു മനുഷ്യൻ അയാളുടെ കെട്ടിടത്തിനു മുന്നിലെ കറുത്ത ഇരുമ്പ് വാതിലിനു മുന്നിൽ പരിഭ്രാന്തനായി നിൽക്കുന്നുണ്ടായിരുന്നു. എങ്കിലും അതുവഴിപോയ അവരെനോക്കി അയാൾ പുഞ്ചിരിച്ചു... ഒരു തടിച്ച സ്ത്രീ പുറത്തേക്കു വന്ന് ചപ്പുവചവറുകൾ നിറഞ്ഞ സഞ്ചി ദൂരേക്ക് വലിച്ചെറിഞ്ഞു, ലക്ഷ്യത്തിലെത്തും മുമ്പ് അത് പൊട്ടിച്ചിതറി അവിടമാകെ ജീർണ്ണാവശിഷ്ടപൂരിതമായി. അതൊന്നും കാര്യമാക്കാതെ അവർ സാവധാനം വീട്ടിനുള്ളിലേക്ക് കയറിപ്പോയി... പട്ടാളവേഷക്കാരായ രണ്ട് ചെറുപ്പക്കാർ പാടുകയും ചിരിക്കുകയും ചെയ്തുകൊണ്ട്... യാതൊരു ലക്ഷ്യവുമില്ലാതെ ആ തെരുവിന്റെ അറ്റത്തോളം റോന്തുചുറ്റിവന്നു...

## മൂന്ന്

പുട്ടിയുടെ രൂക്ഷഗന്ധം മാറിയോ എന്നറിയാൻ, ഒരിക്കൽക്കൂടി സോപ്പിട്ടു കഴുകിയതിനുശേഷം ഖലിൽ കൈകൾ മണപ്പിച്ചുനോക്കി. എന്നിട്ട്, തൊട്ടുമുമ്പ് ചേർത്തടച്ച ജനാലയുടെ ചുവട്ടിലേക്ക് ഒരു കസേര നീക്കിയിട്ട്, പഴയ പത്രക്കടലാസുകളിൽ വെള്ളവും സ്പിരിട്ടും മുക്കി ജനാലച്ചില്ലയിലെ കറുത്തപുള്ളികൾ ഉരച്ചുകളയാൻ തുടങ്ങി. ന്യൂസ്പ്രിന്റിലെ കറുത്തമഷി കൈകളിലേക്കുകൂടി പടർന്നുപിടിച്ചു എന്നതൊഴികെ മറ്റൊന്നും സംഭവിച്ചില്ല. അതിനുശേഷം, സിങ്ക് വൃത്തിയാക്കാൻ തുടങ്ങിയപ്പോഴേക്കും, പതിവുപോലെ അവശേഷിച്ച ഒരേയൊരു ജാലകത്തിലൂടെ തീവ്രമായ പ്രകാശം കടന്നുവന്നു.

എപ്പോഴൊക്കെ യുദ്ധം അവസാനിക്കുമോ അപ്പോഴെല്ലാം ഖലിലിന് പിടിപ്പത് പണിയുണ്ടാകും, വീട്ടിൽ. അലങ്കോലപ്പെട്ടുകിടക്കുന്നതൊക്കെ അടുക്കിപ്പെറുക്കി വയ്ക്കുന്നതും അഴുക്കും പൊടിയും കൊണ്ട് വൃത്തിഹീനമായതിനെ വൃത്തിയാക്കിയെടുക്കുന്നതും അവന്റെ ഇഷ്ടവിഷയങ്ങളാണ്. എല്ലാ യുദ്ധങ്ങൾക്കുശേഷവും വീടിനകം വൃത്തിയാക്കി, ഇപ്പോൾ പണി പൂർത്തിയായതേ ഉള്ളൂ എന്ന് തോന്നിപ്പിക്കുന്ന മട്ടിൽ മുറി ക്രമീകരിക്കുന്നതിൽ അവൻ മിടുക്കനാണ്. സോപ്പും പോളീഷും കൊണ്ട് തുടച്ച് തറയോടുകൾ അണുവിമുക്തമാക്കുന്നതോടെ മുറി തിളക്കവും സുഗന്ധവും കൊണ്ട് നിറയും.

തറയ്ക്കു സമാന്തരമായിട്ടായിരിക്കും കിടക്കയിലെ വരയൻ പുതപ്പിലെ നേർരേഖകൾ. മേശപ്പുറത്തെ ഗ്യാസ് വിളക്കിന് തൊട്ടടുത്ത് കൃത്യമായി മടക്കിയ പത്രമുണ്ടാകും. അതിലെ കടലാസുകളുടെ വെണ്മയിൽ, അരികിലായി സ്ഥാനം പിടിച്ചിരിക്കുന്ന ചായക്കോപ്പയും അടിപ്പാത്രവും തിളങ്ങും. ആ മുറിയിലെ ഓരോ മുക്കും മൂലയും ആ തിളക്കം നിലനിർത്തുകയും ചെയ്യും. ഇതെല്ലാം വ്യക്തമാക്കുന്നത്, ഒരു സ്ത്രീ, ഒരു വീട്ടമ്മ - അല്ലെങ്കിൽ സ്നോവൈറ്റിനെപ്പോലുള്ള ഒരു വേലക്കാരി - തീർച്ചയായും ആ ചെറിയ വീട്ടിൽ കുറച്ചുകാലമെങ്കിലും താമസിച്ചിരുന്നു എന്നായിരിക്കും. എല്ലാ യുദ്ധങ്ങൾക്കുശേഷവും ഖലിലിന്റെ മുറി സകലതും നഷ്ടപ്പെട്ട, ഒന്നും വീണ്ടെടുക്കാനാവാത്ത ഒരു ചെറുവീടായി

രൂപാന്തരപ്പെട്ടിരിക്കും. നിറമുള്ള പൂക്കൾ വയ്ക്കാൻ പാകത്തിനുള്ള ഒരു പൂപ്പാത്രം പോലും അവശേഷിക്കുകയില്ല.

യുദ്ധം ശമിച്ചപ്പോൾ നാജി വന്നു. കുറേനേരം അവിടെയിരുന്നു. ഖലിൽ അസ്വസ്ഥനാണെന്ന് അവന് മനസ്സിലായി. അടുക്കിപ്പെറുക്കലും വൃത്തിയാക്കലും നടന്നുകൊണ്ടേയിരുന്നു... ഖലിൽ സുരക്ഷിതനാണെന്ന് ഉറപ്പുവരുത്താൻവേണ്ടിയായിരുന്നു നാജി അവിടേക്ക് വന്നത്. ഖലിൽ അസ്വസ്ഥനും ദുഃഖിതനുമായിരിക്കുമെന്ന് അമ്മയോട് പറഞ്ഞിട്ടാണ് അവൻ വന്നത്...

പക്ഷേ ഖലിൽ അസ്വസ്ഥനായിരുന്നില്ല. ഖലിലിനൊപ്പം ഒരു കപ്പ് ചായ കുടിക്കാമെന്നു കരുതിയാണ് നാജി വന്നത്. എന്നാൽ ഖലിൽ മുറി വൃത്തിയാക്കുന്നതിൽ വ്യാപൃതനായിരുന്നു. അത് അവനെ അനല്പമായി സന്തോഷിപ്പിക്കുന്നുമുണ്ട്. അക്കാരണത്താൽ, സ്വാഭാവികമായും അവന് ദുഃഖവും ഉണ്ടായിരുന്നില്ല. എന്നുമാത്രമല്ല, വെടിപ്പാക്കിയ ഇടങ്ങളിലേക്ക് കണ്ണോടിക്കുമ്പോൾ അവന് സംതൃപ്തിയും ഉന്മേഷവും തോന്നുന്നുമുണ്ട്.

കിടക്കയിൽ ഇരുന്നുകൊണ്ട് പുതിയ ജനാലച്ചില്ലിലൂടെ നോക്കുമ്പോൾ, ശാന്തമായ തെരുവിന്റെ വിദൂരതയിൽ നിന്നുപോലും ഉടഞ്ഞ ചില്ലുകൾ തൂത്തുവാരുന്നതിന്റെ ശബ്ദം കേൾക്കാമായിരുന്നു... ഒരു യുദ്ധാനന്തര നഗരം. അകലെയുള്ള ആകാശത്തുനിന്നോ, മറ്റൊരു ലോകത്തുനിന്നോ, അപാരമായ ശാന്തത നഗരത്തിനുമേൽ പെയ്തിറങ്ങിയതു പോലെ... അനുസരണയുള്ള ശാന്തതയായിരുന്നു അത്. നഗരത്തെ നിശൂന്യമാക്കി കടന്നുപോയതിനെക്കുറിച്ച് വീണ്ടുവിചാരമുണ്ടാകാൻ പര്യാപ്തമായ ശാന്തതയാണത്. നായ്ക്കൾപോലും വിസ്മയകരമാംവിധം കുര പാതിയിൽ വിഴുങ്ങുന്നു... ഉടഞ്ഞ ചില്ലുകളുടെ ശബ്ദം മാത്രം തുടർച്ച മുറിയാതെ... ഒപ്പം വിദൂരതയിൽ നിന്നുള്ള ചുമയുടെ ശബ്ദങ്ങളും...

കൂടുതൽ മികച്ചതും സുതാര്യവുമായ ചില്ലുകളാണ് ഇപ്പോൾ വിപണിയിലുള്ളതെന്ന് ഖലിലിന് ബോധ്യമായി. ചില്ലുകളുടെ വർദ്ധിച്ച ഉപഭോഗംകൊണ്ട് നിർമ്മാതാക്കളുടെ തൊഴിൽവൈദഗ്ദ്ധ്യവും വർദ്ധിച്ചു... മുമ്പൊക്കെ പൊട്ടിയ ചില്ലുകൾ എവിടേക്കെങ്കിലും വലിച്ചെറിഞ്ഞു കളയുകയായിരുന്നു പതിവ്... എന്നാലിപ്പോൾ ഉപയോഗശൂന്യമായ ചില്ലുകൾ പുനരുത്പാദിപ്പിക്കാനുള്ള സാങ്കേതികവിദ്യയും അവർ കൈവരിച്ചിരിക്കുന്നു... നഷ്ടപ്പെടുത്തിയ ഓരോ ചില്ലുതരിയെയുമോർത്ത് ഞങ്ങൾക്കു ദുഃഖിക്കേണ്ടിയിരുന്നു, യാതൊരു സംശയവുമില്ല... ഇപ്പോൾ, സകലതും ജീവിതചക്രത്തിന്റെ ഊഴംകാത്ത് കഴിയുകയാണ്... നിർമാതാക്കൾ ഊഴമെത്തിയ ചെറുപ്പക്കാരിൽ നിന്നും ഒഴിഞ്ഞ വെടിയുണ്ടകൾ ശേഖരിക്കുകയാണ്, ഓരോരുത്തരുടെയും ചെറിയ ഇടങ്ങളിലേക്ക് ആ മഹാജീവിതചക്രത്തിന്റെ വരവും കാത്ത്.

തണുത്ത കൈകൾകൊണ്ട് തൊലിപ്പുറത്ത് തിരുമ്മിയപ്പോഴാണ് ഖലിൽ രക്തപ്പാട് കണ്ടത്. ഒരിടത്ത് അല്പം ഇരുണ്ട രക്തക്കറയും,

മറ്റൊരിടത്ത് അരിച്ചിറങ്ങുന്ന പുതുരക്തവും. തള്ളവിരലിലുണ്ടായ മുറിവായിരുന്നു അതിന്റെ ഉറവിടം.

പ്രക്ഷുബ്ധമായ ശ്വാസോച്ഛ്വാസം സാധാരണഗതിയിലാകുന്നതിനു വേണ്ടി ഖലിൽ കിടക്കയിലേക്ക് ചെന്നുവീണു. കൈകൾ ശരീരത്തിൽ നിന്ന് പരമാവധി അകറ്റിവച്ചു... അന്നേരം ആരെങ്കിലും വന്ന് കതകിൽ മുട്ടിയെങ്കിലെന്ന് ആഗ്രഹിച്ചു... ഏറെ താമസിയാതെ അവൻ ഗാഢനിദ്രയിലേക്ക് വഴുതിവീണു.

വീതികുറഞ്ഞ കട്ടിലിൽ വിശാലമായി കിടക്കുന്ന ഖലിലിനെ കാണുമ്പോഴാണ് ശരിക്കുള്ള അവസ്ഥ ബോധ്യമാകുന്നത്. കണ്ണുകൾക്ക് അപ്പോഴാണ് അവന്റെ മേൽ സർവ്വാധിപത്യം സ്ഥാപിക്കാനാവുന്നത്. ഇന്ദ്രിയങ്ങളെ ചെറിയൊരു ചലനം കൊണ്ടുപോലും ശരീരത്തിന് പറ്റിക്കാമെന്നിരിക്കെ, കണ്ണുകളുടെ മാന്ത്രികവലിവ് പോലും കബളിപ്പിക്കപ്പെട്ടേക്കാം.

സുവർണവും ഹരിതവുമായ വർണങ്ങൾക്കിടയിലെ നിറമായിരുന്നു ഖലിലിന്റെ കണ്ണുകൾക്ക്. ആ വലിയ കണ്ണുകൾ ആരെയും ആകർഷിക്കുമായിരുന്നു. അവനിപ്പോൾ ശരിക്കുള്ളതിനേക്കാൾ ഉയരക്കൂടുതൽ തോന്നിക്കുന്നു. ആ ശരീരചലനങ്ങൾ പ്രത്യേകതരത്തിലുള്ളതാണ്. സ്വാഭാവികമായി പൂർത്തിയാകുന്നതിന് തൊട്ടുമുമ്പ്, എല്ലായ്പ്പോഴും, അവന്റെ ശരീരചലനങ്ങൾ അവസാനിച്ചിരിക്കും... ഒരുപക്ഷേ, ജന്മനാ ഉള്ള തീവ്രമായ ലജ്ജയായിരിക്കും അതിനു കാരണം. അവന്റെ ശരീരം അതിന് വഴങ്ങിക്കൊടുക്കുകയും ചെയ്യുന്നു. അതുകൊണ്ടുതന്നെ സ്വാഭാവികമായി ഉണ്ടാകേണ്ട പാകത ഇതുവരെ ഉണ്ടായിട്ടുമില്ല.

ഒറ്റനോട്ടത്തിൽ ഇപ്പോഴും, ഖലിലിന്റെ ശരീരത്തിൽ കുറവുകളൊന്നും തോന്നുകയില്ല. എങ്കിലും, പക്വതയെത്തിയ ഒരു പുരുഷനാണെന്ന കാര്യത്തിൽ സംശയമുണ്ട്. ഒരിക്കൽ പ്രകൃതിമാതാവ് രൂപം മെനയുന്ന അവളുടെ ജോലി അവസാനിപ്പിച്ചാൽ, ഒരിക്കൽ തായ്ത്തടി ശിഖരങ്ങളെ വിരിയിപ്പിച്ച് പുഷ്ടിപ്പെടുത്തി പുഷ്പകിരീടം അണിയിച്ചുകഴിഞ്ഞാൽ, പ്രാചീന ജനത മാർബിളിൽ കൊത്തിയെടുത്ത് ആഘോഷിക്കുകയും ആരാധിക്കുകയും ചെയ്യുന്ന സുന്ദരരൂപങ്ങളുടെ അവയവാനുപാതം മൂപ്പെത്തിയ പുരുഷശരീരത്തിലും ശോഭ പരത്തും. അവന്റെ ശരീരത്തിലേക്ക് ഒന്നുകൂടി സൂക്ഷിച്ചു നോക്കിയാൽ കൗമാരപ്രായക്കാരനായി പരിഗണിക്കാവുന്നതേയുള്ളൂ.

അവന്റെ ഇടുങ്ങിയ ചുമലുകളിലേക്ക് നോക്കിയാൽ, അതൊരിക്കലും അവന്റെ തലക്കീഴിലുള്ള ചെറിയ തലയിണയേക്കാൾ വലുതല്ലെന്ന് ബോധ്യമാകും. മാത്രമല്ല, പുരുഷരൂപങ്ങൾ മെനയാനുള്ള പ്രകൃതി മാതാവിന്റെ സാമർത്ഥ്യത്തെ അത് ചോദ്യംചെയ്യും. സ്വാഭാവികമായി പൂർത്തിയാകുന്നതിന് ഒരു ഘട്ടം മുമ്പ് പണി അവസാനിപ്പിച്ചതുകൊണ്ടുള്ള സകലദോഷങ്ങളും പണിക്കുറ്റങ്ങളും ആ ഉല്പന്നത്തിനുണ്ടാകും.

തന്നെയുമല്ല, നിയുക്തമായ ഗൂഢാഭിലാഷങ്ങൾ കൃത്യസ്ഥലത്ത് എത്താതെ പോവുകയും ചെയ്യും.

ഉറങ്ങിക്കിടക്കുന്ന ഖലിലിന്റെ മുഖത്തെ വിളർച്ചയുടെ അടയാളങ്ങളും, ശാന്തതയും ശൂന്യതയും സൂചനകളിലൂടെ മാത്രം പ്രകടമാക്കുന്ന ശരീരവും, അവൻ അനുഭവിച്ചുപോരുന്ന തളർച്ചയും വിഷമതകളും സന്തോഷങ്ങളും വേദനകളും പ്രതിബിംബിപ്പിക്കുന്നതായിരുന്നു. ഉറങ്ങുന്നവന്റെ ശരീരം. ഉറക്കത്തിനിടയിലാണ് അതിന്റെ സകലസംവിധാനങ്ങളുടെയും അറ്റകുറ്റപ്പണികൾ നടത്തുന്നതും ഓരോ ചെറുചലനങ്ങളിലൂടെയും ബോധപൂർവമായ ചെറുത്തുനിൽപ്പുകൾ നടത്തി സാഹചര്യങ്ങൾക്കനുസരിച്ച് പെരുമാറുന്നതും മാംസളമായ അതിന്റെ നിലനിൽപ്പിനെക്കുറിച്ച് ബോധവാനാകുന്നതും... ഉറക്കത്തിനിടയിലാണ് ഗർഭിണികൾ ഗർഭസ്ഥശിശു ആണോ പെണ്ണോ എന്നു തിരിച്ചറിയുന്നതും... ഉറക്കത്തിനിടയിലാണ് അർബുദകോശങ്ങൾ പകയോടെ പൊട്ടിത്തെറിക്കുന്നതും...

അതെന്തുതന്നെയായാലും ഖലിലിന്റെ അപ്പന്റെ ചെയ്തികളെക്കുറിച്ച് ഊഹിക്കാവുന്നതേയുള്ളൂ. എന്തെങ്കിലും ചെറിയ മണ്ടത്തരങ്ങൾക്കുപോലും മുടന്തൻന്യായങ്ങൾ പറഞ്ഞുകൊണ്ടുള്ള കഠിന ശിക്ഷതന്നെ അപ്പനിൽ നിന്ന് ലഭിക്കുമായിരുന്നു. അയാളുടെ സങ്കടം മുഴുവൻ ഇറക്കിവയ്ക്കുന്നത് ഖലിലിന്റെ പുറത്തായിരുന്നു. ഒരുപക്ഷേ, നിങ്ങളായിരുന്നു അയാളുടെ സ്ഥാനത്തെങ്കിൽ ചെയ്യാൻ സാധ്യതയുള്ളത് എന്തായിരിക്കും... അവനെ മടിയിൽ കിടത്തി, തേനിന്റെ നിറമുള്ള നേർമയേറിയ മുടിയിഴകളിൽ വിരലോടിക്കുമായിരിക്കും. മനഃസാക്ഷിക്കുത്തുകൊണ്ട് കണ്ണുകൾ നിറയുമ്പോഴും മകന് ശുഭരാത്രി നേരാൻ സമയം കണ്ടെത്തുമായിരിക്കും. ആ ഒരൊറ്റ ആശംസ മതി കുറ്റബോധത്തിന്റെ പടുകുഴിയിൽ നിന്ന് കരകയറാൻ. എന്തായാലും കുട്ടിക്കാലം മുതൽ ചങ്ങാതിമാർക്കൊപ്പം കറങ്ങി നടക്കാനായിരുന്നു അവന് താല്പര്യം.

ഖലിലിന്റെ ചങ്ങാതിമാർ പ്രധാനമായും രണ്ടു തരക്കാരായിരുന്നു. ഒന്നാമത്തെ വിഭാഗം, കാഴ്ചയിൽ അവനെപ്പോലെയുള്ളവരായിരുന്നു. എല്ലാവരും ചെറുപ്പക്കാരായിരുന്നെങ്കിലും അവനേക്കാൾ പ്രായം കുറഞ്ഞവരായിരുന്നു. പരമ്പരാഗതമായി പൗരുഷത്തിന്റെ വാതിലിലൂടെ കടക്കാനാവത്തവരും എന്നാൽ മനുഷ്യവംശത്തിന്റെ വിശാലമായ വാതിലിലൂടെ കടന്നുകയറി ചരിത്രത്തിന്റെ ഭാഗമായവരുമായിരുന്നു അവർ. ദിവസങ്ങൾ കഴിയുന്തോറും അവരുടെ പ്രദേശത്തിന്റെ ഭാവിഭാഗധേയം ലോകഭൂപടത്തിൽ നിർണയിക്കേണ്ടി വരുന്നതിനാൽ തിരക്കിലാവുകയും പിന്നീട് സ്വകാര്യവും പരസ്യവുമായ ജീവിതങ്ങളിൽ മുഴുകി വെള്ളത്തിനും ഭക്ഷണത്തിനും സ്വപ്നത്തിനും വിദേശവാസത്തിനും വേണ്ടി പരക്കംപായുകയും ചെയ്യുന്നു. രണ്ടാമത്തെ വിഭാഗക്കാർ കാഴ്ചയിൽ അവനെപ്പോലെ ആയിരുന്നില്ല. ജീവിതത്തെക്കുറിച്ച് വ്യക്തമായ

ധാരണയുള്ളവരും സമൂഹത്തിന്റെ ഉന്നതശ്രേണിയിലേക്ക് എങ്ങനെയെങ്കിലും കയറിക്കൂടാൻ പരിശ്രമിക്കുന്നവരും... രാഷ്ട്രീയം, നേതൃസ്ഥാനം, മാധ്യമലോകം എന്നിവിടങ്ങളിലേക്ക് കണ്ണുംനട്ടിരിക്കുന്നവരുമാണ്...

ഇരുകൂട്ടരുടെയും വാതിലുകൾ ഖലിലിനു മുന്നിൽ അടഞ്ഞുതന്നെ കിടന്നു. അവന്റേത് സ്ത്രൈണത കലർന്ന ഇടുങ്ങിയ ഒരു 'വെജിറ്റേറിയൻ' ജീവിതമായിരുന്നു. സ്ത്രീ-പുരുഷ വിഭാഗങ്ങൾക്കിടയിലൂടെ ഉള്ളിലൊരു അഗ്നിപർവതവും പേറിയുള്ള ഞെരുക്കജീവിതം.

ഖലിലിന്റെ ഉറങ്ങുന്ന ശരീരമാണ് അവനെക്കുറിച്ചുള്ള അവ്യക്തതകൾ വെളിപ്പെടുത്തിയത്. അബോധാവസ്ഥയിലുള്ള ഒറ്റിക്കൊടുക്കൽ... ഉണർന്നുകഴിഞ്ഞാൽ ഇത്തരം കാര്യങ്ങളൊന്നും അവനെ ശല്യപ്പെടുത്തുകയില്ല. സമാധാനവും സുരക്ഷിതവുമായ ജീവിതവും ചുറ്റിനടക്കാനുള്ള മോഹവും രക്തം കണ്ടാൽ അധികനേരം പിടിച്ചുനിൽക്കാൻ കഴിയാത്ത അവസ്ഥയും... ഏകാന്തജീവിതത്തെക്കുറിച്ചുള്ള വിചാരവും അസ്വസ്ഥവും ആശയക്കുഴപ്പങ്ങൾ നിറഞ്ഞതുമായ ആത്മാവിനെ കൈകാര്യം ചെയ്യാനുള്ള വ്യഗ്രതയും ഒക്കെയാണ്...

# ഭാഗം രണ്ട്

# ഒന്ന്

ഒരു സെറ്റ് കൈത്താങ്ങുള്ള ആറു കസേരകൾ. ഫ്രഞ്ച് ശൈലിയിൽ വ്യത്യസ്ത കനത്തിൽ നിർമ്മിച്ചവ; അതിനടുത്തായി കാലുകൾ പിടിപ്പിച്ച ചെറുമേശകൾ. എന്തിനാണ് അവയ്ക്ക് ഇത്രയധികം കാലുകൾ എന്നു തോന്നിപ്പോകും. മേശയുടെ ചില്ലുകൊണ്ടുള്ള മേൽപ്പാളിയിൽ നിറം പിടിപ്പിച്ച പ്ലാസ്റ്റർ ഓഫ് പാരിസുകൊണ്ടോ ചില്ലുകൊണ്ടോ നിർമ്മിതമായ ആഷ്ട്രേ, അതിന് തൊട്ടുമുകളിലായി സ്ഫടികസമാനമായ തൂങ്ങുന്ന വലിയ വിളക്കുകാലുകൾ.

കൈത്താങ്ങുള്ള വലിയ കസേരയ്ക്കു പിന്നിലായി, പശ്ചാത്തലത്തിൽ എല്ലായ്പ്പോഴും തടികൊണ്ടോ വെങ്കലംകൊണ്ടോ നിർമ്മിച്ച ഫ്രെയിമിലുള്ള ഒരു പ്രകൃതിദൃശ്യം തൂങ്ങുന്നുണ്ടാവും. അതിൽ ഗിത്താർ കൈയിൽ പിടിച്ചിരിക്കുന്ന ഒരു സ്പാനിഷ് വനിതയേയും നിറകണ്ണുകളോടെ നിൽക്കുന്ന ഒരിനം മാൻകുട്ടിയേയും കാണാം.

ഒലിവോ ബർഗണ്ടിയോ ആയിരിക്കും ആകപ്പാടെയുള്ള നിറം. മുറിക്ക് വലിപ്പവും, പൂക്കളുടെ അമൂർത്തതയും തോന്നിപ്പിക്കാനെന്ന പോലെ. കർട്ടൻ തുണികളിൽ ചില തൊങ്ങലുകളും കമാനങ്ങളും പിടിപ്പിച്ചിരിക്കുന്നത് കർട്ടനിട്ടിരിക്കുന്ന ലോഹദണ്ഡ് മറയ്ക്കാൻ വേണ്ടിയാണ്. എല്ലായ്പ്പോഴും അതിന് എതിർവശത്തായി സ്ഥാനം പിടിച്ചിരിക്കുന്ന ഭക്ഷണമേശ. അവശേഷിക്കുന്ന ഇടങ്ങളിലെല്ലാം അസംഖ്യം കസേരകൾ ഇടംപിടിച്ചിട്ടുണ്ടെങ്കിലും അവയെല്ലാം ഇരുണ്ട തുണികൾകൊണ്ട് മൂടിയിട്ടിരിക്കും. കൈത്താങ്ങുള്ള കസേരകളിലേക്ക് നിർദ്ദയം നോട്ടം മടങ്ങിവരാൻവേണ്ടിയാണ് അത്തരമൊരു.....

ഇതൊക്കെ കിടക്കുന്നത് ദുരിതപൂർണമായി ഒരിടത്താണ്. ആധുനിക വാസ്തുരൂപകല്പനാ വിദഗ്ദ്ധരായ എഞ്ചിനീയർമാർ അവരുടെ കലാപരമായ കഴിവുകൾ, ഇടനാഴികൾ രൂപകല്പന ചെയ്യുന്ന കാര്യത്തിൽപ്പോലും പ്രകടമാക്കാറുണ്ട്. പക്ഷേ, അത്തരം വീടുകളിൽ താമസിക്കുന്ന വീട്ടമ്മമാർ യാതൊരു വ്യത്യാസവും വരുത്താതെ, എന്നാൽ സകലതും തകിടംമറിച്ചുകൊണ്ട് സൂത്രത്തിൽ ഇടനാഴി മുഴുവൻ എന്തെങ്കിലുമൊക്കെ എടുത്തുവച്ച് നിറച്ചുകളയും അതൊരുപക്ഷേ, തണലിടങ്ങളിൽ പൂച്ചട്ടികളിൽ വളർത്താൻ കഴിയുന്ന സാധാരണ

ചെടികൾ കൊണ്ടോ, വിലകുറഞ്ഞതെങ്കിലും ഒരിക്കലും നശിക്കാത്ത പ്ലാസ്റ്റിക് ചെടികൾ കൊണ്ടോ ആയിരിക്കും. ഈ അടുത്തകാലത്ത് നമ്മുടെ നാട്ടിൽ ഈ പ്രവണത അതിവേഗം പടർന്നുപിടിക്കുന്നുമുണ്ട്...

കഴിഞ്ഞ കുറച്ചുവർഷങ്ങൾ കൊണ്ട് നമ്മുടെ സുന്ദരിയായ മെഡിറ്ററേനിയൻ നഗരം വല്ലാതെയങ്ങ് വളർന്നിരിക്കുന്നു. ഇത്തരമൊരു ശൈലിയിലും ഇത്രയും വേഗത്തിലും വളർന്നത്, ഒരുപക്ഷേ, ഇതൊരു ചെറുപട്ടണമായതുകൊണ്ടു മാത്രമായിരിക്കില്ല... ചുറ്റും ചിതറിക്കിടക്കുന്ന ചെറുഗ്രാമങ്ങളെ പതിയെപ്പതിയെ കൈയടക്കിയതും നഗരത്തിന്റെ വളർച്ചയ്ക്ക് കാരണമായിരിക്കാം. ഈ നഗരം ഇതേപടി വളർന്നതിനു പിന്നിൽ ദൈവാധീനം കൂടിയുണ്ട്. ഈ കെട്ടിടങ്ങൾ ഇങ്ങനെ ഉയർന്നത്, ഈ വീടുകൾ - അല്ലെങ്കിൽ അപ്പാർട്ട്മെന്റുകൾ - ഒരു രാക്കിനാവിന്റെ തുടർച്ചയാണെന്ന് തോന്നിപ്പിക്കും.

നിയന്ത്രണങ്ങളേക്കാളുപരി സമയക്കുറവാണ് എല്ലാറ്റിനും കാരണമെന്നു തോന്നിപ്പോകും. സമ്പന്നർ, ചെലവാക്കുന്ന കാര്യത്തിൽ തിടുക്കം കാണിക്കുന്നു. ഒരുപക്ഷേ, അത് ജീവിതത്തിലെ ഏറ്റവും പ്രധാനപ്പെട്ടതും ഏറ്റവും പ്രസിദ്ധമായതും ഏറ്റവും കൂടുതൽ തെളിയിക്കപ്പെട്ടതുമായ സംഗതിയായതിനാലാവാം. യുവഎഞ്ചിനീയറെ സംബന്ധിച്ചും അത് അങ്ങനെതന്നെ, തീർച്ചയായും... ഗൃഹോപകരണ നിർമ്മാണശാലയിലും... പാർപ്പിടസമുച്ചയത്തിലെ ജനങ്ങൾക്കിടയിലും... ഒരുപക്ഷേ നഗരം മുഴുവനും ഇത് കാണാം - ഒരു ചെറുശ്വാസമെടുത്തിട്ട് - ആവശ്യമുണ്ടെങ്കിലും ഇല്ലെങ്കിലും ചെലവഴിക്കുക, വാങ്ങിക്കൂട്ടുക, എന്നതിലേക്ക് കാര്യങ്ങൾ നീണ്ടുപോകുന്നു...

ഈ പ്രദേശത്തെ പാർപ്പിട സമുച്ചയങ്ങളിൽ നിന്ന് തികച്ചും വ്യത്യസ്തമാണ് ഇസബെല്ലയുടെ വീട്. താമസിക്കുക എന്നതിലുപരിയായി കടന്നുപോകുന്നതിനുവേണ്ടിയാണ് ഇവിടത്തുകാർ പാർപ്പിടങ്ങളെ ഉപയോഗിക്കുന്നത്. അവരുടെ വന്യമായ ഭാവനകളിൽപ്പോലും വീട്ടിലെ അടുക്കളയോ, അലമാരിയോ, മട്ടുപ്പാവോ, ഓർമ്മകളോ ഉണ്ടാവില്ല.....

ഗൃഹോപകരണങ്ങളാൽ സമ്പന്നമാണ് ഇസബെല്ലയുടെ വീട്. ആ കെട്ടിടത്തോടൊപ്പം തന്നെ വളർന്നതെന്നു തോന്നിപ്പിക്കും അവയുടെ പ്രായം കണ്ടാൽ. ഉദാഹരണമായി, വളഞ്ഞ കണ്ണാടികളുള്ള, പല തട്ടുകളുള്ള ഒരു അലമാരയുണ്ടവിടെ. ചുമരിന്റെ പകുതിയെങ്കിലും അതിന്റെ വലിപ്പംകൊണ്ട് മറഞ്ഞിരിക്കും. പോരാത്തതിന് അതിലെ കണ്ണാടികൾ മിക്കവാറും ശൂന്യമായ തെരുവിലേക്ക് വായുംപൊളിച്ചിരുന്ന് അതിനെ പ്രതിഫലിപ്പിക്കുകയും ചെയ്യുന്നു...

അതൊരു സുഖകരമായ വീടായിരുന്നു. നീണ്ട ഉറക്കത്തിലേക്ക് വഴുതിവീഴുന്നതുപോലെ സ്വാഭാവികമരണത്തെ പുൽകും മുമ്പ്, മക്കളും കൊച്ചുമക്കളും ചുറ്റും കൂടിനിൽക്കുന്ന മരണക്കിടക്കയിൽ, സ്വസ്ഥവും ശാന്തവുമായ മരണത്തിന്റെ എല്ലാം ആനുകൂല്യങ്ങളും അനുഭവിച്ച

ധിഷണാശാലിയായ മനുഷ്യനായിരുന്നു ആ വീടിന്റെ ആദ്യഉടമ. ആ വീടിനെക്കുറിച്ച് ഏതൊരാൾക്കും ഊഹിക്കാവുന്നതേയുള്ളൂ... ചിത്രത്തുന്നലുകളോടുകൂടിയ, പാൽപ്പാടയുടെ നിറമുള്ള വിരിപ്പുകൾ, അല്ലെങ്കിൽ കറുത്ത സിൽക് തുണികൾ മൂടിയ ചെറുമേശകൾ; പഴയ ടെലിവിഷനെയും, കൈത്താങ്ങുള്ള കസേരകളെയും മൂലവിളക്കുകൾ സ്ഥാപിച്ചിരിക്കുന്ന മുറികളെയും വിശാലമായ ഫ്രഞ്ച് അലമാരിയേയുമെല്ലാം ചിത്രത്തുന്നലിന്റെ അലങ്കാരധൂർത്ത് വിഴുങ്ങിയിട്ടുണ്ട്. യഥാർത്ഥ വീട്ടുടമയുടെ സങ്കല്പങ്ങളോട് ഒത്തുപോകുന്നവയായിരുന്നു ഇസബെല്ലയുടെ കാഴ്ചപ്പാടുകളും. കലാപരമായ ധിഷണയുടെ അടരുകൾ ഓരോ സായാഹ്നങ്ങളിലും ചിത്രത്തുന്നലുകളായി ആ വീട്ടിലേക്ക് കടന്നുവന്നുകൊണ്ടിരുന്നു. ഓരോ തുന്നലുകളും, ഓരോ സായാഹ്നങ്ങളും ഓരോ കാലങ്ങളിലായി, സുന്ദരവിരലുകളിലൂടെ സൂചിത്തുമ്പിലേക്ക് ഇറങ്ങിവന്നുകൊണ്ടിരുന്നു. അതങ്ങനെയാണ്, കാലം പലപ്പോഴും ധിഷണയ്ക്കു വഴിമാറും; ധിഷണ കാലത്തിനും...

സ്വന്തം പരിശ്രമംകൊണ്ട് ജീവിച്ചുപോകുന്നത് ആ വീട്ടിലെ ഏക സംഗതിയാണെങ്കിലും ശലഭശേഖരത്തിനു താഴെ വളരുന്ന ചെടികളുടെ പച്ചിലത്തിളക്കം കണ്ടാലറിയാം അവയ്ക്ക് കൃത്യമായി പരിചരണം ലഭിക്കുന്നുണ്ടെന്ന്. നിറമുള്ളതും നിറം മങ്ങിയതുമായ പൂക്കൾക്കൊപ്പം ആ ഇലകളും സന്തോഷത്തോടെ കഴിയുന്നു. അവയ്ക്കിടയിലൂടെ, സിൽക് തുണികൾക്കിടയിൽ സമർത്ഥമായി ഒളിപ്പിച്ചിരിക്കുന്ന കേബിളുകളും...

നന്നായി പരിപാലിക്കപ്പെടുന്നുണ്ടെങ്കിലും ഗൃഹോപകരണങ്ങളൊന്നും അത്ര മെച്ചപ്പെട്ടതായിരുന്നില്ല. വാസ്തവത്തിൽ, ആ അപ്പാർട്ട്മെന്റിൽ മനുഷ്യരാണ് എണ്ണത്തിൽ കുറവ്. ഇസബെല്ല, അവരുടെ മകൻ നാജി, അവന്റെ രണ്ട് സഹോദരിമാർ എന്നിവരൊക്കെ ഉണ്ടാവേണ്ടതാണ്. എന്നാൽ നാജിയുടെ ആദ്യ സഹോദരി വിവാഹശേഷം സൗദിയിലേക്കും രണ്ടാമത്തെ സഹോദരി തലസ്ഥാനനഗരിയുടെ കിഴക്കു ഭാഗത്തേക്കും പോയതിൽപ്പിന്നെ, ആ വീട് സജീവമാകുന്നത് ഏതെങ്കിലും ശബ്ദംകൊണ്ടോ അതിഥികളെക്കൊണ്ടോ ആയിരിക്കും...

## രണ്ട്

**ഒ**രുപാടുകാലം താമസിച്ചവർ വീടൊഴിഞ്ഞുപോകുമ്പോൾ, ശരിക്കും എന്തായിരിക്കും ആ വീടിന് നഷ്ടപ്പെടുന്നത്?

മുറികളിലും ഇടനാഴികളിലും തളംകെട്ടിനിന്ന പഴകിയ വായുവും, മനുഷ്യരുടെ ശ്വാസോച്ഛ്വാസങ്ങൾ പോലുമേൽക്കാതെ അട്ടിയട്ടിയായി ഗൃഹോപകരണങ്ങളിൽ കട്ടപിടിച്ചിരിക്കുന്ന പൊടിയും എങ്ങനെ ഒഴിവാക്കുമെന്നറിയാതെ കുഴങ്ങി നിൽക്കുമ്പോഴാണ്, വളഞ്ഞ ശരീരവുമായി ഇസബെല്ല സാവധാനം അവിടേക്കെത്തി വാതിലിനോട് ചേർന്നു കിടന്ന സോഫയിലേക്ക് ചാഞ്ഞ് നടുനിവർത്തുന്നത്. അപ്പോഴാണ് അവന്റെ ആലോചനകളിലേക്ക് അവർ കടന്നുകയറുന്നത്. അതീവ ദുർബലമായ ശബ്ദമാണ് തന്റേതെന്ന് അറിയാമായിരുന്നിട്ടും, ഒരു അടക്കംപറച്ചിൽ കൊണ്ടുപോലും ആ സ്ത്രീ അവിടെയുണ്ടായിരുന്ന നിശ്ശബ്ദതയെ ഭേദിച്ചില്ല. പ്രായം ഏറിവരുന്നതുകൊണ്ട് ശരീരം എല്ലായ്പ്പോഴും വെടിപ്പാക്കി വയ്ക്കുകയും തലയിലെ നരച്ചരോമങ്ങൾ മൂടിവയ്ക്കാനുപയോഗിക്കുന്ന കറുത്ത സിൽക്ക് വലക്കണ്ണികൾ സ്ഥിരമായി തലയ്ക്കുപിന്നിൽ ഒരു കേക്കുപോലെ ഉറപ്പിച്ചുവയ്ക്കുകയും ചെയ്തിരുന്നു ആ സ്ത്രീയെന്ന് ഖലിൽ ഓർത്തു.

ആ അപ്പാർട്ട്മെന്റ് പൂർണമായും ശൂന്യമായിരുന്നു. ഉടമസ്ഥന്റെ അസാന്നിധ്യത്തിൽ അത് കൂടുതൽ ശൂന്യമായി കാണപ്പെട്ടു. കാര്യങ്ങൾ എവിടെവരെ എത്തിയെന്നുള്ളതിന് ഒരു ഓർമ്മപ്പെടുത്തൽ കൂടിയായിരുന്നു അത്. വസന്തകാലത്ത് പുറത്തുകിടന്ന ചവിട്ടടി എടുത്ത് അകത്തെ മുറിയുടെ ഒരു മൂലയിൽ ഇട്ടിരുന്നു. വേനൽക്കാലമായിട്ടും അയൽക്കാരുടെ ചവിട്ടടിക്ക് പറയത്തക്ക കേടുപാടുകളൊന്നുമില്ല. അവരത് ഇപ്പോഴും മട്ടുപ്പാവിൽ ഉപയോഗിക്കുന്നു. എന്നാൽ വായുസഞ്ചാരമില്ലാത്ത മുറിക്കുള്ളിൽ കിടന്ന ചവിട്ടടി ഉപയോഗശൂന്യമായിരിക്കുന്നു. സാധാരണയായി ഈ നഗരത്തിലേക്ക് വേനൽക്കാലമെത്തുന്നത് മടിച്ചുമടിച്ചായിരിക്കും. കാരണം അന്നേരമാണ് നഗരത്തിൽ കലാപങ്ങളും കഷ്ടപ്പാടുകളും പതിവായി കടന്നുവരുന്നത്.

കുറേക്കാലത്തേക്ക് ഖലിൽ ഇസബെല്ലയുടെ വീട്ടിൽ പോകുന്നത് ഒഴിവാക്കിയിരുന്നു. അതുല്യമായ ആ വീടിന്റെ സമൃദ്ധിയുടെ സുന്ദര

ചിത്രം മനസ്സിലുണ്ടായിരുന്നതിനാൽ അവിടം ശൂന്യമാണെന്ന് അംഗീകരിക്കാൻ അവന്റെ മനസ്സ് സമ്മതിച്ചില്ല. അതുപോലെ, ഉടമസ്ഥർ ഉപേക്ഷിച്ചുപോയ മറ്റു വീടുകളുമായി താരതമ്യം ചെയ്യാനും ഇക്കാലമത്രയും അവൻ ശ്രമിച്ചിട്ടില്ല. അവൻ ആ അപ്പാർട്ട്മെന്റിലേക്ക് അവസാനമായി പോയത് അതിന്റെ ജനാലയിലൂടെ തെരുവിലേക്ക് വെറുതെ നോക്കി നിൽക്കാനായിരുന്നു. ഇസബെല്ലയുടെ ജാലകചതുരത്തിലൂടെ നോക്കിയാൽ തകർന്ന് നാമാവശേഷമായ ആ തെരുവിന്റെ യഥാർത്ഥ ചിത്രം കാണാം. വളരെ പ്രശസ്തനായ ഒരു നേതാവ് അതുവഴി കടന്നുപോകുന്നതിനിടെ, ഒരു കാർബോംബ് പൊട്ടിയപ്പോഴാണ് അവിടം അവസാനമായി തകർന്നത്. ആ സംഭവത്തിൽ നിന്ന് അത്ഭുതകരമായിട്ടായിരുന്നു ഖലിൽ രക്ഷപ്പെട്ടത്. ആ പ്രദേശത്തെ ജനങ്ങൾ ഭൂരിപക്ഷത്തിന്റെ മതവിശ്വാസത്തിൽ നിന്ന് അകന്നുമാറി ജീവിക്കുന്നവരാണെന്ന കാര്യം ആ നേതാവിന്റെ സംഭാഷണത്തിൽ നിന്നാണ് അവന് ബോധ്യമായത്. (മറ്റൊരു വിശ്വാസം ഉപദേശിക്കാനായിരുന്നു ആ നേതാവ് അവിടെയെത്തിയത്....)

നേതാവിന്റെ കാർ കടന്നുപോയപ്പോൾ ഖലിലിന് മനസ്സിലായി, വീടിനുള്ളിലെ സമയമല്ല വീടിനു പുറത്തെന്ന്. ചില്ലു പൊട്ടിയ ജനാലയിലൂടെ തെരുവിനെ നോക്കി നിൽക്കുമ്പോൾ കാലം എപ്രകാരമാണ് ഉടമകളുടെ അഭാവത്തിൽ വീടുകളെ കൈകാര്യം ചെയ്യുന്നതെന്ന് ബോധ്യമാകും. ജാലകപ്പഴുതിലൂടെ ഉള്ളിലേക്ക് കടക്കുന്ന പൊടിയുടെ അളവ് കണ്ടാലറിയാം ഉടമസ്ഥന്റെ അസാന്നിധ്യവും അവരുടെ മടങ്ങിവരവിന്റെ വിദൂരസാധ്യതകൾ പോലും മങ്ങിപ്പോയിരിക്കുന്ന കാര്യവും.

ഇസബെല്ലയും നാജിയും വീട് സൂക്ഷിക്കാനേൽപ്പിച്ചിട്ട് ഖലിലിനോട് യാത്രപറഞ്ഞു. അയൽവീട്ടിൽ പോകുന്നതുപോലെയായിരുന്നു അവളുടെ അന്നേരത്തെ പ്രകടനം... ആ സ്ത്രീ ഖലിലിന്റെ ചുമലിൽ തട്ടുകയും താക്കോൽക്കൂട്ടം കൈമാറുകയും പുറത്തേക്ക് പോകുംമുമ്പ് ചെടികൾ നനയ്ക്കാൻ മറക്കരുതെന്ന് ഓർമ്മിപ്പിക്കുകയും ചെയ്തു... ഒരു ദീർഘയാത്രയ്ക്കുള്ള തയ്യാറെടുപ്പൊന്നും ഇസബെല്ലയുടെ വസ്ത്രധാരണത്തിൽ കണ്ടില്ല. കമ്പിളിച്ചെരുപ്പുകൾക്ക് പകരം മടമ്പിന് ഉയരം കുറഞ്ഞ കറുത്ത ഷൂസ് ധരിച്ചു, അത്രതന്നെ...

നാജിയെ കണ്ടാൽ, അമ്മയേക്കാൾ കുറേക്കൂടി തയ്യാറെടുപ്പുകൾ നടത്തിയത് അവനാണെന്നു തോന്നിപ്പോകും. എവിടേക്കെങ്കിലും തിരിഞ്ഞാലോ, ഒരേ ദിശയിലേക്ക് കൂടുതൽ ചുവടുകൾ വച്ചാലോ അമ്മയോട് അവൻ കർശനമായി ഒരേകാര്യം തന്നെ പറയുമായിരുന്നു: എല്ലാ സാധനങ്ങളും അതാതിടങ്ങളിൽ തന്നെ വച്ചേക്കുക... അവർക്കുമാത്രം കേൾക്കാവുന്ന ശബ്ദത്തിൽ അമ്മ പറയും... തീർച്ചയായും... തീർച്ചയായും...

എന്താണ് ചെയ്യേണ്ടതെന്ന് ഖലിലിന് പൂർണമായും മനസ്സിലായില്ല. അവൻ അടുക്കളയിൽ നിന്ന് ഒരു ചൂലെടുത്ത് പൊട്ടിയ ചില്ലുകൾ

തൂത്തുകൂട്ടി. അന്നേരം, അകലെനിന്ന് ഏതോ ഒരു തെരുവുഗായകന്റെ ശബ്ദം ഉയർന്നുകേൾക്കുന്നുണ്ടായിരുന്നു... മുടന്തനായ ഗായകൻ ദൂരെ എവിടെ നിന്നോ അകാലത്തിൽ വിട്ടുപോയ തന്റെ ചങ്ങാതിയുടെ സംഗീതത്തെ അനുകരിച്ച് പാടുകയായിരുന്നു എന്നു തോന്നിപ്പോകും.... ബാൽക്കണിയിൽ അടിഞ്ഞുകൂടിയ ചീളുകളും പൊടിയും ഖലിൽ ഒരു മൂലയിലേക്ക് നീക്കിയിട്ടു... ചെടികൾക്ക് വെള്ളമൊഴിച്ചുകൊണ്ട് നിൽക്കുമ്പോൾ, എത്രയോ കാലമായി അവയെ അവഗണിച്ചതിൽ അവൻ സങ്കടപ്പെട്ടു. അതിനുശേഷം, അലക്ഷ്യമായി കിടന്ന ചിത്രത്തുന്നൽ കവറുകളെ ശേഖരിക്കുകയും നരച്ചുപോയ സിൽക്ക് പൂക്കളെയും ചേർത്ത് ഭക്ഷണമുറിയിലെ മേശവലിപ്പിലേക്ക് ധൃതിയിൽ നിക്ഷേപിക്കുകയും ചെയ്തു. ഇസബെല്ലയുടെ മുറിക്ക് നല്ല വൃത്തിയും വെടിപ്പുമുണ്ടായിരുന്നു. എല്ലാം കൃത്യസ്ഥാനങ്ങളിൽത്തന്നെയെന്നപോലെ. ഒന്നിനും സ്ഥാനചലനം സംഭവിച്ചിട്ടില്ല. മറയ്ക്കേണ്ടതിനെയൊക്കെ കൃത്യമായി മറച്ചിട്ടുമുണ്ട്... സ്വകാര്യമായ ഒന്നിനെയും തുറന്നുകാണിക്കാത്ത മുറിയായിരുന്നു അത്. മരണംവരെ ബന്ധുക്കളോടുള്ള കടമ നിറവേറ്റുകയും- അവിടെ ജീവിച്ചിരുന്നവർ - സംസാരത്തിലേക്ക് മടങ്ങിപ്പോവുകയും - ഇനി മറ്റുകാര്യങ്ങളെ സംബന്ധിച്ചാണെങ്കിൽ... ആ ചെറിയ തുറസ്സിൽ, ആ സ്ത്രീയുടെ സവിശേഷമായ സാന്നിധ്യത്തെ അടയാളപ്പെടുത്താൻ, അവരുടെ കിടക്കയുടെ ഒത്തനടുവിലായി, തലയിണയിൽ വിശ്രമിക്കുന്ന ഒരു പഴയ സങ്കീർത്തനപുസ്തകം മാത്രം മതി.

ഒരു നാടകവേദി സൂക്ഷ്മമായി ചിട്ടപ്പെടുത്തിയിരിക്കുന്നതുപോലെ തോന്നും നാജിയുടെ അലങ്കോലപ്പെട്ടു കിടക്കുന്ന മുറി കണ്ടാൽ. അത് അനാവശ്യമായ അലങ്കോലമായിരുന്നു. എങ്കിലും എപ്പോഴെങ്കിലും അവന്റെ തിരിച്ചുവരവ് ഉറപ്പാണെന്ന് സൂചിപ്പിക്കുന്നുണ്ട് ആ മുറി. ആ മുറിയിൽ കാണപ്പെട്ട സകലവസ്തുക്കളും പ്രതിനിധാനം ചെയ്യുന്നത് നാജിയുടെ എത്രയും പെട്ടെന്നുള്ള മടങ്ങിവരവിനെത്തന്നെയാണ്... അഭിനേതാവ്, അഭിനയിച്ചുകൊണ്ടിരിക്കുന്ന ഭാഗത്തുനിന്ന് രക്ഷപ്പെടാൻ കാണിക്കുന്ന പരാക്രമം പോലെ, കടുത്ത ഇച്ഛാഭംഗത്തിനിടയിലും നാജി നടത്തിക്കൊണ്ടിരിക്കുന്ന പരിശ്രമങ്ങൾ പ്രകടമാണ്. അവൻ അലക്ഷ്യമായി ഊരിയെറിഞ്ഞ പൈജാമയും കിടക്കയിൽ കൂനക്കൂടിക്കിടക്കുന്ന മുഷിഞ്ഞ കുപ്പായങ്ങളും ചെറിയ മേശമേൽ ഉപേക്ഷിക്കപ്പെട്ട സോക്സുകളും കസേരയിൽ കാണുന്ന ചീപ്പും അലമാരയുടെ തുറന്നുകിടക്കുന്ന വാതിലുകളും അവന്റെ തിരിച്ചുവരവിനെ സൂചിപ്പിക്കുന്നതുപോലെ... തിടുക്കത്തിലാണ് സ്ഥലം വിടേണ്ടിവന്നതെങ്കിലും എന്തെങ്കിലുമൊരു അവസരം കിട്ടിയാൽ നാജി ഉറപ്പായും തിരികെ വരും. എങ്കിലും ആ കാഴ്ച ഖലിലിനെ വേദനിപ്പിച്ചു. ആ വീട് ഒഴിവാക്കി പോകാൻ നാജിക്ക് കിട്ടിയ അധികസമയം കൊണ്ടാണോ അവൻ മുറി ഇത്രയും അലങ്കോലമാക്കിയത് എന്നുകൂടി ഖലിലിന് തോന്നി.

വിശേഷപ്പെട്ട എന്തോ ഒരു കാര്യത്തിനുവേണ്ടി ഖലിൽ മുറികളിലും ഇടനാഴികളിലും അങ്കലാപ്പോടെ പരതിനടന്നു. ഒടുവിൽ കാപ്പിത്തട്ട ത്തിന്റെ അരികിലെത്തിയപ്പോൾ അവൻ അതിനെ കീഴ്മേൽ പരിശോ ധിച്ചുനോക്കി. അതിന്റെ അത്ഭുതാവഹമായ മാന്ത്രികവലയം ഒരു കാന്തികപ്രഭാവം തീർത്തുകൊണ്ട് സയൻസ് ഫിക്ഷൻ ചലച്ചിത്ര ങ്ങളിലെ കാഴ്ചപോലെ പ്രഭാപൂരിതമായി നിൽക്കുന്നു. കാപ്പികുടിച്ചി ട്ടാണ് അവർ പോയിരിക്കുന്നത്. കപ്പുകളിൽ കാപ്പിയുടെ മട്ട് അടിഞ്ഞി രിപ്പുണ്ട്... അവർ പോകാനിറങ്ങുമ്പോഴും കാപ്പിയുടെ ചൂടാറിയിട്ടുണ്ടാ വില്ല... ഒരുപക്ഷേ അവർ കഴുകിവയ്ക്കാൻ ഉദ്ദേശിച്ചിട്ടുണ്ടാവുകയുമില്ല... അതുകൊണ്ടുതന്നെയാണ് ഇസബെല്ലയുടെ കൈകൾ പിന്നീട് അവയെ തൊടാതെ പോയത്... അതുകൊണ്ടുതന്നെയാണ് അവയെ രക്ഷാസൂച കമായ ഏലസ്സിനെപ്പോലെ അവിടെത്തന്നെ നിലനിർത്തിയത്, പുതിയ പൈശാചിക എതിർപ്പുകളിൽ നിന്ന് രക്ഷനേടാനും വീണ്ടും കണ്ടു മുട്ടാനും വേണ്ടിയാണ് ചിലർ അങ്ങനെ ചെയ്യുന്നത്... നവാഗതർക്ക് ഊഷ്മളമായ വരവേൽപ്പ് നൽകാനുള്ള വിശ്വാസചിഹ്നം കൂടിയാണത്... അതുകൊണ്ടുതന്നെ ആ വീട്ടിലേക്കെത്തുന്ന നവാഗതരോട് അവർ പറയും: നമ്മൾ ഏറെ സമാനതയുള്ളവരാണ്... നമുക്കിടയിലുള്ള സ്നേഹം, ഏതു സ്നേഹത്തിനും മീതെയാണ്... ഞങ്ങൾ ഓടിക്കളയും... നിങ്ങളും ഓടിക്കളയും.... അങ്ങനെ നമ്മുടെ ഓടിയൊളിക്കലുകൾ തമ്മിൽ എന്നെങ്കിലും ഏതെങ്കിലും വഴിയിൽ വച്ച് കണ്ടുമുട്ടുക തന്നെചെയ്യും, കൊടുങ്കാറ്റിനിടയിൽപ്പോലും ഇണചേരലെന്ന അനുഷ്ഠാനം മുടക്കാത്ത വൻതേനീച്ചകളെപ്പോലെ...

കപ്പുകളിലെ കാപ്പി വരണ്ടുണങ്ങി കട്ടിപിടിച്ചിരുന്നു... പാത്രത്തിൽ അവശേഷിച്ചിരുന്ന കാപ്പിയെ നീലനിറമുള്ള നേർത്ത പരുത്തിത്തുണി കൊണ്ട് മൂടിയിട്ടുണ്ട്. അത് കാപ്പിത്തട്ടിന്റെ പിച്ചള പൊതിഞ്ഞ ഭാഗ ങ്ങളെക്കൂടി പൊതിഞ്ഞു കിടന്നിരുന്നു.

കാപ്പിപ്പാത്രവും കപ്പുകളും വീടിനുള്ളിലേക്ക് പിന്നീട് കടന്നുവരുന്ന വർക്കുവേണ്ടി അപ്പോഴും സജ്ജമായിരുന്നു.

എങ്കിലും, ഈശ്വരവിചാരമുള്ള ഇസബെല്ലയും അവരുടെ സുന്ദര നായ മകൻ നാജിയും ഇനിയൊരിക്കലും മടങ്ങിവരികയില്ലെന്ന് ആ കാപ്പി പ്പാത്രത്തിനും കപ്പുകൾക്കും അറിയാമായിരുന്നു.

'ഓടിപ്പോയി ഒരുകെട്ട് നൈലോൺ തുണിവാങ്ങി വന്ന്, തെരുവിലേക്ക് വായും പൊളിച്ചിരിക്കുന്ന ചില്ലുപൊട്ടിയ ജനാലച്ചതുരങ്ങളൊക്കെയും അടച്ചാലോ.' വാതിലടച്ച് പുറത്തിറങ്ങും മുമ്പ് ഖലിൽ ഒരു നിമിഷം ആലോചിച്ചുനിന്നു.

# മൂന്ന്

**നാ**ജി അപ്പാർട്ട്മെന്റിന്റെ പടികളിറങ്ങിപ്പോയതിനുശേഷം ഇവിടെയിപ്പോൾ വാസ്തവത്തിൽ ഖലിലിന്റെ മുറിക്ക് എന്താണ് സംഭവിച്ചത്?

നാജി ഇവിടെ താമസമില്ലാത്തതുകൊണ്ട് വല്ലപ്പോഴും മാത്രമുള്ള ഇവിടത്തെ ഒരു സന്ദർശകനായി മാറിയെന്നാണോ?... അങ്ങനെ തുടർന്നെന്നു കരുതാനാകുമോ.... എന്നാൽ അങ്ങനെയല്ല.... അവൻ ഇടവിടാതെ ഖലിലിനെ സന്ദർശിച്ചുകൊണ്ടേയിരുന്നു. വാസ്തവത്തിൽ, നാജി ഇവിടെ താമസിച്ചുകൊണ്ടിരുന്നപ്പോൾ ഖലിലിന്റെ മുറിയിൽ വന്നുപോയതിനേക്കാൾ എത്രയോ തവണ ഇപ്പോൾ അവൻ അവിടം സന്ദർശിക്കുന്നു.

ക്രമേണ നാജിയുടെ വരവിന്റെ സമയംപോലും ഖലിലിന് മുൻകൂട്ടി അറിയാമെന്നായി... നാജി ഏതെങ്കിലും ദിവസം വരാതിരുന്നാൽ, അവൻ അത്യാവശ്യമായി ദൂരെ എവിടേക്കെങ്കിലും പോയതുകൊണ്ടാണെന്നുപോലും ഖലിൽ മനസ്സിലാക്കിയിരുന്നു. മാത്രമല്ല, എന്നെങ്കിലുമൊരിക്കൽ അവൻ മടങ്ങിവരുമെന്ന പ്രതീക്ഷ ഖലിൽ കൈവെടിഞ്ഞതുമില്ല...

ഖലിലിന്റെ മുറിയും ഇസബെല്ലയുടെ അപ്പാർട്ട്മെന്റും തമ്മിൽ ധമനിപോലെ ബന്ധിപ്പിക്കുന്ന നേർത്ത ഒരു രഹസ്യഇടനാഴി ഉണ്ടായിരുന്നു. അതിന്റെ ശരിക്കുള്ള ഉപയോഗമെന്തെന്നോ, എന്തെല്ലാം സംഗതികളാണ് ആ ഇടനാഴിയിലൂടെ കൈമാറ്റം ചെയ്തിരുന്നത് എന്നോ ഊഹിക്കാനൊന്നും ഖലിൽ മിനക്കെട്ടില്ല. പൊതുവായുള്ള എന്തൊക്കെയോ സാമ്യങ്ങൾ ഒഴിച്ചുനിർത്തിയാൽ അവ രണ്ടും വേറിട്ടുതന്നെ നിന്നു.

ഖലിലിന്റെ മുറി മുമ്പുണ്ടായിരുന്നതുപോലെ തന്നെ കിടക്കുന്നു. ഒരു മാറ്റവുമില്ല... ഒരുപക്ഷേ അതിനുള്ളിൽ താമസിക്കുന്ന ആൾ മാത്രമായിരിക്കും അല്പമെങ്കിലും മാറിയിട്ടുണ്ടാവുക... വാതിലിനു പിന്നിലുള്ള ആ സാധനത്തിന് കുറേക്കൂടി തടിയും തൂക്കവും കൂടിയിട്ടുണ്ട്... നാജി വരുന്നുണ്ടെന്ന് അവൻ അറിയുന്നതോടെ, അവന്റെ വരവും പ്രതീക്ഷിച്ച് ഇരിക്കുമ്പോൾ, ഖലിലിന്റെ ആഹ്ലാദം പരാജയവുമായി കൂടിക്കലരും. അന്നേരമുണ്ടാകുന്ന പുറംമോടിയുടെയും ആശയക്കുഴപ്പത്തിന്റെയും

നേർക്ക് ഒന്നു വിരൽ ഞൊടിക്കാൻ പോലുമാകാതെ അവൻ നിസ്സഹായ നാകും... അതൊരുപക്ഷേ നാജിയുടെ സന്ദർശനങ്ങൾ കുറഞ്ഞുകുറഞ്ഞ് ഇല്ലാതെയായിപ്പോകുമോ എന്നോർത്താവാം, അല്ലെങ്കിൽ ഖലിലിന്റെ മുറി യിലേക്കെത്തുംവരെയുള്ള ദൂരത്ത് പതിയിരിക്കുന്ന അപകടത്തെക്കുറി ച്ചോർത്തുള്ള ഭയം കൊണ്ടുമാകാം. വീട്ടിൽ നല്ലത് പറഞ്ഞുകൊടുക്കാൻ ആരുമില്ലാത്ത പോരുകോഴിയെപ്പോലെയാണ് നാജിയെന്നാണ് ഖലിൽ കരുതുന്നത്...

അത്യധികമായ ആഹ്ലാദത്തോടെയാണ് ഖലിൽ നാജിയുടെ സന്ദർശ നങ്ങൾക്കുവേണ്ടി തയ്യാറാകുന്നത്... നാജി ശ്രദ്ധിക്കുകയില്ലെങ്കിൽ പ്പോലും, മുറി വെടിപ്പാക്കിയിടുന്നതിൽ ഖലിൽ അതീവതാല്പര്യം പ്രകടി പ്പിച്ചിരുന്നു... പുത്തൻ കാപ്പിക്കുരുവും വാങ്ങി അവൻ കാത്തിരിക്കു മായിരുന്നു, വെറുതേ... നാജി വരാൻ വൈകുന്തോറും ഖലിലിന്റെ പ്രതീക്ഷയുടെ തിരി മങ്ങിക്കൊണ്ടിരിക്കും. ആ തിരി കെട്ടുപോകുന്ന തിന്റെ തൊട്ടുമുമ്പുവരെ അവൻ പ്രതീക്ഷ കൈവിടില്ല... അപ്രതീക്ഷിത മായ കാരണങ്ങളാൽ ഈ പ്രദേശത്തേക്ക് എത്തിച്ചേരാൻ കഴിയാതെ പോയാൽ... ഒരുപക്ഷേ നിരോധനമുണ്ടെങ്കിൽ... അങ്ങനെ ഇനി വരി ല്ലെന്നു തോന്നുംവരെ...

ഓരോ സന്ദർശനങ്ങളും ഖലിലിന്റെ ഹൃദയത്തിൽനിന്നും മുറിച്ചു മാറ്റുകയല്ലാതെ ഒന്നും കൂട്ടിച്ചേർക്കുകയില്ല. എപ്പോഴൊക്കെ നാജി അവി ടേക്ക് വരുമോ അപ്പോഴൊക്കെ പറയുമായിരുന്നു, ഒരു നിമിഷം മുമ്പും ഒരു നിമിഷത്തിനുശേഷവും അവൻ ഇല്ലായിരുന്നുവെന്ന്. എല്ലായ്പ്പോഴും അവൻ പറയുമായിരുന്നു, വാസ്തവമായും സന്ദർശനത്തിനു മുമ്പും അതിനുശേഷവുമുള്ള സമയം, തികച്ചും നേരംകൊല്ലി മാത്രമാണെന്ന്. അതുകൊണ്ടുതന്നെ നാജിയുടെ ഹ്രസ്വസന്ദർശങ്ങൾക്കുമുമ്പും ശേഷവും അവൻ തീർത്തും ശൂന്യമനുഷ്യനായിരുന്നു.

ഇത്തരം കാത്തിരിപ്പുകൾ ഖലിലിനെ സംബന്ധിച്ചിടത്തോളം തീർത്തും അരോചകങ്ങളായാണ് അനുഭവപ്പെട്ടത്. എങ്കിലും വാടാത്ത മനസ്സും ഉടയാത്ത ശരീരവുമുള്ള വിവാഹമോചിതരെപ്പോലെ, ആത്മനി ന്ദയോടെയെങ്കിലും അവൻ മുഷിപ്പൻ കാത്തിരിപ്പ് തുടർന്നുകൊണ്ടി രിക്കും.

വിവാഹബന്ധം വേർപെടുത്തിയ, വെളുത്തു തുടുത്ത ഒരാൾ ഏതെ ങ്കിലുമൊരു കല്ലിന്റെ പുറത്ത് വെറുതെ ഇരിക്കുന്നുണ്ടാകും, അങ്ങനെ യുള്ള ഒരാളെ, മുട്ടത്തോടിന്റെ നിറമുള്ള വെള്ളാരങ്കല്ലുകൾക്ക് മീതെ ഒരു സ്നേഹഭാജനം കാത്തിരിക്കുന്നുണ്ടാകും... അങ്ങനെയുള്ള പ്രണ യാതുരനായ ഒരു രോഗിയെ ആലിംഗനം ചെയ്തുകൊണ്ട് അവൾ ചോദിക്കും, ഞാൻ നിന്നെ എത്രമേൽ സ്നേഹിക്കുന്നുവെന്ന് നീ കാണുന്നില്ലേ... എന്തുകൊണ്ടെന്നാൽ ഞാൻ നിന്നെ കാത്തിരിക്കുക യായിരുന്നു, ഇതേ സ്ഥലത്ത്; ഒന്നും തിന്നാതെയും കുടിക്കാതെയും സന്തോഷിക്കാതെയും നീ മടങ്ങിവരുന്നതും കാത്ത്... രോഗിയായ നിന്റെ

വരവും കാത്ത്, എങ്കിൽ എനിക്ക് നിന്നെ ശുശ്രൂഷിക്കുകയും സൗഖ്യമാക്കുകയും ചെയ്യാമല്ലോ.... എന്റെ കണ്ണുകളിലെ തിളക്കത്തിലേക്ക് നിന്റെ സങ്കടങ്ങളൊക്കെ മുക്കിക്കളയാമല്ലോ... ഞാൻ നിന്നെ കാത്തിരിക്കുകയായിരുന്നു, നിന്റെ കരം കവർന്നുകൊണ്ട് നിതാന്തപ്രണയികളെപ്പോലെ പറന്നുനടക്കാൻ... എന്റെ ജീവിതത്തിൽ അവശേഷിച്ചിരുന്ന സകല സ്നേഹവും ഞാൻ ഊറ്റിക്കളഞ്ഞിരിക്കുകയാണ്, നിന്റെ വരവിൽ അത് വീണ്ടും സമ്പൂർണമായി നിറയ്ക്കാൻവേണ്ടി... ഞാൻ നിനക്കുവേണ്ടി പ്രേമഗാനങ്ങൾ ആലപിക്കും, ഇതുവരെ ഒരു കമിതാക്കളും കേൾക്കാനിടയില്ലാത്ത സുന്ദരഗാനങ്ങൾ... നിന്റെ കുഴിമാടം വരെ എന്റെ സ്നേഹം നിന്നെ പിന്തുടരും, എന്റെ അവസാനതുള്ളി കണ്ണീരും അവിടെ ഞാൻ നിനക്കുവേണ്ടി ചൊരിയും...

അതിനോടകംതന്നെ, വാടാത്ത മനസ്സും ഉടയാത്ത ശരീരവുമുള്ള വിവാഹമോചിതരെപ്പോലെ രൂപാന്തരപ്പെട്ടുകഴിഞ്ഞിരുന്നു ഖലിൽ. ലോകത്തിലെ വാതിലുകൾ മുഴുവൻ നാജിക്കുനേരെ കൊട്ടിയടച്ചെങ്കിലെന്ന് അവനാഗ്രഹിച്ചു. എന്നിട്ട് അവൻ സ്വയം പറഞ്ഞു, നാജിയിൽ നിന്ന് വിവാഹബന്ധം വേർപെടുത്തിയവളെപ്പോലെയാണ് ഞാൻ. അവനോടുള്ള അഭിനിവേശം ഒളിപ്പിച്ചുകൊണ്ട് വീണ്ടും സൗഹൃദത്തിനായി യാചിക്കുന്ന ഒരുവൾ. തലമുടിയിഴകളിലൂടെ വിരലോടിച്ചുകൊണ്ട്, ആത്മാവിലേക്ക് നിഗൂഢമായ അഭിലാഷങ്ങളുടെ വിത്തുമുളപ്പിച്ച് അത് പൊട്ടിച്ചിതറിക്കുന്ന...

എത്ര കൃത്യമായ ഒത്തുനോക്കൽ!

എല്ലായ്പ്പോഴും കണ്ടുകൊള്ളണമെന്നില്ല, എങ്കിലും പരസ്പരം കാണാനുള്ള അവസരം ഉണ്ടാക്കിയെടുക്കുക എന്നത് ഞങ്ങൾക്കിടയിലെ അലിഖിത ഉടമ്പടിയായിരുന്നു... ആഗ്രഹിക്കുമ്പോഴൊക്കെ വാതിൽ തള്ളിത്തുറന്ന് കാണാൻ കഴിയുന്ന മനുഷ്യരെപ്പോലെ ആയിരുന്നില്ല ഞങ്ങൾ... വിദ്വേഷമോ, ആശങ്കയോ, കണ്ണീരോ നിറഞ്ഞ കണ്ണുകളാൽ, ചീഞ്ഞളിഞ്ഞ വായുവിലൂടെ ഞങ്ങൾ എങ്ങനെയാണ് പരസ്പരം കണ്ടെത്തുക? സംസാരം പാതിവഴിയിൽ മുറിക്കേണ്ടിവരുന്ന, ശേഷിക്കുന്നതിന്റെ അർത്ഥം പറയുന്നയാളും കേൾക്കുന്നയാളും സ്വന്തം ഇഷ്ടപ്രകാരം പൂരിപ്പിക്കേണ്ടിവരുന്ന ജനങ്ങൾക്കിടയിൽ ഞങ്ങൾക്ക് എങ്ങനെ സന്ധിക്കാനാകും? പാതിയിൽ മുറിയുന്ന ശബ്ദങ്ങൾക്കുവേണ്ടിയുള്ള പരിശ്രമങ്ങൾ ഞങ്ങൾക്കിടയിൽ ഇടമുറിയാതെ നടക്കുന്നുണ്ട്. ജീവിതകാലത്ത് എത്ര മാത്രം സംസാരിക്കാൻ സാധിച്ചു എന്നത് അവരെ സംബന്ധിച്ച് പ്രസക്തമേയല്ല, അതിനുവേണ്ടിയുള്ള തയ്യാറെടുപ്പുകളാണ് അവർക്കിടയിൽ വിലമതിക്കുന്നത്. ആ തയ്യാറെടുപ്പുകൾക്കിടയിൽ, സകലതും ഊറ്റിക്കുടിക്കുന്ന പ്രതിഭാസം അവശേഷിക്കുന്ന ശരീരങ്ങളും അവയിൽനിന്ന് ഘനീഭവിച്ച ഗന്ധങ്ങളും അന്തരീക്ഷവായുവിൽ കനപ്പെട്ട് തൂങ്ങിനിൽക്കുന്നതും തൊട്ടറിയാൻ സാധിക്കും.

നാജി വലിച്ച സിഗരറ്റിന്റെ ഗന്ധം ഇല്ലാതാകുന്നതോടെ ശൂന്യമാകുന്നത് ആ സ്ഥലത്തെ ഗന്ധം മാത്രമല്ല, നാജിയും കൂടിയാണ്. മുറി വൃത്തിയാക്കിയപ്പോൾ, അവൻ അവശേഷിപ്പിച്ചുപോയ ദൃശ്യവും അദൃശ്യവുമായ സകല അടയാളങ്ങളും കണ്ണുകളാൽ തൂക്കിനോക്കിയതാണ്... ഒപ്പം അവന്റെ വാക്കുകളും...

എന്റെ പതിവ് സന്ദർശകനായതോടെ നാജി കഴിഞ്ഞ കാലത്തെക്കുറിച്ച് കൂടുതൽ വാചാലനാകാൻ തുടങ്ങി. കഥകളും, സങ്കല്പങ്ങളും... ഒരു ചലച്ചിത്രം കാണുന്ന കൗതുകത്തോടെ. എനിക്ക് അതൊക്കെ അങ്ങനെയാണ് തോന്നിയത്, ഞാനതെല്ലാം ഇരുന്ന് കേട്ടു... എപ്പോഴൊക്കെ അവൻ എന്നോട് സംസാരിക്കാൻ തുടങ്ങുന്നുവോ അപ്പോഴൊക്കെ അവൻ എനിക്കുമുന്നിൽ ഇല്ലാതെയായി... എപ്പോഴൊക്കെ ഞാൻ അവനെ കേട്ടുവോ അപ്പോഴൊക്കെ എന്നെ ചുഴിഞ്ഞുനോക്കാതെ അവന്റെ കണ്ണുകൾ പിടിതരാതെ കുതറിമാറിക്കൊണ്ടിരുന്നു... തീർച്ചയായും അവനും അതൊക്കെ അനുഭവപ്പെടുന്നുണ്ടാവണം. അതുകൊണ്ടായിരിക്കും വീണ്ടും എന്നെ 'മറികടന്നു' പോകാതെ പറയുന്ന കാര്യത്തിൽ മാത്രം ശ്രദ്ധ പതിപ്പിച്ചത്... മുമ്പ് എന്നോട് പറഞ്ഞ ആശയങ്ങളെയോർത്ത് പശ്ചാത്തപിക്കാൻ വേണ്ടിയാണ് അവൻ മടങ്ങിവന്നത്. അതൊക്കെ അബദ്ധധാരണകളായിരുന്നുവെന്നും, വാസ്തവത്തിൽ, ബെയ്റൂട്ടിലൂടെ കടന്നുപോകുന്ന പച്ചവര അവനെ സംബന്ധിച്ചിടത്തോളം നിലനിൽക്കുന്നതേയില്ലെന്നും എന്നെ കണ്ട മാത്രയിൽ പറഞ്ഞു. സംഭവിച്ചുകൊണ്ടിരിക്കുന്നതിന്റെ കുറ്റം ഏറ്റെടുക്കാനല്ല, മറിച്ച്, ലോകസഞ്ചാരിയായ മനുഷ്യൻ സ്വന്തം വീട്ടിലേക്ക്, ജന്മദേശത്തേക്ക്, ജീവിതത്തിൽ എന്നെങ്കിലുമൊരിക്കൽ മടങ്ങിവരുന്നതുപോലെയുള്ള മടങ്ങിവരവ് മാത്രമാണിതെന്ന് അവൻ എന്നെ അറിയിച്ചു.

നാജി വൈകിപ്പോയിരുന്നു...

നാജി വൈകിയതുകൊണ്ടാണ് ഖലിൽ അത്തരത്തിൽ മടങ്ങിവരവിനെക്കുറിച്ച് ചിന്തിച്ചത്. സമയം കളയാൻവേണ്ടി, നിരർത്ഥകമായ എന്തെങ്കിലും ചെയ്യണമല്ലോ എന്നു കരുതിയാണ് ഖലിൽ അങ്ങനെ ചെയ്തത്...

നാജി വൈകുന്തോറും താൻ ആശയങ്ങളുടെ ശോഭയാൽ വഞ്ചിതനായി എന്നാണ് ഖലിലിന് തോന്നുന്നത്. ഒറ്റത്തുള മാത്രമുള്ള വിജാഗിരിയിൽ തൂങ്ങിയാടുന്ന വാതിൽപോലെ, ഖലിലിന്റെ ശരീരം രണ്ടായി വിഭജിക്കപ്പെട്ടു: ഒരു പകുതി 'അവൻ വരു'മെന്നും, മറുപകുതി 'അവൻ വരില്ലെ'ന്നും വാദിച്ചുകൊണ്ടിരുന്നു. രണ്ടിനും മധ്യേയായിരുന്നു ശൂന്യതയും ആശങ്കയും കൂനകൂട്ടിയ അവന്റെ മനസ്സ്. ശലോമോൻ രാജാവിന്റെ കഥയിലെ ഇബ്ൻ അൽ അമിനെപ്പോലെ ദുർഗ്രഹമായിരുന്നു അത്....

ഇത്തരമൊരു സാഹചര്യത്തിൽ ക്ഷീണിച്ചുതളർന്ന മനസ്സുള്ള ഏതൊരാളും ഇതുപോലെ അല്ലെങ്കിൽ മറ്റൊരു വിധത്തിൽ മാത്രമേ

പെരുമാറു... ഖലിൽ, അന്നേരം വാത്സല്യനിധിയായ ഒരമ്മയെപ്പോലെ, അല്പസമയം നാജിയുടെ വരവും കാത്തിരുന്നു...

അങ്ങനെ... ഇമയനങ്ങാത്ത കണ്ണുകൾക്ക്, 'അവൻ വരുന്നു' എന്നത്, അനിവാര്യമായ ആപത്സൂചനയായി മാറി...

സൂര്യൻ ആകാശത്തിന്റെ നെറുകയിലെത്തുക എന്നത് ഞങ്ങളെ സംബന്ധിച്ചിടത്തോളം സകലതും പൂർവസ്ഥിതിയിലേക്ക് മടങ്ങുന്നു എന്നതിന്റെ സൂചനയാണ്. അങ്ങനെയാണ് ഞങ്ങളുടെ ദിവസങ്ങൾ ആരംഭിക്കുന്നത്. സൂര്യൻ വരുന്നതോടെ ഞങ്ങൾ സമയത്തെ സങ്കല്പിക്കാൻ തുടങ്ങും. അങ്ങകലെയുള്ള സമുദ്രത്തിൽ സൂര്യൻ മുങ്ങിത്താണു തുടങ്ങുമ്പോഴേക്കും ഞങ്ങൾ ഉച്ചയ്ക്കെന്നപോലെ തിടുക്കം കൂട്ടും. നഗരം മുഴുവൻ ഒത്തുകൂടി ഓരോരുത്തരുടെയും സ്വകീയവസ്തുക്കൾ പരമാവധി കൈയിലെടുത്തുകൊണ്ട് പുറപ്പെടാൻ തയ്യാറാകും, രാത്രികളിൽ ഉറങ്ങാൻ തെരഞ്ഞെടുത്ത സുരക്ഷിതഇടം ലക്ഷ്യമാക്കിക്കൊണ്ട്... ആ ഇടങ്ങൾക്ക് ഒരിക്കലും പാർപ്പിടം എന്ന അർത്ഥം യോജിക്കുകയില്ല... 'ആളുകൾ അവരവരുടെ പാർപ്പിടങ്ങളിലേക്ക് മടങ്ങി' എന്ന പ്രയോഗത്തിന് നഗരനിഘണ്ടുവിൽ നൽകിയിരിക്കുന്ന അർത്ഥം മനസ്സിലാക്കാൻ മറ്റുള്ളവർ ഒരുപാട് ക്ലേശിക്കേണ്ടിവരും. കാരണം ആ പ്രയോഗം സ്വാഭാവികമായി അർത്ഥം മനസ്സിലാകുന്നതോ സ്വയം വിശദീകരണക്ഷമമോ അല്ല... 'മക്കൾക്കുവേണ്ടി അമ്മമാർ പാകം ചെയ്ത ഭക്ഷണം അവർ കഴിച്ചു' എന്ന പദപ്രയോഗംകൊണ്ട് കേൾവിക്കാരനിൽ ഉണ്ടായേക്കാവുന്ന യുക്തിസഹമായ അർത്ഥമായിരുന്നില്ല ശരിക്കും ആ പ്രദേശത്ത് ഉണ്ടായിരുന്നത്...

സൂര്യൻ ആകാശത്തിന്റെ ഉച്ചിയിലെത്തുമ്പോഴേക്കും, ചന്തകൾ വൈകിയെത്തിയവരെക്കൊണ്ട് തിങ്ങിനിറഞ്ഞിരിക്കും. ചെറിയ കാർഡ്ബോർഡ് പെട്ടികളിൽ കച്ചവടസാധനങ്ങളുമായി വന്നവർ അത് വിറ്റഴിക്കാൻ വേണ്ടി നടപ്പാതകൾ കയ്യേറും. അപൂർവം ചില റോഡുകളെങ്കിലും തുറന്നതിന്റെ ആവേശത്തിൽ സ്കൂൾ ബസ്സുകൾ തിരക്കിനിടയിലൂടെ ഉന്തിത്തള്ളി മുന്നേറാൻ ശ്രമിക്കും. ഏതുവിധേനയും വിറ്റൊഴിവാക്കാൻ വേണ്ടി പച്ചക്കറിവണ്ടിക്കാർ പരമാവധി വില കുറയ്ക്കും... എല്ലാം ക്ഷണനേരത്തേക്കേ ഉള്ളൂ, എപ്പോഴാണ് സകലതും അവസാനിക്കുകയെന്ന് ആർക്കുമറിയില്ല... അവരെ സംബന്ധിച്ചിടത്തോളം ഇരുട്ട് ഒരു രൂപകം കൂടിയാണ്. ഇരുൾ പരക്കാൻ തുടങ്ങുമ്പോഴേക്കും ഉൾവിളികൾക്കും വെളിപാടുകൾക്കും വേണ്ടി അവർ കാതോർക്കും. ആ രാത്രിയിൽ, എവിടെ നിന്നെങ്കിലും കേൾക്കുന്ന, കേൾക്കാൻ സാധ്യതയുള്ള സകല ശബ്ദങ്ങളും പ്രതിധ്വനികളും കാതുകളിൽ സംഗ്രഹിക്കും. പകലും രാത്രിയുമായി കേട്ട എല്ലാ ശബ്ദങ്ങളെയും വിലയിരുത്തിയാൽ മാത്രമേ അതിവേഗം പ്രതികരിക്കാൻ തലയ്ക്കും കഴിയുകയുള്ളൂ. ഉച്ചതിരിഞ്ഞതിനുശേഷം, ഇരുൾ പരക്കുന്നതുവരെയുള്ള

അപകടങ്ങളെയും അപ്രതീക്ഷിത ദുരനുഭവങ്ങളെയും അവർ മറികട ക്കുന്നത് അങ്ങനെയൊക്കെയാണ്...

അന്നേ ദിവസം, സൂര്യൻ തലയ്ക്കുമീതെ തിളയ്ക്കുമ്പോഴും നാജിയെ കാണാതെ വന്നതോടെ, മുറിയിലെ ഭൂഗർഭ അറയിലേക്ക് ഇറ ങ്ങാമെന്ന് ഖലിൽ തീരുമാനിച്ചു.

ഖലിൽ വീണ്ടും വീണ്ടും സ്വയം ചോദിക്കുന്ന ഒരു ചോദ്യമുണ്ട്: എന്തു കൊണ്ടായിരിക്കും നായിഫിന്റെ ഭാര്യ ക്ലൗഡി, കിടപ്പുമുറിയിലിരുന്ന് ചെയ്യുന്നതിന് പകരം സ്വീകരണമുറിയിലിരുന്ന് തലമുടി കോതിയൊതു ക്കുന്നത്? എന്തിനായിരിക്കും അവൾ അത്തരമൊരു രീതി തുടരുന്നത്, വല്ലാത്തൊരു... ആത്മവിശ്വാസത്തോടെ, എന്നാൽ അലക്ഷ്യമായും... ചല നങ്ങൾക്ക് തടസ്സമില്ലാതെ, എന്നാൽ മുടിയിഴകൾക്കിടയിലൂടെ കണ്ടു കൊണ്ട് സകലതിനും അവൾ അഭിപ്രായം പറയുന്നുമുണ്ട്.

ക്ലൗഡിയെ കണ്ടനാളിൽത്തന്നെ അവളൊരു മോശം പെണ്ണാണെന്ന് ഖലിലിന് ബോധ്യമായിരുന്നു. കാമവും കൗതുകവും മുറ്റിനിന്ന അന്തരീ ക്ഷത്തിൽ, നായിഫ് അവളെ ചങ്ങാതിമാർക്കുമുന്നിൽ പരിചയപ്പെടു ത്തിയ ദിവസം തന്നെ, വീഞ്ഞിന്റെ മട്ടുപോലെ തലയ്ക്ക് ഭാരമുണ്ടാ ക്കുന്ന എന്തോ ഒന്നുപോലെയാണ് അവളെ ഖലിലിന് തോന്നിയത്. മോശം എന്ന് വിളിച്ചാൽ പോരാ, അതിലും കൃത്യമായ മറ്റെന്തോ ഒരു പദമുണ്ട്. പക്ഷേ അതെന്താണെന്ന്...? ആരുടെയും ശ്രദ്ധപിടിച്ചുപറ്റാൻ കഴിയാത്ത, രക്തപ്രസാദമില്ലാത്ത ഒരു പെണ്ണായിരുന്നു അവൾ. എങ്കിലും അവരുടെ കോളേജിലെ മറ്റുള്ള പെണ്ണുങ്ങളെപ്പോലെ വിരസമായിരു ന്നില്ല... അവൾ മിതഭാഷിയായിരുന്നു. പക്ഷേ നായിഫിന്റെ സുഹൃത്തു ക്കളുടെ അനുമാനം അനുസരിച്ചാണെങ്കിൽ അവൾ അറബിയിലല്ല അധികനേരവും സംസാരിച്ചത്. നായിഫിനെ സംബന്ധിച്ചിടത്തോളം അതൊരു പ്രശ്നമേ ആയിരുന്നില്ല, എന്നു മാത്രമല്ല, അവൾ ഫ്രഞ്ച് സംസാരിക്കുന്നതിൽ അവൻ അഭിമാനം കൊള്ളുകയും ചെയ്തു. എങ്കിലും അവളുടെ ഉറപ്പില്ലാത്ത ഉച്ചാരണശൈലിയെ കളിയാക്കാനും അവൻ മറന്നില്ല...

രണ്ടാം തവണ അവർ അവളെ കണ്ടുമുട്ടിയപ്പോൾ ഹംസ ചോദിച്ചു, “ഈ അർമേനിയക്കാരിയെ നിനക്ക് എവിടെ നിന്നുകിട്ടി?” നായിഫ് സന്തോഷാതിരേകത്താൽ ചിരിച്ചുകൊണ്ടാണ് മറുപടി കൊടുത്തത്, “ലെറ്റേഴ്സ് വിഭാഗത്തിലെ ഫ്രഞ്ച് ഫാക്കൽറ്റിയാണ് ഇവൾ.” എന്നിട്ട് കൂട്ടിച്ചേർത്തു, “അവളെ ഒന്നു സൂക്ഷിച്ചോളൂ, റൺവേ പോലുള്ള നാക്കു കൊണ്ട് വാചകമടി തുടങ്ങിയാൽപ്പിന്നെ അതൊന്നു നിർത്തിക്കിട്ടാനാ പ്രയാസം, പോരാത്തതിന് അശ്വാരൂഢനെപ്പോലെ ആണയിടുകയും ചെയ്തുകളയും.” ഹംസ അത്ര രസിക്കാത്ത മട്ടിൽ പറഞ്ഞു, “ഇവളത്ര സുരസുന്ദരിയൊന്നുമല്ല, അതുകൊണ്ട് കിട്ടിയ ഇടത്തുതന്നെ കൊണ്ടു പോയി വിട്ടേക്ക്.” എന്നാൽ ഖലിൽ മാത്രം അന്നേരം അഭിപ്രായമൊന്നും

പറഞ്ഞില്ല. കോളേജിലെ മറ്റുള്ള പെൺകുട്ടികളേക്കാൾ സുന്ദരിയാണ് ക്ലൗഡി എന്നായിരുന്നു അവന് തോന്നിയത്....

നായിഫിന്റെ മുറിയിൽ അവനോടൊപ്പം കഴിയാൻ തുടങ്ങിയതോടെ ക്ലൗഡിയുടെ സൗന്ദര്യം കുറയാൻ തുടങ്ങി. അവൾ ദേഷ്യപ്പെടുകയും ശാപവാക്കുകൾ ഉരുവിടുകയും ചെയ്യാൻ തുടങ്ങിയതോടെ അവളുടെ സൗന്ദര്യം വീണ്ടും ഇടിഞ്ഞതുപോലെ കാണപ്പെട്ടു. നായിഫുമായുള്ള വിവാഹം കഴിഞ്ഞുവെങ്കിലും അവൾക്ക് നല്ലൊരു ഭാര്യയായി മാറാൻ കഴിഞ്ഞില്ല...

ഒരിക്കൽ ഖലിൽ നായിഫിന്റെ വാതിലിൽ മുട്ടിയപ്പോൾ അവനറിഞ്ഞിരുന്നില്ല അവിടെയൊരു പാർട്ടി ഉണ്ടെന്ന്.... നായിഫിനെയോ അവന്റെ ചെറിയവീടോ കാണാൻ ഇറങ്ങിത്തിരിച്ചതായിരുന്നില്ല ഖലിൽ. കോളേജിലെ മറ്റ് സുഹൃത്തുക്കളുടെ വീടുകളെപ്പോലെ, ബസ്താ പ്രദേശത്തുനിന്ന് വാങ്ങിക്കൂട്ടിയ പഴയ ഗൃഹോപകരണങ്ങളുടെ ഒരു ശേഖരം തന്നെ അവിടെയുമുണ്ടായിരുന്നു. ചെറിയ സ്വീകരണമുറിയുടെ മൂലയിൽ ഒരു ആട്ടക്കസേര സ്ഥാനം പിടിച്ചിരുന്നു. ഇടമുറിയിലെ കതകുകളിൽ യാതൊരു കലാഭിരുചിയുമില്ലാത്ത ചുവർചിത്രങ്ങൾ തൂങ്ങിക്കിടന്നു... നായിഫും അവന്റെ വീടും, അവന്റെ പഴയമുറിയും തമ്മിൽ ബന്ധിപ്പിക്കുന്ന ഒന്നുമില്ലെന്ന് ഖലിലിന് തോന്നി. എങ്കിലും കോളേജിന് അടുത്തായതുകൊണ്ട് അവൻ പതിവായി അവിടെ പോകുമായിരുന്നു. ക്ലൗഡിയുടെ വീട്ടിലാകട്ടെ, അവൾക്കോ സഹോദരങ്ങൾക്കോ താമസിക്കാനോ പെരുമാറാനോ കളിക്കാനോ ഉള്ള ഇടമുണ്ടായിരുന്നില്ല... സ്വീകരണമുറിയിലെ സോഫാ പോലെ സകലതും അവളുടെ രക്ഷിതാക്കളുടെ ഇഷ്ടാനുസരണം വാങ്ങിയതാണ്. പുരാതന ഗ്രാമീണന്റെ പൈതൃകവും നഗരവും തമ്മിലുള്ള ബന്ധം പോലെയായിരുന്നു ആ വീടും അവളുടെ ആശയങ്ങളും തമ്മിലുണ്ടായിരുന്നത്. നായിഫ് ഇപ്പോഴും ആ 'ഗ്രാമ്യ'ഘട്ടത്തിൽ തന്നെയായിരുന്നു. പനയോലനാരു മെടഞ്ഞുണ്ടാക്കിയ പരവതാനിയും കളിമൺപാത്രങ്ങളും കരിയടുപ്പും ഗൃഹാതുരമായി ഒപ്പം കൂട്ടുന്നയാളായിരുന്നു അവൻ... മൂക്കിനുതാഴെ മീശ മുളയ്ക്കുന്നതുവരെ അവന്റെ കുഗ്രാമത്തിൽ വൈദ്യുതി പോലും ഉണ്ടായിരുന്നില്ല... നായിഫിന്റെ നിഷ്കളങ്കമായ ഉത്സാഹവും ലാളിത്യവും ഖലിലിനെ അമ്പരപ്പിച്ചിട്ടുണ്ട്. ഭക്ഷണമേശയിൽ കറി തികയാതെ വന്നാൽ, ക്ലൗഡി അരികിൽ ഇരിക്കുമ്പോൾപ്പോലും അകത്തേക്ക് പാഞ്ഞുപോകുന്നത് അവനായിരിക്കും. നഗ്നമായ തുടകൾ പുറത്തുകാണുന്നവിധത്തിലുള്ള നേർത്ത കുപ്പായം മാത്രം ധരിച്ച് ക്ലൗഡിയ ഉണ്ടെങ്കിലും അവൻ അടുത്തിരുന്ന് പുസ്തകം വായിക്കുകയും, കുട്ടിക്കാലം മുതൽ അപരിഷ്കൃതരായിരുന്നു നിങ്ങളെന്ന് അവൾ എപ്പോഴെങ്കിലും ഓർമിപ്പിക്കുമ്പോൾ മാത്രം അതിനോട് സരസമായി പ്രതികരിക്കുകയും ചെയ്യും. മറ്റുള്ളവരോടുള്ള നികൃഷ്ടമായ സംവേദനക്ഷമതയെക്കുറിച്ച് സംസാരിക്കാൻ തുടങ്ങുമ്പോഴായിരിക്കും, അവൾ നായിഫിനോട് ചപ്പുചവറുകൾ പുറത്തെവിടെയെങ്കിലും കൊണ്ടുപോയി കളയാൻ ആവശ്യപ്പെടുന്നതും...

നായിഫ് ഖലിലിന്റെ നേർക്ക് ഗ്ലാസ്സ് ഉയർത്തിക്കാട്ടി. കനത്ത മൗന ത്തിൽ നിന്നടർത്തി ഖലിലിനെ ആഘോഷഭാവത്തിന്റെ അന്തരീക്ഷത്തി ലേക്ക് കൊണ്ടുവരാനായിരുന്നു അങ്ങനെ ചെയ്തത്... എന്നിട്ട്, പ്രത്യേ കിച്ചൊന്നും പറഞ്ഞില്ലെങ്കിൽപ്പോലും വിദേശിയായ പത്രപ്രവർത്തകൻ എന്തോ പറഞ്ഞമട്ടിൽ നായിഫ് ഉറക്കെ ചിരിക്കാൻ തുടങ്ങി... ഓരോ തവണയും ചെറുതോ അല്ലെങ്കിൽ ചുറുചുറുക്കുള്ളതോ ആയ ചോദ്യ ങ്ങൾ മറ്റുള്ളവർക്കുനേരെ എറിഞ്ഞുകൊണ്ട് ആ പത്രപ്രവർത്തകൻ കറ ങ്ങുന്ന കസേരയിൽ വന്നിരുന്നു. അയാൾ കസേരയിലേക്ക് ഓരോ തവണയും വന്നിരിക്കുകയും പോവുകയും ചെയ്യുന്നതിനിടയിൽ, ക്ലൗഡി തനി അറബിക്കിൽ അവളുടെ രാഷ്ട്രപിതാവിനെ പ്രാകാൻ തുടങ്ങി. നായിഫ് നെടുനീളൻ വിശദീകരണങ്ങൾ കൊണ്ട് അവളെ അനുനയി പ്പിക്കാൻ ശ്രമിച്ചുകൊണ്ടിരുന്നു. അതിനിടയിലും വിദേശിയായ ആ പത്ര പ്രവർത്തകൻ കസേരയിലേക്ക് വന്നുംപോയുമിരുന്നു. പത്രക്കാരന്റെ ഭാഷയിൽ സംസാരിക്കാനുള്ള നായിഫിന്റെ കഴിവ് അന്നേരം വിലപ്പോയ തേയില്ല. അയാൾ ക്ലൗഡിക്കു നേരെ തിരിഞ്ഞെങ്കിലും അവളുടെ ചില ഭാവപ്രകടനങ്ങളും അനാവശ്യ വാക്കുകളും അയാളെ പിന്തിരിപ്പിച്ചു. അവളാകട്ടെ മുടിയിഴകൾ മാടിയൊതുക്കുന്നതിന് വേഗം കൂട്ടി... എന്നിട്ട് വീണ്ടും നിശ്ശബ്ദയായി...

തീർത്തും വ്യത്യസ്തമായ രീതിയിൽ ക്ലൗഡിയെ പിന്തുടരുന്നത് സെയ്ത് ആണെന്ന കാര്യം ഖലിൽ ശ്രദ്ധിച്ചു. നായിഫിന്റെ രാഷ്ട്രീയ പ്പാർട്ടിയിലെ മുതിർന്ന നേതാവും അവന്റെ ഗ്രാമവാസിയുമായിരുന്നു സെയ്ത്. എന്നിട്ടിപ്പോൾ വിരോധികളുടെ ഇടയിലാണ് അവൻ പതുങ്ങി ക്കഴിയുന്നത്... ശ്രദ്ധാകേന്ദ്രമാകാൻ സെയ്തിന് താല്പര്യമുണ്ടായി രുന്നെങ്കിലും അതിന് കഴിഞ്ഞിരുന്നില്ല. തന്റെ ഗ്രാമത്തിന്റെ 'നഷ്ട'ത്തെ ക്കുറിച്ച് വാചാലനായെങ്കിലും മറ്റുള്ളവരുടെ ശ്രദ്ധ പിടിച്ചുപറ്റാനായില്ല അയാൾക്ക്. നവവധുവിനെപ്പോലെ മറ്റുള്ളവരെ ആകർഷിക്കാനായിരുന്നു അയാൾ ശ്രമിച്ചത്. എന്നാൽ വിദേശ പത്രപ്രവർത്തകൻ പോലും അയാൾക്ക് നൽകിയത് രണ്ടാം സ്ഥാനമായിരുന്നു. അതുകൊണ്ടുതന്നെ ഇത്തവണ നായിഫിനെയും പാർട്ടി ആശയങ്ങളെയും പിന്തുണച്ച് മിണ്ടാതെ മാറി നിൽക്കേണ്ടി വന്നു...

പാർട്ടിയുടെ ആശയങ്ങൾ ആശയക്കുഴപ്പമുണ്ടാക്കുന്നതാണെന്ന് ഖലിൽ തിരിച്ചറിഞ്ഞു. എന്നാൽ അപ്രതീക്ഷിതമായി കിട്ടിയ വിദേശി യായ വിശിഷ്ടാതിഥിക്കുമുന്നിൽ അവരുടെ സകല നിയന്ത്രണങ്ങളും നഷ്ട പ്പെട്ടു. അതിഥിയാകട്ടെ, ഒരു പ്രാകൃത ഗോത്രത്തെക്കുറിച്ചും അവരുടെ അനുപമമായ ജീവിതരീതികളെക്കുറിച്ചും ആദ്യമായി കേൾക്കുന്ന മട്ടിൽ... 'അത്യുഗ്രൻ', 'അവിശ്വസനീയം' എന്നൊക്കെ പറഞ്ഞുകൊണ്ടിരുന്നു. അപരിചിത നഗരത്തിലെ 'പ്രവർത്തനങ്ങളെയാണ് അയാൾ ഏറ്റവു മധികം പുകഴ്ത്തിയത്. എന്നിട്ട് പ്രത്യക്ഷമായ അസൂയയോടെ അയാൾ പറഞ്ഞു: 'അങ്ങനെയെങ്കിൽ, നിങ്ങളിപ്പോൾ കഴിയുന്നത് ഒരു അഗ്നി

പർവതത്തിന്റെ വായിലാണ്.' അതോടെ നായിഫ് ശബ്ദമുയർത്തി അഗാധതയിലേക്ക്, അത്യഗാധതയിലേക്ക് ആമഗ്നനായി കഥകളുടെ കെട്ടഴിച്ചു. എന്നിട്ട് ഏറ്റവുമൊടുവിലായി ചോദിച്ചു: "എന്നിട്ടും നിങ്ങളെന്തുകൊണ്ട് ഇവിടെ തങ്ങുകയോ താമസിക്കുകയോ ചെയ്യുന്നില്ല?" വിദേശിയായ പത്രപ്രവർത്തകൻ ഭാവചാപല്യം നിറഞ്ഞ ചുവന്ന കണ്ണുകളിൽ നിന്ന് ഉതിർന്നുവീഴുന്ന യഥാർത്ഥ കണ്ണീരോടെ മറുപടി നൽകി, "ഞങ്ങൾക്ക് അനുവാദമില്ല..."

അത്രയുമായപ്പോഴേക്കും ശരിക്കും പരവശനായിപ്പോയ വിദേശ പത്രപ്രവർത്തകൻ, തന്റെ വൈകുന്നേരത്തെ പരിപാടികളെല്ലാം വെട്ടിച്ചുരുക്കി, തന്നെ ഹോട്ടലിലേക്ക് കൊണ്ടുവിടാമോ എന്ന് സെയ്തിനോട് ചോദിച്ചു... അന്നു രാത്രി അയാൾ അവിടെക്കിടന്ന് ഉറങ്ങട്ടെ എന്ന് ക്ലൗഡി നായിഫിനോട് പറഞ്ഞു. എന്നാൽ അതിനിടയിൽ, സെയ്ത് തിടുക്കത്തിൽ പ്രവേശനകവാടത്തിലെ പടിക്കെട്ടുകളുടെ ചുവട്ടിൽനിന്ന് അയാളുടെ അംഗരക്ഷകനായ ഹുസൈനെ മുകളിലേക്ക് വിളിച്ചുവരുത്തി പറഞ്ഞു: "ഇയാളെ താമസസ്ഥലത്ത് കൊണ്ടുപോയി വിട്ടിട്ട് വേഗം മടങ്ങിവരിക. നമുക്കിവിടെ കുറച്ച് ജോലികൾ കൂടി ബാക്കിയുണ്ട്."

വിദേശ പത്രപ്രവർത്തകൻ പോയതിനുശേഷം സെയ്ത് വീണ്ടും ക്ലൗഡിയെ പ്രത്യേകം ശ്രദ്ധിക്കാൻ തുടങ്ങി. രേഖപ്പെടുത്തിയ കാര്യങ്ങളിൽപ്പോലും മാധ്യമങ്ങൾ എത്രമാത്രം അജ്ഞതയും അപര്യാപ്തതയുമുള്ള കൂട്ടത്തിലാണെന്നുള്ള വസ്തുത നായിഫിന്റെ ബുദ്ധിയിൽ തെളിഞ്ഞുവന്നു... ക്ലൗഡി കാസറ്റ് മാറ്റി പുതിയതൊന്ന് ഇട്ടു. അതും ഉമ് കൽസൗമിന്റേതായിരുന്നു, പതിഞ്ഞ താളത്തിലുള്ള പഴയപാട്ടുകൾ കേട്ടുകൊണ്ട് ഖലിലിന് അഭിമുഖമായി അവൾ തറയിലിരുന്നു. എന്നിട്ട് തലമുടിയുടെ ഒരു വശത്ത് ചീപ്പ് കൊരുത്തുവച്ചുകൊണ്ട് ഒരു കഷണം കാരറ്റ് തിന്നാൻ തുടങ്ങി... അതിനുവേണ്ടി അവളുടെ ശരീരം മുഴുവൻ തിരിയുന്നുണ്ടായിരുന്നു...

ഒരുപക്ഷേ അത് സെയ്തിനുള്ള മറുപടിയായിരിക്കാമെന്ന് ഖലിലിന് തോന്നി. അവൾ അവനെക്കൊണ്ട് മടുത്തിട്ടുണ്ടാവണം... അല്ലെങ്കിൽ... അവനെ അവഗണിച്ചുകൊണ്ട് എന്റെ നേർക്ക് തിരിഞ്ഞിരിക്കുന്നതിലൂടെ അവനെ അസ്വസ്ഥനാക്കുന്നതിനുവേണ്ടിയായിരിക്കും. ഉമ് കൽസൗമിന്റെ പാട്ടിനെക്കുറിച്ചും അതിലെ വരികളെക്കുറിച്ചും സെയ്ത് അഭിപ്രായപ്രകടനങ്ങളും വിശദീകരണങ്ങളും നൽകിക്കൊണ്ടിരുന്നു. ആ പാട്ടുകൾ പലതും പിന്തിരിപ്പൻ ശ്രമങ്ങളെ പ്രോത്സാഹിപ്പിക്കുന്നതാണെന്നായിരുന്നു അയാളുടെ വാദം. എന്നാൽ കേൾവിക്കാരാരും അതിനോട് പ്രതികരിച്ചില്ല... നായിഫ് അലക്ഷ്യമായി കിടന്ന സിഗരറ്റ് കുറ്റികൾ പ്ലാസ്റ്റിക് ബാഗിലേക്ക് മാറ്റുകയും എച്ചിൽപാത്രങ്ങളും ഒഴിഞ്ഞ ഗ്ലാസ്സുകളും അടുക്കളയിലേക്ക് എടുത്തുകൊണ്ടു പോവുകയും ചെയ്യുന്നതിനിടയിൽ സെയ്ത് ഖലിലിനോട് കൂടുതൽ ചേർന്നിരുന്ന് സംഭാഷണമാരംഭിച്ചു... ഉമ് കൽസൗമിന്റെ വരികളോടുള്ള വിയോജിപ്പ് പ്രകടിപ്പിച്ചതാണ് സെയ്ത്

ചെയ്ത ഏറ്റവും നല്ല കാര്യമെന്ന് ക്ലൗഡി പറഞ്ഞു. മാത്രമല്ല, പാർട്ടികൾക്ക് പോകുമ്പോൾ ഭാര്യയെക്കൂടി ഒപ്പം കൂട്ടിയാൽ ഓരോ വരികളിലും ഓരോ വാക്കുകളുടെ അടരുകളിലും ഒളിഞ്ഞിരിക്കുന്ന അർത്ഥങ്ങൾ കൂടി പങ്കുവയ്ക്കാനും സാധിക്കുമായിരുന്നു എന്ന് അവൾ കൂട്ടിച്ചേർത്തു.

'ഭാര്യയ്ക്ക് കൂടുതലിഷ്ടം ടെലിവിഷനാണ് എന്നതാണ് ഏറ്റവും സങ്കടകരമായ കാര്യം' എന്നതായിരുന്നു സെയ്തിന്റെ മറുപടി. 'എന്നാൽ തീർച്ചയായും ഭാര്യയെ പുറത്തേക്ക് കൊണ്ടുപോകണം. എന്നിട്ട് നഷ്ടപ്പെട്ടുപോയ അംഗത്തിനുവേണ്ടി പകരക്കാരിയെ നോക്കുന്നതായി പറയണം...' ക്ലൗഡി പറഞ്ഞു. ആ വിഷയം അങ്ങനെ അവസാനിപ്പിക്കാമെന്നായിരുന്നു അവൾ കരുതിയത്. എന്നാൽ സെയ്താകട്ടെ, ആ 'സ്ത്രീവിഷയ'ത്തിൽ പിടിച്ചുകയറി സംഭാഷണം തുടരാൻ ശ്രമിച്ചു. പക്ഷേ ക്ലൗഡി ഖലിലിന്റെ അടുത്തേക്ക് നീങ്ങി. വല്ലപ്പോഴുമൊക്കെ ഇവിടേക്ക് വരാത്തതെന്താണെന്ന് ചോദിച്ചു. മറുപടിക്കു വേണ്ടിയുള്ളതായിരുന്നില്ല ആ ചോദ്യം. അതുകൊണ്ടുതന്നെ, വല്ലാതെ ക്ഷീണിച്ചിരിക്കുകയാണെന്നു പറഞ്ഞിട്ട് അവൾ ഉറങ്ങാൻ പോയി.

ഖലിലിന്റെ തൊട്ടടുത്തായി വന്നിരുന്നുകൊണ്ട് നായിഫ് പറഞ്ഞു, ശരിക്കും നമ്മളൊരു മുടുക്കിൽ അകപ്പെട്ടിരിക്കുകയാണ്. പിരിയൻ ഗോവണിയുടെ ഏറ്റവും താഴെയാണ് നമ്മളിപ്പോൾ. രാജ്യത്തിനാകട്ടെ നമ്മളെ ഇതിൽക്കൂടുതൽ താങ്ങാൻ കഴിയുകയുമില്ല... നമുക്കും ഇതിൽക്കൂടുതൽ താങ്ങാൻ കഴിയില്ല. ഖലിലിനോട് ആർക്കുവേണമെങ്കിലും സംസാരിക്കാം. അത് താരതമ്യേന എളുപ്പവുമാണ്. സംഭാഷണം കഴിയുന്നതുവരെ അവൻ കേട്ടിരിക്കും. പക്ഷേ എന്താണ് ശരിക്കും സംസാരിച്ചതെന്ന് ഖലിലിന് വ്യക്തമാകുകയുമില്ല. ഇത്തവണയും അതുതന്നെ സംഭവിച്ചു. നായിഫിന്റെ സംസാരത്തിനുശേഷം കുറേനേരത്തേക്ക് അന്തരീക്ഷത്തിൽ നിശ്ശബ്ദത തൂങ്ങിക്കിടന്നു. അല്പനേരത്തിനുശേഷം ഖലിൽ എഴുന്നേറ്റിട്ട് പറഞ്ഞു, ഞാൻ പോകുന്നു. വീട് അടുത്താണെന്ന് പറഞ്ഞുകൊണ്ട് സെയ്ത് അവനെ തടഞ്ഞു. ഹുസൈൻ ഇതുവരെ മടങ്ങി വന്നിട്ടില്ല, മാത്രമല്ല സമയം ഒമ്പതുമണി ആയിട്ടേയുള്ളൂ. ക്ലൗഡി പോയതൊന്നും കാര്യമാക്കാതെയായിരുന്നു സെയ്തിന്റെ തടസ്സപ്പെടുത്തൽ... എന്ന് ഖലിലിന് തോന്നി...

'നിനക്ക് ഞങ്ങളോടൊപ്പം ആ പത്രത്തിൽ പണിയെടുത്തുകൂടേ?' നായിഫ് ഖലിലിനോട് ചോദിച്ചു... 'ലെബനീസ് പൗണ്ടിന്റെ മൂല്യം ഇടിഞ്ഞതിനെത്തുടർന്ന് ഒരുപാട് പേർ ജോലിതന്നെ ഉപേക്ഷിച്ചിട്ട് പോയിട്ടുണ്ട്... രണ്ടും തമ്മിലുള്ള ബന്ധമെന്താണെന്ന് ഖലിലിന് മനസ്സിലായില്ല. എങ്കിലും, ഒരു പത്രപ്രവർത്തകനാകുന്നതിനെക്കുറിച്ച് ഇതേവരെ ചിന്തിച്ചിട്ടില്ലെന്ന് അവൻ മറുപടി നൽകി. വാസ്തവത്തിൽ, എന്താണ് തനിക്കുചുറ്റും നടക്കുന്നതെന്ന് അവന് തീരെ പിടിത്തം കിട്ടിയില്ല.... സകലതും മനസ്സിലാകുന്നവരായി ആരെങ്കിലുമുണ്ടോ എന്റെ ചങ്ങാതീ... നീ

ഒരുപാട് വായിച്ചിട്ടുണ്ട്, നിനക്ക് വിദ്യാഭ്യാസമുണ്ടെന്നും എനിക്കറിയാം. നിത്യജീവിതത്തിൽ എന്തെല്ലാം സംഗതികളാണ് നമുക്കു മുന്നിലൂടെ കടന്നുപൊയ്ക്കൊണ്ടിരിക്കുന്നത്... അതേക്കുറിച്ചുള്ള വിവരങ്ങളൊക്കെ നീ ശ്വസിക്കുന്നത് പത്രങ്ങളിലൂടെയാണ്.... അവർക്കിപ്പോൾ ആവശ്യ മുള്ളത് എഴുത്തുകാരെയാണ്... എല്ലാത്തിന്റെയും ഉത്തരവാദിത്വം ഞാൻ ഏറ്റെടുക്കാം, അയാളൊരു അലിവുള്ള, നല്ല മനുഷ്യനാണ്...

വീട്ടിലേക്ക് കാറിൽ കൊണ്ടുവിടാമെന്നേറ്റിരുന്ന സെയ്തിനെ ഖലിൽ കാത്തുനിന്നില്ല.

തെരുവ് നിശ്ശേഷം ശൂന്യമായിരുന്നു. വീട്ടിലേക്കുള്ള വഴിയിൽ സ്ഥിരം കാണാറുള്ള എലികളെപ്പോലും ഇത്തവണ കണ്ടില്ല. കാലൊച്ചകളെ പ്പോലും ഗൗനിക്കാത്ത തരക്കാരായിരുന്നു ആ എലികൾ. അതുകൊണ്ടു തന്നെ, മനഃപൂർവം ഖലിൽ കാലുകൾ ഉയർത്തി ചവിട്ടുമായിരുന്നു. ആ ശബ്ദംകേട്ട് എലികൾ ഭയന്ന് ഓടിയൊളിക്കുമെന്നു കരുതിയായിരുന്നു അങ്ങനെ ചെയ്തുകൊണ്ടിരുന്നത്...

ഇരുൾ വീണുതുടങ്ങിയാൽ അവിടമാകെ തെരുവുനായകളെ ക്കൊണ്ട് നിറയും. പേവിഷബാധയും പ്ലേഗും നഗരത്തെ ഒന്നാകെ വിഴു ങ്ങാൻ മറ്റ് കാരണങ്ങൾ ആവശ്യമില്ല. അതുകൊണ്ട് തെരുവിലെ രാത്രി സഞ്ചാരം ഏതൊരാളും ഭയപ്പെടും...

ചെന്നായ്ക്കളെപ്പോലെ തോന്നിക്കുന്ന വലിയ നായ്ക്കളാണവ. പ്രക്ഷുബ്ധമായ വഴികളിലൂടെ പോകുമ്പോൾ പരസ്പരം മുട്ടിയുരുമ്മി തെരുവോരത്ത് കൂസലില്ലാതെ നിൽക്കുന്നത് കാണാം. ആ നായ്ക്കൾ കൂടി തെരുവിൽ നിറയുന്നതോടെ നഗരത്തിന്റെ ചലനം പരിപൂർണമായും നിലയ്ക്കും... കത്തിക്കരിഞ്ഞതും ശൂന്യവുമായ ഇടങ്ങളെല്ലാം ചെന്നാ യകളെപ്പോലുള്ള 'ചന്തപ്പട്ടികൾ' കൈയടക്കിയിരുന്നു. അവയൊക്കെ ഒളിയിടങ്ങളിൽ നിന്ന് മടങ്ങിവരുന്നത് ചെന്നായകളായിട്ടാവുമെന്ന് ഖലിലിന് തോന്നി. ഖലിൽ തലയുയർത്തി ആകാശത്തേക്ക് നോക്കി. അവിടെ കറുപ്പും ഊതയും നിറങ്ങളുള്ള മേഘത്താൽ മറഞ്ഞതുകൊണ്ട് തേജസ്സ് നഷ്ടപ്പെട്ട പൂർണചന്ദ്രനെ കണ്ടു. ദുഃശകുനം പോലെ നായ്ക്ക ളുടെ ഓരിയിടൽ അവിടമാകെ മുഴങ്ങിയപ്പോൾ അവൻ പറഞ്ഞു... നോക്കിക്കോ, നീയൊരു ചെന്നായയായി മാറും...

# നാല്

**നാ**ജി ഇന്നലെ വരാതിരുന്നത് ഇന്ന് എന്നെ അമ്പരപ്പിക്കാൻ വേണ്ടി യായിരിക്കും. അവന് അത്തരം കളികൾ വളരെ ഇഷ്ടമാണ്... ഖലിൽ അവന്റെ പഴയ ചുവരലമാര തുറന്ന്, തൊട്ടുമുമ്പ് ഇസ്തിരിയിട്ട കുപ്പായ ങ്ങൾ അടുക്കിവച്ചു... വാതിലിന്റെ തുരുമ്പിച്ച വിജാഗിരികളിന്മേൽ എണ്ണ പുരട്ടി തുറക്കുകയും അടയ്ക്കുകയും ചെയ്തുകൊണ്ട് അതിന്റെ ശബ്ദം മാറ്റിയെടുക്കാൻ അവൻ ശ്രമിച്ചു... പ്രവചനാതീതമായ ഈ കാലാവ സ്ഥയിൽ ഏത് വേഷം ധരിക്കണമെന്ന് ആലോചിച്ചുകൊണ്ടിരുന്നപ്പോൾ അലക്കുകാരന്റെ പക്കൽനിന്നും വാങ്ങാൻ മറന്നുപോയ നീല ട്രൗസ റിനെക്കുറിച്ച് ഓർമ്മവന്നു. ലോഹപ്പിടിയുള്ള ബാഗുമെടുത്ത് ആവശ്യ ത്തിന് പണവും കീശയിലിട്ട് അവൻ പുറത്തേക്കിറങ്ങി.

കഴിഞ്ഞ കുറേ ദിവസങ്ങളായി ഖലിൽ പച്ചക്കറിച്ചന്തയിൽ പോയി രുന്നില്ല. കൃത്യമായി പറഞ്ഞാൽ, ചന്തയിലേക്കുള്ള വഴി തുടങ്ങുന്ന സ്ഥലത്ത് കാർബോംബ് പൊട്ടിത്തെറിച്ച ദിവസമായിരുന്നു അവൻ അവ സാനമായി ചന്തയിൽ പോയത്. ആദ്യ സ്ഫോടനത്തിനുശേഷം ചില മിനിട്ടുകൾ കഴിഞ്ഞ് രണ്ടാമതൊന്നുകൂടി പൊട്ടിയിട്ടില്ലെങ്കിൽ പിന്നെ മറ്റൊരു പൊട്ടിത്തെറിയെക്കുറിച്ച് ഉടനെ ഭയക്കേണ്ടതില്ല. മറ്റൊരുവിധ ത്തിൽ പറഞ്ഞാൽ, സ്ഫോടനത്തിനുശേഷം ആളുകൾ വീണ്ടും ഒത്തു ചേർന്ന് രക്ഷാശ്രമം തുടങ്ങിയാൽ അന്നേദിവസം താരതമ്യേന സുരക്ഷി തമായിരിക്കും. ഒരു വിഭാഗത്തിന് സംഭവിച്ച നഷ്ടം മറികടക്കാൻ അടുത്ത കൂട്ടരുടെ ഊഴം വരുന്നതുവരെ സമയമുണ്ടല്ലോ... കഴിഞ്ഞ കുറേ നാളു കളായി സ്ഥിരമായി വൈദ്യുതിബന്ധം വിച്ഛേദിക്കപ്പെട്ടിരുന്നതിനാൽ, ആ വകയിൽ മിച്ചംപിടിച്ച പണം ഉപയോഗിച്ച് കുറച്ച് പച്ചക്കറികൾ വാങ്ങാൻ വേണ്ടിയാണ്, തൊട്ടടുത്തുള്ള വില കൂടുതലുള്ള കടയിലേക്ക് ഖലിൽ പോയത്. സഞ്ചി നിറയെ പച്ചക്കറി വാങ്ങിയിട്ടും കാര്യമില്ല. വീട്ടിൽ ക്കൊണ്ടുപോയി ഉപയോഗശൂന്യമായ റഫ്രിജറേറ്ററിൽ അടുക്കിവച്ച് ചീഞ്ഞുനാറ്റി കളയുകയല്ലാതെ എന്തു ഫലം...? അവന്റെ കൈവശമുള്ള പണം നുള്ളിപ്പെറുക്കിയാണ് ചെലവാക്കുന്നത്, എപ്പോഴാണ് അവിടെ നിന്ന് മാറേണ്ടിവരുന്നതെന്ന് ആർക്കും യാതൊരു ഉറപ്പുമില്ല... മിക്കവാറും ഖലിൽ പുറത്തിറങ്ങി തെരുവിലൂടെ നടക്കുന്നത്, അപ്രതീക്ഷിതമായി

ആ വഴിയോരങ്ങളിൽ വച്ച് ജീവൻ പൊലിഞ്ഞവരുടെ ആത്മാക്കളോടൊപ്പം സമയം ചെലവഴിക്കാനാണ്. അവരൊക്കെ കൊല്ലപ്പെട്ടത് ഒരുമിച്ചായിരുന്നു, ഒറ്റയ്ക്കൊറ്റയ്ക്കല്ല. എന്താണ് സംഭവിക്കുന്നതെന്ന് തിരിച്ചറിയും മുമ്പ് മരണത്തോട് പൊരുത്തപ്പെടുകയും ശൂന്യതയിൽ വിലയം പ്രാപിക്കുകയും ചെയ്ത മനുഷ്യർ.

സ്ഫോടനത്തിനു ശേഷം തെരുവിന്റെ മുറിവുണങ്ങാൻ തുടങ്ങി... പൊട്ടിത്തെറി കൊണ്ട് ഒരു വിള്ളൽ, ഒരു വലിയ ശൂന്യമായ ഗർത്തം രൂപപ്പെട്ടിരുന്നു. മനുഷ്യരെ മാത്രമല്ല, അവിടെയുണ്ടായിരുന്ന കുറേ വസ്തുക്കളെക്കൂടി ആ ഗർത്തം വലിച്ചെടുത്തിട്ടുണ്ട്. വളരെച്ചുരുങ്ങിയ സമയംകൊണ്ട് നന്മ അതിന്റെ പ്രഭാവം വീണ്ടെടുക്കുകയും എല്ലാം പഴയതുപോലെ ആക്കാൻ ശ്രമിക്കുകയും ചെയ്തു. ഓടയിലെ മലിനജലം വീണ്ടും അതിന്റെ സമനില വീണ്ടെടുക്കുയും സാധാരണഗതിയിൽ ഒഴുകിത്തുടങ്ങുകയും ചെയ്തു... പ്രാർത്ഥനയ്ക്കു ശേഷം വിശ്വാസി എങ്ങനെയാണോ പെരുമാറുന്നത്, അതുപോലെ തെരുവും സ്ഫോടനത്തിനുശേഷം കൂടുതൽ ശാന്തിയിലേക്കും സമാധാനത്തിലേക്കും മടങ്ങിവന്നു. ദൈവം അയച്ചുകൊടുത്ത ക്ഷമയുടെ പരീക്ഷ വിജയിച്ച വിശ്വാസിക്ക്, പ്രാർത്ഥനകൾക്ക് ഉത്തരവും, ചെയ്തികൾക്ക് പ്രതിഫലവും ലഭിച്ചതിനുശേഷം സ്വസ്ഥതയിലേക്ക് നീങ്ങുന്നതുപോലെയായിരുന്നു അത്...

എത്രയോ കൊല്ലങ്ങളായി നഗരവിതാനം രണ്ടായി വിഭജിക്കപ്പെട്ടിരുന്നു... മേൽക്കാറ്റ് വീശുന്ന ഇടങ്ങളിൽ, രാഷ്ട്രീയകാര്യങ്ങളിൽ ഉത്കണ്ഠയുള്ളവരും ദിനപ്പത്രങ്ങൾ വായിക്കാൻ താല്പര്യം കാണിക്കുന്നവരും സംഭവഗതികളെക്കുറിച്ച് ചർച്ച ചെയ്യുന്നവരും വിലയിരുത്തലുകളുടെ ഫലം കാത്തിരിക്കുന്നവരും ജീവിക്കുന്നു... കീഴ്ക്കാറ്റ് വീശുന്ന ഇടങ്ങളിൽ, ആകാശത്തിന് നീലനിറം കുറവായിരിക്കും, മുകളിൽ പരാമർശിച്ച മനുഷ്യരുമായി യാതൊരുവിധ ഇടപാടുകളും അവർക്ക് ഉണ്ടായിരിക്കില്ല.... ഒന്നും മനസ്സിലാകാത്ത, ഒന്നിനുവേണ്ടിയും കാത്തിരിക്കാത്ത മനുഷ്യർ... സമ്മേളനങ്ങളോ തിരഞ്ഞെടുപ്പുകളോ എപ്പോഴാണ് നടക്കുന്നതെന്നറിയാത്ത, മന്ത്രിമാരുടെ പേരുപോലുമറിയാത്ത ഒരുപറ്റം മനുഷ്യർ. അവരെ സംബന്ധിച്ചിടത്തോളം രാഷ്ട്രീയകാര്യങ്ങൾ പരിപൂർണമായും ആശയക്കുഴപ്പം നിറഞ്ഞതാണ്. ആശങ്കകളോടെ സഞ്ചരിക്കുന്ന ഇത്തരം മനുഷ്യരെ പൊതുവെ മോശക്കാരെന്നു മുദ്രകുത്തിയിരിക്കുന്നു. അതുകൊണ്ടുതന്നെ അവർക്ക് ചോദ്യങ്ങളുമില്ല...

ഇത്തരക്കാരോട് അനായാസം ഇടപഴകാൻ ഖലിലിന് കഴിയും... ചന്തയിലും തെരുവിലും അവരെ കണ്ടുമുട്ടിയ ഇടങ്ങളിലെല്ലാം അവൻ അഭയാർത്ഥിയെപ്പോലെ പെരുമാറി. കയ്പേറിയ ഒരു മതിഭ്രമത്തിന്റെ വക്കിലെത്തുമ്പോഴൊക്കെ അവൻ അവരിലൊരാളായി മാറാൻ ശ്രമിക്കും. സ്ഫോടനം നടന്ന ഇടങ്ങളിലൂടെ നടക്കുമ്പോഴെല്ലാം അവന്റെയുള്ളിൽ അത്തരമൊരു ചിന്ത ഇഴഞ്ഞുകയറും... ഇത്തവണ ജലത്തിലൂടെയാണ്

മതിഭ്രമം കടന്നുകയറിയത്. ജലവിതരണം വിച്ഛേദിക്കപ്പെട്ടാൽ, അത് സകലകോണുകളെയും ബാധിക്കും, നടപ്പാതയോരങ്ങളും ആവശ്യമില്ലാത്ത പച്ചക്കറിക്കൂനകളും അവശിഷ്ടങ്ങളും... ഒരു ചൂലിനും ഒഴിപ്പിച്ചെടുക്കാനാവാത്ത അവശേഷിപ്പുകളും ഒരു ഹോസ്പൈപ്പിനും തുടച്ചുനീക്കാനാവാത്ത മാലിന്യവും... ഖലിൽ ശ്വാസമെടുക്കാൻ പ്രയാസപ്പെട്ടു. അവന്റെ കൈകൾ അസാധാരണമാംവിധം വിയർത്തു. അത് ബാഗിന്റെ ലോഹപ്പിടിയെക്കൂടി നനച്ചു. എങ്കിലും അവൻ നടത്തത്തിന് വേഗം കൂട്ടി. അവനൊരു പോക്കണംകെട്ടവനായിരുന്നെങ്കിൽ അവിടെത്തന്നെ നിന്നുപോകുമായിരുന്നു... എന്നെന്നേക്കുമായി...

ഫ്ളിപ്പേഴ്സിനു മുന്നിലെത്തിയപ്പോൾ അവൻ നിന്നു. ചോർന്നുതുടങ്ങിയിരുന്ന ധൈര്യം സമാഹരിക്കുന്നതിനു വേണ്ടിയായിരുന്നു അത്. സഞ്ചിയിൽ നിന്ന് ഒരു തക്കാളി പുറത്തേക്ക് ഉരുണ്ടുപോയെങ്കിലും അവൻ പിന്നാലെ പോയില്ല... പൊട്ടിയൊഴുകിപ്പോയ ഓടവെള്ളത്തിൽ നിന്ന് ദൂരെ മാറിയാണ് ഇപ്പോൾ അവൻ നിൽക്കുന്നത്.... പകൽ പോലും നായ്ക്കൾ അപ്രത്യക്ഷരാകുന്നില്ല... ഉറക്കംതൂങ്ങി, മെല്ലെ, ഖലിലിന്റെ കാലിനിടയിലൂടെപ്പോലും അവ കടന്നുപോകുന്നു... പക്ഷേ, പകൽ അവ നായ്ക്കളെപ്പോലെ തന്നെയാണ് പെരുമാറുന്നത്. ചങ്ങാത്തം സ്ഥാപിക്കാനെന്ന മട്ടിൽ കുരയ്ക്കുന്നതേയില്ല... പകൽ വെളിച്ചത്തിൽ മനുഷ്യന്റെ ഉപകാരിയായ ജിന്നിനെപ്പോലെ പെരുമാറുന്നുണ്ടെങ്കിലും അതിന്റെ രൂപം മനുഷ്യഭാവനയ്ക്ക് ഒട്ടും ചേർന്നതല്ല... ദൗർബല്യം കണക്കിലെടുത്ത് പകൽസമയം അവയെ ഓടിച്ചുകളയും, എന്നാൽ എവിടെയെങ്കിലുമൊക്കെ അലഞ്ഞുതിരിഞ്ഞ് വീണ്ടും അവിടേക്കുതന്നെ വലിഞ്ഞുകയറിവരും... ചിലത് ചൊറിപിടിച്ച് ശരീരമാസകലം പുള്ളിവീണത്, വേറെ ചിലത് ചലമൊഴുകുന്ന പുണ്ണുള്ളത്, കാലൊടിഞ്ഞ ചിലത്, കണ്ണ് ചൂഴ്ന്നെടുക്കപ്പെട്ട ചിലത്, മറ്റുചിലതിന്റെ ചെവികൾ കീറിപ്പറിഞ്ഞത്.... ഇരയ്ക്കുവേണ്ടി ആവേശത്തോടെ തുറന്നിരിക്കുന്ന വായകളുണ്ടെങ്കിലും മഞ്ഞച്ച നീണ്ട വിടവ് അവയുടെ ചുണ്ടുകളെ അസഹ്യമാകുന്നു... എന്നിട്ടും അവറ്റകൾ ആ പ്രദേശത്തെ മനുഷ്യരുമായി ഇടപഴകുന്നു... അവയുടെ മോന്ത കണ്ടാൽ അത് വ്യക്തമാണ്... അതുകൊണ്ടാവണം അവിടെനിന്ന് മറ്റുള്ള സകലജന്തുക്കളും പൂർണമായും അപ്രത്യക്ഷരായത്... പ്രാചീനകാലത്തെ തരിമണൽപ്പൊടി പോലെ കാണപ്പെട്ട, കുരുവികളെപ്പോലെ, പരിപൂർണമായും.....

കൈയിൽ ആയുധവുമായി ഫ്ളിപ്പേഴ്സിൽ നിന്ന് ഇറങ്ങിവന്ന ഒരു ചെറുപ്പക്കാരൻ, വിളറിയ ഖലിലിനെയും അവന്റെ കൈവശമുള്ള സഞ്ചിയെയും അവജ്ഞയോടെ നോക്കിയിട്ട് നടന്നുപോയി. സാധാരണ വീട്ടമ്മമാരാണ് അത്തരം സഞ്ചികൾ സാധനങ്ങൾ വാങ്ങാൻ കൊണ്ടുനടക്കുന്നത്. ഖലിൽ സഞ്ചിയിൽ മുറുകെ പിടിച്ചുകൊണ്ട്, ഒന്നും സംഭവിക്കാത്ത മട്ടിൽ, ഉറച്ച കാൽവയ്പുകളോടെ നടന്നു. അവന് ഉറപ്പുണ്ടായിരുന്നു,

പിന്നിൽ നിന്ന് ആ ചെറുപ്പക്കാരൻ തന്നെ നിരീക്ഷിക്കുന്നുണ്ടാകുമെന്ന്... അലക്കുകാരുടെ അടുത്തേക്ക് നടക്കാനും അവൻ മറന്നില്ല...

അവന്റെ പേരിൽ നീല ട്രൗസറുകളൊന്നും അവിടെയില്ലെന്ന് കടയിലെ ജോലിക്കാരനായ ഈജിപ്തുകാരൻ ചെക്കൻ പറഞ്ഞു... കബളിപ്പിക്കാൻ വേണ്ടി കടയിലെത്തുന്നവരെ തിരിച്ചും മറിച്ചും അടയാളം പറയാൻ ചോദ്യം ചെയ്യുന്നതുപോലെ അവനോട് വസ്ത്രത്തിന്റെ വിശദാംശങ്ങൾ ചോദിച്ചറിയാൻ തുടങ്ങി... കടയുടമയായ അബു മുഹമ്മദിനെ വിളിക്കാൻ ഖലിൽ ആവശ്യപ്പെട്ടു. അപ്പോഴേക്കും കൈയിൽ ഒരു കപ്പ് ചായയുമായി കടയുടമ അവിടേക്ക് വന്നു. വൈകി ഉറങ്ങിയതിന്റെ ലക്ഷണം വ്യക്തമാക്കുന്നതരത്തിൽ അയാളുടെ കണ്ണുകൾ ചുവന്നിരുന്നു... അവിടെ നീലയോ ചുവപ്പോ നിറങ്ങളിലുള്ള ട്രൗസറുകളേയില്ല എന്ന് അബുമുഹമ്മദ് അവനോട് തറപ്പിച്ചു പറഞ്ഞു. അവിടെയുള്ള വസ്ത്രക്കൂന പരതിനോക്കിയിട്ടാവും ചെക്കൻ അങ്ങനെ പറഞ്ഞിട്ടുണ്ടാവുകയെന്ന് കൂട്ടിച്ചേർത്തുകൊണ്ടു ഈജിപ്തുകാരൻ ചെക്കനെ അയാൾ ഒന്നു നോക്കി... അവൻ അതെ എന്ന അർത്ഥത്തിൽ തലകുലുക്കിക്കൊണ്ട് ചോദിച്ചു: ഇനിയിപ്പോൾ എന്തു ചെയ്യും?

ഖലിൽ മുറിയുടെ വാതിൽ അകത്തുനിന്ന് പൂട്ടിയിട്ട് കട്ടിലിൽ പോയിരുന്ന് പരിചിതമായ വായു ആവോളം ശ്വസിച്ചു... അത്രമാത്രം ഉറപ്പുള്ളതിനാൽ അവൻ ചുവരലമാരയുടെ അടുത്തേക്ക് പോയില്ല. സംസാരത്തിലും പ്രകടനത്തിലും സുഹൃത്തുക്കൾ എത്രമാത്രം വഴക്കാളികളാണെന്നോർത്ത് തലയ്ക്ക് കൈയും കൊടുത്ത് ഖലിൽ അതീവ ലജ്ജയോടെ കിടക്കയിൽ ഇരുന്നു... ആദ്യ ക്രിസ്ത്യൻ രക്തസാക്ഷി പതിവായി ഉപയോഗിച്ചിരുന്ന 'സിംഹം' എന്ന വാക്കിനു പകരം 'ബൂട്ട്' എന്ന വാക്കായിരുന്നു അവർ ആവർത്തിച്ചത്... 'എന്തുകൊണ്ടായിരിക്കാം അവർക്ക് ബൂട്ട് എന്ന വാക്കിനോട് ഇത്രയും വെറുപ്പും രോഷവും തോന്നിയത്' ഖലിൽ അത്ഭുതപ്പെട്ടു. ഇച്ഛാഭംഗവും ശൂന്യതയും നിറഞ്ഞ ഒരു ലോകത്തിൽ സൗമ്യമായ ഒരു വിധി അനുവദിക്കപ്പെടാത്തതിനാലാകാം അവർ അത്രമാത്രം ബൂട്ടിനെ വെറുക്കുന്നത്. ഒറ്റജാലകത്തിലൂടെ അരിച്ചിറങ്ങുന്ന നേർത്ത പ്രകാശത്തിൽ, ഇനിയും തിളക്കം നഷ്ടപ്പെടാത്ത ഒരു വലിയ ബൂട്ട് ഖലിലിന്റെ ശ്രദ്ധയിൽപ്പെട്ടു. അതിന് അവന്റെ അപ്പന്റെ കഴുത്തിന്റെ, അഥവാ, ശൈത്യകാല സായാഹ്നങ്ങളിൽ കുടിച്ചിരുന്ന സൂപ്പിന്റെ ഗന്ധമുള്ളതുപോലെ....

ഖലിൽ മാവ് കുഴച്ച് വൃത്താകൃതിയിൽ ഉരുട്ടാൻ തുടങ്ങി... ഗ്യാസ്ചൂള കത്തിച്ച് അതിന്മേൽ അലുമിനിയം തട്ട് വച്ചു. ബ്രഡ് വിരളമായി മാത്രം കടകളിൽ ലഭിച്ചിരുന്ന കാലത്ത് ബേക്കറികൾക്കു മുന്നിൽ നീണ്ട നിര പതിവായിരുന്നു. അക്കാലത്ത് ബ്രഡ് നിർമിക്കാൻ വേണ്ടി വാങ്ങി സൂക്ഷിച്ചതായിരുന്നു അലുമിനിയം കൊണ്ടുണ്ടാക്കിയ ആ ചെറിയ തട്ട്... രണ്ട് ലോഫ് ബ്രഡ് ഉണ്ടാക്കിയതിനുശേഷം അവശേഷിച്ച കുഴച്ച മാവ് ഒരു നനഞ്ഞ തുണികൊണ്ട് മൂടിയിട്ടു... അപ്പോഴേക്കും ആ മുറിയാകെ പുതിയ

ബ്രഡിന്റെ മണംകൊണ്ട് നിറഞ്ഞു. വറചട്ടിയിലേക്ക് അല്പം എണ്ണ പകർന്നതിനുശേഷം ചെറിയ ഉള്ളി ഒരെണ്ണമെടുത്തു അതിലേക്ക് അരിഞ്ഞിട്ടു... ഫ്രിഡ്ജിൽ നിന്ന് രണ്ട് മുട്ട എടുത്തു. എന്നിട്ട്, ചന്തയിൽപ്പോയി വാങ്ങിയതിൽനിന്ന് ചുവന്നു തുടുത്ത ഒരു തക്കാളി സഞ്ചിയിൽ നിന്ന് കണ്ടെത്തി. ഉള്ളി ചെറുതായൊന്ന് ഇളക്കിക്കൊടുത്തതിനുശേഷം തീ കുറച്ചു. വാങ്ങിക്കൊണ്ടുവന്ന പച്ചക്കറികൾ സഞ്ചിയിൽ നിന്നെടുത്ത് ഒരു പ്ലാസ്റ്റിക് പാത്രത്തിൽ വെച്ച് നന്നായി കഴുകി. പിന്നീട് പ്ലാസ്റ്റിക് പാത്രത്തിലെ വെള്ളം കക്കൂസിലെ ബക്കറ്റിലേക്ക് ഒഴിച്ചു, അടുത്ത തവണ ഉപയോഗിക്കാൻവേണ്ടി...

നമ്മൾ മാലിന്യങ്ങളെല്ലാം നമ്മളിൽ നിന്ന് കഴുകിക്കളയുന്നു, എന്നിട്ട് വീടുകളിൽ തന്നെ അതിനെ നിലനിർത്തുന്നു... പക്ഷേ, വെള്ളം എത്ര പ്രിയപ്പെട്ടതാണെങ്കിലും, അതിനെ ഒഴിവാക്കാൻ നമ്മളൊരു വഴി കണ്ടെത്തിയിട്ടുണ്ട്... ഒടുവിൽ എല്ലാം കടലിലേക്ക് പോകുന്നു.

ഖലിൽ ആലോചിച്ചു.... കടൽ. എല്ലാം കടലിലേക്ക് പോകുന്നു..... ഇത്രയും കാലം നഗരത്തെ കഴുകിയതും കടലിലേക്ക് പോകുന്നു... എത്രയോ കാലങ്ങളായി അത് തുടർന്നുകൊണ്ടേയിരിക്കുന്നു. യുദ്ധം അവശേഷിപ്പിച്ചതും തകർത്തതും കത്തിച്ചാമ്പലാക്കിയും വിണ്ടുകീറി വികൃതമാക്കിയതും കടലിലേക്ക്. യുദ്ധവും കടലിലേക്ക്. വരണ്ടുണങ്ങിയ കരയ്ക്കും വെള്ളത്തിനുമിടയിൽ ഒഴുകി നടക്കുന്നതുപോലെ അവന്റെ ചിന്തകൾ ആ വാക്കുകളിന്മേൽ ചാഞ്ചാടിക്കൊണ്ടിരുന്നു... ഒരു കാര്യം അവന് വ്യക്തമാണ്: കടൽ നിറഞ്ഞിരിക്കുകയാണ്. നഗരത്തിൽ നിന്നുള്ള കവിഞ്ഞൊഴുകൽ അതിന്റെ അവയവങ്ങളെക്കൂടി ചീഞ്ഞളിയിപ്പിക്കും...

എന്നിട്ട് കടൽ അവയെ നീരാവിയും മഴയുമാക്കി മടക്കിത്തരും... അങ്ങനെ അവ തിരികെ വരും... നമ്മൾ സകലതും വെടിപ്പാക്കും എന്നിട്ട് നമ്മുടെ ചെടികളെ നനയ്ക്കും... അപ്പോൾ വീണ്ടും അവർ....

പച്ചക്കറിയിലെ മിനുമിനുപ്പ് കണ്ട് ഭയപ്പാടോടെ ഖലിൽ അതിനെ നോക്കി. നഗരത്തിന്റെ ദുർമേദസ്സ് അതിലുണ്ടെന്ന് തോന്നിയ നിമിഷം അവൻ അതിനെ കുപ്പയിലേക്ക് വലിച്ചെറിഞ്ഞു. ഗ്യാസടുപ്പിന്റെ തിരി കെടുത്തിയ ശേഷം അവൻ ഒറ്റജാലകത്തിനടുത്ത് ചെന്നു നിന്നു...

കണ്ടതും... കേട്ടതും... അറിഞ്ഞതുമായ സംഗതികളെയും കൊണ്ട് നമുക്ക് എവിടേക്കാണ് പോകാൻ കഴിയുക?

ഈ കടലിൽ നിന്ന് ഈ നഗരത്തിന് എവിടേക്കാണ് ഓടിയകലാൻ കഴിയുക?

നാജിയുടെ സഹോദരിയായിരുന്നു ഖലിലിനെ വിളിച്ചത്: അവൻ മുമ്പൊരിക്കലും അവളുടെ ശബ്ദം കേട്ടിട്ടുണ്ടായിരുന്നില്ല... എന്തോ കുഴപ്പം സംഭവിച്ചിട്ടുണ്ടെന്ന് അവന് തോന്നി. ഒരുപക്ഷേ ഇസബെല്ല ഇല്ലാത്ത തക്കംനോക്കി ആരെങ്കിലും അവരുടെ വസ്തുവകകൾ

കൊള്ളയടിച്ചിട്ടുണ്ടാവാം... അല്ലെങ്കിൽ വീട്ടിൽ എന്തെങ്കിലും അനിഷ്ട സംഭവങ്ങൾ ഉണ്ടായിരിക്കാം... അത് അവിടെ കളഞ്ഞിട്ട്, വേഗം പോയി നാജിയുടെ മുറി വൃത്തിയാക്കണമെന്ന് അവന് തോന്നി... പെട്ടെന്ന് ഒരാശയം അവന്റെ തലയിൽ മിന്നി, കട്ടിലിൽ കിടക്കുന്ന ഒരു ഷർട്ടെടുത്ത് ധരിച്ച്... ഷെൽഫിൽ നിന്ന് ഒരു പുസ്തകമെടുത്ത്...

ഫോൺ ബെല്ലടിക്കുന്ന ശബ്ദം കേട്ടപ്പോൾത്തന്നെ അവന് കടുത്ത അമ്പരപ്പും ആശയക്കുഴപ്പവും തോന്നിയിരുന്നു... അവൻ മുമ്പൊരിക്കൽ നാജിയുടെ ഇളയ സഹോദരിയെ കണ്ടിട്ടുണ്ട്. പക്ഷേ, അവളുടെ ശബ്ദം ഇതുവരെ കേട്ടിട്ടില്ല... അമ്മയും സഹോദരനുമായി പുറത്തേക്കുപോകാൻ ഒരു പുതിയ കാറുമായി അവൾ അവിടേക്ക് വന്നപ്പോഴായിരുന്നു അത്. എന്നാൽ വളരെപ്പെട്ടെന്നുതന്നെ അവൾ ഒറ്റയ്ക്ക് മടങ്ങിപ്പോവുകയും ചെയ്തു. അതിനിടയിലാണ് അവനുനേർക്ക് അവളിൽനിന്ന് ഒരു ചരിഞ്ഞ നോട്ടം പതിച്ചത്.

ഇസബെല്ലയുടെ മകളായിരുന്നിട്ടുപോലും അവൾ ഒന്നും മിണ്ടിയില്ല... അവളുടെ ശബ്ദം മറ്റ് സ്ത്രീകളുടെ ശബ്ദം പോലെ ആയിരുന്നില്ല. അത് ക്ലിപ് ഇടുന്നതുപോലെ സുദൃഢമോ, ലോഹദണ്ഡുകൾ പരുവപ്പെടുത്തിയെടുക്കുംപോലെ കൂർത്തതോ, ആണിയടിക്കും പോലെ കടുപ്പമുള്ളതോ, പിരിയാണി മുറുക്കുംപോലെ ഉറപ്പുള്ളതോ ആയിരുന്നതുപോലെ... എന്നാൽ, അവളുടെ അമ്മയുടെ ശബ്ദം വളകിലുക്കം പോലെയോ, വെണ്ണയും പഞ്ചസാരയും ചേർത്തുകുഴച്ച മാവുപോലെയോ, പെരും ജീരകം പോലെയോ ആയിരുന്നു...

അവൾ സ്വയം പരിചയപ്പെടുത്തിയപ്പോൾ എങ്ങനെയെല്ലാമാണ് ആ വീട്ടിൽ കഴിഞ്ഞുകൂടിയതെന്ന് ഖലിലിന് അന്നേരം ഓർത്തെടുക്കാനേ കഴിഞ്ഞില്ല... അവളുടെ ഓരോ വാക്കുകൾക്കിടയിലും ദീർഘമായ ഇടവേളയും അനിയതമായ ഭയങ്കര നിശ്ശബ്ദതയും ഉണ്ടായിരുന്നു. അവളെന്തോ ധൈര്യം സംഭരിക്കാൻ വേണ്ടിയാണ്... അല്ലെങ്കിൽ, അവളെന്താണ് പറയാനുദ്ദേശിക്കുന്നതെന്ന് അവന് സ്വയം ബോധ്യമാകാനുള്ള സമയമായിരിക്കാം. വീട്ടിലുള്ള സാധനങ്ങളെക്കുറിച്ചാണ് അവൾ സംസാരിച്ചുതുടങ്ങിയത്. അതുകൊണ്ടുതന്നെ അവൻ എല്ലാത്തിനും 'അതെ' എന്നു മറുപടി കൊടുത്തു... അതെടുത്ത് പൊതിയണം... അത് അല്പം മാറ്റി വയ്ക്കണം.... ചിട്ടയായി ക്രമീകരിക്കണം... ഇതൊക്കെ പെട്ടിയിലാക്കണം... എന്ന മട്ടിൽ വീട്ടുടമയെപ്പോലെ അവൾ സംസാരിച്ചിരുന്നത്. എന്നിട്ട് അവർക്ക് എല്ലാവർക്കും അവനെ എത്രമാത്രം ഇഷ്ടമാണെന്ന കാര്യം അവൾ പറഞ്ഞു. അവൻ അത് തിരിച്ചറിഞ്ഞുകൊണ്ട് 'അതെ' എന്നു മാത്രം പറഞ്ഞു... അവന്റെ ക്ഷേമാന്വേഷണങ്ങൾക്ക് മറുപടിയായി, അമ്മ ഒരു ഉപചാരവാക്ക് പറയാൻ പറഞ്ഞതായി അവൾ അറിയിച്ചു... ദീർഘമായ നിശ്ശബ്ദതയ്ക്കുശേഷം, അമ്മയുടെ ശബ്ദം പോലെ ദുർബലമായ ശബ്ദത്തിൽ അവൾ പറഞ്ഞു, ഖലിൽ.... നാജി കൊല്ലപ്പെട്ടു.

# അഞ്ച്

**ദി**നപ്പത്രങ്ങൾക്ക് ശരിക്കും അതൊരു ആഘോഷദിനമായിരുന്നു... നമുക്ക് പരിചിതമായ പതിവ് ആഘോഷങ്ങൾ പോലെയല്ല.

പതിവ് ആഘോഷങ്ങൾക്ക്, എത്രതന്നെ തയ്യാറെടുപ്പ് നടത്തിയാലും തുടങ്ങുംമുമ്പ് തന്നെ അത് കഴിഞ്ഞിരിക്കും. തയ്യാറെടുത്ത്, തയ്യാറെടുത്ത് കാത്തിരുന്ന ആ നിമിഷം എത്തിച്ചേരും മുമ്പ് നമ്മളതിൽ വീണു പോകുന്നതുപോലെ. തുടങ്ങുംമുമ്പ് ഗതി നഷ്ടപ്പെട്ടതിനാൽ വേഗം ചിതറിപ്പോകുമ്പോഴാണ് ദേഷ്യവും നിരാശയും കൊണ്ട് കൃത്രിമ ഒഴുക്ക് വീണ്ടും ഉണ്ടാക്കിയെടുക്കുന്നത്...

എന്നാൽ ദിനപ്പത്രത്തിലെ ആഘോഷം പതിവുകളെയൊക്കെ വലിച്ചുകീറി, നിരോധിതങ്ങളായ ആനന്ദമേഖലകളെപ്പോലും കൈയേറി... വൈദ്യുതി വിച്ഛേദിക്കപ്പെട്ടതിന്റെ ഫലമായി ഓഫീസുകളിലെയും മറ്റും വെളിച്ചം പരിമിതമായി. ബോംബുസ്ഫോടനങ്ങളും അതിനെതിരെയുള്ള ബോംബുസ്ഫോടനങ്ങളും കൊണ്ട് ദേശം പ്രകമ്പനം കൊണ്ടു. പത്രമാഫീസുകൾ സദാ മൂളിക്കൊണ്ടിരിക്കുന്ന ഭീമാകാരമായ കടന്നൽക്കൂടുകളെപ്പോലെയായി. ടെലക്സ് സന്ദേശങ്ങളും ഫോൺവിളികളും ദുരന്തത്തിന്റെ ഭീകരത ഏറിയും കുറഞ്ഞും പകർത്തിയ ഫോട്ടോകളും വന്നുംപോയുമിരുന്നു. ഓരോ സന്ദേശങ്ങളും ചിത്രങ്ങളും പുതുതായി ഓരോ നടുക്കങ്ങളെ എത്തിച്ചുകൊണ്ടേയിരുന്നു. എന്താണ് ഏറ്റവും പുതിയ വിവരങ്ങളെന്നറിയാൻ പത്രസുഹൃത്തുക്കളുടെ വിളികളും വന്നു പൊയ്ക്കൊണ്ടിരിക്കുകയാണ്... അവർ ഒന്നിച്ച് വാർത്തകൾ മെനയുകയും തിരിക്കുകയും ചെയ്തുകൊണ്ടിരുന്നു. ഏകാന്തതയ്ക്കെതിരായുള്ള ഒരു ചാക്രികനൃത്തമായിരുന്നു അത്. പത്രമാപ്പീസിന് പുറത്തുള്ളതെല്ലാം, അത് മരണമാണെങ്കിൽപ്പോലും അതിനോട് ഇടപഴകിക്കൊണ്ടിരിക്കുമ്പോൾ തോന്നും നിങ്ങൾ അതിനു മീതെയാണെന്ന്, ഏകാന്തനായി, സ്വസ്ഥനായി... ഒരു വിശുദ്ധനെപ്പോലെ...

ആകസ്മികങ്ങളായ ബോംബുസ്ഫോടനങ്ങൾ അത്രകണ്ട് ആകസ്മികങ്ങളല്ലായിരുന്നു... എല്ലാ കലാപഭൂമികളിലും കണ്ടുവരുന്ന ഒരു അലിഖിത നിയമത്തെക്കുറിച്ച് എല്ലാവർക്കുമറിയാം, ബോംബുസ്ഫോടനങ്ങളിൽ നിന്ന് പത്രസ്ഥാപനങ്ങൾ ഒഴിവാക്കപ്പെടും... എന്നാൽ അവിടെ

ജോലിചെയ്യുന്നവർ അങ്ങനെയല്ല പെരുമാറുന്നത്. ഏതു നിമിഷവും ബോംബാക്രമണം ഉണ്ടായേക്കാമെന്ന പ്രതീതി എല്ലാവരുടെയും മുഖത്ത് കാണാം. അന്നേരം എല്ലാ നിയമങ്ങളും എല്ലാവരും മറക്കും, എന്നാൽ... എന്നാൽ അവർ, അവർ ഒരിക്കലും അതേക്കുറിച്ച് വ്യാകുലപ്പെടാറില്ല. അഥവാ അതേക്കാളും ഗൗരവത്തോടെയാണ് അവർ ആ വിഷയത്തെ സമീപിക്കുന്നത്. ഒരു വ്യക്തിയുടെയോ സ്ഥാപനത്തിന്റെയോ സ്വകാര്യ ദുഃഖത്തെയോർത്ത് അവർ ആശങ്കപ്പെടാറില്ല... അതിലും വലുതായിരിക്കും....

നായിഫിന്റേതുപോലുള്ള പത്രസ്ഥാപനങ്ങളിൽ പണിയെടുക്കുന്നവരെക്കുറിച്ച് ഖലിൽ അങ്ങനെയൊക്കെയാണ് കരുതിയത്. ഓർക്കാപ്പുറത്തുള്ള ബോംബാക്രമണങ്ങൾപോലും അവനെ അമ്പരപ്പിച്ചു... ആഘോഷ-ഇടങ്ങളെ കൗതുകത്തോടെ നോക്കിക്കാണുമ്പോഴും അകാരണമായ വയറുവേദനയുടെ അതിർവരമ്പിലായിരുന്നു അവൻ നിന്നത്. എന്നാൽ അവരാകട്ടെ ഓരോ മിനിട്ടിലും വീഴുന്ന ബോംബുകളുടെ എണ്ണം കണക്കാക്കുമായിരുന്നു. എണ്ണം കൂടുന്നത് അവരെ അനല്പമായി സന്തോഷിപ്പിക്കുന്നുമുണ്ട്... ഓരോ ഓഫീസുകളിലേക്കും അവർ ഇടതടവില്ലാതെ കുതിക്കുകയും പരിക്കേറ്റവരെയും മോശം അവസ്ഥയിൽ ജീവിച്ചിരിക്കുന്നവരെയും കാണുമ്പോൾ പരസ്പരം ചിരിക്കുകയും ചുമലിൽ തട്ടുകയും ചെയ്തുകൊണ്ടിരുന്നു... പത്രസ്ഥാപനങ്ങളിൽ പണിയെടുക്കുന്നുവെന്ന ഒറ്റക്കാരണത്താൽ പരസ്പരം അഭിനന്ദിക്കാനും അവർ സമയം കണ്ടെത്തുന്നുണ്ട്. അവരുടെ വിശ്വസ്തതയും സമർപ്പണബോധവും പരിഗണിച്ച് കുറേക്കൂടി ഉയർന്ന വേതനത്തിന് തീർച്ചയായും അർഹതയുണ്ട്. ചുരുങ്ങിയപക്ഷം അവരുടെ പ്രവർത്തനങ്ങളെ അനുമോദിക്കുകയെങ്കിലും വേണം.

ഓഫീസുകളിലെ ഉയർന്ന ഉദ്യോഗസ്ഥരെല്ലാം ഉദ്യോഗം ഉപേക്ഷിച്ചു. സാഹോദര്യവും എളിമയും വ്യാപകമായി പ്രചരിച്ചു. മനുഷ്യർ വിദ്വേഷങ്ങൾ മറന്നു - അത് സഹവർത്തിത്വത്തിന്റെ പ്രാധാന്യത്തെ ഒറ്റിക്കൊടുത്തു - ഓഫീസിനു മുന്നിലുള്ള മേശപ്പുറത്ത്, പത്രക്കടലാസുകൾക്കു മീതെ, ബ്രഡും പാൽക്കട്ടിയും പൊരിച്ച കബാബും നിരത്തിവച്ചിരുന്നു. പ്രശ്നങ്ങളെ മറികടന്ന് തൊഴിൽ മികവിലേക്ക് ഉയർന്നതിന്റെ സൂചനയായി അതിനെ കാണാൻ കഴിയുമോ എന്നറിയില്ല... ഏതായാലും അത്തരം കാര്യങ്ങൾ അവരെ വീണ്ടും ചെറുപ്പക്കാരാക്കിയിരുന്നു. നിസ്സാരകാര്യങ്ങളുടെ കടലിനെ അതിജീവിക്കാൻ അവർ കരുത്ത് നേടിയിരിക്കുന്നു... ഔപചാരികതകൾ മറന്ന് അവർ വീണ്ടും ഒന്നിച്ചിരുന്ന് ഭക്ഷണം കഴിക്കാനും സിഗരറ്റ് വലിക്കാനും തുടങ്ങിയിട്ടുണ്ട്. യൗവനം തിരികെവന്നതുപോലെ പെരുമാറുന്നുണ്ടെങ്കിലും അവരുടെ തലമുടിയിഴകളിൽ നര കയറിയിരുന്നു. അവശേഷിക്കുന്ന കച്ചിത്തുരുമ്പിനെ നാടുവാഴിയുടെ അധികാരദണ്ഡുപോലെ കാണാനായിരുന്നു അവരുടെ ശ്രമം.

താഴ്ന്ന ജോലിക്കാർ അതൊരു അവസരമായിക്കണ്ട് ഔപചാരികത കൾ മറന്ന്, മേലധികാരികളുമായുള്ള ബന്ധം കൂടുതൽ ബലപ്പെടുത്തി.... ഉദ്യോഗക്കയറ്റസാധ്യതകൾ വർദ്ധിപ്പിക്കുകയും ചെയ്യുന്നു.

പത്രമാപ്പീസുകളിൽ സകലതും ലഭ്യമായിരുന്നു, അതുകൊണ്ടുതന്നെ അത് വീടുകളേക്കാൾ സുരക്ഷിതവുമായിരുന്നു... ചിലരൊക്കെ 'മാധ്യമ പ്രവർത്തനം' എന്ന ത്യാഗവിനോദത്തിനുവേണ്ടി സ്വയം പരിത്യജിച്ചു കൊണ്ടിരുന്നു. വിദേശിയായ ഒരു സഹപ്രവർത്തകനെ, ദുരിതപൂർണ മായ അയാളുടെ ഹോട്ടലിൽ നിന്ന് അങ്ങനെയാണ് അവരുടെ സങ്കേത ത്തിലേക്ക് കൂട്ടിക്കൊണ്ടുവന്നത്. നേരെചൊവ്വേ ഉറങ്ങാനോ കുളിക്കാനോ ഷേവ് ചെയ്യാനോ കഴിയാതെ കഷ്ടപ്പെടുകയായിരുന്നു അയാൾ. ഇപ്പോ ഴാകട്ടെ കുടിക്കാനും കുളിക്കാനും വെള്ളവും ഉറങ്ങാൻ സോഫാകളും മറ്റ് അവശ്യസാമഗ്രികളും വേണ്ടുവോളമുണ്ട്. ബോംബുസ്ഫോടനങ്ങൾ അവസാനിച്ചിട്ടും വീട്ടിലേക്കുള്ള റോഡുകൾ തുറന്നിട്ടും, ആ സ്ഥലം വിട്ടുപോകാൻ കൂട്ടാക്കാതെ, വാശിപിടിച്ച് അത്യാർത്തിയോടെ ഇരിക്കുന്ന കുട്ടിയെപ്പോലെ അവർ അവിടെത്തന്നെ കഴിയുന്നതിന്റെ കാരണവും അതുതന്നെയായിരുന്നു.

സകലതും അവിടെ ലഭ്യമായിരുന്നു, പെണ്ണുങ്ങൾ പോലും... പെണ്ണു ങ്ങൾക്ക് പത്രമാപ്പീസുമായി തൊഴിൽപരമായ ബന്ധമൊന്നും ഉണ്ടായി രുന്നില്ല... അക്കാലത്ത് സ്വയം കണ്ടെത്തുന്നതിനുവേണ്ടിയായിരുന്നു ഏകാകിനികളായ അവർ പത്രമാപ്പീസുകളെ ആശ്രയിച്ചത്. ഈ പ്രക്ഷോഭം, അതിന്റെ ഉഗ്രതയും തിളച്ചുരുകലും പരിമിതമായി പോലും സ്വപ്നം കാണുന്ന യുവാക്കളുടെ വികാരങ്ങളെ കശക്കിയെറിയുമെന്ന് അവർക്കറിയാമായിരുന്നു. അവരുടെ കൈവശമുണ്ടായിരുന്ന സുഗന്ധ ലേപനങ്ങളും സൗന്ദര്യസംവർദ്ധകവസ്തുക്കളും ഒപ്പം കൊണ്ടുവരാൻ മറക്കാതിരുന്നത് രഹസ്യമായെങ്കിലും അവർ 'അസ്തിത്വവാദി'കളായ തുകൊണ്ടാണ്. തൊട്ടുമുന്നിലുള്ള മരണസാധ്യതകളെ കണക്കിലെടു ത്തുകൊണ്ടും, അമ്മമാർ നൽകിയ സദാചാര ഉപദേശങ്ങളുടെ അവശി ഷ്ടങ്ങളെ കുടഞ്ഞെറിയാനുള്ള ഉപായമെന്ന മട്ടിലും അവരുടെ ഹൃദയ വിശാലത പ്രകടമാക്കുന്നതിനുവേണ്ടിയും ഇതുപോലെയുള്ള സാഹചര്യ ങ്ങളിൽ ദുഃഖാർത്തരായിരിക്കുന്ന യുവാക്കളെ ഉത്സാഹിപ്പിക്കാനും വിരസമായ ജീവിതത്തിൽ ഉണ്ടായേക്കാവുന്ന ദശാസന്ധികളെ മറി കടന്ന് മനസ്സിനെയും ശരീരത്തെയും അല്പനേരത്തേക്കെങ്കിലും വിശ്രാന്തമാക്കാനും വേണ്ടിയായിരുന്നു അവർ ശ്രമിച്ചുകൊണ്ടിരുന്നത്... അവർ കാപ്പിയും ചായയും ഉണ്ടാക്കി. സിഗരറ്റ് പങ്കുവച്ചു. എല്ലാവരോടും ഒപ്പമിരുന്ന് ഭക്ഷണം കഴിച്ചു. വെളിച്ചം തീരെ കടന്നുവരാത്ത, മറ്റാരും ചെല്ലാത്ത ഇരുണ്ട മൂലകളിൽ, അവർ അലസമായി നീണ്ടുനിവർന്ന് കിടന്ന് കീഴടങ്ങിയിരുന്നു. തൊട്ടടുത്ത ദിവസം അവർ സന്തോഷത്തോടെ പത്രം വായിക്കും - അങ്ങനെയൊരു പതിവ് അവർക്കിടയിൽ മുമ്പുണ്ടാ യിരുന്നില്ലെങ്കിൽപ്പോലും - അന്നേരം അവർക്ക് മറ്റാരേക്കാളും നന്നായി

പത്രപ്രവർത്തനത്തെയും സുരക്ഷിതവും ഇരുണ്ടതുമായ മൂലകളിൽ എങ്ങനെയാണ് ചരിത്രം നിർമ്മിക്കപ്പെടുന്നതെന്നും അതിൽ അവരുടെ പങ്കാളിത്തമെന്തെന്നും, നന്നായി അറിയാമായിരുന്നു... എല്ലാവർക്കും ലഭ്യമാകാത്ത അസുലഭഭാഗ്യത്തെ ഓർമ്മപ്പെടുത്തിക്കൊണ്ട് അവർ മേശ മേൽ കയറിയിരുന്ന് ആത്മവിശ്വാസത്തോടെ കാലുകൾ ചന്തത്തിൽ ചലിപ്പിച്ചു കൊണ്ടിരിക്കും... വിജയിച്ചുവന്ന ജനറലിന്റെ മുന്നിൽ നിർഭയനായ പട്ടാളക്കാരൻ തീ കായുന്നതുപോലെയാണത്...

യുദ്ധത്തിൽ ശൂന്യമായ പീടികപോലെ, മറ്റൊരു ഉപയോഗത്തിന് പരുപ്പെടുത്തിയെടുത്ത സംഭരണകേന്ദ്രം പോലെ, സ്വന്തം മുറി പൂട്ടിക്കിടക്കുന്നത് കണ്ട ഖലിൽ നായിഫിനെ കാണാൻ പോയി. നന്നായി അടച്ചിട്ടിരുന്ന മുറിയെ, കണ്ണുകൊണ്ടുപോലും ഖലിൽ കുത്തിനോവിച്ചിട്ടില്ല. മുറിവിട്ട് പുറത്തിറങ്ങുമ്പോൾ പോലും ഒരുകാലെങ്കിലും ഉള്ളിലുണ്ടായിരുന്നു... പുറത്തിറങ്ങുമ്പോഴൊക്കെ മുറി പൂട്ടുകയും ചെയ്യുമായിരുന്നു. അല്പനേരം അവിടെ ഉണ്ടായിരുന്നില്ല എന്നത് നേരാണ്. പക്ഷേ, അലഞ്ഞുതിരിയുന്നതിനിടയിൽ തന്റെ കാൽക്കീഴിൽ എന്താണ് സംഭവിച്ചുകൊണ്ടിരിക്കുന്നതെന്ന് അവൻ അറിഞ്ഞിരുന്നില്ല... ഞാൻ നായിഫിനെ വിടാൻ വന്നതാണ്... എന്നായിരുന്നു പത്രസ്ഥാപനത്തിലെത്തിയപ്പോൾ അവൻ പറഞ്ഞത്. പക്ഷേ, മൂന്നുപകലും രാവും അവൻ അവിടെ കഴിഞ്ഞു. സുഹൈലയായിരുന്നു അതിനു കാരണക്കാരി. കാഴ്ചയിൽ അത്ര സുന്ദരിയൊന്നുമല്ലെങ്കിലും ഉന്മേഷവതിയായി അവിടമാകെ ആഘോഷഭാവം പരത്തിയത് അവളായിരുന്നു. അവളും ചങ്ങാതികളും ചേർന്നാണ് അവന്റെ ഏകാന്തതയെ തുരത്തിയത്. പരുക്കൻ സാഹചര്യങ്ങളും പതുങ്ങിനടക്കുന്ന മരണത്തിന്റെ ഗന്ധവുമാണ് അവനെ ഏകാകിയാക്കിയതെന്ന് അവൾ മനസ്സിലാക്കി. പക്ഷേ, പിടിവാശി കലർന്ന മുഖഭാവവും കൃത്രിമത്വം നിറഞ്ഞ പെരുമാറ്റവും ഒന്നിനോടും താല്പര്യമില്ലായ്മയും കണ്ടതോടെ അവൾക്ക് അവനോട് നീരസമാണ് തോന്നിയത്. അതുകൊണ്ടുതന്നെ സാൻവിച്ചിന്റെ ട്രേയുമായി അവനു മുന്നിലൂടെ അവൾ കടന്നുപോകുമ്പോൾ അവനെ ഗൗനിക്കാറില്ല. എന്നിട്ട് ട്രേ കാലിയായി എന്നു കാണുമ്പോൾ അവൾ പറയും:

– ഓ... നിന്നെ... ഞങ്ങൾ മറന്നുപോയല്ലോ....

ആഘോഷജ്വാല കെട്ടടങ്ങുന്നതിന് തൊട്ടുമുമ്പ് ശരിക്കുമൊരു ആളിക്കത്തലുണ്ടായി... സ്വിച്ച് ബോർഡ് ഓപ്പറേറ്ററായിരുന്ന സ്ത്രീയുടെ ചെറിയ മകൻ ബോംബു സ്ഫോടനത്തിൽ നഷ്ടപ്പെട്ടു... അവൾ മകനെയും കൊണ്ട് മുറിക്ക് പുറത്തിറങ്ങിയതായിരുന്നു. അപകടം പതിയിരിക്കുന്നത് അവളറിഞ്ഞില്ല. വാതിൽപ്പടിയിൽ വച്ചുതന്നെ ഒരു വെടിയുണ്ട ആ കുട്ടിയുടെ മേൽ തറച്ചു. പത്രമാപ്പീസിലെ സഹപ്രവർത്തകരെ അലമുറയിട്ട് വിളിച്ചു. കുട്ടിയെ നഷ്ടപ്പെട്ട അവൾ ആത്മഹത്യ ചെയ്യാൻ പോവുകയാണെന്ന് അറിയിച്ചു... അല്പനേരത്തിനുള്ളിൽ അവൾ അത് ചെയ്തു... അസ്സാ എന്നായിരുന്നു അവളുടെ പേര്... അസ്സായുടെ കഥയും

പത്രാധിപരുൾപ്പെടെയുള്ള ദുഃഖാർത്തരായ ജനങ്ങളുടെ വാക്കുകളും വമ്പിച്ച പ്രാധാന്യത്തോടെ സചിത്ര ലേഖനങ്ങളുടെ അകമ്പടിയോടെ, ആദരസൂചകമായി പത്രത്തിൽ ഇടംപിടിച്ചു. എന്നാൽ അതൊരിക്കലും നിഷ്കളങ്കരായ അസ്സായ്ക്കോ അവളുടെ മകനോ വേണ്ടിയായിരുന്നില്ല...

എല്ലാ ആഘോഷങ്ങളും ഒരിക്കൽ അവസാനിച്ചേ മതിയാകൂ... നഗരത്തിനു മീതെ നിന്ന ബോംബ്സ്ഫോടനങ്ങളുടെ മേഘം പതിയെ ഇല്ലാതെയായി. പകരം ഉത്സാഹരഹിതമായ സൂര്യൻ പത്രസ്ഥാപനങ്ങൾക്കു മീതെ ഉദിച്ചു പൊങ്ങി... സുഹൈലയും അവളുടെ കൂട്ടാളികളും പോയി... അവിടെയുണ്ടായിരുന്ന ജോലിക്കാരും കെട്ടിടത്തിന് പുറത്തേക്ക് പോയിത്തുടങ്ങി... തൂപ്പുകാരും ശുചീകരണജോലിക്കാരും മുറികളിലും ഇടനാഴികളിലും അവശേഷിച്ച ലഹളയുടെ അവസാന കഷണങ്ങളുംകൂടി തൂത്തുകൂട്ടി ഒഴിവാക്കി... അത്രയും നാൾ പത്രമാപ്പീസിനെ അഭയസ്ഥാനമായി കരുതി കഴിഞ്ഞുകൂടിയത് എന്തിനായിരുന്നെന്ന് ഖലിലിന് മനസ്സിലായില്ല... കഴിഞ്ഞ മൂന്നു ദിവസങ്ങളിലായി എന്തൊക്കെയാണ് കണ്ടുകൊണ്ടിരുന്നതെന്ന് അവന് തീർച്ചയുണ്ടായിരുന്നില്ല... അതങ്ങനെയാണ്, എപ്രകാരമാണ് കടന്നുപോയതെന്നോ, എങ്ങനെയാണ് അവസാനിച്ചതെന്നോ കണ്ടെത്തുന്നതുവരെ ആർക്കും ഒന്നിനെക്കുറിച്ചും തീർച്ചയുണ്ടാവില്ല.

മറ്റുള്ള ചിലർക്ക് ആഘോഷത്തിന്റെ അവസാനനിമിഷം കുറേക്കൂടി നീട്ടിക്കിട്ടി... അങ്ങനെയുള്ളവർ പുറത്തുപോയി പൊടിപ്പും തൊങ്ങലും വച്ച് കഥകൾ മെനഞ്ഞുണ്ടാക്കി, മറ്റുള്ളവർക്കുമുന്നിൽ വിളമ്പാൻ തുടങ്ങി. അത്തരം വീരകഥകൾ പറയുന്നതിൽ അവർ ആനന്ദം കണ്ടെത്തിയിരുന്നു. ഭാര്യയോടും കുടുംബാംഗങ്ങളോടും സുഹൃത്തുക്കളോടും പറഞ്ഞുതുടങ്ങിയ കഥകൾക്ക് പെട്ടെന്ന് വ്യാപകമായ പ്രചാരം ലഭിച്ചു... എങ്കിലും ചുറ്റും നടന്നുകൊണ്ടിരുന്ന കാര്യങ്ങളെ അവർ തിരസ്കരിച്ചതുമില്ല. അപ്പോഴും ഖലിലിന് കൂട്ട് ഏകാന്തത തന്നെയായിരുന്നു...

ഖലിൽ പുറത്തിറങ്ങി മുറിയെ ലക്ഷ്യമാക്കി നടന്നു... റോഡിൽ വളരെക്കുറച്ച് മനുഷ്യരേ ഉണ്ടായിരുന്നുള്ളൂ, ഭാഗ്യമുള്ള പലരും ചില്ലുകൾ തൂത്തുവാരുന്നു... മിക്കവാറും ആളുകൾ തെരുവിലിറങ്ങി വീടിനെത്തന്നെ നോക്കിനിൽക്കുന്നു... പലരും നിശ്ശബ്ദരായിരുന്നു. അമ്പരപ്പോ ആകാംക്ഷയോ കൂടാതെ, കൈകൾ നെറ്റിയിൽ ചേർത്തുവച്ച്, സൂര്യപ്രകാശത്തെ പ്രതിരോധിച്ച് അവർ കെട്ടിടങ്ങളെത്തന്നെ സൂക്ഷ്മമായി നോക്കിക്കൊണ്ടിരുന്നു... പാറിപ്പറന്ന വന്യമായ തലമുടിയും ചെരിപ്പ് ധരിക്കാത്ത കാല്പാദങ്ങളുമുള്ള ഒരു സ്ത്രീ തെരുവിൽ നിന്ന്, അവളുടെ വീടിന്റെ മുകൾനിലയിലേക്ക് കൈചൂണ്ടി അലമുറയിടുന്നു. എന്നിട്ടും ആരും അവളെ ശ്രദ്ധിക്കുന്നില്ല... തൊട്ടടുത്ത് നിൽക്കുന്ന ഒരു ചെറിയ ചെക്കൻ മാത്രം അവൾ ചൂണ്ടിക്കാട്ടിയ ഇടത്തേക്ക് നോക്കുന്നുണ്ട്... 'ഒരുപക്ഷേ അത് അവളുടെ മകനായിരിക്കും' എന്ന് ഖലിൽ കരുതി...

ഖലിൽ മെല്ലെ അവന്റെ വഴിക്ക് നീങ്ങി... ഇടയ്ക്കിടെ അതുവഴി കടന്നുപൊയ്ക്കൊണ്ടിരിക്കുന്ന ആംബുലൻസുകളുടെ സൈറൺ വിളിയാണ് അവൾ നടക്കുന്ന തെരുവീഥിയിലെ നിശ്ശബ്ദതയെ തകർക്കുന്ന ഒരേയൊരു ശബ്ദം. "അതിൽ നമ്മളല്ല... അതിൽ നമ്മളല്ല... അതിൽ നമ്മളല്ല..." ആംബുലൻസ് കടന്നുപോകുന്ന വഴിയിൽ വായുംപൊളിച്ച് അതിനെത്തന്നെ നോക്കി നിൽക്കുന്ന മനുഷ്യർ ആവർത്തിച്ച് പിറുപിറുക്കുന്നുണ്ടായിരുന്നു,

ബോംബിംഗ് മാത്രമായിരുന്നു നിലച്ചത്... മണിക്കൂറുകൾക്കുള്ളിൽ സകല കെട്ടിടങ്ങളുടെയും ചുവരുകളിൽ ചെറുപ്പക്കാരുടെ ചിത്രം പതിച്ചിരിക്കുന്നത് കണ്ട് ഖലിൽ അമ്പരന്നുപോയി... ചുവരുകളായ ചുവരുകളിലെല്ലാം പതിക്കാൻ മാത്രം ചിത്രങ്ങളും പോസ്റ്ററുകളും തയ്യാറാക്കാനും അവ പതിപ്പിക്കാനും എങ്ങനെയാണ് ഇവർ സമയം കണ്ടെത്തിയത്? ചിത്രങ്ങളും ഒരുപക്ഷേ നോട്ടീസുകളും പാർട്ടി ആസ്ഥാനങ്ങളിലോ പാർട്ടി ഓഫീസുകളിലോ മുൻകൂട്ടി തയ്യാറാക്കി വച്ചിട്ടുള്ളതാവണം... ഭൂഗർഭ അച്ചടിശാലകളിൽ രഹസ്യമായി അച്ചടിച്ച് സുരക്ഷിത സ്ഥാനങ്ങളിൽ എത്തിച്ചതാവും. മിക്ക പോസ്റ്ററുകളിലും മുഖങ്ങൾ ആവർത്തിച്ചിട്ടുമുണ്ട്. ഒരുപക്ഷേ ഒട്ടും സമയം കളയാനില്ലാത്തതുകൊണ്ടാവാം അത്തരമൊരു ഏർപ്പാട്... കൂടുതൽ തന്ത്രപരമായ ആശയങ്ങൾ ഉൾപ്പെടുത്തിയ പോസ്റ്ററുകൾ വരുംനാളുകളിൽ തെരുവിൽ പ്രത്യക്ഷപ്പെടാനിടയുണ്ട്...

ചുമരുകളിൽ പുതിയ മുഖങ്ങളാണ് പ്രത്യക്ഷപ്പെട്ടതെങ്കിലും അവയ്ക്കൊക്കെ കുഴിച്ചുമൂടപ്പെട്ട മുഖങ്ങളുടെ ഛായയുണ്ടായിരുന്നു... അഥവാ, മരണത്തിനുപോലും ആ പാരമ്പര്യത്തെ തടുക്കാൻ കഴിഞ്ഞിരുന്നില്ല... യഥാർത്ഥ മുഖങ്ങൾ ഇപ്പോഴും ജീവിച്ചിരിക്കുന്നു, ചിത്രങ്ങൾ അത് സാക്ഷ്യപ്പെടുത്തുന്നുമുണ്ട്. രക്തസാക്ഷികളുടെ ദിവ്യലോകത്തേക്ക് ഉയരാനുള്ള സാവകാശം ആ മുഖങ്ങൾക്ക് ലഭിച്ചതുമില്ല...

ചെറുപ്പക്കാരെ അനശ്വരരാക്കാൻ വേണ്ടിയാണ് നിരന്തരം അവരുടെ പോസ്റ്ററുകൾ പതിച്ചുകൊണ്ടിരിക്കുന്നത്, ഒപ്പം മറ്റുള്ളവരെ മരിക്കാൻ പ്രേരിപ്പിക്കുന്നതിനും... അവരുടെ ഈ ലോകത്തുനിന്നുള്ള വേർപാട് ആദരവോടെ ഓർക്കുന്നതിനു കൂടിയാണ് അങ്ങനെയൊക്കെ ചെയ്തുകൂട്ടുന്നത്. ആ ചിത്രങ്ങൾ അവിടെ അവശേഷിക്കുന്ന കാലത്തോളം, ആ ചെറുപ്പക്കാർ സ്മരിക്കപ്പെടും എന്ന ലക്ഷ്യമാണ് പോസ്റ്ററുകൾക്ക് പിന്നിലുള്ളത്. എങ്കിലും ആ ചിത്രങ്ങൾ എത്രദിവസം അവിടെയുണ്ടാകുമെന്ന് ആർക്കും മുൻകൂട്ടി പറയാനാകില്ല. ചിലപ്പോൾ വളരെപെട്ടെന്നുതന്നെ പഴയമുഖങ്ങൾക്കു പകരം പുതിയ മുഖങ്ങൾ ഇടംപിടിക്കും... സുപ്രധാന ഇടങ്ങളിൽപ്പോലും പോസ്റ്ററുകൾ പതിപ്പിക്കാൻ ഇവർക്ക് എന്താണിത്ര തിടുക്കം...? ഖലിൽ അത്ഭുതപ്പെട്ടു... കാഴ്ചയിൽ വിരസവും വ്യത്യസ്തവുമായിരുന്നു എങ്കിലും അഭിനിവേശവും മ്ലാനതയും അവശേഷിപ്പിച്ചുകൊണ്ട് കുറേപ്പേർ പിൻവലിയുന്നു... അല്ലെങ്കിൽ, നിങ്ങളുടെ

പക്ഷമോ, ഞങ്ങളുടെ പക്ഷമോ എന്ന് തരംതിരിവില്ലാതെ പിൻവാങ്ങു ന്നവർ? അക്കൂട്ടത്തിൽ ആർക്കാണ് കൂടുതൽ സൗന്ദര്യമുള്ളത്? ആരുടെ ചിത്രമാണ് ഏറ്റവും മികച്ച സ്ഥലത്ത് പതിക്കപ്പെട്ടിട്ടുള്ളത്? ഞങ്ങളുടെ മക്കളുടെയോ അതോ നിങ്ങളുടെ മക്കളുടെയോ, ആർക്കാണ് ഈ തെരു വിൽ ഏറ്റവും കൂടുതൽ സ്വാധീനമുണ്ടായിരുന്നത്? ഞങ്ങളുടെ രക്ത സാക്ഷികൾക്കോ അതോ നിങ്ങളുടെ ചിന്തകൾക്കോ? വാസ്തവത്തിൽ, ആരാണ് കൂടുതൽ സമർത്ഥനും ശക്തനും? ഞങ്ങളുടെ പ്രവിശ്യയിലെ നേതാവോ, അതോ നിങ്ങളുടെ പ്രവിശ്യയിലെ നേതാവോ? ആരുടേതാ യിരുന്നു ഏറ്റവും മികച്ച നഗരാസൂത്രണം, ഞങ്ങളുടേതോ, അതോ നിങ്ങളുടേതോ?...

ടൂറിസം കമ്പനികളുടെയും വൻകിട ഹോട്ടലുകളുടെയും ലഘുലേഖ കൾപോലെ എല്ലാ പാർട്ടികളും പ്രസ്ഥാനങ്ങളും അവരവരുടെ രക്ത സാക്ഷികളുടെ പട്ടിക തയ്യാറാക്കുകയും ഓരോ സീസണിലും സ്തുത്യർ ഹമാംവിധം അത് പുതുക്കുകയും ചെയ്തുകൊണ്ടിരുന്നു. പാർട്ടികളു ടെയും സംഘടനകളുടെയും ഓഫീസുകളിൽ രക്തസാക്ഷികളുടെ ചിത്ര ങ്ങൾ സൂര്യനായും നക്ഷത്രങ്ങളായും അലങ്കരിക്കപ്പെട്ടു. ബെയ്റൂട്ടി ന്റെയും ലബനന്റെയും ഭൂപടങ്ങളിന്മേൽ വെളിച്ചം വിതറിക്കൊണ്ട് രക്ത സാക്ഷികളുടെ ആത്മാക്കൾ സായൂജ്യമടഞ്ഞു. ചിലയിടങ്ങളിൽ ചുരു ട്ടിയ മുഷ്ടിയായും ചുവന്ന നക്ഷത്രപ്പൂക്കളായും ദുരന്തത്തിനിരയായ കവി കളുടെ വരികളായും പ്രത്യക്ഷപ്പെട്ടു... ലബനീസ് പൗണ്ട് ഡോളറിനോട് ഏറ്റുമുട്ടി വീഴുകയും കൂടിചെയ്തതോടെ കടലാസിനേക്കാൾ മൂല്യം വെടിക്കോപ്പുകൾക്കും ആയുധങ്ങൾക്കുമാണെന്ന് അവർ തിരിച്ചറിഞ്ഞു... ചെറുപ്പക്കാരുടെ ജീവിതച്ചെലവ് ക്രമാതീതമായി ഉയർന്നതോടെ, അവർ ശമ്പളവർദ്ധനവിനുവേണ്ടി മുറവിളികൂട്ടാൻ തുടങ്ങി. അതേസമയം, രക്ത സാക്ഷികൾക്കുള്ള നഷ്ടപരിഹാരത്തുകയും ഉയർത്തി. ചുരുക്കത്തിൽ അവശ്യസാധനങ്ങളുടെ പോലും വിപണിവില കുത്തനെകൂടി. പല പ്രധാനപ്പെട്ട ഓഫീസുകളിലും ഭാവിരക്തസാക്ഷികളുടെ ശമ്പളം ഡോള റിലേക്ക് മാറ്റി. അങ്ങനെ, ജീവിതത്തിന്റെ മുഖംകൊണ്ട് കലാപത്തിന്റെ തീക്ഷ്ണത അവർ അനുഭവിച്ചു.

വീടിനെ ലക്ഷ്യമാക്കി അലസമായി നടന്നുകൊണ്ടിരുന്ന ഖലിലിന്റെ തലയിലെ ശാന്തത, വീടടുക്കുന്തോറും കുറഞ്ഞുകുറഞ്ഞുവന്ന് ഒടുവിൽ കെട്ടുപോയി.

ഒരുനിമിഷം അവൻ സംശയിച്ചുനിന്നു, എന്നിട്ട് സ്വയം ചോദിച്ചു... എവിടേക്കാണിപ്പോൾ?... ഒരേയൊരു വഴിയുള്ളത് പിന്നിലേക്കാണ്... ഏറെ അകലെയല്ലാതെ അവന്റെ ഒറ്റക്കണ്ണൻ ജനാല കണ്ടു. അതിനേക്കാൾ ഭീകരമായി തോന്നിയത് തെരുവിന്റെ ഓരോ തിരിവുകളിലും മറയ്ക്ക പ്പെട്ടിരിക്കുന്ന ആത്മാവുകൾ തൂങ്ങിയാടുന്നതാണ്.

ഖലിൽ തെരുവിലൂടെ നടക്കുകയായിരുന്നു, മറവ് ചെയ്യപ്പെട്ടതോ ചെയ്യപ്പെടാത്തതോ ആയ മനുഷ്യശരീരങ്ങൾക്കു മുകളിലൂടെ. എല്ലാറ്റിനു

മുപരിയായി, താനിപ്പോൾ ജീവിക്കുന്നത് തെരുവ് പുറപ്പെടുവിക്കുന്ന ഒരു പ്രത്യേകതരം തരിപ്പിന് മീതെയാണെന്ന് അവന് തോന്നി. ക്ഷീണിച്ച് വശംകെട്ട തലയെ അത് ആ സായാഹ്നം മുഴുവൻ കുടുക്കിയിട്ടു. ആ തരിപ്പിന് പ്രകമ്പനമാകാൻ അധികനേരം വേണ്ടിവന്നില്ല. ഉയരത്തിൽനിന്ന് താഴേക്ക് പതിക്കുന്നത് സ്വപ്നം കാണുന്ന ഒരാളെപ്പോലെയായിരുന്നു അന്നേരം അവൻ. വീഴ്ചയും പറക്കലും ഒരേസമയം... അതും തെരുവിൽ നിന്നുകൊണ്ട്. ഖലിൽ വീണ്ടും പറക്കാൻ തുടങ്ങി. അവന്റെ തലയിൽ ഭയം, ഭയത്തെ ഉല്പാദിപ്പിച്ചുകൊണ്ടിരുന്നു. താൻ ഒരു 'ഗെയി'മിൽ അകപ്പെട്ടിരിക്കുകയാണെന്ന് അവന് തോന്നി. റേഡിയോ നാടകങ്ങളിൽ ആവർത്തിച്ചുകേൾക്കാറുള്ള കുറുംചൊല്ലുകൾ പോലെ ഉൾവിളികൾ കേട്ടു തുടങ്ങിയതോടെ... അവൻ പറഞ്ഞു: ഇതൊരു തമാശയാണ്... ഇതൊരു തമാശയാണ്... കടലാസുകൾ ചുമരിൽ പതിഞ്ഞിരിക്കുന്നു... ഇനി... ചില ചുവടുകൾ കഴിയുമ്പോൾ ഞാനും അവിടയെത്തും... ഉം... ഇന്നു രാവിലെ സൂര്യന് എന്തൊരു തെളിച്ചം... ചിലപ്പോഴൊക്കെ അവൻ ചൊല്ലുകൾ പൂർത്തിയാക്കാനാവാതെയും വിഷമിച്ചു... അവൻ വീണ്ടും പറയാതെതന്നെ 'ഇന്നു രാവിലെ' എന്ന പ്രയോഗം വായുവിൽ തൂങ്ങിക്കിടന്നു... അവൻ അതിനെ കെട്ടിയിടാൻ ശ്രമിച്ചിട്ടും മറ്റൊരു വശത്തുകൂടെ ചാടിയിറങ്ങി ആ വാക്കുകൾ ആവർത്തിക്കപ്പെട്ടു...

ആദ്യത്തെ 'ഇന്നു രാവിലെ' സുവർണശോഭ പരത്തുന്നതായിരുന്നു... രണ്ടാമത്തെ 'ഇന്നു രാവിലെ' ആദ്യത്തേതിനോട് ചേർന്നുനിൽക്കുമെങ്കിലും, അവൻ ശരിക്കും പറഞ്ഞതുപോലെ തേജസ്സുണ്ടായിരുന്നില്ല... തുടർന്നുള്ള 'ഇന്നു രാവിലെ'കൾ കൂടി വരാൻ തുടങ്ങിയപ്പോഴേക്കും വെളിച്ചം മങ്ങിമങ്ങി തെരുവാകെ ഇരുട്ട് പരക്കാൻ തുടങ്ങിയിരുന്നു. ക്രമേണ രാത്രിയുടെ ഇൻഡിഗോ നിറത്തോടൊപ്പം ഒരു തലവേദനയിലേക്ക് ചെന്നുവീണു... അവസാനത്തേത് അവന്റെ കാലുകൾക്കിടയിൽ മലിനജലം നിറഞ്ഞ ബലൂൺപോലെ പൊട്ടിച്ചിതറി. അന്നേരം ചിതറിയ 'രാവിലെ'ക്കായിരുന്നു യഥാർത്ഥ നിറമുണ്ടായിരുന്നത്. അതുതന്നെയായിരുന്നു മറവ് ചെയ്യപ്പെട്ട ശരീരങ്ങളുടെ നിറവും....

മൃതദേഹം മറവ് ചെയ്യപ്പെട്ട ഇടങ്ങൾ കുഴിമാടങ്ങളാണ്... ശരീരമുപേക്ഷിച്ച് പോകുന്നവർ മരണശേഷവും അവിടങ്ങളിൽ തുടരും... നിരാശാജനകമായ ഒരു കാത്തിരിപ്പാണത്... അന്ത്യന്യായവിധിക്കുവേണ്ടിയുള്ള കാത്തിരിപ്പ്... ഒരു പ്രഭാപൂരമോ മാലാഖയോ ദൈവമോ പ്രത്യക്ഷമായി ന്യായവിധിക്കനുസൃതമായി സ്വർഗ്ഗത്തിലേക്കോ നരകത്തിലേക്കോ പറഞ്ഞയയ്ക്കുന്നത് ആ കാത്തിരിപ്പിനൊടുവിലാണ്... എന്നാൽ ഇവിടെ കാത്തിരിക്കുന്നത് അവിടെ കാത്തിരിക്കുന്നതുപോലെയല്ല. അവിടെയുള്ള കാത്തിരിപ്പ് ഇവിടെ അളക്കുന്നതുപോലെ ആർക്കും അളക്കാനാവില്ല.... മണിക്കൂറുകളോ, രാവും പകലും മാറുന്നതോ, ചന്ദ്രോദയങ്ങളോ, തിരമാലകളുടെ വലിപ്പച്ചെറുപ്പങ്ങളോ കൗതുകങ്ങളോ ഒന്നും, കാത്തിരിപ്പിന്റെ വിരസതമാറ്റാൻ അവിടെ ഉപകരിക്കില്ല... രൂപരഹിതമായ മരണ

ക്കാത്തിരിപ്പിനെ രൂപപ്പെടുത്താൻ യാതൊരു ഉപകരണങ്ങൾക്കും കഴിയില്ല... ഉദാഹരണത്തിന്, ഇവിടെ, അടുക്കള വാതിലിനു മുന്നിൽ കാത്തിരിക്കുമ്പോൾ, നമ്മൾ ആഹാരത്തെ സങ്കല്പിക്കും, അതിന്റെ രുചിപോലും അറിയാം, എന്നാൽ അവിടെച്ചെന്നാൽ നിൽക്കാനോ ഇരിക്കാനോ ഒരു ശരീരമുണ്ടാകില്ല.... ഏറ്റവും പരിതാപകരമായ അവസ്ഥയെന്താണെന്നു വച്ചാൽ ശരീരം പൂർണമായും ചത്തിട്ടുണ്ടാകില്ല... അത് അപ്പോഴും ശ്വാസോച്ഛ്വാസം ചെയ്യുന്നുണ്ടായിരിക്കും...... ഒരു പ്ലാസ്റ്റിക് ബാഗ് ശരീരത്തോട് ചേർത്ത് കെട്ടിവച്ചാൽ, ശരീരം ശ്വാസമെടുക്കുന്നതുകൊണ്ട് പ്ലാസ്റ്റിക് ബാഗ് കൂടി ചൂടാവുന്നതുപോലെയേ ഉള്ളൂ കാര്യങ്ങൾ, അത് അവിടെത്തന്നെയുണ്ടാകും... അവരുടെ ശരീരങ്ങളുടെ ഓർമ്മകൾ തെരുവീഥിയിലെ ചുമരുകളിൽ തൂങ്ങിക്കിടക്കുന്നുണ്ടാകും. യാതനയനുഭവിച്ച് മരിച്ചവരുടെ ശരീരങ്ങൾ രൂപാന്തരം പ്രാപിക്കുന്നതിന് തൊട്ടു മുമ്പുള്ള അവസ്ഥയെക്കുറിച്ചോർത്ത് വ്യാകുലപ്പെടും...... ആ ശരീരങ്ങൾ പൂർണമായും സ്വതന്ത്രമായ മറ്റൊരു ജീവിതമാരംഭിക്കുമ്പോഴേക്കും അനിവാര്യമായ സമർപ്പണവും വിശ്രാന്തിയും അവരെ തേടിയെത്തും.....

ചിത്രത്തിൽ കാണുന്ന ശരീരങ്ങൾ മറ്റൊരു ജീവിതമാരംഭിക്കുമ്പോൾ, ആത്മാക്കൾ കാത്തിരിക്കുന്നത് ശ്മശാന ജീവിതമല്ല എന്ന കാര്യം അവരെ നിരന്തരം അസ്വസ്ഥരാക്കിക്കൊണ്ടിരിക്കും... തെരുവിന്റെ ചുഴിയിലും തിരിവിലും ആകസ്മിക ചലനങ്ങളിലും പെട്ട് ആത്മാക്കൾ നട്ടം തിരിയും. റെയിൽവേ സ്റ്റേഷനുകളിലെ അസഹനീയമായ കാത്തിരിപ്പുകളെക്കുറിച്ച് അവർ ഓർത്തുപോകും. ഒരു തീവണ്ടികളും ആ സ്റ്റേഷനിലേക്ക് എത്തുകയുമില്ല... മരിച്ചവരുടെ കാത്തിരിപ്പ് തികച്ചും വ്യത്യസ്തവും യാതനാനിർഭരവുമാണ്. അക്കൂട്ടത്തിലെ ഏറ്റവും സന്തുഷ്ടരായ ആത്മാക്കൾ ശിശുക്കളുടേതും കൈക്കുഞ്ഞുങ്ങളുടേതുമായിരിക്കും. അവർക്ക് അന്ത്യന്യായവിധിയെക്കുറിച്ചോ, യാതനാപൂർണമായ കാത്തിരിപ്പുകളെക്കുറിച്ചോ യാതൊരു ധാരണയും ഉണ്ടാകില്ല. അവർക്ക് തീവണ്ടികൾക്കുവേണ്ടിപ്പോലും കാത്തിരിക്കേണ്ടി വന്നിട്ടില്ല, കുഴിമാടങ്ങളെപ്പോലും ശല്യപ്പെടുത്തുന്ന തരത്തിൽ അവരുടെ ചിത്രങ്ങൾ തെരുവീഥികളിൽ ഒരിടത്തുപോലും പതിച്ചിട്ടുണ്ടാവുകയുമില്ല...

ഖലിൽ അവന്റെ മുറിയിലെത്തി...

വർഷങ്ങളായി ആൾപ്പാർപ്പില്ലാതിരുന്ന മുറിപോലെ കാണപ്പെട്ടു അത്... അവിടമാകെ ദുഷിച്ചവായു തളംകെട്ടി നിൽക്കുകയായിരുന്നു... പൈശാചികവായു തന്നെ, ഖലിൽ പറഞ്ഞു. ലൈലയുടെയും ചെന്നായയുടെയും കഥപോലെ, എല്ലാം പഴയതുപോലെ, പഴയ സ്ഥലത്തുതന്നെയുണ്ട്. പക്ഷേ സകലതും മാറിയിരിക്കുന്നു.... ഖലിലിന്റെ മനസ്സ് സംശയങ്ങൾകൊണ്ട് നിറഞ്ഞു... വിയോജിപ്പ് പ്രകടിപ്പിക്കുന്ന ചില ശബ്ദങ്ങൾ അശരീരിപോലെ അവന്റെ കാതിലെത്തി. അവൻ ചോദിച്ചു: എന്താ അത്?!... ഞാൻ മുൻവാതിൽ വരെ പോയി നോക്കട്ടെ എന്താണ് സംഭവിക്കുന്നതെന്ന്, ഞാൻ മടങ്ങിവരും... എന്നിട്ട് അവൻ ശബ്ദമുയർത്തി

പറഞ്ഞു: മുമ്പുണ്ടായിരുന്നതുപോലെയാകാൻ എന്റെ മുറിക്ക് അവസരമുണ്ട്, ഞാൻ മടങ്ങിവരുന്നതുവരെ...

ആൺകുട്ടികളുടെയും യുവാക്കളുടെയും കോലാഹല ശബ്ദമായിരുന്നു അത്. താടിയുള്ള ഒരാൾ അനുയായികളെ എന്തോ ബോധ്യപ്പെടുത്താൻ ശ്രമിക്കുകയായിരുന്നു. ആപത്കരമായ പ്രഭാതത്തെക്കുറിച്ചുള്ള വിശദീകരണമായിരുന്നു അത്... രൂക്ഷമായ തൊഴിലില്ലായ്മകൊണ്ടുള്ള യുവാക്കളുടെ സംഘം ചേരലായിരുന്നു അവിടെ നടന്നത്. ആൺകുട്ടികളാകട്ടെ, അവരുടെ കളിസ്ഥലങ്ങൾ ഇടിഞ്ഞുപൊളിഞ്ഞ് ഒന്നിനും കൊള്ളാത്ത ഇടങ്ങളായിപ്പോയതിന്റെ സങ്കടത്തിലുമായിരുന്നു.

ആശങ്കകൾകൊണ്ട് വിഭജിക്കപ്പെട്ടിരുന്നെങ്കിലും ആദ്യ രണ്ട് വരികളിലുള്ളവരായിരുന്നു കൂടുതൽ ഗാഢബന്ധമുള്ളവർ... അല്പം പിന്നിലായി നടന്നിരുന്ന ചെറുപ്പക്കാർ നേരെ മുന്നോട്ട് നടക്കുന്നുണ്ടായിരുന്നെങ്കിലും വഴിയുടെ ഇരുവശങ്ങളിലേക്കും വീടുകളുടെ മട്ടുപ്പാവിലേക്കും മാറിമാറി സൂക്ഷിച്ച് നോക്കിക്കൊണ്ടിരുന്നു... അതിനിടയിൽ ചിലർ ഓടിപ്പോയി സുഹൃത്തുക്കളോട് കൂട്ടത്തിൽ ചേരാൻ ആവശ്യപ്പെട്ടു. ഇപ്പോൾ നടക്കുന്ന വിശദീകരണങ്ങൾക്കുശേഷം നല്ല രസമായിരിക്കുമെന്ന വാഗ്ദാനത്തോടെയായിരുന്നു അവർ സുഹൃത്തുക്കളെ സമീപിച്ചത്... മറ്റുള്ളവർ മുദ്രാവാക്യങ്ങൾ ഏറ്റുവിളിക്കാനാവാതെ പരാജയപ്പെടുന്നത് കണ്ട്, ആദ്യ രണ്ട് നിരകളിൽ നിന്നവരിൽ ചിലർ മധ്യഭാഗത്തേക്കു മാറി നിന്ന് മുദ്രാവാക്യം വിളി തുടർന്നു. റാലിയുടെ നിര തെറ്റിയതിനെത്തുടർന്ന് മുന്നിൽ നയിച്ചുകൊണ്ടുനിന്ന ചിലർ പിന്നിലേക്ക് നോക്കി ദേഷ്യപ്പെട്ടു. പക്ഷേ, ഏറ്റവും പിന്നിലുണ്ടായിരുന്നവർക്ക് ഒരിക്കലും അവരോടു ചേരാനായില്ല. അവസാനനിര വരിവിട്ടുപോയി... അവർക്ക് ഒന്നിച്ച് മുദ്രാവാക്യം മുഴക്കാനും സാധിച്ചില്ല.... അക്കൂട്ടത്തിൽ ഏറ്റവും പിന്നിലായിരുന്നു ആൺകുട്ടികളുടെ സ്ഥാനം... അതിനിടയിൽ ഒരുത്തൻ ചങ്ങാതിയെ കളിയാക്കി തെറി വിളിക്കുന്നുണ്ടായിരുന്നു... മറ്റൊരുത്തൻ, നടക്കുന്നതിനിടയിൽ അല്പനേരം വെറുതെ നിന്നു... എന്നിട്ട് പെട്ടെന്ന് ഓടിപ്പോയി ചങ്ങാതിയുടെ പിന്നിൽച്ചെന്ന് തള്ളി... അതോടെ ആ കുട്ടി നിലത്തു വീണു... കുട്ടികളുടെ തമാശക്കളികൾ അതിരുവിടുന്നതായി കണ്ടതോടെ, അച്ചടക്കം പാലിക്കാൻ മുൻനിരയിൽനിന്ന് കർശനനിർദ്ദേശം വന്നു... പിൻനിരയിൽ സംഭവിച്ചത് മുൻനിരയിൽ നിന്ന സംഘാടകർ തിരിച്ചറിഞ്ഞു എന്നതാണ് ഏറ്റവും രസകരമായ കാര്യം.

വാസ്തവത്തിൽ, ആ പ്രകടനത്തിന് അവിടെയുണ്ടായിരുന്ന സാധാരണക്കാരിൽ നിന്ന് യാതൊരു പിന്തുണയും ലഭിച്ചില്ല. മട്ടുപ്പാവുകളിൽ ഇമയനങ്ങാതെ നോക്കിനിന്നവരോ, കടപൂട്ടിയ കടയുടമകളോ നിശ്ശബ്ദരായി തെരുവീഥികളിൽ മുഖം കുനിച്ച് നടക്കുന്ന സ്ത്രീകളോ അനുകൂലമായി പ്രതികരിച്ചില്ല... ബഹുജനപിന്തുണയില്ലാതെ പോയത് പ്രകടനത്തിന് തിരിച്ചടിയായി. റാലിയിൽ പങ്കെടുത്തുകൊണ്ടിരുന്ന ഒരു കുട്ടിയെ അവന്റെ അമ്മ മട്ടുപ്പാവിൽ നിന്ന് തിരികെ വിളിച്ചതും,

സഹായിക്കാതിരുന്നതിന് അവൾ മകനോട് ക്ഷോഭിച്ചതും പ്രകടനത്തിന് തിരിച്ചടിയായി...

പ്രകടനം ഇസ്രയേലിന് എതിരേയുള്ളതാണെന്ന് വാതിൽപ്പടിയിൽ നിൽക്കുകയായിരുന്ന ഖലിലിനോട് അബു അഹമ്മദ് പറഞ്ഞു... എങ്ങനെയുണ്ട് മോനേ, നീ സുരക്ഷിതനായി തിരികെയെത്തിയതിന് ദൈവത്തോട് നന്ദിപറയുക... ഈ പ്രകടനം ഇസ്രായേലിന് എതിരേയുള്ളതാണ്... കൈയിലെ പൊടിതട്ടിക്കളഞ്ഞുകൊണ്ട് അയാൾ ആവർത്തിച്ചു... അപ്പോഴേക്കും നാസർ പ്രസംഗം ആരംഭിച്ചു കഴിഞ്ഞിരുന്നു. കഴിഞ്ഞ ഒരു മാസം കൊണ്ട് എന്റെ ശബ്ദം പരുക്കനായി, എന്റെ കണ്ണുകൾ വീങ്ങി... ഞാൻ പറയുന്നത് നിങ്ങൾ ഗൗരവമായെടുക്കുകയില്ലെങ്കിൽപ്പോലും, എനിക്കുറപ്പാണ്, എനിക്കൊരിക്കലും എന്റെ മാനവികത തിരികെ കിട്ടില്ലെന്ന്... ഈ പ്രകടനം ഇസ്രായേലിന് എതിരേയുള്ളതാണ്... ഈ കുട്ടികളിൽ ഒരാൾപോലും അവരുടെ മണ്ണിൽ ഇതേവരെ സ്വസ്ഥമായി കാലുകുത്തി നിന്നിട്ടില്ല...

അബു അഹമ്മദ് പാതയോരത്തേക്ക് ചെന്ന് പ്രകടനത്തിന്റെ പിൻനിരയിലുണ്ടായിരുന്ന രണ്ട് ആൺകുട്ടികളെ വിളിച്ചു... എനിക്കൊരു ഉപകാരം ചെയ്യാമോ, നിങ്ങൾക്ക് അല്പം പണവും കിട്ടും... ആ കുട്ടികൾ അയാളുടെ പിന്നാലെ പോയി. അയാൾ ഖലിലിന്റെ നേർക്ക് തിരിഞ്ഞ് പരുഷസ്വരത്തിൽ പറഞ്ഞു... കുടുംബം തെക്കൻ പ്രവിശ്യയിലായതുകൊണ്ട് ദൈവത്തിന് നന്ദിപറയുന്നു... അപ്പാർട്ട്മെന്റ് ഇപ്പോൾ പൊള്ളയായ മാരോപ്പഴം പോലുണ്ട്... ഒരു റോക്കറ്റ് അതിനെ തുളച്ചുകൊണ്ട് കടന്നുപോയതാണ്. ഞാൻ എങ്ങനെയെങ്കിലും മുൻവാതിൽ ഉറപ്പിക്കട്ടെ.... വല്ലവിധേനയും അതൊന്ന് പൂട്ടിക്കിട്ടിയാൽ മതിയായിരുന്നു...

രണ്ട് ചെക്കന്മാരോടും വിനയപൂർവം സംസാരിച്ചശേഷം അബു അഹമ്മദ് മുകളിലേക്കുള്ള പടിക്കെട്ടുകൾ കയറാൻ തുടങ്ങി... വെളുത്ത അടിവസ്ത്രത്തിനടിയിലും അയാളുടെ തുടയിലെ മാംസപേശികൾ തുടിച്ചുനിൽക്കുന്ന കാര്യം ഖലിൽ ശ്രദ്ധിച്ചു... അബു അഹമ്മദ് ഒരിക്കലും, അയാളുടെ സവിശേഷമായ ചാരനിറമുള്ള യൂണിഫോം ധരിക്കാതെ തൊട്ടടുത്തുള്ള പീടികയിലേക്ക് പോകണമെങ്കിൽപ്പോലും – വീടിനു പുറത്തിറങ്ങാറില്ലായിരുന്നു... അയാളൊരു പൊലീസ് ഉദ്യോഗസ്ഥനായിരുന്നു. ഇപ്പോഴും 'ജന്റാർമി' എന്ന സ്ഥാനപ്പേരിലായിരുന്നു അയാൾ അറിയപ്പെട്ടിരുന്നത്... അയാളുടെ ബട്ടണുകളും ബൽറ്റും ഷൂസും അസാധാരണമാംവിധം പോളീഷ് ചെയ്ത് മിനുക്കി സൂക്ഷിക്കുമായിരുന്നു. അതുപോലെതന്നെ, എണ്ണ തേച്ച് മിനുസപ്പെടുത്തിയ തലമുടി സദാ കോതിയൊതുക്കിയിരിക്കും. ആ കെട്ടിടത്തിന്റെ മുന്നിലെത്തുമ്പോൾ ഖലിലിന്റെ കാലടികൾ പതറാറില്ല.. അവൻ എല്ലായ്പ്പോഴും കൃത്യമായ താളത്തോടെ, മനക്കണ്ണുകൊണ്ട്, ഒതുങ്ങിയ അരക്കെട്ടും വിശാലമായ ചുമലുകളും യൂഡികൊളോൺ 114ന്റെ മണവും, വെടിപ്പുള്ള വെളുത്ത ശരീരവുമുള്ള അബു അഹമ്മദിന്റെ പിന്നിൽത്തന്നെ തങ്ങിനിൽക്കും.

അവന്റെ മുറിക്ക് മാറ്റമൊന്നും സംഭവിച്ചില്ല എങ്കിലും ആ മുറിയുടെ ചൈതന്യം മോഷ്ടിക്കപ്പെട്ടതുപോലെ കാണപ്പെട്ടു. അതുകൊണ്ടുതന്നെ മുറി വൃത്തിയാക്കി, പഴയപടി കൊണ്ടുവരാൻ അത്യധ്വാനം വേണ്ടിവരുമെന്ന് മനസ്സിലായി. എങ്കിൽ മാത്രമേ അതിനോട് പഴയതുപോലെ അടുപ്പം തോന്നൂ എന്നും അവനറിയാമായിരുന്നു... അതൊരുപക്ഷേ, പൊട്ടിയ ജനാലയിലൂടെ നഷ്ടപ്പെട്ടതുമാകാം.

ഖലിൽ പൊട്ടിയ ചില്ലുമാറ്റി പോളീഷ് ചെയ്തു. സാധാരണ തുണികൾ കഴുകുമ്പോഴും മുറി വൃത്തിയാക്കുമ്പോഴും ചെയ്യാറുള്ളതുപോലെ റേഡിയോ ഓൺ ചെയ്തു. അങ്ങനെ ചെയ്യുമ്പോഴൊക്കെ അവൻ കൂടുതൽ ഉത്സാഹം കാണിക്കുമായിരുന്നു... എന്നാൽ ഇതേവരെ അവന് സാധാരണനിലയിലേക്ക് മടങ്ങിവരാൻ കഴിഞ്ഞിട്ടില്ല... മാത്രമല്ല, ആ ദിവസങ്ങളിൽ മുറിക്കുള്ളിൽ പൈശാചിക സാന്നിധ്യമുണ്ടെന്നുപോലും അവന് തോന്നി... പിന്നീട് അത് പുറത്തിറങ്ങി തെരുവിലേക്ക് നീങ്ങിയെന്ന് അവൻ മനസ്സിലാക്കി. അഥവാ, അപ്പാർട്ട്മെന്റിനെ തകർത്തതിനുശേഷം അത് മടങ്ങിവന്നിട്ടില്ല... അതിന്റെ സ്വകീയവസ്തുക്കളുമായി, അവനെ ഒഴിഞ്ഞു പോയതിനുശേഷം സഹോദരങ്ങളുമായി മടങ്ങിവരാൻ സാധിക്കാത്തതിന്റെ പ്രധാന കാരണം ദൈവിക സാന്നിധ്യം മുറിയിൽ തിങ്ങിനിറയാൻ തുടങ്ങിയതിനാലാണ്. അങ്ങനെ തെരുവിലെ കെട്ടിടങ്ങൾക്കിടയിലൂടെ അത് എവിടേക്കോ പോയി... അപ്പാർട്ട്മെന്റിനുള്ളിൽ തിന്മയും നന്മയും - പൈശാചിക ശക്തികളും ദൈവിക ശക്തികളും - തമ്മിൽ പോരടിക്കുമ്പോൾ പുറത്ത് സമാന്തരമായി, തെരുവുകളിൽ യുദ്ധം നടക്കുകയായിരുന്നു...

മതിഭ്രമം ഖലിലിനെ ഭയചകിതനാക്കി... ഏറെ താമസിയാതെ അവൻ ഉറക്കത്തിലേക്ക് വീണു. ഇൻഡിഗോ നിറത്തിലുള്ള ഒരു തുണിക്കഷണം അവൻ കൊണ്ടുവന്നിരുന്നു... ഒരറ്റം നീളത്തിൽ മടക്കി തയ്ച്ചു. അതിനുള്ളിലൂടെ ലോഹച്ചരട് കടത്തിവിട്ട് ഒരു കർട്ടനുണ്ടാക്കി. ജനാലയുടെ ഇരുവശങ്ങളിലും ആണി തറച്ച് അതിൽ ലോഹച്ചരട് കെട്ടി കർട്ടൻ സ്ഥാപിച്ചു. ജാലകക്കാഴ്ചയിലൂടെ കടന്നുവരുന്ന തെരുവ് കണ്ണിൽ പതിയാതിരിക്കാനാണ് അവൻ അങ്ങനെ ചെയ്തത്... അത് ശരിക്കുമൊരു തടസ്സം തന്നെയായിരുന്നു. ഇനിമുതൽ സ്വസ്ഥമായ ഉറക്കം കിട്ടുമെന്ന് അവൻ പ്രത്യാശിച്ചു. എങ്ങനെയാണ് സമയം കടന്നുപോയതെന്നറിയാതെ ഏതാനും മണിക്കൂറുകൾക്ക് ശേഷം അവൻ എഴുന്നേറ്റു...

# ആറ്

തരംകിട്ടുമ്പോഴൊക്കെ കിടന്നുറങ്ങുകയല്ലാതെ ഖലിൽ ആ മാസം മറ്റൊന്നും ചെയ്തില്ല. അസ്വസ്ഥതകളുടെയും ആശയക്കുഴപ്പങ്ങളുടെയും നാളുകളായിരുന്നു അത്. നാജി കൊല്ലപ്പെട്ടു എന്ന യാഥാർത്ഥ്യം ഓർക്കാതിരിക്കുന്നതിനോ, കറുത്ത വാർത്ത കേട്ട ആ ദിവസത്തിൽ നിന്ന് ഒളിച്ചോടാനോ വേണ്ടി ഖലിൽ ശ്രമിച്ചുകൊണ്ടിരുന്നു. അതിനോടകം തന്നെ അവന്റെ ശരീരത്തിന്റെ ഒരു ഭാഗം തീർത്തും ഒറ്റപ്പെട്ട ഒരു തുരുത്തായി മാറിയിരുന്നു. മറ്റു ശരീരഭാഗങ്ങൾ അതിനെ കീഴടക്കാൻ ശ്രമിച്ചുകൊണ്ടിരുന്നു. എല്ലാം മറക്കാൻവേണ്ടി മനസ്സ് തന്ത്രപൂർവം കണ്ടെത്തിയ വഴിയായിരുന്നു അത്... ഒരുപക്ഷേ പുതിയൊരു ഇടം കണ്ടെത്തുന്നതിന്... വൈവിധ്യമാർന്ന നിറച്ചാർത്തുകൾ... എല്ലാം കൂടിച്ചേർന്ന് ഒടുവിൽ പൊട്ടിത്തെറിക്കും...

ഓർമ്മകൾ ഖലിലിനെ വല്ലാത്ത ശ്വാസം മുട്ടിക്കുന്നുണ്ടെന്നും സഹിക്കാവുന്നതിലുമപ്പുറമാണ് അതിന്റെ വ്യാപ്തിയെന്നും മനസ്സിലാക്കിയ അവന്റെ ശരീരം അതിനോട് പ്രതികരിച്ചുതുടങ്ങിയിരുന്നു... അത് പാകപ്പെടുന്നതിന് വഴങ്ങിക്കൊടുത്തതുപോലെ... ആ ദിവസങ്ങളിൽ ഖലിലിന്റെ വിശപ്പ് വല്ലാതെ കൂടിയിരുന്നു. രാത്രികളിൽ നേരം വൈകിയുള്ള കിടപ്പും ഉറക്കം വരാതിരിക്കുന്ന രാത്രികളിൽ നേരം പുലരാനുള്ള കാത്തിരിപ്പും... ഉറക്കമില്ലായ്മ അവന്റെ ദുർബലമായ ശരീരത്തെ മാത്രമല്ല ക്ഷീണിപ്പിച്ചത്... തണുത്ത രാത്രികളിൽപ്പോലും ഉറക്കമില്ലായ്മ അവനെ അസ്വസ്ഥനാക്കി. മായക്കാഴ്ചകളും യാതനാബിംബങ്ങളും മാത്രമല്ല ആ മുറിയുടെ അന്തരീക്ഷത്തെ കൂടുതൽ ഭീകരമാക്കിയത്, തെരുവിലെ എലികളും അവയ്ക്കുപിന്നാലെ ഇര പിടിക്കാൻ പാഞ്ഞുനടക്കുന്ന പൂച്ചകളും നേരമ്പോക്കിനുവേണ്ടിയല്ല അങ്ങനെ ചെയ്യുന്നത്. അതുപോലെ തന്നെയായിരുന്നു മുറിയിലെ ദുരാത്മാവും അവനോട് ചെയ്തുകൊണ്ടിരുന്നത്... അതിനിടയിൽ ശാന്തമായും സാവധാനത്തിലും കാലം നീങ്ങിക്കൊണ്ടിരുന്നു. മച്ചിലേക്ക് തുറിച്ചുനോക്കിക്കൊണ്ടോ, ശാന്തമായി വായിച്ചുകൊണ്ടോ, ചായ കുടിച്ചുകൊണ്ടോ, റേഡിയോ കേട്ടുകൊണ്ടോ ഖലിൽ നേരം പോക്കി.

മഴപെയ്യുമ്പോൾ, ജന്തുക്കൾ മാളത്തിനുള്ളിൽ ചുരുണ്ടുകൂടി ഇരിക്കുന്നതുപോലെ, പുതപ്പിനടിയിൽ കഴിയുന്നത് ഖലിലിനെ സംബന്ധിച്ചിടത്തോളം സന്തോഷകരമായ കാര്യമാണ്. മഴയുള്ള രാത്രികളിൽ, രാത്രിയുടെ ചുവടുകൾ സാവധാനത്തിൽ നീണ്ടുപോകുന്നതായും മണിക്കൂറുകൾ ഏതെങ്കിലും ലളിതമായ മെലഡിയുടെ നോട്ട്സ് പോലെ രൂപാന്തരപ്പെടുന്നതായും അവൻ സങ്കല്പിക്കും...

നായിഫ് എത്രയോകാലമായി ഒപ്പം താമസിച്ചിട്ട് എന്നോർത്ത് ഖലിൽ അത്ഭുതപ്പെട്ടു... എന്തുകൊണ്ടായിരിക്കും അവൻ ഇത്രയും വൈകുന്നത്... അവന്റെ തിരക്കുകൊണ്ടായിരിക്കും, വർഷങ്ങൾ കഴിഞ്ഞിട്ടും ഇവിടം സന്ദർശിക്കാൻ സമയം കിട്ടാത്തത്...

കാര്യങ്ങൾ കൈവിട്ടുപോകുന്ന അവസരങ്ങളിൽ, എത്രയോ തവണ, പെട്ടെന്ന് ആലോചിച്ചെടുത്ത തീരുമാനംപോലെ നായിഫ് ചോദിക്കും: ഇന്നു രാത്രി ഞാൻ നിനക്കൊപ്പം കഴിയട്ടേ... എനിക്കിന്ന് വീട്ടിൽ പോകാൻ തോന്നുന്നില്ല... പിന്നെ, ഇക്കാര്യം മറ്റാരും അറിയുകയും ചെയ്യരുത്...

അതുകൊണ്ടുതന്നെയായിരിക്കും – ഖലിൽ അങ്ങനെയാണ് കരുതിയത് – അവൻ ഒരുപാടൊന്നും സംസാരിക്കാത്തത്. എങ്കിലും അവനെന്നോട് മുഖത്തുനോക്കി ചോദിക്കാമായിരുന്നു... അവന് ആവശ്യമുള്ളപ്പോൾ ഞാൻ അവന്റെ മനസ്സിലേക്ക് കടന്നുവന്നതിൽ എനിക്കൊരു പ്രശ്നവുമില്ലെന്ന് അവൻ മനസ്സിലാക്കണമായിരുന്നു.... ഒരുപക്ഷേ, ഞാൻ സന്തോഷിക്കുന്നുണ്ടെന്ന് ഇപ്പോൾ അവൻ മനസ്സിലാക്കുന്നുണ്ടാവും... എന്തായാലും അവന്റെ സ്വകാര്യജീവിതത്തെക്കുറിച്ച് സംസാരിക്കാൻ ഏറ്റവും വിശ്വസ്തനായവൻ ഞാനാണെന്നെങ്കിലും അവൻ തിരിച്ചറിഞ്ഞല്ലോ...

കൃതജ്ഞതാസൂചകമായി ഒരു ചെറുപുഞ്ചിരിയോടെയാണ് ഖലിൽ നായിഫിനെ സ്വീകരിച്ചത്. വിശ്വാസത്തിന്റെ അംഗീകാരം കൂടിയായിരുന്നു അത്. വിശപ്പുണ്ടോ എന്ന ചോദ്യവും ഞാനിപ്പോൾ വിശന്നു ചാവാൻ തുടങ്ങുകയാണ് എന്ന നായിഫിന്റെ കൂട്ടിച്ചേർക്കലും... ആ അന്തരീക്ഷത്തെ കൂടുതൽ ബലപ്പെടുത്തിയെന്ന് ഖലിലിന് തോന്നി... മാത്രമല്ല, നായിഫ് അവകാശപ്പെടുന്ന മട്ടിലുള്ള ഒരു വിശപ്പ് അവനുണ്ടോ എന്ന കാര്യത്തിൽ ഖലിലിന് അത്ര വിശ്വാസമുണ്ടായിരുന്നില്ല. അതുകൊണ്ടു തന്നെ പാൽക്കട്ടിയുടെ പുതിയ പെട്ടി തുറക്കേണ്ടതില്ലെന്നും അവൻ തീരുമാനിച്ചു. അതിനുപകരം മൂന്ന് മുട്ടകൾ പൊരിച്ചു, അത്രതന്നെ.

സൗഹൃദാന്തരീക്ഷം കൂടുതൽ ഊഷ്മളമാകട്ടെ എന്നു കരുതി, നായിഫ് ഖലിലിനെ സഹായിക്കാൻ എഴുന്നേറ്റു. ഖലിലിനും അത് സമ്മതമായി... നായിഫ് ബ്രഡ് ചൂടാക്കാനും തക്കാളിയും ഉള്ളിയും അരിയാനും തുടങ്ങി... സന്തോഷിക്കണമെന്നു തോന്നുമ്പോൾ, സന്തോഷിക്കാൻ കഴിയുന്ന, സ്വാതന്ത്ര്യമുള്ള ഖലിലിന്റെ അവിവാഹിത ജീവിതത്തെ അവൻ അസൂയയോടെയാണ് നോക്കിക്കണ്ടത്...

ഭക്ഷണം കഴിക്കുന്നതിനിടയിൽ, ക്ലൗഡി വിഷയമായപ്പോഴൊക്കെ മനശ്ചാഞ്ചല്യമുള്ളയാളെപ്പോലെയാണ് നായിഫ് പെരുമാറിയത്. ആ വിഷയത്തിൽ താല്പര്യമുള്ളതുകൊണ്ടുതന്നെ ഖലിലിന്റെ ആകാംക്ഷ ഇരട്ടിക്കുകയും ചെയ്തു... അതിനെക്കുറിച്ച് സംസാരിക്കാൻ കുറേക്കൂടി അടുപ്പമുള്ള അന്തരീക്ഷം സൃഷ്ടിക്കാൻ അവൻ ശ്രമിച്ചു... അത് അവന്റെ ഉത്തരവാദിത്വം തന്നെയാണെന്ന് ഖലിൽ കരുതി. സദാസമയവും തിരക്കുപിടിച്ച്, ഒരേസമയം ആയിരം ഇടപാടുകൾ നടത്തേണ്ടിവന്ന ഒരാളാണ് മുന്നിലുള്ളത്... കൈകാര്യം ചെയ്യാൻ കഴിയുന്നതിനേക്കാൾ കൂടുതൽ കാര്യങ്ങൾ അവന്റെ കൈകളിലൂടെ കയറിയിറങ്ങി പോകുന്നു. അതുവരെ തോന്നാത്ത ഒരുതരം അനുകമ്പ അന്നേരം ഖലിലിന് നായിഫിനോട് തോന്നി. കുമ്പസാരത്തിലൂടെ നായിഫ് സ്വയം ചെളി തെറിപ്പിക്കാൻ തുടങ്ങുകയാണ്. ആണിനെയും പെണ്ണിനെയും കുറിച്ച്, വിവാഹത്തെക്കുറിച്ച്, സ്ഥാപനങ്ങളെയും സ്വാതന്ത്ര്യത്തെയും കുറിച്ച്...

അവന്റെ സകല പരിശ്രമങ്ങളെയും ഖലിൽ ആത്മാർത്ഥതയോടെയാണ് നോക്കിക്കണ്ടത്. അതുകൊണ്ടുതന്നെ ഖലിൽ ആദ്യം ചോദിച്ചത് പത്രത്തെക്കുറിച്ചായിരുന്നു... അവിടെ ജോലിചെയ്യാനുള്ള ക്ഷണം നായിഫ് ആവർത്തിച്ചു. എന്നിട്ട് ഈ ദിവസങ്ങളിൽ എന്താണ് വായിച്ചതെന്ന് അവൻ അന്വേഷിച്ചു... എന്നെ, ഞാൻ കിടക്കുന്ന തറയിൽ നിന്ന് പിടിച്ചെഴുന്നേൽപ്പിക്കാനുള്ള ബോധപൂർവമായ ശ്രമമാണ് അതെന്ന് മനസ്സിലായി. അങ്ങനെ ചോദിച്ചതിലൂടെ ഞാനൊരു വായനാശീലമുള്ള, ഏതെങ്കിലും സവിശേഷ വിഷയങ്ങളെക്കുറിച്ച് സംസാരിക്കാൻ കഴിവുള്ള സാംസ്കാരിക ജീവിയാണെന്നുള്ള ആത്മവിശ്വാസം അവനുണ്ടെന്ന് വരുത്തിത്തീർക്കാനായിരുന്നു ശ്രമിച്ചത്.... അവൻ എനിക്ക് കുറേ പണവും വാഗ്ദാനം ചെയ്തു. എന്നിട്ടും ആ അവസരം തുലച്ചുകളഞ്ഞതിൽ അവന് എന്തെന്നില്ലാത്ത നീരസം തോന്നിയിട്ടുണ്ടാവും. പിറ്റേന്ന് കാലത്ത് അവന് മടങ്ങിപ്പോകുന്നതുവരെ ആലോചിക്കാൻ സമയവും തന്നിരുന്നു...

ഖലിൽ അവിടെയിരുന്ന് മുറിയാകെ കണ്ണോടിച്ചു. അവന് ഉറക്കം വരുന്നെന്ന് തീർച്ചയായിരുന്നു... ഞാൻ തറയിൽ ബ്ലാങ്കറ്റ് വിരിച്ച് കിടന്നുകൊള്ളാം, നീ കട്ടിലിൽ കിടന്നുകൊള്ളൂ എന്ന് നായിഫിനോട് പറയുമ്പോൾ അവൻ അത് നിരസിക്കുമെന്ന് ഖലിലിന് ഉറപ്പായിരുന്നു... ഞാൻ നിലത്ത് കിടന്നുകൊള്ളാമെന്ന് നായിഫ് പറഞ്ഞു. ഖലിൽ അവനെ എതിർത്തില്ല, എന്നാൽ ശരി, നിന്റെ ഇഷ്ടം പോലെ ആയിക്കോളൂ... ഖലിൽ സമ്മതിച്ചു.

നായിഫ് നിലത്ത് ബ്ലാങ്കറ്റ് വിരിച്ച്, അതിനു മീതെ പുതപ്പും വിരിച്ച്, വസ്ത്രങ്ങൾ ഊരാൻ തുടങ്ങി... നിക്കർ പോലുള്ള ഇറുകിപ്പിടിച്ച അടിവസ്ത്രം മാത്രം ധരിച്ച് അഭിമുഖമായി ഇരിക്കുന്ന നായിഫിനെ കണ്ടപ്പോൾ ഖലിലിന് എന്തെന്നില്ലാത്ത ചമ്മൽ തോന്നി. നായിഫ് അവിടെയിരുന്ന് ഒരു സിഗരറ്റ് വലിക്കാൻ തുടങ്ങി...

നീയെന്താ നിന്റെ സുഹൃത്തിന്റെ അപ്പാർട്ട്മെന്റിൽ നിന്ന് ഒരു മെത്ത എടുത്തുകൊണ്ട് വരാത്തത്?... നാജിയുടെ... ആ അപ്പാർട്ട്മെന്റിന്റെ താക്കോൽ നിന്റെ പക്കലില്ലേ? നായിഫ് ചോദിച്ചു. അടിവയറ്റിൽ നിന്ന് ഒരു വേദന തുളച്ചുകയറിവരുന്നതായി ഖലിലിന് തോന്നി, പെട്ടെന്ന് അവന് മേലാസകലം കൊടുംതണുപ്പ് അനുഭവപ്പെട്ടു. മുഖത്തെ രക്തം മുഴുവൻ വാർന്നു മരിച്ചവരെപ്പോലെയായി അവൻ... അന്നേരം, നായിഫ് അവിടെനിന്ന് അപ്രത്യക്ഷനായിരുന്നെങ്കിലെന്ന് അവൻ ആഗ്രഹിച്ചു പോയി. അവൻ കിടക്കയിൽ നിന്ന് എഴുന്നേറ്റു... ഞാൻ ലൈറ്റ് തെളിക്കട്ടെ, എന്നു പറഞ്ഞുകൊണ്ട് അവൻ സ്വിച്ചിന്റെ അടുത്തെത്തും മുമ്പ് വൈദ്യുതി വിച്ഛേദിക്കപ്പെട്ടിരുന്നു... ഖലിൽ ആശ്വാസപൂർവം നിശ്വസിച്ചു. നായിഫ് മെഴുകുതിരി അന്വേഷിച്ചു. ഗ്യാസടുപ്പിന് സമീപത്തായി മെഴുകുതിരി ഇരിക്കുന്നത് ലൈറ്ററിന്റെ വെളിച്ചത്തിൽ കണ്ടു. അതെടുത്ത് കത്തിച്ച് ആഷ്ട്രേയുടെ മധ്യത്തിൽ ഒട്ടിച്ചുവച്ചു....

അവനിനി ഉറങ്ങാനൊന്നും പോകുന്നില്ല – ഖലിൽ കരുതി – എന്തിനേറെപ്പറയുന്നു, അവൻ... എന്തോ പറയാനുള്ള ഒരുക്കത്തിലാണ്...

– എനിക്കറിയാം, അവൻ നിന്റെ ചങ്ങാതിയായിരുന്നു... ഉറ്റചങ്ങാതി.... എനിക്ക് മനസ്സിലാകും, നിനക്ക് എത്രമാത്രം വിഷമമുണ്ടെന്ന്, നീ എന്തു മാത്രം ഏകാന്തത അനുഭവിക്കുന്നുണ്ടെന്ന്.... പക്ഷേ, ഈ നശിച്ച യുദ്ധത്തിനിടയിൽ പ്രിയപ്പെട്ടവരെ നഷ്ടപ്പെടാത്ത ആരെങ്കിലും നമുക്കിടയിലുണ്ടോ.... ആ സംഭവത്തിനുശേഷം... നിന്നെ ആരും തന്നെ കണ്ടിട്ടില്ല... ഞാനുദ്ദേശിച്ചത്, ആങ്ങിത്തൂങ്ങിനിൽക്കുന്ന ഈ വീടും പുറത്തേക്കിറങ്ങാനുള്ള നിന്റെ വൈമനസ്യവും... എനിക്ക് മനസ്സിലാകുന്നുണ്ട്... പക്ഷേ, ഇതുകൊണ്ട് യാതൊരു പ്രയോജനവുമില്ല, ഖലിൽ... അവൻ പോയി...

നായിഫ് ഇത്രമാത്രം നന്മയുള്ളവനും സഹൃദയനുമായിരുന്നെന്ന് ഖലിലിന് ഇതേവരെ അറിയില്ലായിരുന്നു. അവൻ ആക്രമണോത്സുകനും കലാഭിരുചികളില്ലാത്തവനും, നിർഗുണനും ആണെന്നായിരുന്നു ഖലിൽ കരുതിയിരുന്നത്... ആ മുറിയിലെ പൈശാചിക വീർപ്പുമുട്ടൽ കാരണമാകാം, അല്പസമയം മുമ്പ് രണ്ടുപേർക്കും അപരിചിതരായ അതിഥികളെപ്പോലെ അനുഭവപ്പെട്ടത്.... കുറേക്കാലം മുമ്പ്, അവർ വിദേശ സഞ്ചാരികളായിരുന്നപ്പോൾ, വീട്ടുടമയോടൊപ്പം സാമാന്യമര്യാദകളും മൂല്യങ്ങളും കൂടി തലയിൽ കുത്തിനിറച്ചിരുന്നു. അവരാകട്ടെ നല്ല ഭക്ഷണത്തിനും താമസത്തിനും പകരമായി ആവശ്യപ്പെട്ടത് ഒരേയൊരു കാര്യം മാത്രം. സഞ്ചാരികൾ രസിപ്പിക്കുന്ന കഥകൾ, വിദൂരദേശങ്ങളിൽ നിന്നുള്ള കഥകളും കെട്ടുകഥകളും, രാത്രികാലങ്ങളിൽ അവതരിപ്പിക്കണം... ഖലിൽ മാത്രമായിരുന്നു ആ നിർദ്ദേശം പാലിക്കാതിരുന്ന ഒരേയൊരാൾ...

അങ്ങനെ നായിഫ് തുടർന്നു.....

– എനിക്കറിയാം അത് എത്രമാത്രം പ്രയാസകരമാണെന്ന്.

മെഴുകുതിരിയുടെ പ്രകാശം അത്രകണ്ട് മങ്ങിയതായിരുന്നില്ല. എന്റെ മുഖം എത്രത്തോളം വിളറിയതാണെന്ന് നായിഫിന് കാണാവുന്നതേയുള്ളൂ... അത് അവനെ കൂടുതൽ സന്തോഷിപ്പിച്ചിട്ടുണ്ടാകണം, അവന്റെ സഹായം എനിക്ക് ആവശ്യമുണ്ടെന്നുകൂടി അവന് തോന്നിയിട്ടുണ്ടാകും... രക്തപ്രവാഹം തടയാൻ ശ്രമിക്കുന്ന സർജനെപ്പോലെയാവും അവനിപ്പോൾ സ്വയം തോന്നുന്നത്...

-എനിക്കറിയാം, അത് എത്രമാത്രം പ്രയാസകരമാണെന്ന്. പ്രത്യേകിച്ചും നിഷ്കളങ്കനായ ഒരാളെ നമുക്ക് നഷ്ടപ്പെടുമ്പോൾ... പ്രധാന കാര്യം, അവൻ നിഷ്കളങ്കനായിരിക്കുമെന്ന് നമ്മൾ വിശ്വസിച്ചതാണ്... നഷ്ടം നമ്മെ എത്രതന്നെ പ്രയാസപ്പെടുത്തിയാലും നമുക്ക് അവന്റെ നിഷ്കളങ്കതയെക്കുറിച്ച് ചിന്തിക്കാതിരിക്കാനാവില്ല... അതുകൊണ്ട് അവനെന്താണ് ചെയ്തത്... നിഷ്കളങ്കനായ ത്യാഗിയുടെ മരണത്തെ നമുക്കൊരിക്കലും അംഗീകരിക്കാനാവില്ല... പണ്ടുകാലത്ത്, ഒരുപക്ഷേ ഇന്നും, ഉദാഹരണത്തിന്, എന്റെ ഗ്രാമത്തിൽ, ഇത്തരം പകപോക്കൽ കൊലപാതകത്തെ ആരും അംഗീകരിക്കുന്നില്ല. നഷ്ടത്തിന്റെ കാഠിന്യം അവർ പരസ്പരം പങ്കുവയ്ക്കും. എന്നുവച്ചാൽ, അവർ കൊലയാളിയെ ഒരിക്കലും കൊല്ലില്ല... എന്നാൽ അവർ അവന്റെയൊരു ബന്ധുവിനെയും കൊന്നു, നിഷ്കളങ്കനായ ഒരാൾക്കു പകരം അത്തരമൊരാളെ അവർ കണ്ടെത്തും, അവരുടെ ഇരയെപ്പോലെ ഒരു ഇരയെ.

ഇത്തരമൊരു സങ്കീർണമായ അപഗ്രഥനത്തിലേക്ക് എന്നെ നയിച്ചതും അവൻ തന്നെ... എന്റെ ഇംഗിതമെന്തെന്ന് അറിഞ്ഞ് പ്രവർത്തിക്കാൻ അവൻ പരമാവധി ശ്രമിച്ചിരുന്നു... അവൻ എന്തുമാത്രം സന്തുഷ്ടനായിരുന്നെന്നോ... അവന് ഇതിനേക്കാൾ ഉയരത്തിലെത്താമായിരുന്നു...

- അവർ ശ്മശാനം സന്ദർശിച്ചില്ല... അവന്റെ വീട്ടിൽ നിന്നെടുത്ത നിണമണിഞ്ഞ തുണികൾ അവരാരും അവിടെ തൂക്കിയില്ല.... അവരാരും അവരുടെ താടി വടിച്ചതുമില്ല. അവർ തെരുവിൽ പ്രകടനം നടത്തുകയോ, അവനെ നഷ്ടപ്പെട്ടതിനു ശേഷമുള്ള വിലാപങ്ങളും അനുശോചനങ്ങളും നടത്തുകയോ ചെയ്തില്ല. അതിലുപരിയായി, മരണപ്പെട്ടവൻ മരണപ്പെട്ടു, മരണത്തിനു ശേഷമുള്ള വിലാപങ്ങൾ തികച്ചും ഔപചാരികങ്ങൾ മാത്രമാണ്...

പക്ഷേ, നിഷ്കളങ്കർ ശരിക്കും എത്രമാത്രം നിഷ്കളങ്കരായിരുന്നു... ചിലപ്പോഴൊക്കെ, മനസ്സിനിണങ്ങിയ കല്പനകൾ ആവശ്യാനുസരണം നമ്മുടെ തലയിൽത്തന്നെ ഉല്പാദിപ്പിക്കുന്നു... പക്ഷേ, ഖലിൽ നീ ശ്രദ്ധിച്ചു കേൾക്കണം... നീ നാജിയുടെ സുഹൃത്തായിരുന്നു, നിനക്ക് സത്യമറിയാം എന്നിരിക്കെ, അവൻ ഒരു ഇരയായിരുന്നു എന്ന കാര്യം മാത്രം നീയൊരിക്കലും വിശ്വസിക്കരുത്... അവൻ യാതൊന്നിനോടും യാതൊന്നും ചെയ്തിട്ടില്ല... അവരെങ്ങനെയാണ് അവനെ കൊന്നതെന്ന് നീ എപ്പോഴെങ്കിലും ആലോചിച്ചിട്ടുണ്ടോ? എന്തുകൊണ്ടായിരിക്കും അവർ

മറ്റുള്ളരെ ഒഴിവാക്കി, അവനെത്തന്നെ തിരഞ്ഞെടുത്തത്? അവൻ ഹരിതരേഖയുടെ അടുത്തേക്ക്, അതിർത്തിയിലേക്ക് എന്ത് ദൗത്യവുമായിട്ടായിരിക്കും പോയിട്ടുണ്ടാവുക?... ഒരുപാട് ആളുകൾ നിത്യവും അങ്ങോട്ടുമിങ്ങോട്ടും ഇങ്ങോട്ടുമങ്ങോട്ടും മുറിച്ചുകടക്കാറുണ്ട്... പലരും ഒരിടത്ത് താമസിക്കുകയും മറ്റൊരിടത്ത് ജോലി ചെയ്യുകയും ചെയ്യുന്നവരാണ്... ദിവസേന വന്നു പോയിക്കൊണ്ടിരിക്കുന്ന ക്രിസ്ത്യാനികളും അക്കൂട്ടത്തിലുണ്ട്.... എന്നിട്ടും എന്തുകൊണ്ട് നാജി? അതെ, എന്തുകൊണ്ട് നാജി....

ഖലിൽ നോക്കുമ്പോൾ, നാജി കോളർ ഉയർത്തിവച്ച് ചാറ്റൽമഴയെ നോക്കി, ശ്രീമതി ഇസബെല്ല കൊടുത്ത കുടയെടുക്കാൻ മറന്നതിനെയോർത്ത് ആകുലപ്പെടുകയായിരുന്നു... ചെക്ക്പോസ്റ്റ് അകലെയായിരുന്നെങ്കിലും അവൻ തിടുക്കത്തിൽ നടക്കുകയായിരുന്നു. അതേസമയം, മഴ ശക്തിപ്രാപിക്കും മുമ്പ് അഭയസ്ഥാനം തേടി പരക്കം പായുകയായിരുന്നു മറ്റുള്ളവർ. കയറി നിൽക്കാൻ മേൽക്കൂരയുടെ കുടയോ, മരത്തിന്റെ ചുവടോ കണ്ടെത്താത്തവരായിരുന്നു അവർ... പ്ലാസ്റ്റിക് ബാഗോ, കാർഡ്ബോർഡ് പെട്ടിയോ കൈവശമുണ്ടായിരുന്നവർ അത് തലയ്ക്കു മീതെ വച്ച് കഴിയുന്നത്ര വേഗത്തിൽ ഓടിത്തുടങ്ങുന്നത് ഖലിൽ കണ്ടു... എന്നാൽ നാജിക്കു മാത്രം മഴ നനയുമെന്ന ഭയമോ ആശങ്കയോ ഉണ്ടായിരുന്നില്ല... അമ്മയുടെ പിന്നാലെ ഓടുന്നതിനിടയിൽ തട്ടിത്തടഞ്ഞു വീണ ഒരു ചെക്കനെ നാജി പിടിച്ചെഴുന്നേൽപ്പിച്ചു... എന്തൊരു നശിച്ച കാലാവസ്ഥയാണിതെന്ന് ആ സ്ത്രീ പറയുമ്പോഴേക്കും നാജി ചിരിച്ചുകൊണ്ട് നടന്നുതുടങ്ങിയിരുന്നു....

- നോക്കൂ ഖലിൽ.... നാജി ഒരു ഏജന്റായിരുന്നു.... അവന് മുന്നറിയിപ്പ് കൊടുത്തതുകൊണ്ടോ, അവനെ ഭീഷണിപ്പെടുത്തിയതുകൊണ്ടോ യാതൊരു പ്രയോജനവുമില്ലെന്ന്.... എനിക്കറിയാമായിരുന്നു.... അവൻ ഇടതടവില്ലാതെ വന്നുകൊണ്ടിരുന്നു... ചിലപ്പോഴൊക്കെ അവൻ നിന്നെയും ഉപയോഗിച്ചു... എനിക്കറിയാം... അവൻ പതിവായി കൊണ്ടുവന്നിരുന്ന വിവരങ്ങളാണ് ഇവിടെയുള്ള മനുഷ്യരെ അപായപ്പെടുത്തിയിരുന്നത്.... എങ്കിലും അവൻ ഒന്നും അവസാനിപ്പിച്ചില്ല... അവിടെയുണ്ടായിരുന്ന ബന്ദികളെ വച്ചായിരുന്നു അവൻ അവരെ ഭീഷണിപ്പെടുത്തിയിരുന്നത്.... എന്റെ ഒരു തലമുടിയിൽ നീ സ്പർശിച്ചാൽ, ഇരുപതെണ്ണത്തിന്റെയെങ്കിലും അവയവങ്ങൾ അവർ വലിച്ചുകീറിയിരിക്കും... എന്നിട്ട്, ആ അവസ്ഥയിൽ ഉപേക്ഷിക്കും, ഒരിക്കലും ജീവിതത്തിലേക്ക് മടങ്ങി വരാനാവാത്ത വിധം... അവസാന കാലത്ത്, ഒരു സംഭവത്തിലും അക്കാര്യം കൃത്യമായി ഉറപ്പിക്കാൻ കഴിഞ്ഞിട്ടില്ല. കതകുതുറക്കുന്ന ആളുടെ തലയിൽ വീഴാൻ പാകത്തിന് വച്ചിട്ടുള്ള കെണിയിൽ, കുറ്റവാളിയെന്നു സംശയിക്കുന്നയാൾ തന്നെ വീഴുമെന്ന് അവർ പ്രതീക്ഷിച്ചു. ഒടുവിൽ അതുതന്നെ സംഭവിച്ചു. പുതിയ റോഡിൽ വച്ച്, ഒരു കാർകെണിയിൽ അവനെ കിട്ടി... എന്നെന്നേക്കുമായി ഒഴിവാക്കാൻ വേണ്ടി...

അടുത്ത ദിവസം നട്ടുച്ചയോടെയാണ് ഖലിൽ ഉണർന്നത്... അവനൊരു കുഞ്ഞിനെപ്പോലെ സ്വസ്ഥമായി ഉറങ്ങുകയായിരുന്നു. കുറേനാളുകളായി അവന് അനുഭവപ്പെടാതിരുന്ന സ്വസ്ഥതയായിരുന്നു അന്ന് തോന്നിയത്... അവൻ മുറി വൃത്തിയാക്കാൻ തുടങ്ങി. ബ്ലാങ്കറ്റുകൾ കിടക്കയിൽ വിരിച്ചശേഷം പുതപ്പുകൾ ചേർത്തുവച്ച് അതിനെ മൃദുവാക്കി... എന്നിട്ട് പാത്രങ്ങളെല്ലാം വാരിയെടുത്ത് സിങ്കിലേക്കിട്ടു.... ടാപ്പ് വെറുതെ തിരിച്ചുനോക്കിയപ്പോൾ വെള്ളം വീഴുന്നത് കണ്ട് അവൻ അമ്പരന്നു... പെട്ടെന്ന് ഒരു വലിയ ബക്കറ്റുകൊണ്ടുവന്ന് അതിൽ വെള്ളവും സോപ്പും നിറച്ച്, കഴിഞ്ഞ ദിവസം നായിഫ് കീഴ്മേൽ മറിച്ച കുളിമുറി വൃത്തിയാക്കാൻ തുടങ്ങി... ബേസിനു മുകളിലുള്ള കണ്ണാടിയുടെ അരികിൽ 3000 ലിറ്റർ എന്ന് എഴുതിയിരിക്കുന്നത് കണ്ടു - അത് അവൻ പ്രതീക്ഷിച്ചതു തന്നെ - പൈജാമയുടെ പോക്കറ്റിൽ നിന്നെടുത്ത കുറിപ്പുകളിലൂടെ അവൻ കണ്ണോടിച്ചുകൊണ്ട് ജോലി തുടർന്നു... കുളിമുറിയിൽ നിന്നിറങ്ങി, മുറിയിലെ കർട്ടൻ നീക്കി. കാറ്റുപോയ പന്തുപോലെ സൂര്യൻ ജനാലയിലൂടെ നിലത്തേക്ക് വന്നുവീണതുപോലെ...

വെളുത്തുള്ളിയുടെ രണ്ട് അല്ലി ചതച്ച്, ഒരു കയ്പുനാരങ്ങാ അതിന്മേൽ പിഴിഞ്ഞൊഴിച്ച്, പാട്ട തുറന്ന് കാപ്പിക്കുരു എടുത്ത് ചൂടാക്കിയിട്ട് ഒരു പാത്രത്തിലേക്ക് പകർന്നു... ചുവന്ന തക്കാളി ചന്തത്തിൽ അരിഞ്ഞ് അതിന്മേൽ ലേശം ഉപ്പ് തൂകി. എന്നിട്ട് വെള്ളരി അച്ചാറിന്റെ അവസാന കുപ്പി തുറന്നു... അതിൽ നിന്ന് ഒരെണ്ണമെടുത്ത് ചെറിയ പാത്രത്തിലേക്ക് വച്ചു... ഒലിവിന്റെ കാര്യം ഞാൻ മറന്നുപോയി, എന്ന് സ്വയം പറഞ്ഞു. കല്ലുപ്പ് ഇട്ടതുകൊണ്ട് വെള്ളം മാറ്റേണ്ടിവരുമെന്നും അവൻ ഓർത്തു... ജനാലയിലൂടെ നോക്കിക്കൊണ്ടിരുന്ന ഖലിൽ ഭക്ഷണം കഴിക്കാൻ തുടങ്ങി... റേഡിയോ ഓൺ ചെയ്ത് വാർത്തകേട്ടു... കുറേക്കഴിഞ്ഞ് ഭക്ഷണാവശിഷ്ടങ്ങൾ കളഞ്ഞശേഷം, കാപ്പിപ്പാത്രത്തിൽ വെള്ളം നിറച്ചു... ടാപ്പ് അടച്ചശേഷം വായിൽ തോന്നിയതെല്ലാം വിളിച്ചുപറഞ്ഞുകൊണ്ട്, അവൻ സകലതും ദേഷ്യത്തോടെ വലിച്ചെറിഞ്ഞു.

കോളേജിന്റെ വരാന്തയിൽ വച്ച് ഞാനാദ്യമായി നായിഫിനെ കാണുമ്പോൾ, അവനിൽ നിന്ന് കണ്ണെടുക്കാനേ തോന്നിയില്ല... അവനും എന്നെപ്പോലെ തന്നെ നാണംകുണുങ്ങിയായിരുന്നു... ഒന്നും ശ്രദ്ധിക്കുന്നില്ല എന്ന മട്ടിൽ നടന്ന എന്നെപ്പോലെ തന്നെ വ്യത്യസ്തനുമായിരുന്നു അവൻ... വെളുത്ത ഷർട്ടുകളുടെ കോളറുകൾ അവനെ വേറിട്ടുനിർത്തി. അക്കാലത്തെ കീഴ്വഴക്കങ്ങളെ അതിലംഘിക്കുന്ന വിധത്തിലുള്ള നേർത്ത കോളറുകളായിരുന്നു അവന്റെ ഷർട്ടുകൾക്ക്... മാത്രമല്ല എല്ലാ ബട്ടൺസുകളും ഇടുന്നതും അന്ന് പതിവില്ലായിരുന്നു. വർണപ്പകിട്ടുള്ളതും പൂക്കൾ പ്രിന്റ് ചെയ്തതുമായ ഷർട്ടുകളായിരുന്നു അക്കാലത്തെ ചെറുപ്പക്കാർ ധരിച്ചിരുന്നത്. അതാകട്ടെ അലസമായി എന്നാൽ കരുതലോടെ വയറ് പ്രദർശിപ്പിക്കുന്നവയുമായിരുന്നു. എന്നാൽ അവനാകട്ടെ,

അവന്റെ നേർത്ത വെള്ളക്കോളർ ഷർട്ടിന്റെ മുഴുവൻ ബട്ടൺസുകളും ഇടുമായിരുന്നു... കറുത്ത ബെൽബോട്ടം പാന്റുകളായിരുന്നു അവന്റെ മറ്റൊരു സവിശേഷത... ശരിയായ വേഷവിധാനമല്ലാത്തതുകൊണ്ട് ഏതെങ്കിലും പാർട്ടിയിൽ നിന്ന് പുറത്താക്കപ്പെട്ടവനെപ്പോലെയായിരുന്നു അവന്റെ വരവ്... അവനെ കണ്ടമാത്രയിൽ എന്റെ ഒറ്റപ്പെടൽ ഒരു പരിധി വരെ ഇല്ലാതെയായി എന്നു തോന്നി. അങ്ങനെ, എനിക്കും അവനെപ്പോലെ ചുമ്മായിരിക്കാനും പെൺകുട്ടികളുടെ നഗ്നകാല്പാദങ്ങളെ തുറിച്ചു നോക്കാനും അവയെ നോക്കി ചിരിക്കാനും കഴിഞ്ഞു.

ഞങ്ങൾ സുഹൃത്തുക്കളായതിനുശേഷം, അവന്റെ മൗസൈബയിലുള്ള വീട്ടിൽ പോയി, മാതാപിതാക്കൾക്കൊപ്പം ഉച്ചഭക്ഷണവും കഴിച്ചിട്ടുണ്ട്. തടിച്ച ഒരു സ്ത്രീയായിരുന്നു അവന്റെ അമ്മ. പെട്ടെന്ന് ദേഷ്യം വരുന്ന പ്രകൃതക്കാരിയായിരുന്നെങ്കിലും രസികത്തിയായിരുന്നു. വീട്ടിലെ പതിവ് സംഭാഷണങ്ങൾക്കിടയിൽ ആ സ്ത്രീ പതിവായി ആണയിടുന്നതും ശാപവാക്കുകൾ ചൊരിയുന്നതും കേൾക്കാമായിരുന്നു... അവൻ സന്തോഷപൂർവം മറുപടി പറയുന്നതും അതേ ഭാഷയിൽത്തന്നെയായിരുന്നു. അവൻ അമ്മയെ ശപിക്കുകയും പരുഷവാക്കുകളോടെ വാതിൽ വലിച്ചടക്കുകയും ചെയ്തത് എന്നെ അത്ഭുതപ്പെടുത്തി. ജീവിതത്തിൽ അന്നേവരെ അത്തരമൊരനുഭവം എനിക്കുണ്ടായിട്ടില്ല... അവന്റെ അമ്മ ശാന്തയായി, എനിക്ക് അഭിമുഖമായിരുന്ന്, എന്റെ കുടുംബവിശേഷങ്ങൾ അന്വേഷിച്ചുകൊണ്ടിരുന്നു... നായിഫ് ഒരു ചക്രക്കസേരയും ഉന്തി വരുന്നതുവരെ ആ സംസാരം തുടർന്നു. ചക്രക്കസേരയിൽ ഇരുന്ന ചെറുപ്പക്കാരനെ നായിഫ് എനിക്ക് പരിചയപ്പെടുത്തി, അത് അവന്റെ ആത്മമിത്രമായിരുന്നു: നസീബ്...

അങ്ങനെ നസീബ് ഞങ്ങളുടെ സുഹൃത്തായി മാറി... ഞങ്ങൾക്കിടയിൽ വിഷമകരമായ പല സാഹചര്യങ്ങളും ഉണ്ടായിട്ടുണ്ട്. ഞങ്ങളൊരുമിച്ച് ഭക്ഷണശാലയിലോ സിനിമാതിയറ്ററിലോ പോകുമ്പോൾ... ഒരാൾ അവനെയും മറ്റൊരാൾ ചക്രക്കസേരയെയും എടുക്കുമായിരുന്നു. ചിലപ്പോഴൊക്കെ ഞങ്ങൾ അവനോടൊപ്പമിരുന്ന് ചെസ്സ് കളിക്കും. മറ്റുചിലപ്പോൾ ഒന്നിച്ചിരുന്ന് കാപ്പികുടിക്കുന്നതിനിടയിൽ അവന്റെ അവിവാഹിതയായ മൂത്ത സഹോദരിയുടെ തുന്നൽപ്പണികളെക്കുറിച്ച് കുശലാന്വേഷണം നടത്തും... ഞങ്ങൾക്കുവേണ്ടി ചൂട്പലഹാരങ്ങൾ ഉണ്ടാക്കിക്കൊണ്ടുവരുന്നതിനിടയിൽ ഞങ്ങൾ അവളോട് തമാശ പറയും... അമ്മയെ ശിക്ഷിക്കണമെന്നു തോന്നുമ്പോഴൊക്കെ, നായിഫ് നസീബിൽ നിന്ന് പണം കടംവാങ്ങും... അരികുകൾ കീറിപ്പറിഞ്ഞ തുകൽ പേഴ്സിൽ ശ്രദ്ധാപൂർവം മടക്കിവച്ച കറൻസിയാണ് നസീബ് നൽകാറുള്ളത്... തുകൽ പേഴ്സ് ഒഴികെയുള്ള അവന്റെ മറ്റെല്ലാ സാധനങ്ങളും പുതിയതുപോലെ തോന്നിച്ചു... നായിഫിന്റെ വീട് ചെറുതായിരുന്നെങ്കിലും സദാസമയവും അകലെയുള്ള ഗ്രാമത്തിൽ നിന്നുള്ള ബന്ധുമിത്രാദികളെയും അതിഥികളെയും കൊണ്ട് അവിടം നിറഞ്ഞിരിക്കും. അതു

കൊണ്ടുതന്നെ അവൻ പലപ്പോഴും ഉറങ്ങിയിരുന്നത് നസീബിന്റെ വീട്ടിലായിരുന്നു...

ഒരിക്കൽ അവനെ അതീവ ദുഃഖിതനായി കാണപ്പെട്ടു. കാരണമന്വേഷിച്ചപ്പോൾ അവൻ സങ്കടത്തോടെ പറഞ്ഞു: നസീബിന് എന്തായിരിക്കും സംഭവിക്കുക? അവൻ നല്ല ബുദ്ധിയുള്ളവനായിരുന്നു... എന്നെങ്കിലുമൊരിക്കൽ അവന്റെ സഹോദരി മരിക്കും... അവനോടൊപ്പം മറ്റേതെങ്കിലുമൊരു പെൺകുട്ടിക്ക് സന്തോഷത്തോടെ ജീവിക്കാൻ കഴിയുമോ.... അവൻ ഒരു തളർവാത രോഗിയാണ്, ഞാൻ പറഞ്ഞുവരുന്നത് എന്താണെന്ന് നിനക്ക് മനസ്സിലായോ.... പ്രായക്കൂടുതലോ വൈരൂപ്യമോ ഒന്നുമല്ല പെൺകുട്ടികൾ പരിഗണിക്കുന്നത്... അരയ്ക്കുതാഴോട്ടുള്ള ഭാഗത്തെ സന്തോഷിപ്പിക്കാൻ കഴിഞ്ഞില്ലെങ്കിൽ, പെൺകുട്ടികൾ തൃപ്തരാകില്ല... മറ്റൊന്നിനെക്കുറിച്ചും അവർ വിചാരപ്പെടാറില്ല... നസീബിന് സംഗീതം പോലും അറിയാമെന്നുള്ള കാര്യം നിനക്കറിയാമോ? അവൻ കലാഹൃദയമുള്ളവനും ലോലമനസ്കനുമാണ്... നിനക്കെന്തു തോന്നുന്നു?... അവന്റെ ജീവിതം..... കടുപ്പമല്ലേ...

ഞാൻ നായിഫിനോട് പറഞ്ഞു... നസീബ് ഇപ്പോഴും നമുക്കൊപ്പമുണ്ടല്ലോ.... ഒരിക്കലും നമ്മളവനെ കൈവെടിയരുത്, നീയും ഞാനും... എങ്കിൽ അവനെന്നും സന്തോഷവാനായിരിക്കും... അവനൊരു കഷ്ടപ്പാടുണ്ടായാൽ നമ്മൾ അവനെ എങ്ങനെയെങ്കിലും ചുമലിൽതാങ്ങി ഉയർത്തണം. അവൻ പറഞ്ഞു: തീർച്ചയായും, എന്റെ ചങ്ങാതീ...

പാർട്ടിയിൽ ചേർന്നതിനുശേഷം, സുഹൃത്തുക്കളോട് കൂടുതൽ സമയം ഇടപഴകാൻ നായിഫിന് കഴിയാതെ പോയി. അവൻ ഞങ്ങളോടൊപ്പം ചെലവഴിക്കുന്ന സമയം പോലും നിലച്ചു... ഒരുപക്ഷേ സൗഹൃദപരമെങ്കിലും ഹംസയുടെ രൂക്ഷപരിഹാസങ്ങൾ അവനെ ഭയപ്പെടുത്തിയിട്ടുണ്ടാവാം...

കുറച്ചുനാളുകൾക്കുശേഷം കോളേജിലെ ക്ലാസ്സുകളും അവന് നഷ്ടപ്പെടാൻ തുടങ്ങി... മറ്റു ചെറുപ്പക്കാരെ കാണുമ്പോൾ ഹസ്തദാനം ചെയ്ത് അഭിവാദ്യമർപ്പിക്കാൻ തുടങ്ങി, മുതിർന്നവരെപ്പോലെ... എല്ലാവരോടും ഔപചാരികമായി പെരുമാറി. വസ്ത്രങ്ങളുടെയും പെൺകുട്ടികളുടെയും കാര്യത്തിൽ കൂടുതൽ ശ്രദ്ധാലുവായി. വർഷാന്ത്യപരീക്ഷകളിൽ പരാജയപ്പെടുകയും വിജയിച്ചവരോട് പുച്ഛത്തോടെ പെരുമാറുകയും ചെയ്തു... പുതിയ വിദ്യാർത്ഥികളെയും പുതിയ പെൺകുട്ടികളെയും മാത്രം പരിചയപ്പെട്ടു. താടി നീട്ടിവളർത്തിയതിനുശേഷം പ്രകടനങ്ങളുടെ ഭാഗമാകുകയും മുൻനിരയിൽ അവനേക്കാൾ മുതിർന്നവർക്കൊപ്പം കൈകോർത്ത് നടക്കാനും തുടങ്ങി... കനമുള്ള പുസ്തകങ്ങളും മാഗസിനുകളും എപ്പോഴും കൈയിൽ കരുതിയിരുന്നെങ്കിലും ഹംസ ആണയിടുന്നത് ശരിയാണെങ്കിൽ, അവൻ അതിൽ നിന്ന് ഒരു വാക്കുപോലും വായിച്ചിരുന്നില്ല... പിന്നീടൊരിക്കലും നസീബിനെ കാണാൻ അവൻ എന്നെ വിളിച്ചിരുന്നില്ല...

എങ്കിലും നായിഫിനെ ഞാൻ സ്നേഹിക്കുന്നു... ഒരുപാട്.

- നീയൊരു ക്രിസ്ത്യാനിയായിട്ടും ഈ പ്രദേശത്തുതന്നെ താമസിക്കുന്നതെന്താ?

- ജനിച്ചുവളർന്ന മതവിഭാഗത്തിൽ നിന്നുമാത്രം സാമാന്യബോധം കിട്ടുകയില്ല എന്ന കാരണം കൊണ്ടുതന്നെ.

- അജ്ഞതകൊണ്ടും ദുരുപദേശങ്ങൾ കൊണ്ടും വർഗീയവാദം കൊണ്ടും ഒന്നു തിരിയാൻ പോലുമാകാത്ത ജനങ്ങളുടെ ഒപ്പം നിന്നിരുന്നെങ്കിൽ നിന്റെ പിടച്ചിൽ കൂടുതൽ അർത്ഥവത്തും കൂടുതൽ പ്രയോജനകരവുമാകുമായിരുന്നില്ലേ?

- എങ്കിൽ എന്നെ അവർ കൊല്ലുമായിരുന്നു... അതുകൊണ്ട് എന്തു പ്രയോജനം? അവർ ചെയ്യുന്നതുപോലെ തീവ്രവാദമോ പ്രതിരോധമോ എനിക്ക് കഴിയില്ല.

- എത്രയോ ക്രിസ്ത്യാനികൾ അവരുടെ ജീവിതം സ്വന്തം നിലയിൽ ഇവിടെ ജീവിച്ചുതീർക്കുന്നുണ്ട്.

- ചെറുത്തുനിൽക്കാൻ അത് പോരാ.

- ഇസ്രായേലിനെപ്പോലൊരു ഭീകരനെ പ്രതിരോധിക്കാൻ അതു മതി.

- ഇതൊരു ആഭ്യന്തരയുദ്ധമാണ്. ഇസ്രായേല്യരെ കൊല്ലണം എന്നു പറയുന്നതുപോലെ സ്വന്തം രാജ്യത്തെ ജനങ്ങളെ ഞാനെന്തിന് കൊല്ലണം? അത്തരമൊരു ആശയത്തോട് എനിക്ക് തീരെ യോജിപ്പില്ല.

- പക്ഷേ നിന്റെ പാർട്ടിക്ക് ഇവിടെ നടക്കുന്ന ബോംബുസ്ഫോടനങ്ങളിൽ വ്യക്തമായ പങ്കുണ്ട്.

- അവരെ നിശ്ശബ്ദരാക്കാൻ വേണ്ടി തിരിച്ചടിക്കുകയാണ് ഞങ്ങൾ ചെയ്യുന്നത്... ഇവിടെയൊരു ജനാധിപത്യ അന്തരീക്ഷം ഉരുത്തിരിഞ്ഞു വരണമെന്നാണ് ഞാനും എനിക്കൊപ്പമുള്ളവരും പ്രതീക്ഷിക്കുന്നത്.

- വാസ്തവത്തിൽ അത് അത്രമാത്രം അനിവാര്യമാണോ?... അതിരിക്കട്ടെ, ഒളിപ്പോരിനെക്കുറിച്ച് എന്താണ് അഭിപ്രായം?

- വിഭാഗീയതയുടെ പേരിൽ വെട്ടിമുറിക്കണമെന്നാണോ നിന്റെയും താല്പര്യം? ഇവിടെയുള്ള പോരാട്ടം ഇവിടത്തേക്കുവേണ്ടിയും, അവിടെയുള്ള പോരാട്ടം അവിടത്തേക്കുവേണ്ടിയും എന്നാണോ നീ പറഞ്ഞുവരുന്നത്? എന്നുവച്ചാൽ രാജ്യം രണ്ടായി വിഭജിക്കണമെന്നതാണോ നിന്റെ ആവശ്യം?

- പക്ഷേ, നടന്നുകൊണ്ടിരിക്കുന്ന സംഭവങ്ങൾ വ്യക്തമാക്കുന്നത് രണ്ടു രാജ്യങ്ങൾ എന്നുതന്നെയാണ്.

- അല്ല, ഞാനൊരു ക്രിസ്ത്യാനിയാണ്, ഞാനിവിടെ താമസിക്കുന്നു. ഞാൻ എന്റെ എതിർപ്പ് രേഖപ്പെടുത്തുകയാണ്.

- നിനക്ക് പ്രശസ്തനാവണമെങ്കിൽ നിന്റെ തലയ്ക്കുചുറ്റും പ്രഭാവലയം വേണം. എങ്കിൽ ഗ്രാമങ്ങൾ തോറുമുള്ള വീടുകളിൽ നിന്റെ ചിത്രം സ്വീകരണമുറിയിലെ ചുമരുകളിൽ തൂക്കുകയും നായകപരിവേഷത്തോടെ അതിഥികൾക്കു മുന്നിൽ നിൽക്കുകയും ഇപ്പോൾ നിനക്ക് ചിന്തിക്കാനാവുന്നതിലുമപ്പുറമുള്ള ഒരു പദവി നേടിയെടുക്കുകയും ചെയ്യാം.

- ഇല്ല, വിഭാഗീയതയെ ഞാൻ തള്ളിക്കളയുന്നു, അത് എത്രതന്നെ യുക്തിസഹമാണെങ്കിലും. ഞാൻ എന്റെ വിശ്വാസങ്ങളിൽ ഉറച്ചുനിൽക്കും, അതിന് എന്തു വില കൊടുക്കേണ്ടി വന്നാലും.

- അതിന്റെ വില നിന്റെ ഇളയസഹോദരൻ കൊടുത്തുകഴിഞ്ഞു. നിന്റെ ഇളയ സഹോദരൻ പട്ടാളത്തിൽ ചേർന്നത് അതുകൊണ്ടായിരുന്നു. ഇസ്രായേല്യരാൽ ആക്രമിക്കപ്പെട്ട സാർഫാൻഡിലേക്ക് സൈന്യം പോകണമെന്ന് പലതവണ നീതന്നെ അവനോട് പറഞ്ഞതാണ്. അങ്ങനെയാണ് ചിയായിൽ വച്ച് നിന്റെ പാർട്ടിയുടെ സായുധ വിഭാഗത്തിന്റെ ആക്രമണത്തിൽ അവൻ കൊല്ലപ്പെട്ടത്. എങ്കിലും നിന്റെ ഓഹരിവില കൂടി. കലാപത്തിൽ ഇവിടെയുള്ള ക്രിസ്ത്യാനികളുടെ എണ്ണം കുറയുമ്പോഴും കാട്ടുകള്ളനെപ്പോലെ നിന്റെ ലാഭം ഉയർന്നു.

- ഞാൻ ദാരിദ്ര്യത്തിലേക്ക് വീഴാൻ കാരണം കലാപമാണ്, എന്റെ കൂട്ടാളികളെ കൊന്നതും കലാപംതന്നെ, എന്റെ അയൽവാസിയായ മഹ്മൂദിനെ കലാപകാരികൾ തട്ടിക്കൊണ്ടുപോയതും കൊലപ്പെടുത്തിയതും അയാളൊരു മുസ്ലീമായതുകൊണ്ടു മാത്രമായിരുന്നു...

- എന്നാൽ എനിക്കറിയാവുന്ന ഒരു കാര്യം നിന്നോടു പറയാം... ഞാൻ നിരപരാധിയും നാജി ഒരു ഏജന്റുമായിരുന്നു...

- ഖലിൽ, നിനക്കെന്തോ കുഴപ്പമുണ്ട്. ഈ രാജ്യം ഒരിക്കലും രണ്ടു രാജ്യങ്ങളല്ല. എനിക്കൊരു പ്രത്യേകതകളുമില്ല, പക്ഷേ നാജി......

ഇത്തരം സാങ്കല്പിക വാദങ്ങൾ മാനസികവളർച്ചക്കുറവിന്റെ തെളിവാണെന്ന് ഖലിൽ ചിന്തിച്ചു... മാത്രമല്ല, നായിഫ് പറഞ്ഞതെല്ലാം വാസ്തവമായിരിക്കും. എനിക്ക് തീർച്ചയായും നായിഫിനെ ആവശ്യമുണ്ട്.... നായിഫിനെ എനിക്കിഷ്ടമാണ്, കാരണം അവൻ എന്നെപ്പോലെയാണ്, എനിക്ക് അവനെ എത്രമാത്രം ആവശ്യമുണ്ടെന്നകാര്യം അവൻ എന്നെത്തേടി വരുന്നതുവരെ എനിക്കറിയില്ലായിരുന്നു. മരിച്ചവരെ കുഴിച്ചുമൂടുന്ന കാര്യത്തിൽപ്പോലും അവനെന്നെ സഹായിച്ചു.

പക്ഷേ ആരാണ് മരിച്ചത്? ഖലിലിന് ആ ചോദ്യത്തിന് ഉത്തരം കണ്ടെത്തേണ്ടിയിരുന്നു. കാരണം നാജി മരിക്കുന്നതിന് മുമ്പ് അവനെന്താണ് സംഭവിച്ചതെന്ന് ഖലിലിന് അറിയണമായിരുന്നു... പുറപ്പെട്ടുപോയ കുടുംബത്തിന് ഒന്നിനെക്കുറിച്ചും യാതൊരു ധാരണയുമില്ലായിരുന്നു, ആരാണ് ശവമടക്ക് നടത്തുക എന്ന കാര്യത്തിൽപോലും... ആ കുടുംബം പോലും സംശയദൃഷ്ടിയോടെയാണ് ശവശരീരത്തെ

നോക്കിയത്. ഒരു മൃതദേഹത്തിനും മരണപ്പെട്ടയാളുടെ രൂപം പൂർണ മായി ഉൾക്കൊള്ളാൻ കഴിയില്ല... നിലവിളികൾക്കിടയിൽ, അവരുടെ നോട്ടം മൃതശരീരത്തിൽ പതിയും. അപ്പോൾ ആ സ്ത്രീ അവനെ സ്പർശിക്കും. അവർ അങ്ങനെ ചെയ്യുന്നത് അവന്റെ വേർപാടുകൊണ്ടു ണ്ടായ ഭാരം താങ്ങാനാവാത്തതുകൊണ്ടു തന്നെയാണ്. എങ്കിലും, ജീവി ച്ചിരുന്നപ്പോഴുള്ള ശരീരത്തിന്റെ ഉടമയുടെ വിദൂരച്ഛായ മാത്രമായിരിക്കും ജഡം അവശേഷിപ്പിക്കുന്നത്. അതുകൊണ്ടുതന്നെയാണ് സംശയത്തിന്റെ നോട്ടങ്ങൾ ഇഴഞ്ഞുതുടങ്ങുന്നത്... ഒരുപാട് സന്ദേഹങ്ങൾ അവശേഷി പ്പിക്കുന്നതുകൊണ്ടാണ് മൃതശരീരത്തെ പേരു വിളിക്കാത്ത 'ശവം' എന്നു വിളിക്കുന്നത്... അങ്ങനെയാണ് മൃതശരീരത്തെ പരാമർശിക്കുമ്പോൾ അതിനെ നപുംസകലിംഗമായി കണക്കാക്കുന്നത്... അവർ പിന്നീട് പറ യുന്നത്, അതിനെ എടുത്തു... അത് വന്നു... അതിനെ അടക്കി, അത് ഉയർത്തൂ... എന്നൊക്കെ ആയിരിക്കും. അവന്റെ കുടുംബം അവനെ യോർത്ത് പരസ്യമായി കരഞ്ഞു. ശവക്കച്ചയിൽ പൊതിഞ്ഞ അവനിൽ നിന്ന് കണ്ണുകളെ പിൻവലിച്ചുകൊണ്ട് അവർ ഓർമ്മകളിലേക്ക് തിരിഞ്ഞു... അവൻ നടന്നതും നീങ്ങിയതും ചിരിച്ചതും സംസാരിച്ചതു മൊക്കെ ഓർത്തെടുത്ത് വിതുമ്പി... ഇടയ്ക്ക് പാളിപ്പോയ നോട്ടം ശവ ത്തിലേക്ക് മടങ്ങിയെത്തി. അന്നേരം അവർ തൃപ്തികരമല്ലാത്ത കാര്യ ങ്ങൾ പരാമർശിക്കുന്നത് ഒഴിവാക്കും. എന്നിട്ട് പറയാൻ തുടങ്ങും: ഇതിന് ഒരു മാറ്റവുമില്ല... ഉറങ്ങിക്കിടക്കുകയാണെന്നേ തോന്നൂ... ഇതിന്റെ ചർമ്മത്തിന് ഇപ്പോഴും എന്തൊരു മാർദ്ദവമാണ്... ഇതിന് ഒട്ടും ദുർഗ ന്ധമില്ല, മാത്രമല്ല വനപുഷ്പങ്ങളുടെ സുഗന്ധവും ഇവിടെ തങ്ങി നിൽക്കുന്നു...

ചില വാക്കുകൾ അതിന്റെ ഉടമയെ എപ്പോഴും അനുസ്മരിപ്പിക്കും... വിശേഷിച്ചും അവന്റെ ആത്മാവ് വേറിട്ടുപോയ അവസരങ്ങളിൽ... അവന്റെ ശവം; പക്ഷേ അവന്റെ താക്കോലുകൾ, അവന്റെ വസ്ത്രങ്ങൾ, അവന്റെ കാർ, അവന്റെ കിടക്ക എന്നിങ്ങനെ അവനോട് കൂടുതൽ അടു പ്പമുള്ള വസ്തുക്കൾ, ആ ഓർമ്മകളെ കൂടുതൽ ദീപ്തമാക്കും. ആ സംഗതികൾ 'അതിനെ' കൂടുതൽ ആവേശത്തോടെ കീഴടക്കും.

പിരിഞ്ഞുപോയവന്റെ ഓർമ്മകൾ ശവശരീരത്തിന്റെ സാന്നിധ്യ ത്തിൽ കുടുംബാംഗങ്ങൾക്ക് അല്പം ആശ്വാസം നൽകിയേക്കും, എങ്കിലും അന്തിമനഷ്ടത്തെക്കുറിച്ച് ഓർക്കുമ്പോൾ അവർ കൂടുതൽ വ്യാകുല പ്പെടും... അവനെ സംബന്ധിച്ചിടത്തോളം ഇവിടെ ഒരു പൂരിപ്പിക്കാത്ത പത്രിക പോലെയാണ്, കൃത്രിമ മാർഗത്തിലൂടെ ഹാജരാകാത്ത ആളുടെ ഫോട്ടോ പതിപ്പിക്കുന്നതുപോലെ തന്നെ... യഥാർത്ഥ സംഭവം വ്യക്ത മാകാത്ത വിധത്തിൽ, കനത്ത രാത്രിക്കു വേണ്ടിയുള്ള മുന്നൊരുക്കം... അവൻ ഇവിടെയൊരു ചരിത്രം കുറിക്കുകയാണ്... മാസം, ദിവസം, മണി ക്കൂർ, വിലാപസ്വരങ്ങൾ, മൂടിവയ്ക്കലുകൾ എല്ലാം... അങ്ങനെ സംഭവി ക്കുന്നുവെന്ന് ഉറപ്പുവരുത്തുകയാണ്, അഗ്നിപർവതമുഖത്തിലെ ലാവാ

ദ്വാരത്തിനുള്ളിലെ സ്ഫോടനങ്ങളുടെ പ്രതിധ്വനി മന്ദീഭവിപ്പിക്കാനുള്ള പരിശ്രമം... ക്രമേണ അവരുടെ ദുഃഖരാത്രികൾ മാഞ്ഞുപോകും... കാർന്നു തിന്നുന്ന നികൃഷ്ട വിരകളെപ്പോലെ അതിന്റെ മുട്ടകൾ സാവധാനം ഉണങ്ങിപ്പോകും... ഒരിക്കൽ മാത്രമായിരിക്കില്ല അവർ അവനുവേണ്ടി കരയുന്നത്, ഒരിക്കൽ മാത്രമായിരിക്കില്ല അവന്റെ ശവം... മരണത്തിന്റെ സ്വീകാര്യതയെ ഓർമിപ്പിക്കാൻ വേണ്ടി മാത്രമായിരിക്കും ആ അമൂർത്ത ചിത്രങ്ങൾ... ആരാണ് സാന്നിധ്യംകൊണ്ട് ആശ്വസിപ്പിച്ചതെന്നും ആരാണ് വൈകിയെത്തിയതെന്നും ആരാണ് തിടുക്കത്തിൽ തിരികെ പ്പോയതെന്നും ഓർമിപ്പിക്കാൻ മാത്രമാണ്... ആരാണ് കൂടുതൽ കരഞ്ഞ തെന്നും, ആരാണ് രഹസ്യമായി ആനന്ദിച്ചതെന്നും, ആരൊക്കെ വന്നില്ല എന്നും... അതുകൊണ്ടാണ് പറയുന്നത്, മൃതദേഹത്തിന്റെ സാന്നിധ്യം അവർക്ക് എപ്പോഴും ഓർമിക്കാനുള്ള എന്തെങ്കിലും നൽകിക്കൊണ്ടി രിക്കും. ശരിക്കുള്ള മരണത്തിൽനിന്നുള്ള വ്യതിയാനമാണത്, മരിച്ചയാളെ പ്പോലും മറന്നുപോകുന്ന ചിലത്....

ഖലിൽ നാജിയുടെ മൃതദേഹം കണ്ടിരുന്നില്ല, എന്നാൽ നായിഫാ കട്ടെ മുമ്പ് എന്തൊക്കെയാണ് സംഭവിച്ചതെന്ന് അന്ന് അറിഞ്ഞിരുന്നില്ല... ഒരു ദുർമന്ത്രവാദിനി മാന്ത്രികവടി ചുഴറ്റുന്നതുപോലെ, ഓർമ്മകളുടെ ഭണ്ഡാരം തുറന്നതോടെ അടിസ്ഥാന ഘടകങ്ങളുടെ കുമിൾമിശ്രിതം പുറത്തേക്ക് വമിച്ചു...

നാജിയുടെ മരണത്തെക്കുറിച്ച് എന്തൊക്കെയാവും അവൻ തന്നെ ഒരുക്കിവച്ചിട്ടുള്ളത്? മേശവലിപ്പിന്റെയും ബാഗിന്റെയും ഉണങ്ങിയ ലാവൻഡറിന്റെയും ഇടയിലേക്ക് ശ്രദ്ധാപൂർവം അവനെത്തന്നെ മടക്കി വച്ചിട്ടുണ്ടായിരിക്കും. അതുകൊണ്ടുതന്നെ അവയൊക്കെ എടുത്ത് വിടർത്തി പ്രിയസുഹൃത്തിനെക്കുറിച്ചുള്ള കണ്ണീർക്കണങ്ങളും ദുഃഖ സ്മരണകളും പങ്കുവയ്ക്കാനും കഴിയും, വാർദ്ധക്യത്തിന്റെ പാതയോ രത്ത് നിൽക്കുന്ന ആദ്യമരത്തെപ്പോലെ. അഥവാ, അവന്റെ മരണത്തെ കുടങ്ങളിലേക്കും പാത്രങ്ങളിലേക്കും ചരുവങ്ങളിലേക്കും പകരുമായി രിക്കും... അവന് മുഷിപ്പനാകുന്നതുവരെ അതങ്ങനെ തണുത്തുറ ഞ്ഞിരിക്കും... അവന്റെ ഹൃദയത്തിന് വിശക്കുമ്പോൾ, ഉപ്പുതൊടാതെ സൗഹൃദം വിഴുങ്ങിയിട്ട്, ഭാവികാല ബന്ധങ്ങൾക്കുവേണ്ടി അനുഭവം കാത്തുസൂക്ഷിക്കും... അല്ലെങ്കിൽ, നാജിക്കുവേണ്ടി ഒരു മഴു തയ്യാറാക്കി മരണത്തെ കീറി, അത് വളരുമ്പോഴെല്ലാം ഒരുവിരൽ വീതിയിൽ ശ്മശാന ഭൂമിയിൽ അനേകം ആത്മാക്കളോടൊപ്പം, ഒരു വിഡ്ഢിയെപ്പോലെ, ചുറ്റി നടക്കും. മരണപ്പെട്ട മരക്കഷണങ്ങൾ എങ്ങനെയാണ് കൽക്കരിയായി മാറുന്നതെന്നറിയാത്ത മരംവെട്ടുകാരനെപ്പോലെ, തീരാപ്പകയുടെ കന ലുകൾ ഉള്ളിലൊളിപ്പിച്ച്, സുന്ദരനും സൗമ്യനും വ്യത്യസ്തനുമായ ഒരുവനുവേണ്ടി പുതിയ റോഡിൽ വഴക്കടിക്കുന്ന കുട്ടികളെപ്പോലെ സമയം കളയുന്നതെന്തിന്...?

അവനെക്കുറിച്ച് എനിക്ക് വളരെക്കുറച്ചുമാത്രമേ അറിയുകയുള്ളോ?... അവൻ മറ്റൊരുത്തനായിരുന്നോ, രാത്രികാലങ്ങളിൽ പൈശാചികരൂപം പൂണ്ട് പുറത്തേക്കു പോകുന്നവനെപ്പോലെ, രാത്രിയിൽ ഘോരമായ കൊല നടത്തി തിരികെയെത്തി പകൽ എന്നെ നോക്കി ചിരിക്കുകയായിരുന്നോ, ആട്ടിൻതോലണിഞ്ഞ ചെന്നായയായിരുന്നോ ആ സുന്ദര രൂപത്തിനു പിന്നിൽ ഒളിച്ചിരുന്നത്? ഇരുൾ മൂടിയ ആകാശത്ത് പൂർണചന്ദ്രൻ ഉദിച്ചുകഴിയുമ്പോൾ, ജനവാസമില്ലാത്ത തരിശിടങ്ങളിൽ ചെന്ന് ഓരിയിടുന്ന വിശന്ന ചെന്നായയായിരുന്നോ? രാത്രികാലങ്ങളിൽ, പുതിയ കുടൽമാലകൾ ഭുജിക്കാൻ അവന്റെ തിളങ്ങുന്ന ദംഷ്ട്രകൾ നിരന്തരം അന്വേഷിക്കുമായിരുന്നുവോ? അല്ലെങ്കിൽ, രാത്രികാലത്തെ കാറ്റിനൊപ്പം ശ്മശാനഭൂമിയിൽനിന്ന് അലയടിച്ചുയരുന്ന കഴുകന്റെ ശബ്ദം അവന്റേതായിരുന്നോ? അല്ലെങ്കിൽ, അമേരിക്കൻ സിനിമകളിൽ കാണുന്ന വാടകക്കൊലയാളിയെപ്പോലെ... കൈകളിൽ തുകലുറയും ധരിച്ച്, മേൽക്കുപ്പായത്തിന്റെ കോളർ ഉയർത്തിവച്ച്, പുരികം ചുഴറ്റി പ്രത്യേകതരത്തിൽ അട്ടഹസിച്ചുകൊണ്ട് വിജനമായ തെരുവീഥികളിലൂടെ... വെള്ളപ്പല്ലുകൾക്കിടയിൽ പാഷാണവും കടിച്ചുപിടിച്ച്, ശത്രുക്കളുടെ കൈകളിൽ പെട്ടുപോയാൽ, അവിടെ നിന്ന് എങ്ങനെയെങ്കിലും രക്ഷപ്പെട്ടോടി, അകലെ താമസിക്കുന്ന ചങ്ങാതിയുടെ വീട്ടിൽച്ചെന്ന് വേഷം മാറി, വാടകക്കൊലയാളിയുടെ വേഷം എവിടെയെങ്കിലും ഒളിപ്പിച്ച് - മിക്കവാറും അത് ചങ്ങാതിയുടെ കട്ടിലിനടിയിലോ, മുഷിഞ്ഞ വസ്ത്രക്കൂനയുടെ ഉള്ളിലോ ആയിരിക്കും - രഹസ്യവലിപ്പ് തുറന്ന് റേഡിയോ പോലെയുള്ള ഉപകരണവും, അദൃശ്യ മഷിയുമെടുത്ത്...

ശ്രീമതി ഇസബെല്ലയ്ക്ക് ഇക്കാര്യങ്ങളെല്ലാം നേരത്തെ അറിയുമായിരുന്നോ? ആ സ്ത്രീ അതെല്ലാം അവരുടെ നരച്ച മുടിയിഴകൾക്കുള്ളിൽ ഒളിപ്പിച്ചതായിരിക്കുമോ? ബുദ്ധിമതിയായ സ്ത്രീയുടെ ചുരുൾമുടിപോലെ... ശരിക്കും ആ സ്ത്രീ അവന്റെ അമ്മ തന്നെയാണോ? വാസ്തവത്തിൽ അവളൊരു പ്രായം ചെന്ന സ്ത്രീ തന്നെയാണോ? അതോ, വാതിൽ ഉള്ളിൽ നിന്ന് കുറ്റിയിട്ടതിനുശേഷം, കൃത്രിമ മുടിയും തുകൽ കൊണ്ടുള്ള മുഖം മൂടിയും ഊരി മാറ്റി നാജിയോടൊപ്പം, രക്തനിറമുള്ള അവസാനിക്കാത്ത രാത്രി ആഘോഷിക്കുമോ? ബോംബ് സ്ഫോടനങ്ങൾ ഫലം കണ്ടതിന്റെ പേരിൽ... നരിച്ചീറുകളെപ്പോലെ ചിരിക്കുമോ...? പ്രഭാതത്തിന്റെ ആദ്യകിരണങ്ങൾ കാണുംവരെ, രക്തരൂക്ഷിതമായ, സാത്താന്യകേളികൾ തുടരുമോ...?

ചിന്തകൾ അങ്ങനെയൊക്കെ പലവഴിക്ക് സഞ്ചരിക്കുന്നതിൽ ഖലിൽ ഏറെ സന്തോഷവാനായിരുന്നു. ഒരു കളിപോലെ അവന് രസം പിടിക്കുന്നുണ്ടായിരുന്നെങ്കിലും ഒന്നും ഗൗരവത്തോടെ നോക്കിക്കാണാൻ അവൻ ശ്രമിച്ചില്ല... അവന് ആവശ്യമുള്ള സങ്കല്പചിത്രങ്ങളെ അവൻ തന്നെയാണ് തെരഞ്ഞെടുത്തത്. എന്നിട്ട് സ്വയം പറഞ്ഞു, എനിക്ക് ഇതിലൊന്നും വിശ്വാസമില്ല. എങ്കിലും, ഒരു പ്രത്യേക ലക്ഷ്യത്തോടെയാണ്

ഞാനിതൊക്കെ സങ്കല്പിച്ചുകൂട്ടുന്നത്. ഇതൊക്കെയും മണ്ടത്തരങ്ങളും വാസ്തവവിരുദ്ധവും അങ്ങേയറ്റം കടന്നകൈയും ഭോഷ്കുമാണെന്നറിയാം. എന്തുകൊണ്ടെന്നാൽ, നായിഫ് പറയാൻ പോകുന്നത് എനിക്ക് കേൾക്കാനാവില്ല.... ഒരുപക്ഷേ, എനിക്ക് ഒരു കാരണവശാലും സഹിക്കാനാവാത്തതായിരിക്കും...

നായിഫിന്റെ കണ്ണുകൾ വീണ്ടും ഖലിലിന്റെ നേർക്ക് തിരിഞ്ഞു.... അവൻ ശ്വാസമെടുക്കാൻ ബുദ്ധിമുട്ടുന്നുണ്ടായിരുന്നു.... അന്നേരം ഒന്നും ചെയ്യാതെ മുറിയുടെ ഒത്തമധ്യത്തിൽ ഇരിക്കുകയായിരുന്നു അവൻ.... അവന്റെയുള്ളിൽ അമർഷം തിളച്ചുപൊങ്ങുന്നുണ്ടായിരുന്നു, വെള്ളം തിളച്ചുപൊന്തുന്നതുപോലെ.... ദീർഘകാലത്തിനുശേഷം ആദ്യമായി അവന് തോന്നി, താനൊരു ബന്ധുവിനെ സന്ദർശിക്കുകയാണെന്ന്.... വർഷങ്ങൾക്കു മുമ്പ് മരിച്ചുപോയ അച്ഛന്റെ മുഖം അവന്റെ മനസ്സിലേക്ക് കടന്നുവന്നു, ഗ്രാമത്തിലെ വീടിന്റെ പടിക്കെട്ടു മുഴുവൻ ചുമച്ചു തുപ്പി വൃത്തികേടാക്കുന്ന അച്ഛന്റെ ചിത്രമായിരുന്നു അത്.... എന്നാൽ വാതിൽ തുറക്കുന്നതിനു മുമ്പ് അവന് വല്ലാത്ത മനസ്താപമുണ്ടായി, എന്നിട്ട് സ്വയം ചോദിച്ചു: ഞാനെന്താണ് ഒഴിവാക്കേണ്ടത്...? നാജിയുടെ മരണമോ, അതോ അവന്റെ യാഥാർത്ഥ്യമോ? രണ്ടുവഴിക്കായാലും അത് ഘോരമായ നഷ്ടം തന്നെയാവും.... പക്ഷേ ഞാൻ വിശ്വസിക്കുന്നത് നായിഫ് സത്യത്തിന്റെ പക്ഷത്ത് നിൽക്കുമെന്നാണ്... അവൻ സത്യസന്ധനാണ്... അവന്റെ പിന്നിൽ വാതിലടഞ്ഞു.

വാതിലിൽ ഇരിക്കുന്ന താക്കോലെടുക്കാൻ ശ്രമിക്കുന്നതുപോലെ ഖലിൽ മുന്നോട്ടാഞ്ഞതായിരുന്നു, എന്നാൽ വാതിൽ മലർക്കെ തുറന്നപ്പോൾ കേട്ട, പരിചിതമായ വിജാഗിരിയുടെ കരകരശബ്ദം അവനെ മടുപ്പിച്ചു. അവൻ ഉള്ളിലേക്ക് കയറി വാതിലടച്ചു.

ഇസബെല്ലയുടെ വീട്, അതിന്റെ യുദ്ധത്തിൽ പരാജയപ്പെട്ടശേഷം, പ്രേതബാധയുള്ള വീടുപോലെയായി മാറി. ആ നശിച്ച ദുഷ്ടാത്മാക്കൾ അതിനെ എക്കാലത്തേക്കുമായി കൈവശപ്പെടുത്തുകയും ചെയ്തു... ആ അപ്പാർട്ട്മെന്റ് മുമ്പുണ്ടായിരുന്നതിനേക്കാൾ ചെറുതായതുപോലെ ഖലിലിന് തോന്നി. മാത്രമല്ല, ഇപ്പോഴത് കൂടുതൽ ശൂന്യമായതുപോലെയും. അവൻ ഓർത്തെടുത്തു... ജനാലകളിലെ ചില്ലുകളുടെ ഭാഗത്ത് നൈലോൺ സ്ഥാനം പിടിച്ചിരിക്കുന്നു, അതാകട്ടെ പ്രകാശം തീരെ ഉള്ളിലേക്ക് കടത്തിവിടുന്നതുമില്ല, അതേസമയം, അപ്പാർട്ട്മെന്റ് പുറത്തെ തെരുവിനെപ്പോലെ തോന്നിച്ചു. അപ്പാർട്ട്മെന്റിലെ സകല സാധനങ്ങളിന്മേലും പതിഞ്ഞിട്ടുള്ള ചാരപ്പൊടിയുടെ അട്ടികൾ, പ്രകാശത്തെ ഒട്ടും പ്രതിഫലിപ്പിച്ചതുമില്ല.

അവിടെ താമസിച്ചിരുന്ന മനുഷ്യരുടെ ശ്വാസോച്ഛ്വാസ ലക്ഷണങ്ങൾ പോലും അവശേഷിപ്പിക്കാതെ വരണ്ട വായു അവിടമാകെ നിറഞ്ഞു നിന്നു.... അവിടെയുണ്ടായിരുന്ന വസ്തുക്കളെ ഒരു വിധത്തിൽ ഖലിൽ

ഓർത്തെടുത്തു. ശൂന്യതയുടെ നാണം മറയ്ക്കാൻ നിഷ്ഫലമായ കുറേ സാധാരണ വസ്തുക്കൾ മാത്രമായിരുന്നു അവിടെ ഇടംപിടിച്ചിരുന്നത്. ഇപ്പോഴാകട്ടെ അവയും അവയുടെ ഉടമകളും തമ്മിലുള്ള വിടവ് ശരിക്കും വ്യക്തമാകുന്നതുപോലെ... പല്ലുവേദനയുള്ള ഒരാൾക്ക് പല്ലു പറിച്ചെടുത്തശേഷം ഉണ്ടാകുന്ന വിടവുപോലെയായിരുന്നു അത്... ആദ്യം ഒരു ചെറിയ ആശയക്കുഴപ്പമുണ്ടായിരുന്നു. പിന്നീട് ആപൽക്കരമായ കടുപ്പവും, അതേത്തുടർന്ന് ഉദാസീനമായ പിൻവാങ്ങലും...

പക്ഷേ, ഞാനിതുവരെ കിടപ്പുമുറിയിലേക്ക് കയറിയിട്ടില്ലെന്ന്, ഖലിൽ ചിന്തിച്ചു.... ഓക്കാനിക്കാൻ തോന്നുന്ന രൂക്ഷഗന്ധം അടുക്കളയിൽ നിന്ന് ഉയർന്നു... എന്തൊക്കെയോ ചീഞ്ഞുനാറുന്നതാണ്... അളിഞ്ഞ അച്ചാറോ, അഴുകിയ ഭക്ഷണമോ ആയിരിക്കുമത്... ഖലിൽ അടുക്കളയിലേക്ക് തിരിഞ്ഞു... ഛർദ്ദിക്കാൻ തോന്നിയതുകൊണ്ട് അവൻ മൂക്കുപൊത്തി... അവൻ ഫ്രിഡ്ജ് തുറന്നു, അതിനുള്ളിലെ കാഴ്ച സഹിക്കാനാവാത്തതുകൊണ്ടോ ദുർഗന്ധം താങ്ങാനാവാത്തതുകൊണ്ടോ, വേഗം അതിന്റെ വാതിലടച്ചു. അവൻ പുറത്തേക്ക് പോകുന്നതിനിടയിൽ, സിങ്കിൽ അടിഞ്ഞുകൂടിയിരിക്കുന്ന, കറുത്ത കുമിളകൾ തുടർച്ചയായി മുളച്ചു പൊന്തുന്ന ഒരുതരം ദ്രാവകം ശ്രദ്ധയിൽപ്പെട്ടു....

വീർപ്പുമുട്ടലോടെ അവൻ അടുക്കളവാതിൽ അടച്ചു. അന്നേരം അവന്റെ കണ്ണുകൾ നിറഞ്ഞിരുന്നു... നിലത്ത്, അടുക്കളയുടെ വാതിൽപ്പടി മുതൽ തന്നെ, ചത്തുമലച്ച അനേകം പാറ്റകളെ കണ്ടു.... ഇവിടെയുള്ള ദുഷ്ടാത്മാക്കൾ വിരകളെയോ, അല്ലെങ്കിൽ അതിലും സൂക്ഷ്മജീവികളെയോ മാത്രമാണിപ്പോൾ അവശേഷിപ്പിച്ചിട്ടുള്ളത്...

ഖലിൽ വേഗം സ്വീകരണമുറിയിലേക്ക് മടങ്ങിയെത്തി. അവിടെയാണ് ദുർഗന്ധത്തിന്റെ രൂക്ഷത അല്പമെങ്കിലും കുറവുള്ളത്... ആ പെട്ടികൾ ഇപ്പോൾ മുൻവാതിലിനു സമീപം തന്നെയുണ്ടായിരുന്നു. അവന്റെ സഹോദരി നിർദ്ദേശിച്ച പ്രകാരമാണ് അങ്ങനെ ചെയ്തത്. ഒരുപക്ഷേ, അവളിപ്പോൾ ഇവിടേക്കുവരാൻ ഭയക്കുന്നുണ്ടാവണം. അല്ലെങ്കിൽ ഇവിടേക്കു വരുന്നതിൽ ഭർത്താവ് അവളെ വിലക്കിയിട്ടുണ്ടാവണം. അതുമല്ലെങ്കിൽ, മറ്റെന്തെങ്കിലും അത്യാവശ്യങ്ങൾ അവളെ തടഞ്ഞിട്ടുണ്ടാകും... ഒരുപക്ഷേ, ശ്രീമതി ഇസബെല്ല മരിച്ചിട്ടുണ്ടാവണം, ഇതൊന്നും താങ്ങാനാവാതെ....

അവൻ റിസീവർ കൈയിലെടുത്തെങ്കിലും അതിലെ പൊടികളയാൻ കുറേനേരം ഊതേണ്ടിവന്നു... നീണ്ട ഡയൽ ടോൺ ഉറക്കെ കേൾക്കാൻ തുടങ്ങി... ഖലിൽ റിസീവർ താഴെവച്ചു. മേൽക്കുപ്പായത്തിൽ നിന്ന് ഒരു തുകൽപേഴ്സെടുത്ത്, അതിന്റെ ഒരു പോക്കറ്റിൽ നിന്ന് മടക്കിയ ഒരു കടലാസ് പുറത്തെടുത്തു. അത് തുറന്ന് നമ്പർ ഡയൽ ചെയ്യാൻ തുടങ്ങി... മറുതലയ്ക്കൽ ഒരു ശബ്ദം കേട്ടപ്പോൾ അവൻ അമ്പരന്നു.

ഖലിൽ നാജിയുടെ കിടക്കമേലിരുന്നു. സ്വാഭാവികമായും ആ മുറിയിൽ അന്നേരം തൊട്ടടുത്ത് നാജിയുണ്ടെന്ന് തോന്നിപ്പോയി... ഒന്നും കണ്ടില്ലെങ്കിലും, ഉള്ളതായി ഭാവിച്ചുകൊണ്ട് നോക്കിയിരുന്നു... അന്നേരം അവന്റെ തലയിലൂടെ ആ വാർത്ത കടന്നുപോയി.... ഒരു നായയെപ്പോലെ ഇഷ്ടമുള്ളിടത്ത് ചുറ്റിനടക്കാനും ഒത്തുകിട്ടുന്ന ഇടങ്ങളിൽ കുത്തിയിരിക്കാനും നേർബോധത്തിന്റെ ബന്ധനങ്ങളിൽനിന്ന് മുക്തനാകാനും അവൻ ശ്രമിച്ചു. ഖലിൽ കണ്ടതും കേട്ടതും, ഉള്ളിലേക്ക് കയറ്റാതെ, സാവധാനം ഒഴിഞ്ഞ്, ചിന്താവലയങ്ങളായി രൂപാന്തരപ്പെട്ടു. കുറേ നേരം അവൻ ഇരുന്ന ഇടത്തുതന്നെ ഇരുന്നു. കിടക്കയിൽ ഇരുന്നുകൊണ്ട് ചെറിയ മേശ വലിപ്പിനെ മാത്രം ഇമയനക്കാതെ നോക്കി... പെട്ടെന്നുണ്ടായ ആവേശത്താൽ അവനാ മേശവലിപ്പിലെ സാധനങ്ങൾ അലക്ഷ്യമായി പരതി... കുറേ കടലാസുകളും തുരുമ്പിച്ച താക്കോലുകളും ഉള്ളിൽ ഒന്നുമില്ലാത്ത ഭംഗിയുള്ള ചെറുപെട്ടികളും കുറേ ഫോട്ടോകളുമായിരുന്നു അതിലുണ്ടായിരുന്നത്... ചിത്രങ്ങളൊക്കെയും ചിതറിയിട്ട് ഖലിൽ ഓരോന്നായി എടുക്കാൻ തുടങ്ങി... അതൊരു പഴയ ബ്ലാക്ക് ആന്റ് വൈറ്റ് ഫോട്ടോയായിരുന്നു, ഇസബെല്ലയ്ക്കൊപ്പം മറ്റു ചില സ്ത്രീകളെയും അതിൽ കാണാം... ഫോട്ടോയിലെ ഇസബെല്ലയ്ക്ക് നാല്പതിനോടടുത്ത പ്രായമുള്ളതുപോലെ, പുഞ്ചിരിയാൽ അവളുടെ മുഖം ശോഭിച്ചു. ഇപ്പോഴുള്ളതിൽ നിന്ന് പ്രകടമായ മാറ്റങ്ങളൊന്നുമില്ല... അവളുടെ കറുത്ത തലമുടിക്ക് ഇപ്പോഴുള്ള നരച്ചതലമുടിയിലേക്കുള്ള മാറ്റം മാത്രമാണ് പ്രത്യക്ഷത്തിലുള്ള വ്യത്യാസം. ചിരിപ്പിക്കാൻ ശ്രമിക്കുന്നതുപോലെ നെറ്റിയുടെ മുന്നിലേക്ക് പാറിവീണ തലമുടിയും അതുപോലെ തന്നെയുണ്ട്... അവൾക്ക് ചുറ്റുമിരിക്കുന്ന സ്ത്രീകൾക്ക് നല്ല അടക്കവും ഒതുക്കവും ഉള്ളതുപോലെ ഖലിലിന് തോന്നി. ആ ചിത്രത്തിലെ തെളിഞ്ഞ പശ്ചാത്തലം സൂചിപ്പിക്കുന്നത്, അത് ഉച്ചയ്ക്കു മുമ്പെടുത്ത ഫോട്ടോയാണെന്നാണ്.... ഇസബെല്ല ഒരു വലിയ സോഫയിൽ തിളങ്ങുന്ന വസ്ത്രങ്ങൾ ധരിച്ച ഒരു സ്ത്രീയോടൊപ്പവും മറ്റുള്ളവർ വ്യത്യസ്തമായ ചെറുഇരിപ്പിടങ്ങളിലുമായിരുന്നു.... ആ സ്ത്രീകളെല്ലാം ഫോട്ടോഗ്രാഫറെ നോക്കി പുഞ്ചിരിക്കുന്നുണ്ടായിരുന്നു, ഇസബെല്ലയുടെ ഒപ്പമിരുന്ന സ്ത്രീ ചിരി കടിച്ചമർത്താൻ പാടുപെടുകയും ചിരി പൊട്ടിച്ചിതറുന്നതിന് തൊട്ടുമുമ്പ് എല്ലാവരും ക്യാമറയിൽ പതിയുകയും ചെയ്തിരിക്കുന്നു....

പെട്ടെന്നൊരു പരിചിതമുഖത്തെ കണ്ടപ്പോൾ അവന്റെ നോട്ടം അല്പനേരം അവിടെത്തന്നെ ഉടക്കി നിന്നു. ആഭ്യന്തരയുദ്ധം ആരംഭിച്ച നാളുകളിൽ കൊല്ലപ്പെട്ടതും അഞ്ചാം നിലയിൽ താമസിച്ചിരുന്ന, അവിവാഹിതയും ഏകാകിയുമായ വൃദ്ധയുടെ മുഖച്ഛായ തോന്നിച്ചു ആ സ്ത്രീക്ക്. ആ സ്ത്രീയുടെ വിയോഗത്തിൽ ഇസബെല്ല ഏറെ ദുഃഖിച്ചിരുന്നു. മാത്രമല്ല, ആ സ്ത്രീയുടെ മൃതദേഹം മറവു ചെയ്യാനുള്ള എല്ലാ ഏർപ്പാടുകളും ചെയ്തത് ഇസബെല്ലയായിരുന്നു. ആ സ്ത്രീ അറിയപ്പെടുന്ന ഒരു തുന്നൽക്കാരിയായിരുന്നു. അവരുടെ പ്രായത്തിലുള്ള മറ്റു

സ്ത്രീകൾ മുഖത്തെ കരിവാളിപ്പ് മാറ്റാൻ വെളുത്ത പൗഡർ പൂശുമായിരുന്നുവെന്ന കാര്യം ഖലിൽ ഓർത്തെടുത്തു.... അക്കാലത്ത് ഖലിൽ ആ കെട്ടിടത്തിലെ പുതിയ അന്തേവാസിയായിരുന്നു.... സർവകലാശാലാ വിദ്യാർത്ഥിയായ വർഷം തന്നെ ഒരു സ്വകാര്യ സ്കൂളിൽ ലഭിച്ച അധ്യാപകജോലിയെത്തുടർന്നായിരുന്നു ഖലിൽ അവിടെയെത്തിയത്. നിറയെ കുട്ടികളുള്ള അമ്മാവന്റെ വീട്ടിൽ നിന്നുള്ള രക്ഷപ്പെടൽ കൂടിയായിരുന്നു അവന്റെ കൂടുമാറ്റം.

അക്കൂട്ടത്തിൽ നിന്ന് ഖലിൽ മറ്റൊരു ഫോട്ടോ എടുത്തു... അത് കട്ടിക്കടലാസിലുള്ള കളർ ചിത്രമായിരുന്നു.... വളരെച്ചെറിയ, നിറംമങ്ങി ഇരുണ്ടുപോയ പോളറോയിഡ് ഫോട്ടോയായിരുന്നു അത്... നാജിയും ഒരു പെൺകുട്ടിയുമായിരുന്നു ആ ചിത്രത്തിലുണ്ടായിരുന്നത്. അസ്തമയസൂര്യനെ പശ്ചാത്തലമാക്കി, ഏതോ കടൽത്തീരത്ത് വച്ച് പകർത്തിയതായിരുന്നു ആ ചിത്രം. നാജിയുടെ ചിരിച്ച മുഖത്തിനു കുറുകെ, കാറ്റിന്റെ ശക്തിയാൽ പാറിവീണ നീളൻ തലമുടിയിഴകൾക്കിടയിലൂടെ, അവന്റെ വായയല്ലാതെ മറ്റൊന്നും വ്യക്തമായിരുന്നില്ല. ഇടതു ചുമലിലേക്ക് കിടന്നിരുന്നെങ്കിലും പാറിപ്പറക്കുന്ന തലമുടിയോടുകൂടിയ, നീളമുള്ള ഒരു പെൺകുട്ടിയായിരുന്നു അവനൊപ്പമുണ്ടായിരുന്നത്. മുടിയിഴകളിൽ കാറ്റുപിടിച്ചതിനാൽ അവളുടെ മുഖവും കഴുത്തും അനാവൃതമായിരുന്നു. അവൾ ചിരിക്കുകയോ, എന്തിന്, ഒന്നു മന്ദഹസിക്കുകയോ പോലും ചെയ്തിരുന്നില്ല. എങ്കിലും അവൾ സുന്ദരിയായിരുന്നു. അവൾ ഒരു കാലുയർത്തി ഇരുമ്പ് കമ്പിവേലിയിൽ ചവിട്ടിയിരുന്നതുകൊണ്ട്, അല്പം കുനിഞ്ഞാണ് നിന്നിരുന്നത്... ഇറക്കം കുറഞ്ഞ പാവാട ധരിച്ചിരുന്നതുകൊണ്ടുതന്നെ അവളുടെ കാലുകൾക്ക് നീളക്കൂടുതൽ തോന്നിച്ചു. നാജിയാകട്ടെ, അവളുടെ ഇരുണ്ട വസ്ത്രത്തിലേക്ക് ചേർന്നുനിൽക്കുകയായിരുന്നു. ഖലിൽ ചിത്രത്തിലേക്ക് ഒന്നുകൂടി സൂക്ഷിച്ച് നോക്കി. പ്രത്യേകിച്ചും ആ പെൺകുട്ടിയുടെ മുഖം, അവൾ ചിരിക്കുന്നില്ല എന്ന് ഉറപ്പുവരുത്താൻ വേണ്ടിയായിരുന്നു അത്.

യഥാർത്ഥ നിറങ്ങൾ പുനർനിർമ്മിക്കാൻ അവൻ ശ്രമമാരംഭിച്ചു.... അവളുടെ ചുണ്ടുകൾക്ക് പിങ്ക് നിറവും കണ്ണുകൾക്ക് കട്ടക്കറുപ്പുമായിരുന്നു... അവളുടെ കനത്ത പുരികങ്ങൾ മൂക്കിന് മുകളിൽ വച്ച് കൂട്ടിമുട്ടിയിരുന്നു. അവൾ നാജിയുടെ കണ്ണുകളിലേക്കുതന്നെ നോക്കുകയായിരുന്നു. അവനെത്തന്നെ ഉറ്റുനോക്കുന്നു... നാജിയെക്കുറിച്ച് അവനോടെന്തോ പറയുകയാണെന്നു തോന്നും ആ നോട്ടം കണ്ടാൽ: അവനെ സഹിക്കാനാവുന്നില്ല... സഹിക്കാനാവുന്നില്ല... ഞാൻ തിരികെ വീട്ടിൽ പോവുകയാണ്... പക്ഷേ, ഖലിൽ അവളെ ഇടയ്ക്കുവച്ച് അല്പനേരം തടസ്സപ്പെടുത്തി. അവളിൽ നിന്ന് അവനെന്താണ് ആവശ്യമെന്ന് അറിയിക്കാനായിരുന്നു അത്... ഖലിലിന് അവളെക്കൊണ്ട് എന്തൊക്കെയോ ആവശ്യമുള്ളതുപോലെ തോന്നി, എന്നാൽ അവൾ ചോദിക്കുന്ന അതേ വേഗത്തിൽ എന്താണ് ആവശ്യമെന്ന് അവളെ ബോധ്യപ്പെടുത്താൻ

അവന് കഴിഞ്ഞതുമില്ല... അങ്ങനെ അവൾ വേഗത കുറയ്ക്കുകയും സാവ കാശത്തിലാക്കുകയും ചെയ്തു. ഇത്തവണ കൂടുതൽ സമയം നൽകി, അവന് ശരിക്കുമൊരു അവസരം നൽകി. ഖലിൽ പറഞ്ഞു: ശരി... ഇപ്പോൾ, നിന്നോട് എന്നെക്കുറിച്ച് പറയാമെന്നാണ് എനിക്കു തോന്നു ന്നത്. ഇപ്പോൾത്തന്നെ നമ്മൾ ഒട്ടേറെ കാര്യങ്ങൾ പറഞ്ഞുകഴിഞ്ഞു... നമുക്കിടയിലുള്ള ഈ അടുപ്പം എന്നെ വല്ലാതെ ആശയക്കുഴപ്പത്തിലാ ക്കുന്നു. ഞാനുദ്ദേശിച്ചത്, ഞാനിതേവരെ ഒരു പെണ്ണിനെയും മോഹി ച്ചിട്ടില്ല, അക്കാരണത്താൽ ഞാനൊരു ഡോക്ടറെയും കണ്ടിട്ടുമില്ല.... ജില്ലാ പ്രസിഡന്റിന്റെ ഗ്രാമവാസിയായ മകളെക്കുറിച്ച് ഞാനെപ്പോഴെങ്കിലും നിന്നോട് പറഞ്ഞതായി ഓർക്കുന്നുണ്ടോ....? നീണ്ട സ്വർണത്തലമുടി യുള്ള നിർമ്മലയായ ആ ചെറിയ പെൺകുട്ടിയെ ഞാൻ ഒരുപാട് സ്നേഹി ച്ചിരുന്നു. അമ്മയോടൊപ്പം അവൾ എന്റെ വീടിന് മുന്നിലൂടെ പോകു ന്നത് കാണുമ്പോഴെല്ലാം ഞാൻ പതിവായി കരയുമായിരുന്നു..... അവർ ഗ്രാമം വിട്ടുപോയതിൽപ്പിന്നെ ഞാൻ ഒരു പെൺകുട്ടിയെയും സ്ത്രീയെയും മോഹിച്ചിട്ടില്ല... ചിലപ്പോഴൊക്കെ ഞാൻ ശ്രീമതി ഇസ ബെല്ലയുടെ ശരീരത്തെക്കുറിച്ച് ആലോചിക്കാറുണ്ട്. എന്തായിരിക്കും ആ സ്ത്രീയുടെ വസ്ത്രങ്ങൾക്കടിയിലെന്ന് സങ്കല്പിക്കുകയും എന്റെ അഭി നിവേശം കൊണ്ട് ഞാനാ സ്ത്രീയെ കീഴടക്കി കൈകളാൽ കോരിയെ ടുക്കുകയും ചെയ്യുമെങ്കിലും എന്റെ അവയവത്തിന് അതുകൊണ്ട് യാതൊന്നും ചെയ്യാനാകില്ല... അതായത്... ഞാനുദ്ദേശിച്ചത് എന്താണെന്ന് നിനക്ക് മനസ്സിലായിക്കാണുമല്ലോ.... ആ സ്ത്രീയെ നഗ്നയായി കാണണ മെന്നും രഹസ്യാനുഭവം പ്രാപിക്കണമെന്നും എനിക്ക് അതിയായ ആഗ്രഹമുണ്ടായിരുന്നു.... എന്റെ അമ്മായി വീട്ടിൽ വരുമ്പോഴൊക്കെ പതിവായി ഞാനവിടെ താങ്ങിത്തൂങ്ങി നിൽക്കുമായിരുന്നു.... അവൾ ആദ്യം അംഗവസ്ത്രവും പിന്നീട് മടമ്പുള്ള ചെരിപ്പും ഊരിമാറ്റും.... പക്ഷേ, ആ സ്ത്രീ എനിക്ക് ഉത്സാഹമില്ലാത്ത കൗതുകമാണ് തന്നിട്ടു ള്ളത്. അവളുടെ ശരീരത്തോട് കൂടുതൽ അടുത്തിടപഴകുമ്പോൾ പിടി ക്കപ്പെടുമോ എന്ന ഭയം എന്നെ ഭരിക്കുന്നതുകൊണ്ടാണ് അങ്ങനെ സംഭ വിക്കുന്നത്.... എനിക്ക് താങ്ങാവുന്നതിലും അല്ലെങ്കിൽ സങ്കല്പിക്കാവു ന്നതിലും സങ്കീർണമായിരുന്നു അവരുടെ ശരീരങ്ങൾ... അവരിലേക്ക് എത്തിച്ചേരുകയെന്നത് എന്നെ സംബന്ധിച്ചിടത്തോളം അപ്രാപ്യമായി രുന്നു.... പക്ഷേ നീ... എനിക്ക് നിന്റെ കാലുകളെ തഴുകണമെന്ന് ആഗ്രഹ മുണ്ട്. നിന്റെ ശരീരമാസകലം, താഴെ നിന്ന് എന്റെ വിരലുകളോടിക്കാൻ തോന്നുന്നു... മെല്ലെ... മെല്ലെ.... മുകളിലേക്ക്. എന്റെ തണുത്ത കൈകൾ നിന്റെ ചൂടുള്ള തുടകളിലൂടെ സഞ്ചരിക്കുന്നതിനിടയിൽ എന്റെ ചുണ്ടു കൾ നിന്റെ കാൽമുട്ടുകളുടെ പിന്നിലെ ഞൊറികളിലും മടക്കുകളിലും മൃദുവായി സ്പർശിച്ചുകൊണ്ടിരിക്കും. പക്ഷേ നിനക്കൊന്ന് അനങ്ങാൻ പോലും കഴിയില്ല, കാരണം നീ ഫോട്ടോയിലാണല്ലോ. കുറേനേരത്തേക്ക് ഞാൻ അതുതന്നെ തുടരും... ഏറെനേരം കഴിഞ്ഞ് ഞാൻ നിന്നോടു

പറയും, ഞാൻ നിന്നെ എത്രമാത്രം സ്നേഹിക്കുന്നുണ്ടെന്ന്, എത്രയോ ശൂന്യവർഷങ്ങൾ ഞാൻ നിനക്കുവേണ്ടി കാത്തിരുന്നെന്ന്, എന്റെ ഹൃദയമിപ്പോൾ ഒരു ചീഞ്ഞ മുട്ടപോലെ പ്രത്യാശാരഹിതമായി ഉള്ളിലെ ദുർഗന്ധം ഒളിപ്പിക്കാൻ ശ്രമിക്കുകയാണ്.... ഉപയോഗിക്കാത്ത, അവഗണിക്കപ്പെട്ട് ഒരു മൂലയിലിരുന്ന് അഴുക്കും പൊടിയും പിടിച്ച് തനിയെ പൊഴിഞ്ഞ് ചെറുതായിപ്പോകുന്ന ചൂലുപോലെയാണ് എന്റെ ശരീരം. പെണ്ണിന്റെ മണം പോലെ ഒരു മണം നീയെനിക്കു തരുമെങ്കിൽ, അത് കൊടുങ്കാട്ടിലെ വന്യമൃഗങ്ങളുടെ ഭയാനകശബ്ദകോലാഹലത്തിൽനിന്ന് എന്നെ ഒരു നിമിഷമെങ്കിലും ഉണർത്തിയേനെ... ആ ഗന്ധത്തെ ഞാൻ പിന്തുടരും, വിനയത്തോടെ, ലഹരിപിടിച്ച്, അഭിമാനത്തോടെ, ഉന്മത്തനായി, എനിക്കായി ഒരുക്കിയ ഇടത്തേക്ക്, എന്റെ മുഴുശരീരത്തോടെ... എന്റെ വേഗം ഞാൻ നിയന്ത്രിക്കും. ഞാൻ വേഗം നീങ്ങും, എന്റെ കാലടികൾ, എന്റെ വരണ്ട തല കൂടുതൽ ലഘുവായിരിക്കും. എന്നാൽ നീ എഴുന്നേൽക്ക്....

ഖലിൽ മറ്റൊന്നും ആ ഫോട്ടോയിൽ കണ്ടില്ല. എങ്കിലും ചെറിയ, ഇരുണ്ട തിരമാലകൾ ചലിക്കുന്നതുമാത്രം കണ്ട അവന്റെ കണ്ണുകൾ കണ്ണുനീരുകൊണ്ട് നിറഞ്ഞു. അവനാ ചിത്രം താഴേക്കിട്ടു. വിളക്കണച്ചിട്ട്, കട്ടിലിൽ കിടന്ന നാജിയുടെ വസ്ത്രക്കൂനയ്ക്കു മുകളിലേക്ക് ചെന്നുവീണു. പെട്ടെന്ന് അവന്റെ കാലിനടിയിലൂടെ ഒരു മരവിപ്പ് മുകളിലേക്ക് കയറിവന്നു. കട്ടിലിൽ കിടന്ന പുതപ്പിന്റെ ഇരുവശങ്ങളും ചേർത്തുപിടിച്ച് തുണികളെല്ലാം പൊതിഞ്ഞുകെട്ടി, പുറത്തേക്കിട്ടു.... അവൻ മച്ചിലേക്കു തന്നെ തുറിച്ചുനോക്കിക്കൊണ്ട് കിടന്നു. പ്രഭാവലയത്തിലൂടെ, വെളുത്ത പ്രതലത്തെ ഭേദിച്ചുകൊണ്ട് വരുന്ന ഒരു നായയുടെ രൂപം കണ്ടു. നായിഫിന് എന്നെ ഒത്തിരി ഇഷ്ടമാണ്. അതുകൊണ്ടാണ് അവൻ കരുതിയത്, നാജിയോട് വെറുപ്പു തോന്നിയാൽ ഞാനവനെ മറക്കുമെന്ന്... ഒളിയിടത്തിൽ മാത്രമിരുന്ന് വെടിവയ്ക്കുന്ന സ്നൈപ്പറുടെ തോക്കിൽ നിന്നുള്ള വെടിയുണ്ടയാണ് നാജിയുടെ ശരീരത്തെ തുളച്ചത്. ഹരിതരേഖയുടെ അടുത്തെത്തുന്നതിനും എത്രയോ മുമ്പാണ് അവൻ വെടിയേറ്റു വീണത്... അവരുടെ ഭാഗത്തുനിന്നാണ് വെടിയുണ്ട വന്നതെന്നാണ് ഇസബെല്ല പറഞ്ഞത്... വെടിയേറ്റു വീഴുമ്പോഴും അവൻ കിഴക്കൻ പ്രവിശ്യയിലായിരുന്നു.... എന്നിട്ടും അവർ തന്നെയാണ് അവനെ അവളുടെ അടുത്ത് എത്തിച്ചത്... അങ്ങനെ അവൾ അവനെ അടക്കി.... ഇപ്പോൾ ആ സ്ത്രീ സൗദി അറേബ്യയിലേക്ക് പോകുന്നു...

ഖലിൽ.... ഞാൻ മരിക്കാൻ പോകുന്നു.....

# ഏഴ്

തലസ്ഥാനത്തിന്റെ കിഴക്കൻപ്രവിശ്യയിൽ വച്ച് ഒരു സ്നൈപ്പറുടെ വെടിയേറ്റ് നാജി കൊല്ലപ്പെട്ടിട്ട് ഒരു മാസമോ അതിലേറെയോ കഴിഞ്ഞതോടെ, തനിക്കുചുറ്റുമുള്ള കാര്യങ്ങൾ പകൽനേരങ്ങളിൽ ഒരുവിധം ഭംഗിയായി നിർവഹിക്കാൻ ഖലിലിന് കഴിഞ്ഞുതുടങ്ങി. പിൻവലിയാനും സ്വയം ഒറ്റപ്പെടാനും കൂടുതൽ കഴിവ് നേടിയതോടെ അവൻ കൂടുതൽ സന്തുഷ്ടി പ്രകടിപ്പിച്ചു. അതിനിടയിൽ, കുന്നുകളെ അളക്കാൻപോലും അവന്റെ കാലുകൾ കരുത്താർജ്ജിച്ചിരുന്നു... ഉയർന്ന കുന്നുകൾ, അത്രയ്ക്ക് ഉയരമില്ലായിരുന്നെങ്കിൽക്കൂടിയും അതിന്റെ കൂർത്ത കൊടുമുടികൾ മഞ്ഞുമൂടിക്കിടക്കുകയായിരുന്നു... അതിന്റെ കാലുകൾ പച്ചവിരിച്ച താഴ്വരയിൽ ആഴ്ന്നിറങ്ങിയിരുന്നു, ശുദ്ധവായു നിറഞ്ഞ ശ്വാസകോശങ്ങളും ശുദ്ധരക്തവും ഭാവനകളെ വിമലീകരിക്കുകയും ശരീരത്തിന്റെ അടിസ്ഥാന ആവശ്യങ്ങൾ സഫലമാക്കുകയും ചെയ്തുപോന്നു... പുതിയ പാൽക്കട്ടി നിറച്ച പെട്ടികൾ പോലെയായിരുന്നു ആ കുന്നുകൾ കാണപ്പെട്ടത്. അതായിരുന്നു ഖലിലിന്റെ അക്കാലത്തെ ഏക ആശ്വാസം. ഫലശൂന്യമായ മറ്റെല്ലാ പ്രയത്നങ്ങളും അവൻ പൂർണമായും ഒഴിവാക്കിയിരുന്നു... എപ്പോഴെല്ലാം അവൻ അല്പഭക്ഷണം കഴിച്ചോ, അപ്പോഴെല്ലാം പണം മിച്ചം പിടിക്കാനും കഴിഞ്ഞു... കൊടുമുടിയിലേക്കുള്ള ദൂരം പരമാവധി യാത്ര ചെയ്യാൻ, അവന് അതിയായ ആഗ്രഹമുണ്ടായിരുന്നെങ്കിലും, എവിടെയെങ്കിലും ഒരിടത്തിരുന്ന് വെളുത്ത തൂവാല വീശിക്കാട്ടുകയും, അതിന്റെ ചുവട്ടിലിരുന്ന്, ഉയരത്തിലാണെന്ന് സങ്കല്പിച്ചുകൊണ്ട്, വെളുത്ത കമ്പിളി നൂലുപോലെയുള്ള മേഘങ്ങൾക്കിടയിലൂടെ സഞ്ചരിക്കുന്നതായും കാറ്റുപിടിച്ച് അതിന്റെ രൂപം മാറുമ്പോൾ ഖലിൽ ആദ്യം, ആട്ടിൻകുട്ടിയായും പിന്നീട് ബലൂണായും പിന്നീട് ആന നടക്കുന്നതുപോലെയും സങ്കല്പിച്ചുകൊണ്ട്... അവൻ സ്വയം ആനന്ദിപ്പിക്കും...

മറ്റുള്ളവർക്കിടയിൽ നിന്ന് തീർത്തും ഒറ്റപ്പെട്ടു ജീവിക്കാൻ തുടങ്ങിയെന്നല്ല അതിനർത്ഥം... അവൻ മറ്റുള്ളവരുമായി അരിക് സൂക്ഷിക്കാൻ തുടങ്ങി എന്നതാണ് നേര്. മറ്റുള്ളവരുമായി സംസാരിക്കുമ്പോഴോ, ചിരിക്കുമ്പോഴോ അവരെ സ്നേഹിക്കുമ്പോഴോ അവരുമായി ഒരു ഇടനാഴിയുടെ അകലം സൂക്ഷിക്കാൻ അവൻ ശ്രമിച്ചു. അതുകൊണ്ടുതന്നെ, കഥകളോ, ചിരിയോ, സങ്കടങ്ങളോ അവൻ ആരോടും പങ്കുവച്ചില്ല. എന്നു

മാത്രമല്ല, അവൻ അവർക്കൊപ്പമിരുന്ന് ഭക്ഷണം കഴിച്ചില്ല, അവൻ ആരെയും ഭക്ഷണത്തിന് ക്ഷണിച്ചതുമില്ല. സ്വന്തം കട്ടിലിൽ കിടന്നുറങ്ങാൻ അവൻ ആരെയും അനുവദിച്ചില്ല, തന്റെ സ്വകാര്യ ഓർമ്മകൾ മറ്റൊരാൾക്കു നൽകാൻ അവന് ഇഷ്ടമില്ലായിരുന്നു. തന്റേതുമാത്രമായ ഓർമ്മകളെക്കൊണ്ട് മറ്റാരെങ്കിലും സന്തോഷിക്കുകയോ, ദേഷ്യപ്പെടുകയോ, സങ്കടപ്പെടുകയോ ചെയ്യുന്നത് അവന് അസഹ്യമായി തോന്നി. അതുകൊണ്ടുതന്നെ മധുരസ്മരണകളെ സ്വകാര്യമായി താലോലിക്കുന്നതല്ലാതെ മറ്റൊന്നും ചെയ്തില്ല.... അവരെ കണ്ണുകളുടെ ഇടനാഴിയിൽ അല്പനേരത്തേക്കെങ്കിലും കണ്ടുമുട്ടുമായിരുന്നെങ്കിലും പൊടുന്നനെ വാതിലടച്ച് പിൻവാങ്ങുമായിരുന്നു.

അങ്ങനെ ചെയ്യണമെന്ന് അവൻ ബോധപൂർവം തീരുമാനിച്ചതല്ലായിരുന്നു... ഒന്നുകിൽ മറ്റുള്ളവർ അങ്ങനെ കരുതിയതുകൊണ്ടോ, അല്ലെങ്കിൽ, സാഹചര്യങ്ങൾ അവന് അനുകൂലമായതുകൊണ്ടോ അതിനെ അവന്റെ വഴിക്ക് വളച്ചെടുക്കുകയായിരുന്നു.

എന്നാൽ രാത്രികൾ മറ്റെന്തെല്ലാമോ ആയിരുന്നു... സൂര്യൻ പോയി മറയുന്നതോടെ, ചെറിയ ചെറിയ സന്തോഷങ്ങളുമായി ഖലിൽ സുന്ദരമായ നമ്മുടെ നീലഗോളത്തിന്റെ മറ്റേതോ കോണിൽ പോയി മറയുന്നതുപോലെ തോന്നും.

പകൽനേരങ്ങളിൽ ഖലിൽ സന്തോഷവാനായിരുന്നു, എന്നാൽ രാത്രികാലങ്ങളിൽ അവന് നേരം പോകാറില്ല... പകൽ, സമയം തനിയെ പൊയ്ക്കൊള്ളും... പകൽനേരം കളയാൻ ഖലിൽ പ്രത്യേകിച്ചൊന്നും ചെയ്യാറില്ല, അതിന്റെ ആവശ്യവുമില്ലായിരുന്നു... രാത്രിയാകുമ്പോൾ മാത്രം, എന്താണ് ചെയ്യേണ്ടതെന്ന് ഒരെത്തും പിടിയും കിട്ടാതെ ഖലിൽ മുറിക്കുള്ളിൽ അമ്പരപ്പോടെ അലഞ്ഞുതിരിയും. അന്നേരം അവന്റെ തലയിൽ യാതൊന്നുമുണ്ടാകില്ല. എന്നാൽ പെട്ടെന്ന്, എന്തെങ്കിലുമൊക്കെയിട്ട് നിറയ്ക്കാൻ ശ്രമിക്കും... തലയിലല്ല, കൃത്യമായിപ്പറഞ്ഞാൽ അവന്റെ ശരീരത്തിൽ, അല്ലെങ്കിൽ ഒരുപക്ഷേ മുറിയിൽ.... പകൽ അതിനുള്ളിൽ മുഴുവൻ ഇളംചൂട് വെള്ളംപോലെയാണ് അവന് അനുഭവപ്പെടുന്നത്. ഗർഭപാത്രം പോലെയുള്ള ആ മുറിക്കുള്ളിൽ അവൻ നീന്തിത്തുടിക്കും, പ്രാപഞ്ചികലയെ പ്രദാനം ചെയ്യുന്ന പ്രഭാവലയത്തിൽ ശ്വാസമെടുക്കും, പ്രപഞ്ചമാകെ തന്റെ ശോഷിച്ച ശരീരത്തിന്റെ പരിധിയിൽപ്പെടുന്നതായി അവൻ കരുതും, എന്നാൽ കുറേനേരം കഴിയുമ്പോഴേക്ക് ആ വെളിച്ചം മങ്ങി അതിനുള്ളിലെ വെള്ളമെല്ലാം വറ്റിവരണ്ട്, മുറിയാകെ ദാഹംകൊണ്ട് നിറയും, അപ്പോഴാണ് ശരിക്കും കാലം ഇടപെടുന്നത്. ആ നേരമാണ് കടന്നുപോകാൻ കഴിയാത്തത്.

ഖലിലിന്റെ ചർമ്മം വിളറിവെളുക്കുന്നത് കൂടിക്കൂടി വന്നു. ഒരുപക്ഷേ അതിന്മേൽ സൂര്യപ്രകാശമേൽക്കാത്തതുകൊണ്ടായിരിക്കാം. അതിനോടകം തന്നെ ചെമപ്പിന്റെ തുടിപ്പ് നഷ്ടപ്പെടുകയും പച്ചയുടെ ഒരു നിറഭേദം ചർമ്മത്തെ പൊതിയുകയും ചെയ്തിരുന്നു.... തീരെക്കുറച്ചു മാത്രം ചലിക്കുന്നതുകൊണ്ടും, ഒരിടത്തുതന്നെ, തീരെച്ചെറിയ ഒരിടത്തുതന്നെ

ജീവിതം തുടരുകയും ചെയ്യുന്നതുകൊണ്ട് പകൽ നേരങ്ങളിൽ അവ നൊരു ചെടിപോലെയായി. രാത്രികാലങ്ങളിൽ അസ്വസ്ഥമായ നിശ്വാ സങ്ങൾ കട്ടപിടിച്ച് അവിടമാകെ കാർബൺഡൈ ഓക്സൈഡുകൊണ്ടു നിറഞ്ഞു.

മിക്കവാറും രാത്രികളിൽ ഖലിൽ റേഡിയോ ഓൺ ചെയ്തുവയ്ക്കു മായിരുന്നു.... പെട്ടെന്ന് പൊടിപിടിക്കുന്ന ഓറഞ്ച് നിറത്തിലുള്ള ഒരു ചെറിയ പ്ലാസ്റ്റിക് റേഡിയോ ആയിരുന്നു അത്. രാത്രികാലങ്ങളിൽ സമയം കളയാൻ പതിവായി ചെയ്യുന്ന ഒരേർപ്പാടായിരുന്നു റേഡിയോ വൃത്തിയാക്കൽ. ഒരു വലിയ പഞ്ഞിക്കഷണം സ്പിരിട്ടിൽ മുക്കി ശ്രദ്ധ യോടെ റേഡിയോ തുടയ്ക്കും. അരികുകളും വിടവുകളും വൃത്തിയാ ക്കുമ്പോൾ തീക്കൊള്ളിയുടെ സഹായം തേടും.... ഒരിക്കൽ റേഡിയോ തുടച്ചുകൊണ്ടിരിക്കുമ്പോൾ, അപ്രതീക്ഷിതമായി ഒരു ശബ്ദം കേട്ടു.... റേഡിയോയിൽ നിന്ന് പതിവില്ലാത്തതായിരുന്നു ആ സംസാരം. അറി യാതെ കൈതട്ടി എഫ്.എം. ആയി മാറിയതുകൊണ്ടാണ് അങ്ങനെ സംഭ വിച്ചതെന്ന് പിന്നീട് കണ്ടെത്തി. മുമ്പൊരിക്കലും അവനാ ബട്ടൺ നീക്കി യിട്ടില്ലായിരുന്നു.

അത്തരം ചെറിയ സ്റ്റേഷനുകൾ ധാരാളമുണ്ടായിരുന്നു. അടയാള സൂചി എവിടേക്കെങ്കിലും ചെറുതായൊന്ന് തിരിച്ചാൽ മതി പരിചിതശബ്ദ ങ്ങൾ സംസാരിക്കുന്നത് കേൾക്കാം... പരിചിതമോ? അത്രയ്ക്ക് പരിചിത മൊന്നുമല്ല, എങ്കിലും ചില ശബ്ദങ്ങളിൽ ചിലതെല്ലാമുണ്ടെന്ന് ഖലിൽ പരിശോധിച്ച് ഉറപ്പുവരുത്തി. അത്തരം ശബ്ദങ്ങൾ അവൻ വീണ്ടും കേട്ടു നോക്കി.... ഒരു സവിശേഷരീതിയിൽ. അവന് അതുകൊണ്ട് പ്രത്യേകി ച്ചെന്തെങ്കിലും ആവശ്യമോ താല്പര്യമോ ഉണ്ടായിട്ടല്ല, എങ്കിലും....

അവനാ ചെറിയ ലോഹത്തട്ട് എടുത്തുകൊണ്ട് റേഡിയോയുടെ ചുവട്ടി ലിരുന്ന് മണിക്കൂറുകളോളം കേട്ടു. തുവരയോ അരിയോ കൊണ്ടുള്ള സൂപ്പിന്റെ നിർമ്മാണഘട്ടങ്ങളെല്ലാം അവിടെവച്ചായിരുന്നു നടന്നത്. അവന്റെ ഏകഭക്ഷണവും അതായിരുന്നു. അതല്ലെങ്കിൽ, അവൻ റേഡി യോയുടെ ചുവട്ടിലിരുന്ന് കമ്പിളിയുടുപ്പുകളുടെ കുടുക്കഴിച്ച് നൂല് ഒരു തടിച്ച പുസ്തകത്തിനുമീതെ അമർത്തിച്ചുരുട്ടി മാർദ്ദവപ്പെടുത്തിക്കൊണ്ടി രിക്കും. പിന്നീട് സാധനങ്ങൾ വാങ്ങാൻ പോകുമ്പോൾ വീണ്ടും തുന്നി ച്ചേർക്കാനെന്ന മട്ടിൽ അനുയോജ്യമായ സൂചികളും വാങ്ങും. കമ്പിളി വസ്ത്രങ്ങൾ കൈകൊണ്ട് തുന്നുകയെന്നത് ഒരു കാലത്ത് സ്ത്രീകളുടെ ഇഷ്ടവിനോദവും നേരമ്പോക്കുമായിരുന്നു. അവർ ആത്മാവിന്റെ സങ്കട ങ്ങൾ പലതും ഇറക്കിവയ്ക്കുന്നതും തുന്നൽ വിദ്യയിലൂടെയായിരുന്നു.

എഫ്.എം. റേഡിയോയിൽ ജോലിചെയ്യുന്നവരെ ഖലിലിന് പരിചിത മായി. അവരും ഖലിലിനെപ്പോലെ രാത്രി മുഴുവൻ ഉണർന്നിരിക്കുന്ന വരും, പകൽസമയങ്ങളിൽ തൊഴിൽ സംബന്ധമായല്ലാതെ പുറത്തിറ ങ്ങാത്തവരുമായിരുന്നു.... അവരും, അവനെപ്പോലെ, പരസ്പരം മനസ്സി ലാക്കാതെ തന്നെ പരസ്പരം പരിചയപ്പെട്ടവരായിരുന്നു. കുണ്ടും കുഴിയുമായ അവരുടെ കുന്നുകൾ പോലെതന്നെയായിരുന്നു അവന്റെ

കുന്നുകളും. നഗരത്തിനുവെളിയിൽ താമസിക്കുന്നവരായിരുന്നു എഫ്. എമ്മിലെ മനുഷ്യർ. അതിന്റെ അകമാകട്ടെ രാത്രികളിൽ താമസിക്കുന്ന വർ. അവനെപ്പോലെതന്നെ പകലുകളിലേക്കോ തെരുവുകളിലേക്കോ എങ്ങനെ പെട്ടുപോയെന്നുപോലും തിരിച്ചറിവില്ലാത്ത മനുഷ്യരായിരുന്നു അവർ. അവർ സംസാരിക്കാതെ സംസാരിച്ചു... നിരന്തരം സംസാരിച്ചു കൊണ്ടിരിക്കുന്ന അവതാരകനോട് അവർ സംസാരിച്ചെങ്കിലും, അയാൾ പ്രത്യേകിച്ചൊന്നും പറഞ്ഞില്ല.... പൊള്ളയായ, വെറുംപൊള്ളയായ മനുഷ്യവികാരം മാത്രമായിരുന്നു അയാളുടെ ചെവികളിൽ നിറഞ്ഞത്. അവതാരകൻ ജനങ്ങളെ അഭിവാദ്യം ചെയ്തു. അവരും അയാളെ അഭി വാദ്യം ചെയ്തു... അയാൾ തമാശ പറഞ്ഞു, പാട്ടുകൾ കേൾപ്പിച്ചു, വിദൂര മായ നക്ഷത്രസമൂഹങ്ങളിൽനിന്നുള്ള പ്രാപഞ്ചികശൂന്യതപോലും. അതൊക്കെ കേട്ടു. അവർക്കുപോലും അതൊക്കെ ഇഷ്ടമായി. അവർ അവനോട് ഫോണിൽ സംസാരിച്ചു. അവർ പരസ്പരം അവനിലൂടെ സംസാരിച്ചു. അവർ പരസ്പരം സഭ്യമായ സന്ദേശങ്ങൾ കൈമാറി. വൈകാരികമായിരുന്നെങ്കിലും അവയൊക്കെ തോൽപ്പശപോലെ സുതാര്യമായിരുന്നു. നായ്ക്കൾപോലും കേൾക്കാത്ത മൂടിവച്ച വൈകാ രിക തരംഗങ്ങളായിരുന്നു അത്. വൈകാരികതയോ അതിഭാവുകതയോ ഇല്ലാത്ത വാർത്തകളായിരുന്നു എഫ്.എം. സംപ്രേക്ഷണം ചെയ്തു കൊണ്ടിരുന്നത്. അതിൽ നഗരത്തിന്റെ പകൽജീവിതത്തെക്കുറിച്ച് ഒരു പരാമർശവും ഉണ്ടായിരിക്കില്ല... അവതാരകൻ ഒരുപാട് ചിരിക്കുമായി രുന്നു, വാക്കുകൾക്കിടയിലും വാക്യങ്ങൾക്കിടയിലും ചിരിതുടങ്ങുമായി രുന്നു... അയാളൊരിക്കലും അയാളുടെ പരിപാടിക്കുവേണ്ടി യാതൊരു തയ്യാറെടുപ്പും നടത്തിയിട്ടില്ല, സ്ക്രിപ്റ്റ് പോലും ഉണ്ടാവുകയില്ല. നെറ്റ്‌വർക്കിൽ നിന്ന് ഫോൺ വിളിക്കുന്ന വ്യക്തികളെ മുൻനിർത്തിയാ യിരുന്നു പരിപാടി മുന്നോട്ടുപോകുന്നത്.... ശരിക്കും അതൊരു ശൃംഖല തന്നെയായിരുന്നു.... ഫോണിൽ സംസാരിക്കുന്നവരുടെ ഒരു ശൃംഖല, കള്ളപ്പേരുകാരുടെ ശൃംഖല; അവതാരകനും കള്ളപ്പേരുകാരനായിരുന്നു, അയാൾക്ക് ശരിക്കുമൊരു പേരുണ്ടായിരുന്നെങ്കിലും. ആർക്കും പിടി കൊടുക്കാത്ത, ആലങ്കാരിക ഭാഷയിലായിരിക്കും അവർ സംസാരിക്കു ന്നത്. കാരണം, അവർ സ്വപ്നങ്ങളിലും രൂപകങ്ങളിലും ജീവിക്കുന്നവ രാണ്... വേഗതയില്ലാത്ത ബട്ടണുകളെക്കുറിച്ചുള്ള കിനാവ്, രാത്രിയിൽ, നിങ്ങളും നിങ്ങളുടെ നഗരവും ഒരുപോലെ വിവസ്ത്രരാവുകയാണെങ്കിൽ അതൊരു നല്ല രൂപകം തന്നെയല്ലേ. എന്നാൽ യഥാർത്ഥത്തിലുള്ളതിന്റെ ഹൃദയത്തിലായിരിക്കും രൂപകത്തിന്റെ പ്രഹരം.

ശ്രോതാക്കളെ എഫ്.എം. പരിപാടികൾ കേൾക്കാൻ പ്രേരിപ്പിക്കുന്ന യാതൊന്നുമില്ല, എങ്കിലും അവരെത്തമ്മിൽ ബന്ധിപ്പിക്കുന്ന കേന്ദ്രമാ യിരുന്നു അവതാരകൻ. മഹാരഹസ്യങ്ങൾ സൂക്ഷിക്കുന്ന പുരോഹി തനെപ്പോലെയായിരുന്നു അയാൾ ഫോൺ നമ്പറുകൾ വിശ്വസ്തത യോടെ കൈകാര്യം ചെയ്തത്. അയാളെ ആയുധധാരികളായ മനു ഷ്യർ പിടിച്ചുകൊണ്ടുപോയി തുറുങ്കിലടച്ചാലും, എത്രതന്നെ അടി ച്ചാലും പീഡിപ്പിച്ചാലും, വിരലുകളിൽ നിന്ന് നഖങ്ങൾ പിഴുതെടുത്താലും,

ആരുടെയും ഫോൺനമ്പരുകൾ ആർക്കും കൈമാറില്ലായിരുന്നു... ആരും പറയാതെതന്നെ അത്തരം വിശ്വാസം പ്രചരിച്ചു. ഗ്ലോറിയയുമായി സമ്പർക്കം പുലർത്താൻ റോണിക്ക് ആഗ്രഹമുണ്ട്, കാരണം കഴിഞ്ഞ ദിവസം, 'നിങ്ങൾ ഭാഗ്യത്തിൽ വിശ്വസിക്കുന്നുണ്ടോ' എന്ന ചോദ്യം അവനെ വല്ലാതെ നിരാശപ്പെടുത്തിയിരുന്നു, എന്നാൽ ഇന്ന് അവൾക്ക് ഡാനിയോടു പറയാനുള്ളത് എന്തെന്നാൽ... പുരോഹിതനുമാത്രമാണ് ഗ്ലോറിയയുടെ ഫോൺ നമ്പർ അറിയാവുന്നത്. അത് അവൾ സ്വമേധയാ കൊടുത്തതുമാണ്. ആ നമ്പർ ഏതെങ്കിലും വിധത്തിൽ ഡാനിക്ക് കിട്ടുമെന്നു കരുതിയാണ് അവളത് ചെയ്തത്. ഡാനി അവളെ വിളിക്കാത്തത് ഫോൺ നമ്പർ മറന്നിട്ടോ, അല്ലെങ്കിൽ ഫോൺ ബുക്ക് നഷ്ടപ്പെട്ടിട്ടോ ആയിരിക്കാമെന്നാണ് അവൾ കരുതിയിരിക്കുന്നത്. ഗ്ലോറിയയ്ക്കോ ഫാത്തിമയ്ക്കോ ഡാനിയെയോ മഹ്മൂദിനെയോ അറിയാം, എന്നാൽ മറ്റുള്ള ആയിരക്കണക്കിന് ശ്രോതാക്കൾക്ക് പരസ്പരം അറിയില്ല. അതുപോലെ തന്നെ ഗ്ലോറിയയെയും ഡാനിയെയും അറിയില്ല... പക്ഷേ, ഗ്ലോറിയയും ഡാനിയും അവരുടെ വീരകഥാപാത്രങ്ങളാണ്. രാത്രിയുടെ അന്ത്യയാമങ്ങളിൽ ശൃംഖലയുടെ ഏതെങ്കിലുമൊരു ദിശയിൽ വച്ച് അവർ കേട്ടുമുട്ടും. അവർ ആ നഗരത്തിൽ തന്നെയുണ്ടാകും. പുരോഹിതൻ ഗ്ലോറിയയെ വിളിക്കുമ്പോൾ, അവൾ ഉണർന്നെഴുന്നേൽക്കുമ്പോൾ അവൻ ചോദിക്കും, ഗ്ലോറിയാ, നീ ഇന്നലെ എവിടെയായിരുന്നു, നീയിപ്പോൾ എന്തു ചെയ്യുകയാണ്? പരിപാടി കേട്ടുകൊണ്ടിരിക്കുകയാണെന്നും, ഒരു പാട്ടിനുവേണ്ടി അഭ്യർത്ഥിച്ചിട്ടുണ്ടെന്നും, അത് റോണിക്കുവേണ്ടി, അവന്റെ ക്ഷേമാന്വേഷണങ്ങൾക്കുവേണ്ടി സമർപ്പിക്കുകയാണെന്നും അവൾ അവതാരകനോട് പറയും. മേഘം നീങ്ങിപ്പോകുന്നതിന്റെ കാലമാണിതെന്നും, അത് പകലോ രാത്രിയോ, എപ്പോൾ വേണമെങ്കിലും സംഭവിക്കുമെന്നും, അന്നേരം ചിലതെല്ലാം അവനെ സന്തോഷിപ്പിക്കുമെന്നും, മറ്റു ചിലതെല്ലാം അവനെ വേദനിപ്പിക്കുമെന്നും അവൾ കൂട്ടിച്ചേർത്തു. കാറിന്റെ കേടുപാടുകൾ തീർത്തോ എന്ന് അവൾ അന്വേഷിച്ചു. ഇപ്പോൾ അതുമാത്രമാകും അവന്റെ മനസ്സിലുള്ളതെന്നും, ആരോഗ്യം ശ്രദ്ധിക്കണമെന്നും, അതാണ് ലോകത്തിലെ ഏറ്റവും വിലപിടിച്ച സംഗതിയെന്നും അവൾ ഓർമ്മിപ്പിച്ചു... ശ്രോതാക്കൾക്കും അവതാരകനും സമർപ്പിച്ചുകൊണ്ട് അവൾ ആവശ്യപ്പെട്ട വാർദാ എൽ ജസറീയായുടെ ഏറ്റവും പുതിയ ഗാനം അന്നേരം അന്തരീക്ഷത്തിൽ അലയടിക്കും.....

എല്ലാവരും മനുഷ്യരായിരുന്നെങ്കിലും ആരും യഥാർത്ഥത്തിൽ ഉള്ളതായിരുന്നില്ല. അവരുടെ ശബ്ദം മാത്രമായിരുന്നു സത്യം. അതായിരുന്നു ഖലിലിനെ ഏറെ രസിപ്പിച്ചത്... ഇടനാഴികളിൽ തങ്ങിനിൽക്കുന്ന ശബ്ദങ്ങൾ, ഇടനാഴികൾ തുടങ്ങുന്നതിന്റെ സന്തോഷം, ശബ്ദങ്ങൾക്ക് ഉള്ളിലേക്ക് കടന്നുവരണമെന്ന് ഒരു താല്പര്യവുമില്ല. യഥാർത്ഥ ശബ്ദങ്ങൾ, പൊള്ളയും പൊട്ടയുമായ ശബ്ദങ്ങൾ, ശരിക്കുള്ള നഗരശബ്ദങ്ങൾ പോലെതന്നെയാണത്... ശരിക്കുള്ള നഗരം, എന്നെപ്പോലെയുള്ളവർ നിലനിൽക്കുന്ന ഇടം, അങ്ങനെയെങ്കിൽ അവരും ഉണ്മ തന്നെ, അവർ എഫ്.

എമ്മിലൂടെ സംസാരിക്കുന്നു... നഗരത്തിലെ അഴുക്കുചാലുകളിലും ഭൂഗർഭക്കുഴലുകളിലും കഴിഞ്ഞുകൂടുന്ന എലികളെപ്പോലെയല്ല അവർ.... അവരാണ് യഥാർത്ഥത്തിലുള്ള നഗരമെന്നു തോന്നിപ്പോകും. സകല നുണകൾക്കും മീതെയാണ് അവരുടെ വാസം, നഗരത്തിൽ യാതൊരു നിരോധങ്ങളുമില്ലെന്ന് കരുതേണ്ടി വരും. നായിഫിനെയോ ഡാനിയെയോ, ഏതെങ്കിലുമൊരാളെ അവരിൽ നിന്ന് തിരഞ്ഞെടുക്കാൻ ആവശ്യപ്പെട്ടാൽ എന്റെ ഹൃദയം യാതൊരു മടിയും കൂടാതെ പറയും: ഡാനിയാണ് യഥാർത്ഥ സുഹൃത്ത്....

അങ്ങനെ ഖലിൽ അവന്റെ ടെലിഫോണിന്റെ വയർ പരമാവധി വലിച്ചു നീട്ടി, കട്ടിലിനോട് ചേർന്നുള്ള ചെറിയ മേശയിൽ ഫോൺ കൊണ്ടുവച്ചു... അവതാരകൻ ആവർത്തിച്ചു പറഞ്ഞുകൊണ്ടിരുന്ന റേഡിയോ നിലയത്തിലെ ഫോൺ നമ്പറിലേക്ക് വിളിക്കുന്ന കാര്യം ആലോചിച്ച് ഖലിൽ നീണ്ടരാത്രികൾ ഉറങ്ങാതെ കിടന്നെങ്കിലും, അങ്ങനെ ചെയ്തില്ല... അവരെപ്പോഴെങ്കിലും അവനെ വിളിക്കുമെന്നു കരുതി... ഒരുപാട് നാൾ കാത്തിരിപ്പ് തുടർന്നെങ്കിലും, അങ്ങനെ സംഭവിച്ചില്ല... അഥവാ, അവർക്കെങ്ങനെ അറിയാം ഇത് ഫോൺവിളി പ്രതീക്ഷിച്ച് ഇരിക്കുന്ന ഒരാളുടെ നമ്പറാണെന്ന്; അർദ്ധരാത്രികളിൽ വിളിക്കുമ്പോൾ ശപിക്കുകയും ആക്രോശിക്കുകയും ചെയ്യുന്ന ആളാണോ, പകലുകൾ അപഹരിക്കപ്പെട്ട ഒരു നഗരത്തിൽ അർദ്ധരാത്രിയിൽ ഉണർന്നിരിക്കുന്ന ആളാണോ, രാത്രി നന്നായി ഉറങ്ങി പുത്തൻ പകലിനുവേണ്ടി പ്രതീക്ഷയോടെ കാത്തിരിക്കുന്ന ആളാണോ, പകൽ മുഴുവൻ കഴുതയെപ്പോലെ കടൽക്കരയിലെ ഒരു കുഴിയിൽ നിന്ന് വെള്ളംകോരി വൈകിട്ട് ഒരു ഭംഗിയുള്ള കാരറ്റ് കഴിക്കാൻ കൊതിയോടെ കാത്തിരിക്കുന്ന ആളാണോ എന്ന് അവരെങ്ങനെ മനസ്സിലാക്കും.

ആത്മാർത്ഥതയെക്കുറിച്ച് റാഫത്ത് പറഞ്ഞ അഭിപ്രായത്തോട് മെർവത്ത് വളരെ പരുഷമായിട്ടായിരുന്നു പ്രതികരിച്ചത്. സ്വന്തം അനുഭവങ്ങളുടെ അടിസ്ഥാനത്തിൽ ഒന്നിനെയും സാമാന്യവൽക്കരിക്കരുതെന്നും ഒരു പെൺകുട്ടി അവന്റെ ഹൃദയം തകർത്തെന്നു കരുതി എല്ലാ പെണ്ണുങ്ങളും അത്തരക്കാരല്ലെന്നും – സ്വകാര്യ അനുഭവത്തിന്റെ വെളിച്ചത്തിൽ അല്ലെങ്കിൽപ്പോലും – ആണുങ്ങളാണ് മറ്റു പല കാര്യങ്ങൾക്കും വേണ്ടി പെണ്ണുങ്ങളെ വഞ്ചിക്കുന്നതെന്നും, വിവാഹത്തിൽ എത്തുന്നതിന് മുമ്പ് പിന്മാറുന്നതെന്നും അവൾ പറഞ്ഞു... അല്പനേരം കഴിഞ്ഞ്, ക്രൂരമായി സംസാരിച്ചുപോയതിൽ അവൾ ക്ഷമ ചോദിച്ചു... എന്നിട്ട് അവനും മറ്റു ശ്രോതാക്കൾക്കും വേണ്ടി ഒരു ഗാനം സമർപ്പിച്ചു.

റാഫത്ത് മറുപടി കൊടുക്കാൻ വേണ്ടി വീണ്ടും വിളിച്ചു... അന്നേരം അവന്റെ ശബ്ദം ദുർബലമായിരുന്നു. ശ്വാസമെടുക്കാൻ ബുദ്ധിമുട്ടനുഭവപ്പെടുന്നതുപോലെ വളരെ സാവധാനത്തിലായിരുന്നു അവൻ സംസാരിച്ചത്.... റാഫത്ത് ദുഃഖിതനാണെന്ന് അവന്റെ ശബ്ദം കേട്ടപ്പോൾ ഖലിലിന് തോന്നി. അതുകൊണ്ടുതന്നെ അവനെ കൂടുതൽ ശ്രദ്ധയോടെ കാതോർത്തു. പെൺകുട്ടികളുടെ സൗന്ദര്യത്തെക്കുറിച്ചായിരുന്നു

റാഫത്ത് സംസാരിച്ചുതുടങ്ങിയത്. എന്നാൽ സൗന്ദര്യത്തിന് ചേർന്ന തല്ല അവരുടെ വഴികൾ.... സകലതും അവർ ഉപേക്ഷിക്കുന്നു, അഥവാ രക്ഷപ്പെടുന്നു.... എന്നിട്ട് മറ്റുള്ളവരുടെ വികാരങ്ങളെ മുൻനിർത്തി വിനോദിക്കുന്നു.... മെർവത്തിന്റെ വാക്കുകൾ അവൻ മുഖവിലക്കെടുത്തു. പക്ഷേ അവൻ... അവൻ വ്യത്യസ്തനായിരുന്നു.... കാമുകിയോട് അവൻ സ്നേഹവും വിശ്വസ്തതയും പുലർത്തിയിരുന്നു..... അവന്റെ പ്രണയിനിക്ക് മാർദ്ദവമേറിയ നീളൻ തലമുടിയുണ്ടായിരുന്നെന്ന് അവൻ പറഞ്ഞു. ഏതായാലും, എല്ലാ ശ്രോതാക്കൾക്കും സമർപ്പിച്ചുകൊണ്ട് ഒരു പാട്ടു തെരഞ്ഞെടുക്കാൻ അവൻ അവതാരകനോട് ആവശ്യപ്പെട്ടു..... അവസരത്തിനൊത്തുയർന്ന അവതാരകൻ ഉചിതമായ ഗാനം തന്നെയാണ് വച്ചുകൊടുത്തത്: “എന്തുകൊണ്ടിനിയും നിൻ നീളൻതലമുടി മുറിച്ചീലാ...” ശോകമൂകമായ അന്തരീക്ഷം ഒന്നുകൂടി മ്ലാനമായി. പരിപാടിയുടെ പതിവ് രീതികൾക്ക് ചേർന്നതായിരുന്നില്ല അത്. കണ്ണുകളിലൂടെ നീർത്തുള്ളികൾ ഉരുണ്ടിറങ്ങുന്നത് ഖലിൽ തൊട്ടറിഞ്ഞു.... അവൻ അന്നേരം റാഫത്തിനെക്കുറിച്ച് ചിന്തിക്കാൻ തുടങ്ങി....

എന്താണ് പറയാനുള്ളതെന്ന് ഖലിലിനോട് അവതാരകൻ ചോദിച്ചു.... റാഫത്തിനോടും അവതാരകനോടും ചങ്ങാത്തം കൂടാനാണ് ആഗ്രഹമെന്ന് അവൻ അറിയിച്ചു. അവതാരകൻ വീണ്ടും അവനോട് ചോദ്യങ്ങൾ ചോദിച്ചുകൊണ്ടിരുന്നു... റാഫത്തിനെ അനുകൂലിക്കുന്നതായി ഖലിൽ പറഞ്ഞു. ആത്മാർത്ഥതയെക്കുറിച്ചാണ് ഇപ്പോൾ ചിന്തിച്ചുകൊണ്ടിരിക്കുന്നതെന്നും, അതുകൊണ്ട് അബ്ദ് എൽ ഹലിം ഹഫീസിന്റെ ‘വശ്യതയും വഞ്ചനയും’ എന്ന ഭാഗം ശ്രോതാക്കൾക്കായി സമർപ്പിക്കുന്നുവെന്നും അവൻ പറഞ്ഞു... അത്രയുമായതോടെ, ഖലിലിന് എന്തെന്നില്ലാത്ത സന്തോഷം തോന്നി. അവന്റെ മുഖത്ത് മുമ്പുണ്ടായിരുന്ന പുഞ്ചിരി മടങ്ങിയെത്തി, അല്പനേരത്തിനുനേരം, അവൻ കമ്പിളിനൂലുകൾ പുസ്തകത്തിൽ ചുറ്റിപ്പിടിപ്പിച്ചു. അപ്പോഴേക്കും, തീ കുറച്ചുവച്ച ഗ്യാസ് അടുപ്പിലെ പാത്രത്തിൽ കുമിളപൊട്ടുന്ന തുവരസൂപ്പിന്റെ പരിമളം അവിടമാകെ നിറഞ്ഞു.

ഗ്രാമത്തിൽ അവശേഷിക്കുന്ന ഏക പച്ചപ്പിലേക്ക്, വെട്ടിയൊരുക്കിയ പുൽമേട്ടിലേക്ക് ഖലിൽ ഓടിക്കയറുകയായിരുന്നു. ആ പച്ചപ്പുൽമൈതാനത്തിൽ അവന്റെ കാലുകൾ സ്പർശിച്ചതോടെ, കുതിച്ചുയരുന്നു, വാരകളോളം പുൽമേടിനു മുകളിലൂടെ പറക്കുന്ന പ്രതീതിയാണുണ്ടായത്. അവനുമുന്നിൽ ആ അനുഭവം അനന്തമായി നീണ്ടു. അവന്റെ കാലുകൾക്ക് അത്ര നീളമില്ലായിരുന്നെങ്കിൽപ്പോലും, അവ അവനെ ബലൂൺ പോലെ ഉയർത്തി. അന്നേരം അവൻ ഈജിപ്ഷ്യൻ നടിയായ മെർവത്ത് അമിനെപ്പോലെ ചിരിച്ചു. അവളുടെ നീണ്ടുതിളങ്ങുന്ന ചെസ്റ്റ്നട്ട് പോലുള്ള തലമുടി അവനു പിന്നിലായി പാറിക്കളിച്ചു... റാഫത്തും അന്നേരം ചിരിക്കുകയും പറക്കുകയും ചെയ്യുന്നുണ്ടായിരുന്നു. എന്നാൽ അവന് ഖലിലിനെ തൊടാൻ കഴിഞ്ഞില്ല... അവൻ ചിരിച്ചുകൊണ്ട് ഖലിലിനോട് അല്പം വേഗത കുറയ്ക്കാൻ ആവശ്യപ്പെട്ടുകൊണ്ടിരുന്നു. അത് അവനെ ഉപദ്രവിക്കാൻ വേണ്ടിയായിരുന്നില്ല. ഖ-ലി-ൽ..., റാഫത്ത് വിളിച്ചു.

മാധുര്യവും താളവുമുണ്ടായിരുന്ന ആ ശബ്ദത്തിൽ ശൃംഗാരവും എടുത്തു ചാട്ടവും പ്രകടമായിരുന്നു... വീണ്ടും അവിടമാകെ ചിരികൾ കൊണ്ടു നിറഞ്ഞു.

ഒരു വലിയ വൃക്ഷം മുന്നിൽ വന്നുപെട്ടപ്പോൾ ഖലിൽ ഒന്നു ചരിഞ്ഞ് ഒഴിഞ്ഞുമാറി. അതേസമയം, റാഫത്ത് ഒലിവ് ചില്ലകൾക്കിടയിലൂടെ തെന്നിനീങ്ങുകയായിരുന്നു. പെട്ടെന്ന് കടുംചുവപ്പ് നിറത്തിലുള്ള ഒരു ഹൃദയം ശ്രദ്ധയിൽപ്പെട്ടു. അതിന്മേൽ കെ. ആർ. എന്നീ അക്ഷരങ്ങൾ തിളങ്ങുന്നതും കണ്ടു. വെറും തിളക്കമല്ല, വ്യക്തമായിപ്പറഞ്ഞാൽ എണ്ണ ത്തിളക്കം. റാഫത്ത് ഖലിലിന് തൊട്ടടുത്തായെത്തി, അവന്റെ മുഖത്തേക്കു വീണ് അലസമായി പാറിപ്പറക്കുന്ന തലമുടിയിഴകളിൽ തലോടി. ഖലിൽ ലജ്ജയോടെ അവന്റെ കാലുകളിലേക്ക് നോക്കി... പോളറോയിഡ് ഫോട്ടോ യിൽ നാജിയോടൊപ്പം കണ്ട പെൺകുട്ടിയുടെ കാലുകൾ അന്നേരം അവന്റെ ഓർമ്മയിലെത്തി. വശ്യമനോഹരവും സ്നേഹലാളനങ്ങൾ കൊണ്ടു പൊതിയാനും തോന്നുന്ന കാലുകളാണ് അതെന്ന് അവൻ ഉറ പ്പിച്ചു. റാഫത്ത് അവന്റെ കൈകൾകൊണ്ട് ഖലിലിന്റെ കഴുത്തിനെ ചുറ്റി നടന്ന് ഇക്കിളിപ്പെടുത്തി. അവിടെയാണ് അവന്റെ മുടിയിഴകൾ ഏറ്റവും സമൃദ്ധമായി കാണപ്പെടുന്നത്. അവന് നന്നായി വീർപ്പുമുട്ടുന്നതുപോലെ തോന്നി. അന്നേരം ഖലിലിന്റെ കണ്ണുകളും ചുണ്ടുകളും അവന് അഭി മുഖമായിരുന്നു. അസാധാരണമായി പുളഞ്ഞ ഖലിലിന്റെ തല ഒരു മര ത്തിൽ ചെന്നിടിച്ചു. പൊള്ളുന്ന അടി മുഖമടച്ചു കിട്ടിയപോലെ അവൻ പെട്ടെന്ന് കൈകൾ കൊണ്ട് മുഖം പൊത്തി. അപ്പോൾ നാജി അവനെ രൂക്ഷമായി നോക്കുന്നുണ്ടായിരുന്നു. ദേഷ്യംകൊണ്ട് ചുവന്നിരുന്നു അവന്റെ കണ്ണുകൾ. നാജി അവനുമുന്നിൽ ഏതാനും നിമിഷങ്ങൾ മാത്രമേ നിന്നുള്ളൂ എങ്കിലും അത് എത്രയോ മിനിട്ടുകൾ നീണ്ടുനിന്നതായി ഖലിലിന് തോന്നി. നാജിയുടെ പരുഷമായ നോട്ടത്തിനു മുന്നിൽ അവൻ ഭയന്നു വിറച്ചു. നാജി ഖലിലിന്റെ കോളറിൽ ശക്തിയായി പിടിച്ചുവലിച്ചു. എന്നിട്ട് അവന്റെ ഷർട്ടിന്റെ മുഴുവൻ ബട്ടൺസുകളും ഊരിമാറ്റി. ഖലിലിന്റെ നെഞ്ചും വയറും അനാവൃതമായി. നാജി ഒരു ചുവട് പിന്നോട്ടു വച്ചിട്ട് അവന്റെ മുടി യിഴകൾ മാടിയൊതുക്കി. എന്നിട്ട് സാവധാനം ഖലിലിന്റെ അടുത്തെത്തി, ബലിഷ്ഠമായ കൈകളാൽ അവന്റെ തുകൽ ബൽറ്റ് വലിച്ചൂരി...

ഖലിൽ ആ സമയം കട്ടിലിന് തൊട്ടടുത്തായി നിൽക്കുകയായിരുന്നു - ഒരുപക്ഷേ - കുറേനേരം... അവന്റെ ചെറിയ ശരീരത്തിലെ സകല തുറ വുകളും സവിശേഷമായ ഓരോ തുള്ളി വെള്ളവും പുറന്തള്ളി... തണുത്ത വിയർപ്പുതുള്ളികളിൽ മുങ്ങിനനയുകയായിരുന്നു അവന്റെ പൈജാമയുടെ പാന്റ്സ് അന്നേരം തുടകളെ ആശ്ലേഷിച്ചു നിൽക്കുകയായിരുന്നു... മൂക്കള പോലെ കൊഴുത്ത ഒരു ദ്രാവകം ഉമിനീരിനൊപ്പം അവന്റെ വായി ലൂടെ ഒഴുകിയിറങ്ങി, കീഴ്ത്താടിയും പുറംകുപ്പായവും തുറന്നുകിടന്ന പൈജാമയെയും ചുമലുകളെയും നനച്ചുകൊണ്ട് കൈകളിലൂടെ... അവന്റെ കണ്ണുകൾ മാത്രമായിരുന്നു അപ്പോൾ വരണ്ടതായി കാണപ്പെട്ടത്. അങ്ങനെ, പിറ്റേന്ന് കാലത്ത് സൂര്യൻ മുറിയിൽ വന്നുനിറയുന്നതുവരെ, കണ്ണീർ പ്രളയത്തിലാണ്ടുകിടന്ന് വിതുമ്പുകയായിരുന്നു ഖലിലിൽ.

# ഭാഗം മൂന്ന്

## ഒന്ന്

എപ്പോഴൊക്കെ ബോംബ് സ്ഫോടനങ്ങളുടെയും റോക്കറ്റ് വീഴ്ചയുടെയും ശബ്ദം കേൾക്കുന്നുവോ അപ്പോഴൊക്കെ അവർ ചുമലുകൾക്കിടയിൽ തലതിരുകി, രക്ഷിക്കണമേ എന്ന് ദൈവത്തോട് മുട്ടിപ്പായി പ്രാർത്ഥിക്കുകയും പുറത്ത് കളിച്ചുകൊണ്ടിരിക്കുന്ന കുട്ടികളോട് എത്രയും വേഗം കളി നിർത്താൻ ആവശ്യപ്പെടുകയും ചെയ്യും. ഒരു അഗ്നിജ്വാലയ്ക്കും മറ്റൊന്നിനും ഇടയിലുള്ള നിശ്ശബ്ദതയുടെ കരുത്ത് കൂട്ടാൻ മാത്രമേ അത് ഉപകരിക്കുകയുള്ളൂ. ആർക്കാണ് കൂടുതൽ കരുത്തെന്ന് കണ്ടറിയാൻ ശ്രമിക്കുന്ന കുട്ടികളെപ്പോലെയാവും അത്. എന്നാൽ, എന്താണ് പുറത്ത് സംഭവിക്കന്നതെന്നറിയാൻ പൊള്ളലേറ്റു മുഷിഞ്ഞ മനുഷ്യരുടെ മുഖത്തുനോക്കിയാൽ മതിയാവും. അവരെ സംബന്ധിച്ചിടത്തോളം നിഷ്പക്ഷത താങ്ങാവുന്നതിലും അപ്പുറമായിരിക്കുന്നു. ഒരുപക്ഷേ അവർക്കായിരിക്കും പുറത്തിറങ്ങാൻ ഏറ്റവും കൂടുതൽ ധൈര്യമുള്ളത്. ജീവിതഭയമോ മരണത്തിനുള്ള അതീവസാധ്യതയോ അവർ കണക്കിലെടുക്കാറില്ല... അത്തരം കാര്യങ്ങളിൽ അജ്ഞതയുള്ള കുട്ടികൾ ജീവിതം പരമാവധി ആസ്വദിച്ച് ജീവിക്കാൻ ആഗ്രഹിക്കും. അതിസാരത്തിന്റെ ഭീകരാക്രമണത്തെ അതിജീവിച്ച കുട്ടികൾ, സമപ്രായക്കാരായ കുട്ടികളെ കണ്ടുമുട്ടുമ്പോൾ അപരാജിതരുടെ ആഘോഷമായിരിക്കും നടക്കുക. അവർ നിരന്തരം എന്തെങ്കിലുമൊക്കെ സാധനങ്ങൾ ആവശ്യപ്പെട്ടുകൊണ്ടിരിക്കും, അവർക്ക് വിശപ്പും ദാഹവും കൂടുതലായിരിക്കും. ഒരുപക്ഷേ, ഭയന്നുചിതറിയ കുടുംബാംഗങ്ങളെ മടക്കിവരുത്താനും അവർക്കു കഴിഞ്ഞേക്കും. അത് ചില കുടുംബങ്ങളെങ്കിലും സുരക്ഷിതരാണെന്ന് തോന്നിപ്പിക്കുകയും ചെയ്യും. മുതിർന്നവരുടെ കണ്ണുകളിലെ ഭ്രാന്തിന്റെ കറയും അല്പാല്പം മാഞ്ഞുതുടങ്ങിയിരുന്നു. അവരുടെ അമ്മമാർ മുമ്പ് പെരുമാറിയതുപോലെ പെരുമാറാൻ തുടങ്ങി. അവർക്ക് ഭക്ഷണം പാകംചെയ്തുകൊടുക്കുകയും ഉറങ്ങുന്നതുവരെ മുഖത്തേക്ക് കരുതലോടെ നോക്കിയിരിക്കുകയും ചെയ്തു. അതുകൊണ്ടുതന്നെ അവരുടെ പിതാക്കന്മാർ അവരെ തെരുവിലേക്കൊന്നും കൊണ്ടുപോയി ഒറ്റിക്കൊടുത്തില്ല.

ഖലിലിന് ഒരുപാട് നേരം മുറിക്കുള്ളിൽ തുടരാൻ കഴിഞ്ഞില്ല. അവൻ പുതപ്പെടുത്ത് പുറത്തിറങ്ങി വാതിലടച്ചു. രണ്ടാം നിലയിലേക്ക് ഇറങ്ങുന്ന

വാതിലിന്റെ നടയിൽ ഏതാനും പടിക്കെട്ടുകൾക്കു മേലെനിന്ന് കുതിച്ചു ചാടി. യന്ത്രത്തോക്കുകളിൽനിന്നുള്ള വെടിയൊച്ചയും സ്ഫോടനശബ്ദങ്ങളും അവനോടടുത്തുകൊണ്ടിരുന്നു. ഓരോ വെടിയുണ്ടകളും ചുമരിൽ ഓരോ തുളകളുണ്ടാക്കി, തെരുവിലേക്ക് പാഞ്ഞുകൊണ്ടിരുന്നു, അതിനർത്ഥം അനിവാര്യമായ മരണം അടുത്തെത്തിക്കഴിഞ്ഞു എന്നുതന്നെയാണ്... മുമ്പ് അവൻ കുളിമുറിയായിരുന്നു സുരക്ഷിത സ്ഥാനമായി കണ്ടിരുന്നത്. അവിടെയാകുമ്പോൾ, വെടിയൊച്ച നിലയ്ക്കുന്നതുവരെ ഒരു മെഴുകുതിരി കണ്ണാടിഷെൽഫിൽ കത്തിച്ചുവെച്ച് ക്ലോസറ്റിന്റെ സീറ്റു കവർ നേരെയിട്ട്, അതിന്മേലിരുന്ന് വായിക്കുകയോ എന്തെങ്കിലും കൈവേലകൾ ചെയ്യുകയോ ചെയ്യാം... ഖലിൽ ശരിക്കും സുരക്ഷിതനാണെന്നു തന്നെയാണ് അവൻ കരുതിയിരുന്നത്, കാരണം അവന്റെ ശരീരം വിപരീതദിശയിലാണെന്ന് അവനറിയാമായിരുന്നു... അല്ലെങ്കിൽപ്പോലും താനൊരു അന്തർമുഖനും ആർക്കും പിടികൊടുക്കാത്തവനും നിരുന്മേഷവാനുമാണെന്ന വാസ്തവം അവന് നന്നായറിയാം. അവന്റെ ശരീരവും മറ്റുള്ളവരുടെ ശരീരവുമായുള്ള സാമ്യം... പ്രത്യേകിച്ചുപറഞ്ഞാൽ നാജിയുടെ ശരീരവുമായി, അത് ഓർക്കുമ്പോഴേ ഇന്ദ്രിയങ്ങളെല്ലാം ആകാംക്ഷയുടെ മുനമ്പിലായിരിക്കും. രണ്ടുപേർക്കും ഏതാണ്ടൊരേ രൂപഘടനയെന്നതു മാത്രമല്ല അവരുടെ സാമ്യം. അവർക്കിടയിൽ നിലനിന്നിരുന്ന സാഹോദര്യവും അതിനൊരു കാരണമായിരുന്നു... പ്രത്യേകിച്ചൊരു ജോലിയും ചെയ്യാതെ വിരസമായി വീട്ടിനുള്ളിൽ കഴിച്ചുകൂട്ടുന്നതിനിടയിൽ, ആളുകൾക്ക് തോന്നും പുറത്തിറങ്ങി തെരുവിലൂടെ നടക്കണമെന്നും ഒന്നു ചുറ്റിയടിക്കണമെന്നും... വാസ്തവത്തിൽ അപ്പോഴും അവർ സ്വന്തം ശരീരങ്ങളെയോർത്ത് വ്യാകുലപ്പെടുന്നുണ്ടാകും. ശരീരങ്ങളെ അവിടെ നിന്ന് പരിക്കേൽക്കാതെ ഒളിച്ചുകടത്താൻ ശ്രമിക്കും. ഉദാഹരണത്തിന്, ചിലനേരം അവർ ചെന്നായ്ക്കളായി മാറും. അങ്ങനെയാണ് അവർ ഭീകരരൂപികളായി രൂപാന്തരപ്പെടുന്നതും, ഒറ്റയ്ക്ക് അലഞ്ഞുതിരിയുന്നവരെ ഇരകളാക്കുന്നതും... മനുഷ്യർ നായകളെയുംകൊണ്ട് നടക്കാനിറങ്ങുംപോലെയാണ് അവർ സ്വന്തം ശരീരവുംകൊണ്ട് പുറത്തിറങ്ങുന്നത്. മറ്റുള്ളവർക്കിടയിൽ ഇറങ്ങി നടക്കുമ്പോൾ അവർ സ്വശരീരങ്ങളെ കൈകളിൽ മുറുക്കിക്കെട്ടിയിരിക്കും, മറ്റുശരീരങ്ങളുമായി കൂട്ടിമുട്ടാതിരിക്കാനും മറ്റുള്ളവരുടെ മുടന്ത് കണ്ടെത്താനും മറ്റുള്ള ശരീരങ്ങളിൽ പ്രതിഫലിക്കുന്നതെന്തെന്ന് തിരിച്ചറിയാനും പെരുമാറാനും... ശരീരത്തെ മെരുക്കിയെടുക്കാവുന്നതാണെന്നും അവയെ നിയന്ത്രിക്കാവുന്നതാണെന്നും തെരുവിലൂടെ നടക്കാൻ കഴിയുന്നതാണെന്നും സ്വയം ഉറപ്പുവരുത്തുന്നതിനുംകൂടി വേണ്ടിയാണത്. അപ്പോൾ അതിന്റെ ഉടമ പറയും: നോക്കൂ, ഇത് എന്റെ ശരീരമാണ്, എന്റെ ശരീരം എങ്ങനെയുണ്ട്, എത്ര സുന്ദരമായ നിർമ്മിതി, എന്തു നല്ല അനുസരണയും പെരുമാറ്റവും, കണ്ടോ... അതുകൊണ്ട്, നമ്മൾ ഒറ്റയ്ക്കായിരിക്കുമ്പോൾ ധരിച്ച വസ്ത്രങ്ങളുമായി ഒരിക്കലും പുറത്തിറങ്ങരുത്.

നന്നായി ഒരുങ്ങി, വൃത്തിയായി വേഷം ധരിച്ച്, മുടിചീകിയൊതുക്കി വേണം പുറത്തിറങ്ങാൻ. എന്നാൽ മാത്രമേ ശരീരത്തിന്റെ ഉടമയെക്കുറിച്ച് മറ്റുള്ളവർക്ക് മതിപ്പ് ഉണ്ടാവുകയുള്ളൂ.

നാജി കൊല്ലപ്പെട്ടതിനുശേഷം, ഖലിലിന്റെ ശരീരം നാജിയുടെ സഹോദരനെന്നു പറയാൻ മാത്രമുള്ള രൂപസാദൃശ്യം ഇല്ലാതെപോയി. അത് അവന് ആശയക്കുഴപ്പമുണ്ടാക്കുകയും ചെയ്തു. അവന്റെ ഉള്ളിലെ എതിർപ്പിന്റെ പ്രതലം വിണ്ടുകീറി, ആശങ്കകൾകൊണ്ടു കുമിഞ്ഞ കിനാവുകളിലേക്ക് ഇരച്ചുകയറി. കുഴഞ്ഞുമറിഞ്ഞതും അവ്യക്തവുമായ ഒരുപാടുകാര്യങ്ങളിൽ അത് പിടിമുറുക്കി. തന്റെ രതിജന്യ സ്വപ്നങ്ങൾ കൊടുങ്കാറ്റുപോലെ അവനെ പിടിച്ചുലച്ചു.

മൂർച്ചയുള്ള മഴുകൊണ്ട് വെട്ടിക്കീറുംപോലെയായിരുന്നു അത്. അവൻ ഉണർന്നപ്പോൾ, മുന്നിലുള്ള ചെറുകഷ്ണങ്ങൾ കൂട്ടിച്ചേർത്ത് വിശകലനം ചെയ്യാൻ നന്നേ പ്രയാസപ്പെട്ടു. എങ്കിലും നിരന്തരം അനുഭവിച്ചുകൊണ്ടിരുന്ന ഉത്കണ്ഠ പാടെ തുടച്ചുനീക്കാൻ അത് സഹായകമായി. മനോരോഗ ചികിത്സയിലോ, സ്വന്തമാക്കിയ പുസ്തകങ്ങളിൽ പരാമർശിക്കുന്ന കാര്യങ്ങളിലോ വിശ്വാസമില്ലാത്ത ഒരാളെ സംബന്ധിച്ചിടത്തോളം അതൊരു നിസ്സാര കാര്യമല്ല... കുറിയകാലുകളും ദുർബല ശരീരവും നീണ്ട ചെസ്റ്റ്നട്ട് പോലുള്ള തലമുടിയും വിശാലമായ കണ്ണുകളും ഒരിക്കലും ഒരാളെ സ്ത്രീപുരുഷ ലക്ഷണങ്ങളുള്ളതോ, സ്ത്രീപ്രകൃതിയുള്ളതോ, പൗരുഷമില്ലാത്തതോ... അല്ലെങ്കിൽ സ്വവർഗ്ഗാനുരാഗിയോ... ആയ ഒരാളാക്കി മാറ്റുന്നില്ല. രക്തത്തിൽ എവിടെയോ അലിഞ്ഞുചേർന്ന ഭയം കൊണ്ടുണ്ടാകുന്ന ഒരുതരം തളർച്ചയാണ് എല്ലാറ്റിനും കാരണമെന്ന് ഖലിലിന് തോന്നി. ഇതൊരു താൽക്കാലിക പ്രതിഭാസം മാത്രമാണെന്ന് അവന് മനസ്സിലായി. ചുറ്റുമുള്ള ലോകത്തിന്റെ സമ്മർദ്ദം അവനിൽ അടിച്ചേൽപ്പിച്ച ഒരു മാനസിക പ്രശ്നം... തീർച്ചയായും അവന്റെ ശരീരത്തിൽ കൂടുതലുള്ളത് സ്ത്രീഹോർമോണുകളാണെന്ന് അവന് ബോധ്യപ്പെട്ടു. ഒരുപക്ഷേ അതായിരിക്കും അവനെ വലിയ കുറ്റകൃത്യങ്ങളിൽ നിന്ന് ഒഴിഞ്ഞുനിൽക്കാൻ സഹായിച്ചത്. ഇത് കടന്നുപോകുന്ന ഒരു സ്വാഭാവിക പ്രതിസന്ധി മാത്രമാണ്. അതിന് ഒരു അവസാനമുണ്ടാകും... അവന് സ്ത്രീയാകണമെന്നായിരുന്നു ആഗ്രഹം. എന്നാൽ ഈ നിമിഷം അവനറിയാം, തനിക്ക് ഒരു സ്ത്രീയെയും പോലെയാകാൻ കഴിയില്ലെന്ന്. ഖലിലിന്റെ പരിശ്രമങ്ങൾ പെട്ടെന്നുതന്നെ അവസാനിച്ചു. ആരോടെന്നില്ലാതെ അവൻ പറഞ്ഞതും തുടക്കത്തിലെ തകർന്നുപോയതുമായ ഒരു വാക്യത്തിൽ എല്ലാം ഉണ്ടായിരുന്നു: "നാജി മരിച്ചു."

അങ്ങനെ ബോംബിംഗ് കനത്തതോടെ, മുറിയിൽ ഒറ്റപ്പെട്ടുപോയി എന്നു പറയാൻ കഴിയാത്ത അവസ്ഥയിൽ ആയി ഖലിൽ.

പടിക്കെട്ടുകൾക്കിടയിലെ തിണ്ണകളിൽ മയങ്ങികൊണ്ടിരുന്നു കുട്ടികൾ സാവധാനം ഉറങ്ങി... സ്ഫോടനശബ്ദങ്ങൾ ഉറക്കെയാകുന്നതോടെ

കണ്ണും ചിമ്മി ഞെട്ടിപ്പിടഞ്ഞെഴുന്നേറ്റ് അമ്മമാരുടെ മാറിലോ അപ്പന്മാരുടെ കഴുത്തിലോ അവർ ചുരുണ്ടുകൂടി. മുതിർന്നവർ ക്ഷീണിച്ചതോടെ, അവരുടെ ഭയവും വിവേകബുദ്ധിയും നീങ്ങിത്തുടങ്ങി. ഭയം ഉറക്കം നഷ്ടപ്പെടുത്തുമെന്ന പച്ചപരമാർത്ഥമാണ് അത് വ്യക്തമാക്കുന്നത്. പക്ഷേ, ഉറക്കച്ചടവ് സകലതിനേയും അകറ്റും: യുദ്ധമോ ഭൂമികുലുക്കമോ പോലെ അവരെ ബാധിക്കില്ല. അടുത്തിടെ ആ കെട്ടിടത്തിലേക്ക് വന്ന നവവധു പോലും ഉറക്കം തൂങ്ങുന്നുണ്ടായിരുന്നു. ഒപ്പം അവൾ പൗഡറും പൂശി വീട്ടിൽ നിന്നും കൊണ്ടുവന്ന സ്ത്രീത്വവും: ഇളകിപ്പറക്കുന്ന തലമുടി, ചുണ്ടിലെ കടുത്ത ചായക്കൂട്ട്, നീണ്ടു സുതാര്യമായ നഖങ്ങൾ, റോസ്-പിങ്ക് നിശാവസ്ത്രങ്ങൾ, വെൽവറ്റ് ഗൗണിനടിയിലൂടെ കാണാവുന്ന മറ്റുപലതും... അവളുടെ പിങ്ക് നിറമുള്ള സാറ്റിൻ ചെരുപ്പുകളും അതിന്റെ വള്ളികളും, റിബണുകളും അവയ്ക്കൊപ്പമുള്ള തൊങ്ങലുകളും, ഉയർന്ന മടമ്പുള്ള ചെരിപ്പുകളും, അങ്ങനെ ഉറക്കത്തിനിടയിൽപ്പോലും മറ്റുള്ളവരുടെ ശ്രദ്ധ ക്ഷണിച്ചുവരുത്തുന്നതൊക്കെയും അവൾക്ക് ഉപേക്ഷിക്കേണ്ടിവന്നു. മറ്റു സ്ത്രീകളെ അവളുടെ ചെരിപ്പുകൾ പ്രകോപിപ്പിച്ചിരുന്നു. യുദ്ധം ആഘോഷിക്കാൻ വേണ്ടിയാണ് അവളാ ചെരിപ്പ് കൊണ്ടുവന്നിരിക്കുന്നതെന്നും അല്ലെങ്കിൽ പെട്ടിയിൽ നിന്ന് ആ ചെരിപ്പുകൾ പുറത്തെടുക്കുമ്പോൾത്തന്നെ ബോംബിംഗും തുടങ്ങിയതെങ്ങനെയെന്നും ഒരു സ്ത്രീ അയൽക്കാരിയോട് കുശുകുശുക്കുന്നതു കേട്ടു. അതിനിടയിൽ ആ തടിച്ച സ്ത്രീ പടിക്കെട്ടുകൾ ഓടിക്കയറിപ്പോവുകയും ചെയ്തു... അവരുടെ ധാർമ്മികരോഷം അത്ര നിഷ്കളങ്കമായിരുന്നില്ല. പുതിയപെണ്ണ് അന്നുരാത്രി അവിടെയുള്ള പുരുഷന്മാർക്കുമേൽ വിതറിയ മസാലക്കൂട്ട് മറ്റു സ്ത്രീകളുടെ ഹൃദയത്തിലെ ദുഃഖഭാരം കൂടുതൽ കഠിനമാക്കി. അങ്ങനെയാണ് അവൾ പേടിച്ച് കരയുകയോ, ഞെളിയുകയോ പിരിയുകയോ, ആവലാതി പറയുകയോ ചെയ്യുന്നത് മറ്റുള്ളവരാരും വിശ്വസിക്കാതെ പോയത്. എങ്കിലും അതൊന്നും അവരുടെ പുരുഷന്മാരെ ബോധ്യപ്പെടുത്താൻ കഴിഞ്ഞതുമില്ല. കുടുംബമില്ലാതെ അവിടെയൊക്കെ ചുറ്റിത്തിരിയുന്നവനായിരുന്നു അബു അഹ്മ്മദ്. അവനായിരുന്നു നവവധുവിനെ തീരെ അംഗീകരിക്കാതിരുന്നത്. അവളെ കാണുമ്പോഴൊക്കെ ദേഷ്യംകൊണ്ട് അവന്റെ കണ്ണുകൾ ചുവക്കുകയും പുറത്ത് തമ്മിൽത്തല്ലി ചാകുന്ന സായുധധാരികളെ നിർദയം ശപിക്കുകയും ചെയ്തുകൊണ്ടിരുന്നു. അവന്റെ ചെയ്തികൾ കണ്ടാൽ അവളും അത്തരക്കാരുടെ കൂട്ടത്തിൽപ്പെട്ടവളാണെന്നു തോന്നും... ശരിക്കും അവളെ പ്രകോപിപ്പിക്കാനും മറുത്തെന്തെങ്കിലും പറയിപ്പിക്കാനും വേണ്ടിയായിരുന്നു അവന്റെ ഈ പരാക്രമങ്ങൾ. അങ്ങനെയെങ്കിലും അല്പനേരം കൂടി അവളുടെ വായിലേക്ക് നോക്കിനിൽക്കാമെന്നും അവളുടെ റോസ്-പിങ്ക് കുപ്പായത്തിന്റെ ഞൊറിവുകൾക്കിടയിലൂടെ തുള്ളിക്കളിക്കുന്ന സമൃദ്ധമായ മാറിടം കാണാമെന്നും അവൻ കരുതി... എന്നാൽ അവളൊന്നും ചെയ്തില്ല എന്നുമാത്രമല്ല അവന്റ അസഭ്യവർഷം അവളെ

അസ്വസ്ഥയാക്കിയതുമില്ല... അല്ലെങ്കിൽ, അവന്റെ ഹർഷോന്മാദത്തെ മനസ്സിലാക്കിയ അവൾ അവനെ പ്രോത്സാഹിപ്പിക്കുകയായിരുന്നു.

എല്ലാവർക്കും കടുത്ത ഉറക്കക്ഷീണമുണ്ടായിരുന്നു. ഇപ്പോൾത്തന്നെ പതിവിലേറെ വൈകിയിരിക്കുന്നു. പുലർച്ചെ മൂന്നുമണിയായിട്ടും വെടിയൊച്ചകൾ നിലയ്ക്കുന്ന മട്ടില്ല. മാത്രമല്ല ബോംബിംഗ് കൂടുതൽ ശക്തമായിക്കൊണ്ടിരിക്കുകയാണ്... അബു അഹമ്മദ് കണ്ണുകൾ ചുവപ്പിച്ചു കൊണ്ട് പറഞ്ഞു, 'ഇതേതായാലും സാധാരണ ബോംബ്സ്ഫോടനങ്ങളല്ല, കടന്നാക്രമണമാണെന്നു തോന്നുന്നു, ഏതെങ്കിലും ഒരു വിഭാഗം നിരത്തുകളുടെ നിയന്ത്രണം ഏറ്റെടുക്കുന്നതുവരെ സ്ഥിതിഗതികൾ ശാന്തമാവുകയില്ല... എന്നിട്ട് എല്ലാവരോടുമെന്നമട്ടിൽ കൂട്ടിച്ചേർത്തു: രണ്ടോ മൂന്നോ ദിവസങ്ങൾകൂടി നമ്മൾ ഇവിടെത്തന്നെ കഴിയേണ്ടിവരും... അല്ലെങ്കിൽ അതിലേറെ... എത്രയും വേഗം അല്പമെങ്കിലും ശാന്തമാകുമെന്ന് കരുതാം... എന്നിട്ട്, കുട്ടികൾക്കുള്ള പാലും ബ്രഡും തലയിണയും വാങ്ങണം. ഞാൻ പറയുന്നത് കേൾക്കൂ, ചുമ്മാ കിടന്നുറങ്ങി സ്വന്തം ജീവിതത്തെ അപായപ്പെടുത്താൻ ശ്രമിക്കരുത്.'

രഹസ്യആശയവിനിമയത്തിനുള്ള ശേഷി അതിനോടകം തന്നെ എല്ലാവരും നേടിക്കഴിഞ്ഞിരുന്നു. തെരുവിൽ ആയുധധാരികളായ അക്രമികളുണ്ടെങ്കിൽ അവൻ രഹസ്യഅടയാളങ്ങൾ പരസ്പരം കൈമാറും. അബു അഹമ്മദ് പറഞ്ഞത് ശരിയായിരുന്നു. എന്നിട്ടും അയൽക്കാരിയൊരാൾ, വിരമിച്ച ഒരു പോലീസുദ്യോഗസ്ഥന്റെ യുക്തികളെയാണ് കൂടുതൽ അംഗീകരിച്ചത്. കെട്ടിടത്തിലേക്ക് നേരിട്ട് ബോംബുകൾ പതിക്കാനുള്ള സാധ്യതയുണ്ടോ എന്ന ചോദ്യത്തിന് അബു അഹമ്മദിന്റെ മറുപടി ഇതായിരുന്നു: 'അബു അഹമ്മദിന്റെ കെട്ടിടം മാത്രമല്ല ഒറ്റ സ്ഫോടനത്തിൽ വിണ്ടുകീറി തകരുന്നത്, ആ തെരുവിൽ കാണപ്പെടുന്ന സകല മുന്തിയ കെട്ടിടങ്ങളും ഇതിനോടകം തകർന്നവയും അക്കൂട്ടത്തിൽ ഉൾപ്പെടും...' അയൽക്കാരന്റെ കെട്ടിടത്തിനുംകൂടി നാശമുണ്ടാകുമെന്ന മട്ടിൽ, ഓരോരുത്തരും അവരവരുടെ പ്രത്യാശകൾക്കനുസരിച്ച് ന്യായീകരണങ്ങളും കണ്ടെത്തിയിരുന്നു.

രണ്ടു ദിവസങ്ങൾക്കുശേഷം ആളുകൾ കെട്ടിടങ്ങളിൽ നിന്ന് ശാന്തമായ തെരുവിലേക്ക് ഇറങ്ങിത്തുടങ്ങി, അവർ സാവധാനത്തിൽ ശാന്തമായാണ് നീങ്ങിക്കൊണ്ടിരുന്നത്. നടക്കുന്നുവെന്നേയുള്ളൂ, എവിടേക്കാണ് പോകേണ്ടതെന്ന് പ്രത്യേകിച്ചൊരു ലക്ഷ്യവുമില്ലായിരുന്നു. അവർക്കു പിന്നിലുണ്ടായിരുന്ന കെട്ടിടങ്ങൾക്ക് സ്ഫോടനങ്ങളിൽ രൂപമാറ്റം സംഭവിച്ചതൊഴികെ മറ്റൊന്നും നടന്നിട്ടില്ലെന്ന ഭാവമായിരുന്നു അവർക്ക്. തകർന്ന ഒരു മട്ടുപ്പാവിന്റെ ചുവട്ടിൽ മാത്രം ചിലരെങ്കിലും അല്പനേരത്തേക്ക് ഒന്നു നിൽക്കും. ആ കാഴ്ച അവർക്ക് ചിരിയേക്കാൾ താക്കീത് പോലെയാണ് തോന്നുക. തെരുവിന് അഭിമുഖമായിരിക്കുന്ന ചുമര് തകർന്ന് തരിപ്പണമായിരിക്കുന്നു. അതിലെ കല്ലുകളൊന്നും അവശേഷിക്കുന്നില്ല, തുറന്നു കിടന്ന ഫ്രഡ്ജിനുള്ളിൽ പച്ചക്കറികളും പാത്രങ്ങളും

നിറഞ്ഞിരിക്കുന്നു. തൂങ്ങിയാടുന്ന താങ്ങുചുമർ രണ്ടായി പിളർന്നെങ്കിലും സിങ്കിനു മുകളിലെ ഷെൽഫിൽ നിരത്തിവച്ചിരിക്കുന്ന പാത്രങ്ങളെ ഇപ്പോഴും താങ്ങുന്നുണ്ട്, അതുപോലെ തന്നെ അച്ചാറുപാത്രങ്ങൾക്കും സ്ഥാനചലനം സംഭവിച്ചിട്ടില്ല. ചുമരിലേക്ക് വന്ന് പതിച്ച റോക്കറ്റിന്റെ ശബ്ദം അവിടെയുണ്ടായിരുന്നവർ കേട്ടിട്ടുപോലുമുണ്ടായിരുന്നില്ലെന്നു തോന്നും ആ കാഴ്ച കണ്ടാൽ. വിളമ്പാൻ സജ്ജമായ ഒരു കലം സ്റ്റൗവിന്മേൽ ഇരിക്കുന്നുണ്ട്, ഒരുപക്ഷേ അത് ഉച്ചഭക്ഷണ നേരമായിരുന്നിരിക്കണം. വീട്ടമ്മയുടെ അടുക്കളമേലങ്കി മാത്രമാണ് സ്ഥാനം തെറ്റിക്കിടക്കുന്ന ഒരേയൊരു വസ്തു. അത് ചുമരിന്റെ മൂലയിൽ, ഇരുമ്പ് കമ്പിയിൽ നാട്ടിയിരിക്കുന്ന നീലക്കൊടിപോലെ കാണപ്പെട്ടു.

ആളുകൾ തെരുവിലേക്കിറങ്ങിയപ്പോൾ കണ്ടത്, ഇനിയും പെയിന്റുണങ്ങിയിട്ടില്ലാത്ത വലിയ വീപ്പകൾകൊണ്ട് ഒരു ഇടറോഡിൽ മാർഗ്ഗതടസം സൃഷ്ടിച്ചിരിക്കുന്നതാണ്. കഴിഞ്ഞ രണ്ടുരാത്രികൾ കൊണ്ട് ഒരു പുതിയ നേതാവിന്റെ നക്ഷത്രം ഈ ഇടറോഡിനെ മുൻനിർത്തി ഉദിച്ചതായി നാട്ടുകാർക്ക് മനസ്സിലായി. ആ വഴിയിൽ നിർത്തിയിട്ടിരുന്ന കൂടുതൽ ആക്രമിക്കപ്പെട്ട കാറുകളുടെ ഉടമകൾക്ക് കടുത്ത വിഷാദം തോന്നി. ഏതെങ്കിലും ഇടറോഡുകൾ അടയ്ക്കപ്പെടുന്നതോടെ കാറുടമകൾക്ക് അത് വിലക്കപ്പെട്ട ഇടമാകും. അവശേഷിക്കുന്ന ചുരുക്കം ഇടങ്ങളിലേക്ക്, അനുദിനം ചുരുങ്ങിക്കൊണ്ടിരിക്കുന്ന തെരുവിന്റെ ഏതെങ്കിലുമൊരു മൂലയിലേക്ക് പാർക്കുചെയ്യാൻ ഇടമന്വേഷിച്ച് കാറുടമകൾ പരതിനടക്കും. അല്ലെങ്കിൽ, കിട്ടുന്ന വിലയ്ക്ക് പെട്ടെന്ന് വിറ്റൊഴിവാക്കാൻ ശ്രമിക്കും.

## രണ്ട്

**പി**താവിന്റെ ഇളയസഹോദരനും കുടുംബവും ഗ്രാമത്തിൽ നിന്ന് ശ്രീമതി ഇസബെല്ലയുടെ വീട്ടിലേക്ക് താമസം മാറിയതോടെ ഖലിലിന്റെ ഏകാന്തത കുറയുകയും അവൻ മറ്റുള്ളവരോട് കൂടുതൽ ഇടപഴകാൻ തയ്യാറാവുകയും ചെയ്തു... ഒരുപക്ഷേ വലിയ കുടുംബങ്ങളിലെ സജീവത അവന്റെ മുറിയിലെ അസ്ഥിരതയോളം അവനെ ഉയർത്തി, അങ്ങനെ അവൻ മുറിയിലെ കർട്ടൻ മാറ്റാനും അകത്തേക്കും പുറത്തേക്കും പോകാനും തുടങ്ങി. മിക്കപ്പോഴും അത് അമ്മാവന്റെ വീട്ടിലേക്ക് പോയി വരാനായിരിക്കുമെന്നു മാത്രം.

ഉദ്ദേശ്യശുദ്ധിയെക്കുറിച്ച് സംശയമുണ്ടാകുമ്പോഴെല്ലാം, ഖലിൽ അങ്ങനെയാണ് വിശ്വസിച്ചിരുന്നത്, അവന് എന്തെങ്കിലും തരത്തിലുള്ള മാറ്റമുണ്ടായിട്ടുണ്ടെങ്കിൽ അതിന്റെ വിശദീകരണമെന്നോണം ഇറക്കി വെയ്ക്കുന്നത് സാറായിലായിരിക്കും. വാസ്തവത്തിൽ എത്രയോ ദൂരം താണ്ടി ഗ്രാമത്തിൽനിന്ന് കടന്നുവന്ന അവന്റെ കുടുംബമായിരുന്നു അതിന് കാരണം. അപകടങ്ങൾ പതിയിരിക്കുന്ന വഴിയിലൂടെ ഇസ്രായേലി പോർവിമാനങ്ങൾ തലയ്ക്കുമീതെ മൂളിപ്പറക്കുന്ന പ്രദേശങ്ങളിലൂടെ നടക്കാനും കിടക്കാനും ഒരേപോലുള്ള പരുക്കൻപാതകൾ മാത്രമുള്ള ഇടങ്ങളിലൂടെ തലസ്ഥാന നഗരിയിലേക്കുള്ള ദുരിതയാത്ര, അതും ഏതുനേരവും ദുരന്തം വന്നുപതിക്കുന്ന പ്രധാന പാതകളെ ഒഴിവാക്കിയുള്ള യാതനാപൂർണമായ സഞ്ചാരം. അത്തരമൊരു യാത്രയ്ക്കൊടുവിലാണ് അവർ തലസ്ഥാനത്തെത്തിയത്. നഗരവും തെരുവുവീഥികളും ഒട്ടും സുരക്ഷിതമല്ലെന്ന് മനസ്സിലാക്കിയതിന്റെ ആശങ്കകൾ അവർക്കുണ്ടായിരുന്നു. നഗരത്തിലെ പകലുകളേക്കാൾ അരക്ഷിതമായിരുന്നു രാത്രികൾ. രാത്രിയാകുമ്പോഴേക്കും ഭീകരരൂപികളെക്കൊണ്ടു നിറഞ്ഞ പ്രദേശമായിത്തീരും അവിടം. എങ്കിലും നഗരമാണ് താരതമ്യേന കുഴപ്പങ്ങൾ കുറഞ്ഞ പ്രദേശമെന്ന് അവർക്ക് തോന്നി. എന്നാൽ കഴിവതും വേഗത്തിൽ അവരെ ഇസബെല്ലയുടെ അപ്പാർട്ട്മെന്റിൽ എത്തിക്കുക എന്നതുമാത്രമായിരുന്നു ഖലീലിന്റെ ലക്ഷ്യം. അവരെ അവിടെക്കൊണ്ടെത്തിച്ചശേഷം, നാജിയുടെ മുറിയിൽ കൂട്ടിയിട്ടിരിക്കുന്നതൊന്നും ഉപയോഗിക്കരുതെന്ന് അവൻ അവരോട് ആവശ്യപ്പെടുകയും ചെയ്തു.

അപ്പാർട്ട്മെന്റ് ചുറ്റിക്കറങ്ങാനിറങ്ങിയ അവരെ സകലമൂലകളിൽ നിന്നും വസ്തുക്കളുടെയും ആളുകളുടെയും ചുഴിഞ്ഞുനോട്ടങ്ങൾ പൊതിഞ്ഞു. എന്തിന് അവരെ അവിടേക്ക് കൊണ്ടുവന്നു എന്നതായിരുന്നു എല്ലാ നോട്ടങ്ങളുടെയും പിന്നിലുണ്ടായിരുന്ന ചോദ്യം. എന്നാൽ ഖലിൽ സന്തോഷത്തിലായിരുന്നു, അവരെ താമസിപ്പിക്കുന്നതിലൂടെ അപ്പാർട്ട്മെന്റിൽ സാന്നിധ്യമുറപ്പിച്ച ദുഷ്ടാത്മാക്കളെ എന്നെന്നേക്കുമായി തുരത്തി, മുമ്പുണ്ടായിരുന്നതുപോലെ ശരിക്കുമൊരു മാതൃകാഭവനമാക്കി മാറ്റാമെന്നായിരുന്നു അവന്റെ കണക്കുകൂട്ടൽ.

സാറാ പതിവായി പ്ലാസ്റ്റിക് ചെരിപ്പിട്ടുകൊണ്ട് താഴേക്കിറങ്ങി വന്ന് ലജ്ജയോടെ ഖലിലിന്റെ വാതിലിൽ മുട്ടി അവരോടൊപ്പം ആഹാരം കഴിക്കാൻ വിളിക്കും. അവൻ എല്ലായ്പ്പോഴും ആ ക്ഷണം സ്വീകരിക്കുകയും ചെയ്യും. അമ്മാവന് അഭിമുഖമായിട്ടാണ് അവൻ മിക്കപ്പോഴും ഇരിക്കുന്നത്. അവരാകട്ടെ എപ്പോഴും ഒരേ വിഭവങ്ങൾ തന്നെയാവും ഒരുക്കിയിട്ടുണ്ടാവുക. പക്ഷേ സാറാ അവർക്കൊപ്പം ഇരിക്കാറില്ലായിരുന്നു. അവൾ അടുക്കളവാതിലിന് അടുത്തായിട്ടായിരിക്കും ഇരിക്കുന്നത്. ഭക്ഷണത്തിനിരിക്കുന്ന ആരെങ്കിലും എന്തെങ്കിലും ആവശ്യപ്പെട്ടാലുടനെ എടുത്തുചാടി മറ്റെന്തെങ്കിലും സാധനം, മിക്കപ്പോഴും ആർക്കും ആവശ്യമില്ലാത്തത്, കോരിയെടുത്ത് കൊടുക്കും. അവളുടെ അപ്പൻ അവളെനോക്കി തലകുലുക്കി കളിയാക്കി ചിരിക്കും. അതൊരു പൊട്ടിച്ചിരിയായി മാറുന്നതോടെ അവളുടെ അമ്മ അവളോടുതന്നെ കൊണ്ടുവന്നത് കഴിക്കാൻ ആവശ്യപ്പെടും. അവൾ രോഷാകുലയായി മറുപടി കൊടുക്കും, 'എനിക്കൊന്നും വേണ്ടാ.' നാണക്കേടുകൊണ്ടായിരിക്കാം അവൾ അങ്ങനെ പ്രതികരിച്ചതെന്ന് ഖലിലിന് തോന്നി. അവളുടെ കൊഴുത്ത കാലുകളും ശോഷിച്ച അരക്കെട്ടും തമ്മിൽ പൊരുത്തക്കേടുണ്ടായിരുന്നെങ്കിലും അവളുടെ കണ്ണുകൾ മനോഹരങ്ങളായിരുന്നു. പക്ഷേ, അവളുടെ മുഖം ആകർഷകമാക്കാൻ അതൊന്നും തികഞ്ഞിരുന്നില്ല. ആകപ്പാടെ നോക്കിയാൽ അവളുടെ ചന്തിമുതൽ കഴുത്ത് വരെയുള്ള ഭാഗമായിരുന്നു ശരിക്കും അനുപാതക്രമത്തിലുണ്ടായിരുന്നത്. ചെറുതെങ്കിലും കവിഞ്ഞു നിൽക്കുന്ന വശ്യമനോഹരമായ മുലകളായിരുന്നു അവളിലെ പ്രധാന ആകർഷക ഘടകം.

സാറായ്ക്ക് ഖലിലിനോടുള്ള താല്പര്യം മനസ്സിലാക്കിയതുമുതൽ അവൻ സന്തുഷ്ടനായിരുന്നു... പിന്നീട് അവളുടെ താല്പര്യത്തെക്കുറിച്ചു മാത്രമായിരുന്നു അവന്റെ ആലോചന. അവൻ അവിടെയുള്ളപ്പോൾ തൂപ്പും തുടപ്പുമായി അവൾ തിരക്കിലായിരിക്കും. ഒരു സമയവും വെറുതെ അടങ്ങിയിരിക്കുകയില്ല. അവന്റെ നോട്ടത്തിനുമുന്നിൽ ചൂളിപ്പോകുന്ന അവൾ അവനോട് സംസാരിക്കേണ്ടിവരുമ്പോൾ, പരുങ്ങലോടെ ഇടംകണ്ണ് തിരുമ്മാറുണ്ടായിരുന്നു... സാറാ തന്നെ സ്നേഹിക്കുന്നുണ്ടെന്ന യാഥാർത്ഥ്യത്തെ ഖലിൽ തിരിച്ചറിഞ്ഞു... അവന്റെ ഉള്ളിലിരുന്നാണ് അവൾ അവനെ സ്നേഹിച്ചത്. അഥവാ, അവനും, അവനും

സാറായും, രണ്ടുപേരും ഖലിലിനെ സ്നേഹിച്ചു. അവനോടുള്ള അഭിനിവേശം അവൾ എങ്ങനെയാണ് പ്രകടിപ്പിക്കുന്നതെന്നറിയാൻ ഖലിലിന് അതീവ താൽപര്യമുണ്ടായിരുന്നു. അവൻ അതേക്കുറിച്ചുള്ള ദിവാസ്വപ്നങ്ങളിൽ മുഴുകി. ഖലിൽ അവിടെയെത്തിയപ്പോൾ സാറാ ദീർഘമായി നിശ്വസിക്കുകയും ഒന്നിലും താൽപര്യമില്ലാത്ത മട്ടിൽ നടക്കുകയും അവന്റെ കാലടിശബ്ദം വാതില്പടിയിൽ കേൾക്കുന്നുണ്ടോ എന്നറിയാൻ കാതോർക്കുകയും ചെയ്യുമായിരിക്കും. അവൻ കുടിച്ചുതീർത്ത കാപ്പിക്കപ്പോ കാലി ഗ്ലാസ്സോ കഴുകുന്നതിന് മുമ്പ് അവൾ എന്തായിരിക്കും ചെയ്യുന്നത്. രാത്രി ഉറങ്ങാൻ കിടക്കുമ്പോൾ അവളെന്തായിരിക്കും അവനെക്കുറിച്ച് സ്വപ്നം കാണുന്നത്, ഏതെങ്കിലുമൊരു അവസരത്തിൽ അവളുടെ മുഖത്തോ ചുമലുകളിലോ സ്പർശിച്ചുകൊണ്ട് അവൻ തന്റെ ഭ്രാന്തൻസ്നേഹത്തെ ഏറ്റുപറയുന്ന രാത്രിയിൽ ഉറക്കംവരാതെ ഉണർന്നിരിക്കുമ്പോൾ, അവളുടെ പൊള്ളുന്ന കൈകൾ എന്തായിരിക്കും ചെയ്യുന്നത്, ഒരുപക്ഷേ അത് ഖലീലിന്റെ കൈകളായി രൂപാന്തരപ്പെട്ട്, അവളുടെ ശരീരമാകെ തലങ്ങും വിലങ്ങും സഞ്ചരിച്ചുകൊണ്ടിരിക്കും...

എഫ്.എമ്മിലെ അവതാരകൻ പലതവണ പറഞ്ഞ് കേട്ടിട്ടുണ്ടെങ്കിലും ഖലിലിന്റെ ഓർമ്മയിൽ തങ്ങി നിൽക്കാത്ത പേരുള്ള പാട്ടുകാരുടെ പാട്ടുകൾ റെക്കോർഡ് ചെയ്ത ടേപ്പുകളുടെ വമ്പൻ ശേഖരം തന്ന സാറായുടെ കൈവശമുണ്ടായിരുന്നെങ്കിലും അവൾ അതെല്ലാം അവിടമാകെ വാരിവലിച്ചിട്ടിരിക്കുകയാണ്. അമ്മാവന്റെ വലിയ കുടുംബത്തിന്റെ സവിശേഷതയെന്നു തോന്നിയ സജീവത തന്നെയാണ് ഇപ്പോഴുള്ള സങ്കടകരമായ അവസ്ഥയ്ക്കു പിന്നിലും. എല്ലാവരും കുടിച്ചേരുമ്പോൾ ബഹളമയമാണെങ്കിലും അവിടമാകെ അലങ്കോലപ്പെട്ടുകിടക്കുകയാണ്. എങ്കിലും ഇസബെല്ലയുടെ വീടിന്റെ ആത്മാവിനെ തിരികെ കൊണ്ടുവരുന്നതിൽ അവൾ വിജയിച്ചിട്ടുണ്ട്.... അത്യാവശ്യസാധനങ്ങളെക്കൊണ്ട് ആ വീടിന്റെ മുക്കുംമൂലയും നിറച്ചിട്ടുണ്ട്. പക്ഷേ, അത്യാവശ്യകാര്യങ്ങൾക്ക്, ഉണ്ണാനോ ഉറങ്ങാനോ കഴുകാനോ നനയ്ക്കാനോ അവിടെ വേണ്ടത്ര സ്ഥലവുമില്ല. ചുരുക്കത്തിൽ, സ്വസ്ഥതയോ നിശ്ശബ്ദതയോ ഇല്ലാത്ത ഒരിടം. വിശ്രമിക്കാനോ, ചിന്തിക്കാനോ... അല്ലെങ്കിൽ, ഒന്നു ജീവിക്കാനോ... കഴിയാതെ എന്തൊക്കെയോ കടന്നു പൊയ്ക്കൊണ്ടിരിക്കുന്നതു പോലെ. അതാണ്, ഉപയോഗശൂന്യമോ അപ്രയോഗികമോ ആയ യാതൊന്നുമില്ലാത്ത പോസ്റ്റ്ഓഫീസ് പോലെ ഒരു അപ്പാർട്ട്മെന്റ്, വളരെവേഗം വൃത്തിയാക്കാനാവുന്ന ഒരിടമായിരുന്നു അത്, കാര്യനിർവഹണശേഷിയുടെ അർത്ഥത്തിൽ ചിന്തിച്ചാൽ, എന്നാൽ ഒരിക്കലും വൃത്തിയാവുകയുമില്ല... ഭക്ഷണമുറിയിലെ വിളക്കിൽ നിന്ന് ഒരു ബൾബ് നീക്കം ചെയ്തത് കേടായതുകൊണ്ടല്ല, സ്വീകരണമുറിയിലെ വെളിച്ചം കുറവായതുകൊണ്ടായിരുന്നു. ആ വീട്ടിലെ ചില വസ്തുക്കൾ എപ്പോഴും മാറിക്കൊണ്ടിരിക്കും. കിടപ്പുമുറിയിൽ നിന്ന് അടുക്കളയിലേക്ക്, അടുക്കളയിൽ നിന്ന് സ്വീകരണമുറിയിലേക്ക് എന്ന മട്ടിൽ 'പ്രായോഗികം' എന്ന

അടിസ്ഥാന ആശയമാണ് സകലതിനും പിന്നിൽ പ്രവർത്തിക്കുന്നത്. ആ വീടിനുള്ളിലെ എല്ലാവരുടെയും സമയം എപ്പോഴും തിരക്കുപിടിച്ചായിരിക്കും... പെട്ടെന്നുള്ള ഉയർച്ചയിൽ പൊരുത്തപ്പെടാനാവാത്തതും ഒരു കാരണം തന്നെയാണ്. തമ്മിൽ ചിതറിപ്പോകാതിരിക്കാനുള്ള ഒരു താൽകാലിക സംവിധാനം മാത്രമാണിതെന്ന് ആ കുടുംബത്തിന് നന്നായറിയാം. എന്നാൽ ഖലിലിനെ സംബന്ധിച്ചിടത്തോളം അക്കാര്യത്തിൽ അല്പം വിഷമമുണ്ട്. സാറയുടെ അവനോടുള്ള താത്പര്യം കൊണ്ട് പ്രത്യേകിച്ചെന്തെങ്കിലും ചുമതലകൾ വന്നുചേരുമെന്ന കാര്യത്തിൽ അവന് ഭയമില്ല. കാരണം, കടന്നുപോകുന്ന ഒരു പെൺകുട്ടിയുടെ താൽക്കാലികമായ താൽപര്യമായിട്ടുമാത്രമേ അവനതിനെ കാണുന്നുള്ളൂ. എങ്കിലും ഹൃദ്യമായ അനുഭൂതിയുടെ രസം നുണയാൻ അവന് താത്പര്യവുമുണ്ടായിരുന്നു.

ഇസബെല്ലയുടെ അപ്പാർട്ട്മെന്റിലെ സകല ഇടങ്ങളും അമ്മാവനും കുടുംബവും കൈയടക്കി. ഖലിലിന്റെ തലയിലൂടെ അവ്യക്തതകളും കൃത്രിമ ആലോചനകളും കടന്നുപോയി. ഒരു വലിയ കുടുംബത്തിന്റെ ദൃഢമൈത്രി, അവരുടെ പാചകത്തിലും ബന്ധുമിത്രാദികളെക്കുറിച്ചുള്ള സംഭവകഥകളിലും പൂർവകാലപ്രൗഢിയെക്കുറിച്ചുള്ള നിരന്തര ഓർമ്മ പുതുക്കലുകളിലും ദൃശ്യമാണ്. സാറയുടെ താൽപര്യവും ഖലീലിന്റെ താൽപര്യവും അവന്റെ ഭാവനയിലെ ഹർഷോന്മാദങ്ങളും ഏകാന്തതയുടെ മാളത്തിൽ നിന്നുള്ള അവന്റെ രക്ഷപ്പെടലും കാലത്തിന്റെ ഇടനാഴിയിൽ ഞെരുങ്ങിക്കഴിയുന്ന ആ അപ്പാർട്ടമെന്റിനെക്കുറിച്ചുള്ള അവന്റെ ആകുലതകളും ഒരിക്കലും മടങ്ങിവരാത്ത അതിന്റെ യഥാർത്ഥ ആത്മാവും എല്ലാം യൂസഫിനെ കണ്ട നിമിഷം അസംബന്ധവും അർത്ഥശൂന്യവുമാണെന്ന് ഖലിലിന് തോന്നി. അതെ, അവനെ കണ്ടമാത്രയിൽ തന്നെ.

സാറായുടെ ഇളയവനായിരുന്നു യൂസഫ്. വീട്ടിൽ അടങ്ങിയൊതുങ്ങി ഇരിക്കാത്ത പ്രകൃതക്കാരനായിരുന്നു അവൻ. മിക്കവാറും നേരങ്ങളിൽ, നഗരപാതകളിലൂടെ ചുറ്റിത്തിരിയുകയെന്നതായിരുന്ന അവന്റെ ഇഷ്ടവിനോദം. നഗരക്കാഴ്ചകളിൽ അവൻ അത്രകണ്ട് ആകൃഷ്ടനായിരുന്നു. എങ്കിലും അവൻ ഒരിക്കൽപ്പോഴും തെരുവിന്റെ അങ്ങേക്കോണിലുള്ള 'ഫ്ളിപ്പേഴ്സ്' താണ്ടി എവിടെയും പോയിട്ടില്ല. ഒന്നിനെയും വകവയ്ക്കാതെ പുതിയ അനുഭവങ്ങൾക്കുവേണ്ടി അലഞ്ഞുനടക്കുന്ന, അവന്റെ പ്രായത്തിലെ കുട്ടികളുടെ സ്വഭാവം തന്നെയായിരുന്നു അവനും. പക്ഷേ അത്രയും മതിയായിരുന്നു ഖലിലിന്റെ ഹൃദയം തകർക്കാൻ... ചുഴറ്റിയെറിഞ്ഞ ചില്ലുപാത്രം നിലത്തുവീണ് പൊട്ടിച്ചിതറുംപോലെയായിരുന്നു അത്.... യൂസഫിനെ കണ്ടപാടെ ഖലിലിന്റെ വയറ്റിൽ നിന്ന് ഒരാന്തലുണ്ടായി, യൂസഫ് അത് കണ്ടിരുന്നെങ്കിൽ, അവൻ അപ്പോൾ തന്നെ വീണുചാകുമായിരുന്നു.

ഖലിൽ യൂസഫിനെ കാണുമ്പോഴെല്ലാം അവന് വല്ലാത്ത തളർച്ചയനുഭവപ്പെട്ടു. അവന്റെ ഹൃദയത്തിൽ, അല്ലെങ്കിൽ വയറ്റിൽ, അവൻ ആവർത്തിച്ചു പറഞ്ഞുകൊണ്ടിരുന്നു, “എന്റെ ദൈവമേ, എന്റെ ദൈവമേ”, പ്രത്യേകിച്ചും ആദ്യ കൂടിക്കാഴ്ചയിൽ.

നീണ്ടു മെലിഞ്ഞവനായിരുന്നു യൂസഫ്. മെലിഞ്ഞിരുന്നെങ്കിലും അവന്റെ ശക്തിമുഴുവൻ ആ ശരീരത്തിൽ ഒളിപ്പിച്ചുവച്ചിരുന്നതുപോലെ. അതൊരിക്കലും ദുർബലമോ ചൈതന്യമില്ലാത്തതോ ആയിരുന്നില്ല. അവന്റെ ചർമ്മത്തിന് തവിട്ടു നിറമായിരുന്നു, ചൂളയിൽവച്ച കളിമൺ പാത്രങ്ങളുടെ നിറം, ഫറവോയുടെ അടിമകളുടെ നിറം, പ്രാചീനമരങ്ങളുടെ ചിത്രങ്ങൾ പുസ്തകങ്ങളിൽ കാണുമ്പോഴുള്ള അതേ നിറം. ഇതേവരെ ഉറപ്പുള്ള ശരീരത്തിലൊന്നും സ്പർശിച്ചിട്ടില്ലെന്നു തോന്നിക്കുന്ന കൈവിരലുകൾ, വെള്ളത്തിൽനിന്ന് നേരിട്ട് എടുത്തെങ്കിലും ഉണങ്ങിയിട്ടില്ലെന്ന മട്ടിലുള്ള മാർദ്ദവം. അവന്റെ മുഖം, അവന്റെ മുഖത്തേക്ക് ഖലിൽ കുറേനേരം കണ്ണെടുക്കാതെ നോക്കിനിന്നു. ശീമമാതളത്തിന്റെ പച്ചിലകൾ പോലെ തുടുത്ത മുഖം, യൂസഫിന്റെ കണ്ണുകളിലെ മധുരജലധാര കണ്ടതോടെ, ഖലിലിന് പെട്ടെന്നൊരു ദാഹവും പരവേശവും വന്നു. അവന്റെ തൊണ്ടക്കുഴി ഒരു ഭ്രാന്തൻ തേനീച്ചയെപ്പോലെ വെകിളിപിടിച്ചു. യൂസഫിന്റെ തേൻ വിഷം കലർന്നതും അവന്റെ ശരീരഫലങ്ങൾ ചതഞ്ഞ് ഉള്ളിൽ കേടായി നീലിച്ചതും അഗാധഗർത്തം അതിന്റെ വക്കത്തു നിൽക്കുന്നവരെ ആകർഷിക്കുന്നതുപോലെ വശ്യവുമായിരുന്നു.

നവോത്ഥാനകാല ശില്പികളെപ്പോലും അതിശയിപ്പിക്കുന്ന തരത്തിൽ സുന്ദരനായിരുന്നു യൂസഫ്. ശില്പികളെ സംബന്ധിച്ചിടത്തോളം ശരീരങ്ങൾ വെളുത്ത് പേശികൾ പെരുക്കിയ, നൂലോടിയതുപോലെ ഞരമ്പുകൾ തെളിഞ്ഞ, ചടച്ച രൂപങ്ങളാണ്. രൂപഘടന, വലിപ്പം, യഥാർത്ഥ രൂപത്തോടുള്ള സാദൃശ്യം ഇത്രയുമൊക്കെയുണ്ടെങ്കിൽ ശില്പിക്ക് സന്തോഷമാകും. ശില്പിയാകട്ടെ ജിജ്ഞാസുക്കളുടെ കണ്ണുകളിൽ നിന്ന് ഒന്നും ഒളിച്ചുവെക്കുന്നില്ല. സകലതും അനാവൃതമാക്കുന്നു, ആത്മാവില്ലാത്ത മനുഷ്യനെപ്പോലെ, കായിക മാസികയിലെ ഭാരാദ്വാഹകന്റെ ചിത്രം പോലെ...

ഫറവോകളുടെ മമ്മികളോടൊപ്പം കാണപ്പെടുന്ന വിശുദ്ധ ബിംബങ്ങൾക്കുവേണ്ടി അയാളുടെ കൃത്യമായ ആകൃതിയിൽ സ്വർണ്ണം ഉരുക്കിയെടുത്ത് നിർമ്മിക്കുന്ന തലയുടെയോ മുഖപ്പട്ടയുടെയോ രൂപത്തിൽ ചിത്രപ്പണികളും മുത്തുകളും പിടിപ്പിച്ച് മോടിക്കൂട്ടാറുണ്ട് ശില്പികൾ. ആ മുഖം ഒരു വാതിലാണ്, അതിലൂടെ കടന്നാൽ നിങ്ങൾക്ക് മറ്റൊരു മുഖത്തിലേക്ക് കടക്കാൻ കഴിയും, അതിന്റെ സൗന്ദര്യം മുഴുവൻ ആസ്വദിക്കാനും കഴിയും. ഒരു നിമിഷം നിൽക്കാൻ അവരാവശ്യപ്പെടും, അത്രയും നേരംകൊണ്ട്, കണ്ണടച്ചു തുറന്ന് തയ്യാറെടുക്കുന്ന നേരംകൊണ്ട് മമ്മിയുടെ കവാടം നിങ്ങൾക്കുമുന്നിൽ തുറക്കപ്പെടും.

ഫറവോയുടെ പ്രതിമയുടേതുപോലെ, അല്ലെങ്കിൽ മമ്മിയുടെ മുഖാവരണം പോലെ ഒരു മുഖംമൂടി യൂസഫിനും ഉണ്ടായിരുന്നു. യൂസഫ് എത്രമാത്രം സുന്ദരനാണെന്ന് നിങ്ങൾക്കൊരിക്കലും അനായാസം പറയാൻ സാധിക്കില്ല. ആദ്യം, എത്രമാത്രം കുളിരുണ്ടെന്ന് നിങ്ങൾ കാണണം, എത്ര ദൃഢത, എത്ര അകലം, എത്രമാത്രം അപ്രാപ്യമാണ് അവനെന്നും അറിയണം. അസാന്നിദ്ധ്യത്തിൽപോലും അവനൊരു തീവ്രയാഥാർത്ഥ്യമാണ്. അകലെയുള്ള ബോംബ് സ്ഫോടനശബ്ദം അലയൊലിയായി കടന്നുപോകുന്നതുപോലെയാണ് അവന്റെ പ്രഭാവം നിങ്ങളെ സമീപിക്കുന്നത്. ആരൊക്കെയാണ് ആ സ്ഫോടനത്തിൽ കൊല്ലപ്പെട്ടതെന്നും ജീവിതം തന്നെ നഷ്ടമായതെന്നും അറിയാൻ ശ്രമിക്കും, അതോർത്ത് വെപ്രാളപ്പെടും ആശയക്കുഴപ്പത്തിലായ കഴുതയെപ്പോലെ പരിഭ്രാന്തരാകും. ഖലിലും യൂസഫിന്റെ മുമ്പിൽ അത്തരമൊരു കഴുതയെപ്പോലെയാണ് കാണപ്പെട്ടത്. തള്ളക്കഴുതയെ പിരിഞ്ഞ് വയലിൽനിന്ന് ദൂരെയായി, മറ്റുള്ള കഴുതകളിൽനിന്ന് ഒറ്റപ്പെട്ട്, പേടിച്ച്, വിശപ്പും ദാഹവും കൊണ്ട് വലഞ്ഞ്, വലിയ കറുത്ത കണ്ണിന്റെ കോണിൽ ഈച്ചകൾ മുട്ടയിടുന്നതുപോലുമറിയാതെയുള്ള ഒരു ജീവിതം.

ഖലിലിന് യൂസഫിനെ കാണുന്നത് വെറുപ്പായിരുന്നെങ്കിലും അവനെ കാണാൻ അവനിഷ്ടമായിരുന്നു, ഒരുപാട്. സാറാ ഓരോ തവണ ഖലിലിനെ ആഹാരത്തിന് ക്ഷണിക്കുമ്പോഴും പെട്ടെന്നുതന്നെ അവൻ ചാടിയെഴുന്നേൽക്കുമെങ്കിലും അവിടെയെത്തുമ്പോൾ യൂസഫ് അവിടെയുണ്ടാകണേ എന്നും അവനവിടെ ഉണ്ടാകരുതേ എന്നും അവനാഗ്രഹിക്കും. നഗരം ശാന്തതയിലേക്ക് മടങ്ങി വന്നതുപോലെ. തെരുവുകളിൽ കനത്ത ബോംബുസ്ഫോടനങ്ങൾ തീരെ കുറഞ്ഞുവന്നു. ആ ബോംബിംഗിൽ ഖലിൽ ഒരു ആകസ്മിക മരണം ആഗ്രഹിച്ചു. കാരണം, അതോടെ യൂസഫ് അമരനായി സമയത്തിനും കാലത്തിനുമിടയിൽ നിലക്കൊള്ളുമെന്നും അത് ഇതിനോടകം തന്നെ സംഭവിച്ചിട്ടുണ്ടെന്നും ഒരിക്കൽ സംഭവിച്ചതുതന്നെ പര്യാപ്തമാണെന്നും അവൻ കരുതി.

ചില രാത്രികളിലും സായാഹ്നങ്ങളിലും പിന്നെയും ബോംബ് സ്ഫോടനങ്ങൾ നടന്നു. അമ്മാവനോ സാറയോ പടിക്കെട്ടുകൾക്കിടയിലെ തിണ്ണയിൽ സുരക്ഷിതസ്ഥലമുണ്ടെന്നു പറഞ്ഞ് വിളിക്കുന്നവരെ അവൻ മുറിക്കുള്ളിൽ കഴിഞ്ഞു. ആദ്യമൊക്കെ അവൻ അവർക്കിടയിൽ പരുങ്ങലോടെ ഇരുന്നു, സോദ്ദേശ്യത്തിനും പ്രലോഭനത്തിനുമിടയിലുള്ള അതീവ ദുർബലമായ നേർരേഖയിൽ പക്ഷേ വളരെപ്പെട്ടെന്നു തന്നെ അവൻ ശാന്തനാവുകയും ആകാംക്ഷ ജീവനില്ലാത്ത മന്ദതയ്ക്ക് വഴിമാറുകയും ചെയ്തു. ബോംബ് സ്ഫോടനങ്ങൾ കൊണ്ട് അത്തരമൊരു സാഹചര്യമുണ്ടായതിൽ സാറാ അതീവ സന്തോഷം പ്രകടിപ്പിക്കുന്നതായി ഖലിലിന് തോന്നി. എന്നാൽ അവളുടെ സന്തോഷപ്രകടനങ്ങളിൽ അവന് ഒട്ടും തൃപ്തി തോന്നിയില്ല. യൂസഫ് അവിടെയുള്ളപ്പോൾ അവളെ ശ്രദ്ധിക്കാൻ ഖലിലിന് സമയം കിട്ടിയില്ല. എന്നാൽ യൂസഫാകട്ടെ

അവന്റെ ഇടുങ്ങിയ ഇരിപ്പിടത്തിൽ അസ്വസ്ഥനായിരുന്നു. വല്ലാതെ ക്ഷോഭിക്കപ്പെട്ടിരുന്ന അവൻ, തരംകിട്ടിയാൽ എത്രയും പെട്ടെന്ന് പുറത്തേക്കിറങ്ങാൻ തയ്യാറെടുത്തിരിക്കുകയായിരുന്നു. പുറത്തെന്താണ് സംഭവിക്കുന്നതെന്നറിയാൻ അവൻ ഖലിലിനോട് അന്വേഷിച്ചു. ചുരുക്കം വാക്കുകളിലെ പിറുപിറുക്കലായിരുന്നു മറുപടി. വിശദീകരണങ്ങൾക്ക് ഇപ്പോൾ യാതൊരു സാധ്യതയുമില്ലെന്ന് ഖലിലിന് ബോധ്യമായി. കിട്ടിയ ഉത്തരങ്ങളാകട്ടെ അതിസങ്കീർണ്ണവുമായിരുന്നു. എന്തായാലും യൂസഫിന്റെ കണ്ണുകളിലേക്കുള്ള നോട്ടം ഖലിൽ അവസാനിപ്പിച്ചു. മരങ്ങളിൽ നിന്ന് പരാഗരേണുക്കൾ പാറിവരുംപോലെ, കാറ്റിന്റെ ആകസ്മികമായ നിശ്വാസത്തിൽപ്പോലും അടർന്നുപോകുന്ന ഇന്ത്യൻ അതിർത്തിയിലെ സൂക്ഷ്മദർശിനിയിൽക്കൂടി മാത്രം കാണാൻ സാധിക്കുന്ന മുള്ളുകൾ പോലെയാണ് ആ നോട്ടങ്ങളെ അവന് അനുഭവപ്പെട്ടത്. യൂസഫിന്റെ നെഞ്ച് ഖലിലിന്റെ അടുത്തേക്ക് ചേർന്നുവരുമ്പോഴെല്ലാം, വയറിലെ വിഷമപ്രശ്നത്തെ ഒതുക്കാൻ ഖലിൽ തണുത്ത കൈത്തലം കൊണ്ട് വയറ്റിൽ അമർത്തിക്കൊണ്ടിരുന്നു. ആ കുടുക്ക് ശരിക്കും വേദനയായി മാറിയപ്പോൾ ഖലിൽ ആത്മാർത്ഥമായി ആഗ്രഹിച്ചുപോയി, ബോംബ് സ്ഫോടനങ്ങൾ ഉടനെ അവസാനിക്കണമേയെന്ന്. എന്തെങ്കിലുമൊരു സാധ്യതയുണ്ടെങ്കിൽ, അത് ഒരുപാടുനേരം നീണ്ടുനിൽക്കില്ലെന്ന് അവനറിയാമായിരുന്നു.

ഖലിൽ തിരികെ മുറിയിലെത്തിയപ്പോൾ ബോംബിംഗിനുശേഷം പതിവായി ചെയ്യാറുള്ള കാര്യങ്ങൾ ചെയ്തുതീർക്കാൻ തിടുക്കം കൂട്ടി... മുറി വൃത്തിയാക്കലും പുതപ്പുകളും വസ്ത്രങ്ങളും കഴുകലും കൂടുതൽ ഉത്സാഹത്തോടെയും കൂടുതൽ ശ്രമകരമായും ചെയ്തുതീർത്തെങ്കിലും ഒരു തൃപ്തിക്കുറവ് അനുഭവപ്പെട്ടു. സന്തോഷത്തിന്റെ ഉച്ചിയിലെത്തിയപ്പോഴും ഒരു തരം നിരാശ ബാധിച്ച പോലെ. സാധാരണ മുറി വൃത്തിയാക്കിക്കഴിയുമ്പോഴുണ്ടാകാറുള്ള സ്വസ്ഥതയും സമാധാനവും അന്നുണ്ടായില്ല... സാറായുടെ അടുപ്പത്തോടുള്ള അവന്റെ താത്പര്യം നാൾക്കുനാൾ കുറഞ്ഞുവന്നു, യൂസഫിന്റെ ശരീരത്തോടുള്ള അഭിനിവേശമാണ് അങ്ങനെയൊരു കുടുക്കിൽ അകപ്പെടാൻ കാരണമെന്ന് അവൻ തിരിച്ചറിഞ്ഞു. വെന്തനിറമുള്ള യൂസഫിന്റെ ശരീരം അതിനോടകം തന്നെ അദൃശ്യമായ ഒരു ചരടുകൊണ്ട് അവനെ ബന്ധിച്ചിരുന്നു. അവന്റെയുള്ളിലെ പൈശാചിക പ്രവാഹം ഒരു ലാവപോലെ തിളച്ചുമറിയുകയായിരുന്നു. മണിക്കൂറുകളോളം ഇരുന്നു ചിന്തിച്ചിട്ടും അവന്റെ ആശയക്കുഴപ്പം നീങ്ങിയില്ല. ആ മുറിവിട്ട് ദൂരെ എവിടേക്കെങ്കിലും ഓടിപ്പോയാലോ എന്ന് ചിലപ്പോൾ അവന് തോന്നും, പക്ഷേ പോകാനൊരിടവും കണ്ടെത്താൻ അവനു കഴിഞ്ഞില്ല. ഉറങ്ങാൻ കിടക്കുന്നതിനുമുമ്പ് ഒരുപാട് കാര്യങ്ങൾ ചെയ്തുതീർക്കണമെന്ന് അവൻ കരുതിയിരുന്നു. ഇനി അവരുടെ ഭക്ഷണത്തിനുവേണ്ടിയുള്ള ക്ഷണങ്ങൾ നിരസിക്കുകയോ, അല്ലെങ്കിൽ വൈകിപ്പോകുന്നതോ ആണ് നല്ലതെന്ന് അവന്

തോന്നിയിരുന്നു. എന്തെങ്കിലും ഒഴിവുകഴിവുപറയാമെന്നു കരുതിയതുമാണ്, എന്നാൽ അത്തരം തടസ്സങ്ങളെ അവർ എങ്ങനെ വ്യാഖ്യാനിക്കുമെന്ന് അവനൊരു ഉൾവിളിയുണ്ടായി, സാറായുടെ ഇഷ്ടങ്ങളിൽ നിന്നുള്ള ഒളിച്ചോട്ടമായി അവർ കണ്ടെത്തിയാൽ, സദാചാരത്തിന്റെ കണ്ണുകളിൽ പിടിക്കപ്പെട്ടാലോ എന്ന് അവൻ ഭയന്നു... പക്ഷേ,യൂസഫ് സദാസമയവും ചുറ്റിയടിച്ചുനടക്കുകയായിരുന്നു. ഖലിലിന്റെ മുറിയിലെത്തിയാൽ അവൻ കൂടുതൽ നേരം അവിടെ തങ്ങിനിൽക്കാറില്ലായിരുന്നു. ഉയർന്ന സാംസ്കാരികചിന്തയും ഒരുപാട് കാലമായുള്ള നഗരജീവിതാനുഭവങ്ങളും ഉള്ളയാളാണ് ഖലിൽ എന്നുകരുതി യൂസഫ് ആകസ്മിക സന്ദർശനങ്ങൾ മാത്രമേ നടത്താറുള്ളൂ... ഖലിലിനെ വീട്ടിൽ ടെലിവിഷൻ കാണാൻ ക്ഷണിക്കുന്നുവെന്ന അറിയിപ്പുമായി അവനൊരു അപ്രതീക്ഷിത സന്ദർശനം നടത്തിയിട്ട് പെട്ടെന്ന് വീട്ടിലേക്ക് തിരിച്ചുപോകാൻ തുടങ്ങി... ഖലിൽ വളരെപ്പെട്ടെന്നു തന്നെ അവനോടൊപ്പം പോകാൻ തയ്യാറായി. എന്നാൽ ഖലിൽ ഇറങ്ങിവരുന്നതിനിടയിൽ, യൂസഫിന്റെ ഒരു സുഹൃത്ത് അയാളെ വിളിച്ചു. അവൻ താഴേക്കിറങ്ങിപ്പോയി. ഖലിലിന് അത് തീരെ ഇഷ്ടപ്പെട്ടില്ല. ചൂടുവെള്ളത്തിൽ മുങ്ങിയ കണ്ടൻ പൂച്ചയെപ്പോലെ അവൻ ഈർഷ്യ പ്രകടിപ്പിച്ചു, അതിന് ഇരയാകേണ്ടി വന്നത് സാറായായിരുന്നു. അവനെ കണ്ടമാത്രയിൽ അതീവ സന്തുഷ്ടയായെന്ന് അവളുടെ കവിൾത്തടങ്ങളിലെ ചുവപ്പ് നിറം വിളിച്ചു പറഞ്ഞു. അവളുടെ കക്ഷത്തുനിന്ന് വമിക്കുന്ന ദുർഗന്ധം സഹിക്കേണ്ടിവന്നതുപോലെ അവൻ രോഷം പ്രകടിപ്പിച്ചു. രണ്ടുവീതം കൈകാലുകളും ആത്മാവുമായുള്ള ഒരു ജന്തുവിനെപ്പോലെ അവൻ പെരുമാറി. അന്നേരം പഴകി, ചീഞ്ഞളിഞ്ഞ ഒരു മത്സ്യംപോലെയാണ് അവളെന്ന് അവനു തോന്നി. അതിന്റെ കണ്ണുകൾ കട്ടിയുള്ള ഫിലിംകൊണ്ട് മൂടിയിരുന്നു, അവിടെമാകെ കൂടുതൽ ദുർഗന്ധം പരത്താൻ വേണ്ടിമാത്രമാണ് അത് നീന്തുന്നത്. പ്രത്യേകിച്ചൊന്നും ചെയ്യാനില്ലാത്ത വൈകുന്നേരങ്ങളിൽ ഖലിൽ ദീർഘനേരം സാറായെ നോക്കിനിൽക്കും. അത് ഒരുതരം ആത്മപീഡനമായിട്ടാണ് അവൻ കണക്കാക്കിയത്.

അവൻ മടങ്ങിപ്പോകുമ്പോൾ പതിവായി മുറിയുടെ മധ്യത്തിൽ ചെന്നുനിൽക്കും, അപ്പോൾ തന്റെ ശരീരം പ്രയോജനരഹിതമാണെന്നോർത്ത് അവൻ സങ്കടപ്പെടും. ഏതെങ്കിലും കസേരയിലോ ചുമരിലോ താങ്ങി, തലയാട്ടി, ചുണ്ടുകൾ വിറപ്പിച്ച് ഗദ്ഗദകണ്ഠനായി ആവർത്തിച്ചു പറയും: “ഓ എന്റെ ദൈവമേ,...ഞാനിതാ പ്രണയത്തിൽ മരിക്കാൻ തുടങ്ങുന്നു.”

# മൂന്ന്

രാത്രികാലങ്ങളിൽ, തെരുവുകൾതോറുമുള്ള ചെക്ക്പോയിന്റുകളെ സമർത്ഥമായി മറികടക്കാൻ സമ്പന്നർ പുതിയൊരു മാർഗ്ഗം കണ്ടെത്തി; ഏതെങ്കിലും ആശുപത്രികളിൽനിന്ന് ആംബുലൻസുകൾ വാടകയ്ക്കെടുത്ത് നിശാക്ലബുകളിലേക്ക് പോവുക. സമാനമായ രീതിയിൽ, ഉയർന്നുവരുന്ന ഗായകരെ കൈയടികൾക്കുവേണ്ടിയും, ചില്ലറ പ്രോത്സാഹനങ്ങൾക്കുവേണ്ടിയും പതിവായി കൊണ്ടുവരാൻ തുടങ്ങി. രാത്രിവൈകിയും ഇടപാടുകൾ നടത്തുന്നവരുടെ പ്രിയപ്പെട്ടവരായിരുന്നു അത്തരം പ്രതിഭകൾ; സങ്കടങ്ങളിൽനിന്നും, ദീർഘനിശ്വാസങ്ങളിൽ നിന്നും, അഗാധ ചിന്തകളിൽ നിന്നും മറ്റുള്ളവരെ രക്ഷപ്പെടുത്തുന്നത് അക്കൂട്ടരായിരുന്നല്ലോ. വിനയത്തോടെ അവർ വഴിയൊരുക്കി. അതോടെ സകല ആണും പെണ്ണും അവർക്കൊപ്പം പാടാനും ആ സായാഹ്നത്തിൽ ശ്രദ്ധാകേന്ദ്രമാകാനും ശ്രമിച്ചു. അങ്ങനെ രസികോത്തമരും, ശബ്ദാവിഷ്ടരും നൃത്തവേദിയിൽ ആടിത്തിമിർത്തു.

അതാണ് ജീവിതപ്രേമമെന്ന് പാശ്ചാത്യ-അറബി പത്രങ്ങൾ വാഴ്ത്തി... താൻ വീണ്ടും തുടങ്ങുകയാണ്. ഖലിലിന് തോന്നി... ആകസ്മികതകളിലൂടെയാണ് ഈ രാജ്യത്തെ ജനങ്ങൾ ജീവിതത്തെ ആഘോഷിക്കുന്നത്. എപ്പോഴൊക്കെ അവർ സംസാരിക്കാൻ തുടങ്ങുമോ, അപ്പോഴെല്ലാം ജീവിതപ്രേമത്തിലേക്കെത്താനുള്ള ആകസ്മികതകളെക്കുറിച്ചും ജനങ്ങളുടെ ദുർഘടമായ കഴിവിനെക്കുറിച്ചുമായിരിക്കും പറഞ്ഞു തുടങ്ങുന്നത്... വൈകുന്നേരങ്ങളിൽ പ്രത്യേകിച്ചൊന്നും ചെയ്യാനില്ലാതെ, പാട്ടുകാരന്റെ പരിശ്രമം കാതുകളിലേക്ക് തിരുകിക്കയറ്റുന്നതിന് അനുസരിച്ച്, നൃത്തവേദിയിലും സമീപമേശകളിലും ആടിത്തിമർക്കുന്ന മാധ്യമപ്രവർത്തകരിൽ നിന്ന്, വീഡിയോ ടേപ്പുകൾ ഒപ്പിച്ചെടുക്കുന്ന പങ്കപ്പാട് പല രാജ്യങ്ങളിലുള്ളവർക്കും നന്നായറിയാം...

ലോകമെമ്പാടുമുള്ള പ്രേക്ഷകർ ഒരുപക്ഷേ അമ്പരപ്പോടെയായിരിക്കും ഇത്തരം സായാഹ്നങ്ങളെ നോക്കി കാണുന്നത്. വീടുകളിലും ചുമരുകളിലും വെടിയുണ്ടകൾ പതിപ്പിച്ച തുളപ്പാടുകൾ തുടച്ചുനീക്കുന്നതോ, ഹരിതരേഖ മറികടക്കാൻവേണ്ടി അനേകദൂരം നിലംപറ്റി നീന്തിപ്പോകുന്നവരെയോ, ആൺകുട്ടികളിലൊന്നിനെ അടക്കം ചെയ്ത

കുഴിമാടത്തിനുമുകളിൽ വളർന്നു നിൽക്കുന്ന തക്കാളിയെയോ, അത് പൊട്ടിച്ചെടുക്കാൻ വരുന്നവരുടെ കരഞ്ഞുകലങ്ങി കരുവാളിച്ചുപോയ കണ്ണുകളിലെ ജീവിതപ്രേമമോ ഒക്കെയായിരിക്കും പ്രേക്ഷകർ കാണാനിഷ്ടപ്പെടുന്നത്.

ജനങ്ങളുടെ മനോവീര്യം വർദ്ധിപ്പിക്കുന്നതിനുവേണ്ടി ഒരു പാർട്ടി നടത്തിയ ടെലിവിഷൻ ഷോയിലെ അവിശ്വസനീയമായ കാഴ്ചകൾ അന്നേരം ഖലിൽ ഓർത്തെടുക്കാൻ തുടങ്ങി. അവൻ അതിനെ മറ്റൊരു തരത്തിൽ നോക്കികാണാൻ ശ്രമിക്കുകയായിരുന്നു. അത് വിരസമായിരുന്നുവെന്ന് മാത്രമല്ല, ശ്വാസം മുട്ടിക്കുന്നതും അസഹനീയവുമായിരുന്നു. കൃത്രിമമായ അവതരണമായതുകൊണ്ട് ജനങ്ങളിൽ അത് യാതൊരു ചലനവും ഉണ്ടാക്കിയില്ല. അവരും മനുഷ്യരാണ്. മനുഷ്യർ ആയിരക്കണക്കിന് മൈൽ നീളമുള്ള നാഡിഞരമ്പുകൾ ഉള്ളവർ. അവരും നിന്നെപ്പോലുള്ള മനുഷ്യർതന്നെ നിനക്ക് അക്കാര്യം ഇഷ്ടപ്പെട്ടാലും ഇല്ലെങ്കിലും നിന്റെ ധാർഷ്ട്യത്തിന്റെ ഭ്രാന്തുകൊണ്ട് അവരെ അടിച്ചുപറത്തിയാലും ചിതറിച്ചാലും അവർ നിന്നെ ആലിംഗനം കൊണ്ട് പ്രത്യഭിവാദ്യം ചെയ്യും. നിന്നേക്കാൾ വികാരനിർഭരമായ മനസ്സാണ് അവരുടേത്, അതെ ഖലിൽ, നിന്നേക്കാൾ ലോലമനസ്കരമാണ് അവർ, കാരണം അവർ യഥാർത്ഥ മനുഷ്യരാണ്. കരയുകയും ബോംബുസ്ഫോടനങ്ങളിൽ ഭയപ്പെടുകയും, അഭിനിവേശങ്ങളെ സ്വപ്നം കാണുകയും എന്നാൽ നൃത്തം ചെയ്യുകയും ചെയ്യുന്ന വെറും സാധാരണ മനുഷ്യർ.

ടെലിവിഷൻ കാഴ്ചകൊണ്ട് മനുഷ്യരുടെ മനോവീര്യം ഉണർന്നോ എന്നറിയില്ല, ഏതായാലും എന്റെ മനോവീര്യം ഉയർന്നു. ഞാൻ എന്നെ തന്നെ ഒരല്പം സജീവമാക്കാൻ, രാത്രി വൈകി പുറത്തുപോകാനിറങ്ങുകയാണ്. ഖലിൽ വസ്ത്രങ്ങളുടെ ചുളിവുകൾ നിവർത്തി നടക്കാൻ തുടങ്ങി, ടെലിവിഷൻഷോയിൽ കണ്ട പാർട്ടിയിൽ ഉൾപ്പെട്ടിട്ടുണ്ടെന്ന തോന്നലായിരുന്നു അന്നേരം അവനെ നയിച്ചത്. പാട്ടുകാർ കടന്നുവരുമ്പോഴെല്ലാം, അവന്റെ തലയിൽ ഓടികൊണ്ടിരിക്കുന്ന ടേപ്പ് നിർത്തുകയോ, വീണ്ടും പിന്നിലേക്ക് ചുറ്റുകയോ ചെയ്തുകൊണ്ടിരുന്നു. സവിശേഷരൂപമായിരുന്നു ആ പാട്ടുകാരിക്ക്. മെഴുക് ഉരുകിയൊലിക്കുന്നതുപോലെ വിയർപ്പുതുള്ളികൾ സദാ അവളുടെ മുഖത്ത് പൊടിഞ്ഞുകൊണ്ടിരിക്കും, നിറം പോയ കൊഴുത്ത പൗഡർ അവളുടെ മുഖത്ത് തങ്ങിനിൽക്കുന്നുണ്ടാകും, പ്രസവവേദനപോലെ ഒരു വേദന അവളിൽ നിന്ന് പുറപ്പെടും, പാർട്ടി തലയിൽ നിന്ന് ഒഴിഞ്ഞുപോകുന്നതോടെ തീർത്തും ദുർബലമായ ശബ്ദത്തിൽ അവൻ പറയും: ദൈവം ഈ മട്ടിൽ മെനഞ്ഞ മനുഷ്യരാണിവർ... അങ്ങനെത്തനെ ഞാനും. തലച്ചോറിൽ തുളവീണ അറുമുഷിപ്പൻ മനുഷ്യർ...

അവർ കീടനാശിനികളായിരുന്നു, ചെറുപ്രാണികളെ തുരത്തിയോടിക്കുന്ന രാസവസ്തുക്കൾ, വൈദ്യുതിയുള്ളപ്പോൾ മാത്രം പ്രവർത്തിക്കുന്നത്. നാം വൈദ്യുതിപ്രവാഹത്തിന്റെ കുത്തൊഴുക്കിനാൽ

അനുഗ്രഹിക്കപ്പെട്ടപ്പോൾ, അവർ പുകകൊണ്ട് വീർപ്പുമുട്ടി വെന്തുരുകുക കയായിരുന്നു, എങ്കിലും പ്രാണികളെ തുരത്തുന്ന കാര്യത്തിൽ അവർ ഏറെക്കുറെ വിജയിച്ചു. മലർക്കെ തുറന്നിട്ട ജനാലകളിലൂടെ, തെരുവിൽ തളംകെട്ടിനിന്ന ചെറുശബ്ദങ്ങളെയും പുതപ്പണിഞ്ഞ കാറ്റിനെയും ഉള്ളിലേക്ക് ആവാഹിച്ചു, നായിഫിന്റെ വീട്ടിലേക്ക് അധികം ദൂരമുണ്ടായിരുന്നില്ല. ആ വീട് അത്ര പ്രസിദ്ധമൊന്നുമല്ല. നായിഫിന്റെ അത്യുത്സാഹമായിരുന്നു അതിനു കാരണം. അത്തരം സ്ഥലങ്ങളിൽ താമസിക്കുന്ന ചിലരെങ്കിലും മാടമ്പികളെപ്പോലെ ആയിത്തീരുമെന്ന് അവൻ പതിവായി പറയാറുണ്ട്. അതിനുകാരണം അവിടെയുള്ള ആളുകൾ മുഴുവൻ ഒരൊറ്റ പ്രദേശത്തുനിന്നുള്ളവരായിരിക്കുമെന്നതാണ്. അതുകൊണ്ടുതന്നെ അവിടെയുള്ള മറ്റ് പാർപ്പിടങ്ങൾക്കൊന്നും ഒരു പരിധിവരെ പ്രത്യേക പ്രസിദ്ധിയുണ്ടാകില്ല. എന്നാൽ നായിഫിന്റെ താമസം, പലതരം ആളുകളുടെ ഇടയിലാണ്. അവന്റെ ദേശീയ പ്രവർത്തനങ്ങളെ അത് ന്യായീകരിക്കുന്നുമുണ്ട്... ഖലിൽ അന്നേരം അബു ആർട്ടിനെക്കുറിച്ച് ചിന്തിക്കുകയായിരുന്നു. ആദ്യം അയാളൊരു വാദ്യോപകരണശാലയുടെ ഉടമയായിരുന്നു, പിന്നീടത് പലചരക്ക് സാധനങ്ങൾ വിൽക്കുന്ന കടയാക്കി മാറ്റി, എങ്കിലും കുറേ തവണ കൊള്ളയടിക്കപ്പെട്ടതോടെ, വീണ്ടും വീണ്ടും സാധനങ്ങൾ കൊണ്ടുവന്ന് കട നിറയ്ക്കുന്ന ശ്രമം ഉപേക്ഷിക്കുകയും, നാടിനാവശ്യം സംഗീതം തന്നെയാണെന്നു മനസ്സിലാക്കി, അബു ആർട്ടിൻ അന്തലിയാസിലേക്ക് താമസം മാറ്റുകയും ചെയ്തു... ഖലിൽ ആലോചിച്ചുകൊണ്ടിരുന്നത് അയാളുടെ ചുവന്ന കണ്ണുകളെക്കുറിച്ചായിരുന്നു. അയാളുടെ കണ്ണുകൾ ചുവന്നു കിടക്കുന്നതു കണ്ടാൽ, എല്ലായ്പ്പോഴും എന്തോ കാര്യത്തിന് ക്ഷമചോദിക്കുന്നതുപോലെ തോന്നും. അല്ലെങ്കിൽ, ഒരുപക്ഷേ ചാരായം കുടിച്ചതുകൊണ്ടാണെന്നും തോന്നും. പിന്നീട് ഖലിൽ ആലോചിച്ചത്, നായിഫിന്റെ ഡച്ചുകാരിയായ അയൽക്കാരിയെക്കുറിച്ചായിരുന്നു. അവൾ ക്ലൗഡിയോട് ഉറക്കെ കഞ്ചാവ് ചോദിക്കുന്നത് പതിവായിരുന്നു. ക്ലൗഡി 'റീത്തോന്മാദം' എന്നു വിളിക്കുന്ന അവസ്ഥയിലെത്തുംമുമ്പ് അവൾ ആരെക്കണ്ടാലും ചിരിച്ചു തുടങ്ങും. റീത്തയ്ക്ക് ഒരുപാട് കാമുകന്മാരും അത്രതന്നെ വർണച്ചെരിപ്പുകളും ഉണ്ടായിരുന്നു. പടിക്കെട്ടിന്റെ ഇടുങ്ങിയ തിണ്ണയിലിരിക്കുമ്പോൾ ചീട്ടുകളിക്കാൻ ആരെങ്കിലും വിളിക്കുന്നത് അവൾക്ക് വലിയ സന്തോഷമായിരുന്നു. അത്തരം സന്ദർഭങ്ങളിൽ അവൾ ജാപ്പനീസ് ഭാഷയിലായിരിക്കും മറ്റുള്ളവരെ അഭിസംബോധന ചെയ്യുന്നത്.... എങ്കിലും റീത്തയെന്ന ഡച്ച് വനിത അവളുടെ കിടപ്പുമുറിയുടെ ഒരു കോണിൽ പ്രതിഷ്ഠിച്ചിരിക്കുന്ന കന്യാമറിയത്തിനു മുന്നിലായിരുന്നു ഉറങ്ങുന്നതും ഉണരുന്നതും... എല്ലാദിവസവും റീത്ത ധാരമുറിയാതെ കണ്ണീർ വാർത്ത് കന്യാമറിയത്തിനു മുന്നിൽ മുട്ടുകുത്തുമായിരുന്നു. ആ ചിത്രത്തിനു മുന്നിലുള്ള വിളക്കിൽ എണ്ണയൊഴിച്ച്, തിരിതെളിച്ച് കന്യാമറിയത്തോട് ആഴ്ചകളോളം പ്രാർത്ഥിച്ചിട്ടുണ്ട്, വീണ്ടും പ്രത്യക്ഷയായി സ്വർഗ്ഗീയസന്ദേശം

നൽകി അനുഗ്രഹിക്കണമെന്ന്. പക്ഷേ, അവളുടെ പ്രാർത്ഥനയും കണ്ണീർവാർക്കലും കൊണ്ട് യാതൊരു ഫലവുമുണ്ടായില്ല എന്നു മാത്ര മല്ല, പരിത്യക്തയായ പുണ്യാളത്തിയുടെ കൊടുംപാപങ്ങൾ തുടച്ചു മാറ്റിയതുമില്ല. ദൂരെയുണ്ടായിരുന്ന കച്ചവടം ഉപേക്ഷിച്ചപ്പോൾ, അവളുടെ സുന്ദരനും സുഭഗനുമായ ഭർത്താവ് അയാളുടെ അമ്മയുടെ അടുത്തേക്ക്, ഗ്രാമത്തിലേക്ക് അവളെ പറഞ്ഞയച്ചതായിരുന്നു. ഒരു പാപക്കുഴിയെ ഒഴി വാക്കിയ അയാൾ പിന്നീട് അയൽരാജ്യത്തോടു കൂറുപുലർത്തുന്ന സായുധ വിഭാഗത്തിന്റെ നേതാവായി മാറി. ഒരു പ്രദേശത്തെ മാത്രമല്ല, ഒരു രാജ്യത്തെ തന്നെയാണ് അയാൾ തള്ളിപ്പറഞ്ഞത്. അതോടെ അയാ ളുടെ അയൽക്കാരും അയാളോട് അടുപ്പമുള്ളവരും കന്യാമറിയം പ്രത്യക്ഷപ്പെടുന്ന വിഷയം മറക്കാൻ നിർബന്ധിതരായി...

ഒരേയൊരു ഡച്ച് അയൽവാസി മാത്രം കഥ അപ്പാടെ വിഴുങ്ങിയില്ല. എല്ലാവരും മറന്നിട്ടും അവൾ മാത്രം, 'റീത്താപസ്മാര'മെന്നോ 'റീത്തോ ന്മാദ'മെന്നോ ക്ലൗഡി വിളിക്കുന്ന കാര്യത്തിൽ ചടപടാ ശബ്ദമുണ്ടാക്കി കൊണ്ടിരുന്നു. റീത്തായുമായി ബന്ധപ്പെട്ട കാര്യങ്ങളറിയാൻ അവൾ കൂടുതൽ താത്പര്യം പ്രകടിപ്പിച്ചു ഒരു ദിവസം ആ ഡച്ചു വനിത ക്ലൗഡി യോട് യാത്രപറയാൻ വന്നു. കാരണം, അവളുടെ ഭർത്താവ് ഫറസ് തീരു മാനിച്ച പ്രകാരം രണ്ട് ആൺമക്കളോടുമൊപ്പം അവൾ ഹോളണ്ടിലേക്ക് യാത്ര തിരിക്കുകയാണ്. അങ്ങനെ ഫറസിന്റെ ഭാരം അല്പമെങ്കിലും കുറയുമെന്നും മതിഭ്രമങ്ങളാൽ അസ്വസ്ഥനായ അയാൾക്കും അയാളുടെ സെക്രട്ടറി ലൈലയ്ക്കും അവരുടെ വഴി തെളിഞ്ഞുകിട്ടുമെന്നും അതോടെ ലൈലയ്ക്ക് ഇഷ്ടമുള്ള ഇടത്ത് താമസിക്കാനുള്ള അവസരം ഒത്തു കിട്ടുമെന്നും... ഒറ്റശ്വാസത്തിൽ, ഒറ്റവാചകത്തിൽ അവസാനിപ്പിച്ചുകൊണ്ട് അവൾ ക്ലൗഡിയുടെ കരം ഗ്രഹിച്ചു. എന്നിട്ട്, ദീർഘമായ കത്തുകളെഴു താമെന്നും മേൽവിലാസം കൈയിലുണ്ടെന്നും തിടുക്കത്തിൽ പറഞ്ഞു കൊണ്ട് അവൾ ക്ലൗഡിയെ ചുംബിച്ചു... അവൾ പോയതോടെ, ക്ലൗഡി മാനസികമായും ശാരീരികമായും തളർന്നുപോയിരുന്നു.

അപ്പോഴും.. വീടിന് ആ പ്രദേശത്ത് ജനസമ്മതി ഉണ്ടായിരുന്നില്ല. ചവറുകൂനയിൽ നിന്നുയരുന്ന ദുർഗന്ധം പോലും കടക്കാത്ത മട്ടിൽ, ചെറു പ്രാണികളുടെ ഒരു മേഘം ഖലീലിന്റെ മുഖത്ത് വന്നടിച്ചതോടെ, മൂക്ക് തുറക്കാൻ വേണ്ടി അവൻ തുമ്മുകയും ചീറ്റുകയും ചെയ്തു. അവൻ അതീവ ശ്രദ്ധയോടെ നടന്നുതുടങ്ങി. ഓരോ തവണയും കാലുകൾ പതിക്കുന്നത് എവിടെയാണെന്ന് കണ്ണുകൾ പരതി തുറന്നുനോക്കി. ഓരോ തവണയും ചവിട്ടുമ്പോൾ കാലടിയിൽ ഞെരിഞ്ഞമരുന്ന പാറ്റ കളുടെ ഒച്ച കെട്ടിടങ്ങളുടെ പ്രവേശനകവാടത്തിലും മട്ടുപ്പാവിലുമിരുന്ന് മുരളുന്ന നരിച്ചീറുകളുടെ ശബ്ദത്തെ അതിലംഘിച്ചുകൊണ്ടിരുന്നു. ആ പ്രാണികളും എലികളും തെരുവിൽ അലഞ്ഞുതിരിയുന്ന പൂച്ചകളും വീടുകളിലുള്ള മനുഷ്യരോട് പരിചിതഭാവത്തിൽ ഇടപഴകി. അവർ ക്കിടയിൽ സാഹോദര്യത്തിന്റെ ഒരു പാരസ്പര്യം പോലും രൂപപ്പെട്ടു.

ആ ജന്തുക്കൾക്ക് മനുഷ്യരെപ്പോലെ കഴിയാനുള്ള ബുദ്ധിവൈഭവവും മനുഷ്യർക്ക് അവറ്റകളെപ്പോലെ പെരുമാറാനുള്ള സാമർത്ഥ്യവും പ്രദാനം ചെയ്യുന്ന ഒരു പുതിയ യുഗപ്പിറവിപോലെ അത് കാണപ്പെട്ടു. പണ്ടുമുതൽ തങ്ങളെ ചുറ്റിപ്പിടിച്ചുനിൽക്കുന്ന വൃത്തിയെക്കുറിച്ചുള്ള ധാരണകൾ മനുഷ്യർ മറന്നുപോയി. പ്രാണികളെ തുരത്തുന്ന കീടനാശിനികൾ ഉപയോഗിക്കാതെ, ചപ്പുചവറുകൾ കത്തിക്കാതെ, മനസ്സിലെയും കെട്ടിടങ്ങളിലെയും മാലിന്യങ്ങൾ നീക്കം ചെയ്യാതെ, സ്വന്തം പാപങ്ങളോടെന്നപോലെ അജ്ഞത നടിച്ചുകൊണ്ടിരുന്നു. ഇരുണ്ടതും ഈർപ്പമുള്ളതുമായ അധോഭാഗങ്ങളിൽ അവർ കൂടുതൽ ആത്മവിശ്വാസത്തോടെ പെരുമാറാൻ തുടങ്ങി. അല്പകാലം മുമ്പുവരെ കൃത്രിമമായ ഭ്രമകല്പനകളിൽ ആകൃഷ്ടരായി മനുഷ്യനിർമ്മിതമായ അഹങ്കാരങ്ങളിൽ മുഴുകി ശരിക്കുള്ള ജീവിതപ്രമേയത്തിന് വിരുദ്ധമായി കഴിയുകയായിരുന്നു അവർ. ഒരു മന്ദനെലി അവന്റെ മനുഷ്യസഹോദരന്റെ കാലുകളോട് ചേർന്ന്, സാവധാനം, താൻ ഒട്ടും മോശക്കാരനല്ലെന്ന മട്ടിൽ നിർഭയനായി കടന്നുപോയി. ഇരുകൂട്ടരുടെയും സ്വാധീനമേഖലയായ തെരുവിലൂടെ ആരാദ്യം പോകുമെന്ന മട്ടിൽ, കണ്ണടച്ചുതുറക്കുമ്പോഴേക്കും എലി അവനെ സൂക്ഷിച്ചു നോക്കിക്കൊണ്ട് മറികടന്നു.

എലികൾ ബുദ്ധിയുള്ള ജന്തുക്കളാണെന്ന് ഖലിലിന് തോന്നി. ഉദാഹരണത്തിന്, ഒരു കഷണം സോപ്പോ, ഒരു മുട്ടയോ എലികൾക്ക് ആവശ്യമുണ്ടെന്നിരിക്കട്ടെ, അവരത് സ്വന്തം നിലയ്ക്കുതന്നെ പൊതിഞ്ഞെടുക്കും. നാലുകാലുകളും കൊണ്ട്, തട്ടിത്തെറിപ്പിച്ച് സോപ്പോ മുട്ടയോ മുതുകിൽ കയറ്റി സ്വന്തം ശരീരംകൊണ്ട് പ്രതിരോധിക്കും. അതിന്റെ കൂട്ടാളികൂടി ഒപ്പം ചേരുന്നതോടെ മേശയിൽനിന്ന് അവൻെറ വാലിൽപിടിച്ചു വലിക്കും... മുൻകൂട്ടി കാര്യങ്ങൾ തിരിച്ചറിയുന്നതുപോലെ, അത് കൃത്യമായി ആസൂത്രണംചെയ്ത് നടപ്പിലാക്കുകയും ചെയ്യാനുള്ള കഴിവുമുണ്ട്. ബുദ്ധിയുടെ ലക്ഷണങ്ങൾ. അതിന് ചില ഉപകരണങ്ങൾ കൂടി വേണമെന്നുമാത്രം... എലികൾക്ക് അതെല്ലാമുണ്ട്... ഭയപ്പെടുത്തുന്ന രീതിയിൽ പ്രസവിക്കുന്നതൊഴികെ... ഭൂമിയുടെ സന്തുലിതാവസ്ഥ നിലനിർത്തുന്നതിൽ മുഖ്യ ഉത്തരവാദി പ്രകൃതിയാണ്, ഏറ്റവും നന്നായി പ്രവർത്തിക്കുന്ന കാലത്തോളം... ബുദ്ധിയുള്ള ജന്തുക്കളെന്ന് തെളിയിക്കപ്പെട്ട മനുഷ്യർ ഇതുപോലെ യുദ്ധം മാത്രം ചെയ്യുകയും മാനസികപ്രവർത്തനങ്ങൾ കുറഞ്ഞുവരികയും ബുദ്ധിപ്രയോഗിക്കേണ്ട ആവശ്യംപോലും ഇല്ലാതാവുകയും ചെയ്യുന്നു. ഇതോടെ പ്രകൃതി മറ്റുജന്തുക്കളിൽ നിന്ന് ഏതെങ്കിലും ചിലതിനെ പകരക്കാരായി ഉയർത്തിക്കൊണ്ടുവരും... അതെന്തുതന്നെയായാലും മനുഷ്യരുടെ ആവാസകേന്ദ്രങ്ങളും പാർപ്പിടങ്ങളും മറ്റുജന്തുക്കളുമായും പങ്കുവക്കേണ്ടിവരുമെന്നുറപ്പാണ്. മുമ്പ് ജീവിച്ചവരേക്കാൾ കൂടുതൽ സഹനശക്തി പ്രകടിപ്പിക്കേണ്ടിവരുമെന്നു ചുരുക്കം. സ്വീകരണമുറിയിലൂടെ ചുമ്മാ പൊയ്ക്കൊണ്ടിരുന്ന എലികൾപോലും ഒരു നിമിഷം അനങ്ങാതെ

നിൽക്കുന്ന കാലമുണ്ടായിരുന്നു. എന്നാലിപ്പോൾ അമ്മാവന്റെ കുടുംബം ഉണ്ടെങ്കിൽപ്പോലും അവരുടെ മുന്നിൽ വച്ച് കളിക്കാൻ തുടങ്ങിയിരിക്കുന്നു, ചെരിപ്പോ ഷൂസോ അവരുടെ കൈയെത്തും ദൂരത്ത് ഇല്ലെങ്കിൽ... ക്ലാവ് പിടിച്ച ആകാശത്തിനു താഴെ, മരുഭൂമിയിൽനിന്ന് വീശുന്ന പൊടിമണ്ണ് കലർന്ന ഖംസിൻ കാറ്റിന്റെ ചൂടിൽ, മട്ടുപ്പാവിൽനിന്ന് ഒരു സ്ത്രീ തുണികഴുകി വിരിച്ചുകൊണ്ടിരുന്നു. അവൾ തെറിപ്പിക്കുന്ന വെള്ളം തെരുവിന്റെ ഇടവഴികളെ തടസ്സപ്പെടുത്തി വച്ചിരിക്കുന്ന കോൺക്രീറ്റ് നിറച്ച വീപ്പകളിലേക്ക് പതിക്കുന്നതിനിടയിൽ എതിർവശത്തുള്ള ഹാർഡ് വെയർ കടയിൽ നിന്ന് പുറത്തേക്ക് ചീറ്റുന്ന ചെറുതുള്ളികളും... ചുമലിലും തലയിലും വീണ വെള്ളം തുടച്ചുനീക്കാൻ ഖലിൽ നന്നേ പാടുപെട്ടു. കോൺക്രീറ്റ് നിറച്ച വീപ്പകൾകൊണ്ട് വഴിതടസ്സപ്പെടുത്തിയ കെട്ടിടത്തിനു ചുവട്ടിൽ നിന്നുകൊണ്ട് ആ സമയം അവൻ ചിന്തിച്ചത് മട്ടുപ്പാവിൽ ഒറ്റയ്ക്ക് നിന്ന് തുണിയലക്കുന്ന ആ സ്ത്രീയെക്കുറിച്ചായിരുന്നു. കൺമുന്നിൽ, ഒരുപക്ഷേ, മട്ടുപ്പാവിൽ നിന്നുകൊണ്ടുതന്നെ അവൾ തെരുവിന്റെ യാതനകളും നിലവിളിയും അനുഭവിച്ചിട്ടുണ്ടാവണം, എന്നിട്ടും അവൾ കരുതുന്നു, സകലതും അലക്കി വെളുപ്പിച്ചു കളയാമെന്ന്...

അന്നേരം ക്ലൗഡിയുടെ ശ്രദ്ധയാകർഷിച്ചത് വിദേശത്തുനിന്ന് വന്ന ഒരാളായിരുന്നു. എന്നാൽ മുമ്പ് സംഭവിച്ചിരുന്നതുപോലെ ആ സായാഹ്നത്തിന്റെ മുഴുവൻ ശ്രദ്ധയും പിടിച്ചുപറ്റാൻ നിസാറിന് കഴിഞ്ഞതുമില്ല. ഏറെക്കാലത്തെ പാരീസ് ജീവിതത്തിനുശേഷം നാട്ടിലേക്ക് മടങ്ങിയെത്തിയത് അത്ര താത്പര്യത്തോടുകൂടിയായിരുന്നില്ല. അവിടെ അവൻ പ്രതീക്ഷിച്ചതുപോലെയുള്ള ആനുകൂല്യങ്ങൾ ലഭിച്ചിരുന്നില്ല, അഥവാ പ്രതീക്ഷിച്ചതുപോലെയുള്ള ഒരു മാനസിക പിന്തുണ അവന്റെ സുഹൃത്തുക്കളിൽ നിന്ന് ലഭിച്ചില്ല. നഗരത്തിന്റെ അന്ധകാരനാളുകളിൽ അവൻ അവർക്കൊപ്പം തങ്ങുന്നതുകൊണ്ടായിരുന്നു, അവന്റെ അസാന്നിധ്യത്തിലും അവർ അവനെ കുറ്റപ്പെടുത്തിയത്. അങ്ങനെ അവരുടെ താത്പര്യങ്ങൾക്കു വഴങ്ങിയാണ് അവൻ നാട്ടിലെത്തിയത്. എന്നാൽ അവന്റെ മടങ്ങിവരവ് ഇഷ്ടപ്പെടാത്ത ഒരേയൊരാൾ ആ നാട്ടിലുണ്ടായിരുന്നെങ്കിൽ അത് അവന്റെ ഭാര്യയായിരുന്നു. കാരണം, അവൾക്കറിയാമായിരുന്നു അവൻ ഷണ്ഡത്ത്വവുമായി പോരടിക്കുകയാണെന്ന്.

വിദേശി താത്പര്യത്തോടെ നൽകിയ മേൽവിലാസം ക്ലൗഡി തുകൽ പൊതിഞ്ഞ ഒരു നോട്ട്ബുക്കിൽ കുറിച്ചെടുത്തു... ക്ലൗഡി നിന്നെ വിട്ടുപോകും നായിഫ്, അബ്ദ് എൽ നബി പറഞ്ഞു. എങ്കിൽ അവളെനിക്ക് വധശിക്ഷ വിധിക്കുകയാണ്, നായിഫ് മറുപടി നൽകി. 'നിനക്ക് മറ്റു തിരക്കുകളൊന്നുമില്ലെങ്കിൽ, നിനക്കോ നിന്റെ സുഹൃത്തുക്കൾക്കോ കേൾക്കാൻ ഇഷ്ടമില്ലാത്തതു പലതും കേൾക്കേണ്ടിവരും, അതുകൊണ്ട് എന്നെ അധിക്ഷേപിക്കുന്നത് നിർത്തിക്കോളൂ', ക്ലൗഡി ഇടപെട്ടുപറഞ്ഞു...

ലെബനൻകാർ ബെയ്റൂട്ട് വിട്ടുപോകണമെന്ന അഭിപ്രായം അബ്ദ് എൽ നബിയ്ക്ക് അവിശ്വസനീയമായി തോന്നി. 'നിത്യകാമുകൻ' എന്നായിരുന്നു അവൻ സ്വയം വിശേഷിപ്പിച്ചിരുന്നത്. ബെയ്റൂട്ടിൽ വർഷത്തിലൊരിക്കലെങ്കിലും വന്നുപോയില്ലെങ്കിൽ ജീവിതത്തിൽ ഒരു സന്തോഷവും കാണില്ല എന്നതായിരുന്നു അവന്റെ നിലപാട്. ഈ ശ്രീമതിയാണ് അവനെ ഏറ്റവും ദുർബലനായ പുരുഷനാക്കിയത്, ലോകത്തിലൊരിടത്തും പ്രണയിക്കാൻ കൊള്ളാത്തവനാക്കിയത്. ക്ലൗഡി പെട്ടെന്ന് ഇടയ്ക്കുകയറി അവനെ തടസ്സപ്പെടുത്തി. എന്നാൽ വീണ്ടും അവൻ ബെയ്റൂട്ടിനെക്കുറിച്ച് മോങ്ങാൻ തുടങ്ങിയതോടെ, അവൾ ക്ഷോഭിക്കാൻ തുടങ്ങി. അബ്ദ് എൽ നബീ, നിന്റെ നിക്കറിനടിയിൽ ഞാൻ കണ്ടത് കാറ്റഴിച്ചുവിട്ട ബലൂൺ പോലെ ചുളുങ്ങിക്കിടക്കുന്ന ഒന്നല്ലെന്ന് എന്നെ ബോധ്യപ്പെടുത്താൻ ശ്രമിക്കുകയാണോ നീ. അത്തരമൊരു കാഴ്ചയും തലയിലേറ്റി ജീവിക്കാൻ മാത്രം അത്ര ശക്തയൊന്നുമല്ല ഞാൻ.

എന്നെ സംബന്ധിച്ചിടത്തോളം ഷണ്ഡനായി കഴിയുകയെന്നത് അത്ര വലിയ സംഭവമൊന്നുമല്ല, അബ്ദ് എൽ നബി ചിരിച്ചുകൊണ്ട് പറഞ്ഞു. അങ്ങനെ സംഭവിച്ചിട്ടുണ്ടെങ്കിൽ, ദൈവം നിരാകരിച്ചതുകൊണ്ടാണത്, ചിലർക്ക് ഇക്കാര്യത്തിൽ സന്ദേഹവും മറ്റുചിലർക്ക് വിശ്വസിക്കാൻതന്നെ പ്രയാസവുമായിരിക്കും. എന്നാൽ എന്നെ സംബന്ധിച്ചിടത്തോളം, ബെയ്റൂട്ടിന്റെ അസാമാന്യ വശീകരണശക്തിയും എന്നെപ്പോലെ തന്നെ അവസാനിച്ചിരിക്കുന്നു. അതിന്റെ സകല തിളക്കവും നഷ്ടമായിരിക്കുന്നു... ഓരോ തവണയും ഞാൻ മടങ്ങിവരുന്നത് അതിനെ ശരിക്കും കാണാനാണ് പക്ഷേ എന്റെ യഥാർത്ഥ ദാഹം ഇന്നേവരെ ശമിച്ചിട്ടില്ല. എനിക്കിപ്പോൾ കൂടുതൽ ആശയക്കുഴപ്പവും, കൂടുതൽ നഷ്ടവും, കൂടുതൽ സന്ദേഹങ്ങളും ഉണ്ടായിരിക്കുന്നു... നമ്മളൊക്കെ ചെറുപ്പമാണ്, മറ്റേതൊരു രാജ്യത്താണെങ്കിലും നമുക്ക് നമ്മുടെ ഭാഗ്യനക്ഷത്രങ്ങളെ നഷ്ടപ്പെടില്ല. അത് ഹൃദയകേന്ദ്രത്തിൽത്തന്നെ ചുറ്റിത്തിരിയുമായിരുന്നു. ഓ, ലോകമേ, ഞങ്ങളെയൊന്ന് മനസ്സിലാക്കൂ, ആ നക്ഷത്രമില്ലെങ്കിൽ ഞങ്ങളൊക്കെ അനാഥരെപ്പോലെയാണ്. പക്ഷേ നദീം, നായിഫിന്റെ പത്രത്തിലെ സഹപ്രവർത്തകൻ, അബ്ദ് എൽ നബി പ്രകടിപ്പിച്ച വികാരങ്ങളോട് അടുപ്പംകാട്ടി ചോദിച്ചു... 'എന്തിനാ, നീയിപ്പോൾ ഞങ്ങളെ വിട്ടുപിരിയുന്നത്, അബ്ദ് എൽ നബി? ഇപ്പോൾ, ഇപ്പോൾത്തന്നെ...' 'നിങ്ങളെ എനിക്ക് സഹിക്കാനാവുന്നില്ല.' അബ്ദ് എൽ നബി മറുപടികൊടുത്തു. 'അഥവാ നിങ്ങൾക്കെന്തെങ്കിലും സംശയങ്ങളുണ്ടെങ്കിൽ എന്റെ വിയോഗം എങ്ങനെ നിങ്ങൾക്കൊരു നഷ്ടമാകും...?' 'ഛെ, നീയെന്താ ചങ്ങാതീ പറയുന്നത്?' നായിഫിന് സങ്കടം തോന്നി. അബ്ദ് എൽ നബി പറഞ്ഞുതുടങ്ങി, ഒരുപാടുപേർ പോയി. ഉദാഹരണത്തിന് ക്ലൗഡി, അവൾക്ക് പോകാൻ എത്രമാത്രം ആഗ്രഹമുണ്ടാകും... പക്ഷേ നിസാർ മടങ്ങിവന്നല്ലോ, എന്നുപറഞ്ഞുകൊണ്ട് അഭിമാനത്തോടെ നായിഫ് നിസാറിനെ നോക്കി, എന്നാൽ അവൻ

നിഷേധാർത്ഥത്തിൽ തലകുലുക്കിയതേയുള്ളൂ. അതൊരു അവിശ്വസനീയ സംഗതിയാണ്. എത്ര വർഷങ്ങൾ കഴിഞ്ഞാലും... ഇവിടുത്തെ തീരങ്ങൾ, ഇവിടുത്തെ തെരുവുകൾ, ഇവിടുത്തെ കഫേകൾ... ഇത്തവണ ഞാൻ നിന്നോട് പറയാൻ പോകുന്ന കാര്യം ഒരുപക്ഷേ നിന്നെ വേദനിപ്പിച്ചേക്കും. ഇനി എഴുതരുത് എന്നുപോലും. എനിക്കുറപ്പുണ്ട് ഇതിനോടകം നിർത്തിയിട്ടുണ്ടാകും, കാവ്യരചനയും ചിത്രരചനയും. നീ ചിത്രമെഴുതരുത്... ചിലപ്പോൾ ഞാൻ ഏറ്റുപറയുന്നു, സംഭവിച്ചതും, സംഭവിച്ചുകൊണ്ടിരിക്കുന്നതും, ബെയ്റൂട്ടിലോ ലെബനോനിലോ അല്ലെന്നു തോന്നിപ്പോകും... ഒരുപക്ഷേ നമ്മൾ ജീവിക്കുന്നത് സ്ഫോടനങ്ങളുടെ കാലഘട്ടത്തിലായിരിക്കും, എങ്കിലും നിന്നെപ്പോലെ സർഗ്ഗാത്മകതയുള്ളവർ അതിന്റെ നടുവിലായിപ്പോയി.. ഇനി എന്തുചെയ്യാൻ കഴിയും നിനക്ക്? എനിക്കറിയില്ല... ഒരു കലാകാരന്റെ സ്വപ്നം സഫലമാകണമെങ്കിൽ ഇനി എന്തെല്ലാം നടക്കണം... ഇവിടെയെന്താണ് നടക്കുന്നതെന്ന് നിന്നേക്കാളധികം അറബിലോകം എഴുതുന്നുണ്ട്... എല്ലാത്തരം ഉപദ്രവങ്ങളും ഭാവിസൂചനകളും ഉണ്ടായിട്ടും, ഇപ്പോഴും നീ ആഘാതത്തിന്റെ ചുരുൾ നിവർത്തുകയാണെന്നോ, നിനക്കൊന്നും മനസ്സിലാവാത്തതാണോ, അതോ... ഒന്നും മനസ്സിലാക്കാതിരിക്കുകയാണോ... ഭാവിസൂചനകൾ പോലെ...

ഒരു നിമിഷം, ക്ലൗഡി പറഞ്ഞു... ഭാവിസൂചനയെന്ന പ്രയോഗം കൊണ്ട് ശരിക്കും നീയെന്താ ഉദ്ദേശിക്കുന്നത്? വിദേശിയെ ചൂണ്ടിക്കാട്ടിയിട്ട് തുടർന്നു, അതെന്താണെന്ന് അയാൾക്കുകൂടി മനസ്സിലാകണമല്ലോ... നിസാർ അതെന്താണെന്ന് വിശദീകരിക്കുന്നതിനിടയിൽ അതൊരു വൃത്തികെട്ട വാക്കാണെന്നും വിദേശിക്ക് പരിഭാഷപ്പെടുത്തിയത് മതിയെന്നും പറഞ്ഞുകൊണ്ട് അവൾ ഇടയ്ക്കുകയറി തടസ്സപ്പെടുത്തി. എന്തൊക്കെയോ നഷ്ടപ്പെട്ടതുപോലെയും ചിരിക്കുമ്പോൾ കൂടുതൽ ശ്രദ്ധിച്ചില്ലെങ്കിൽ അതൊരു ശിക്ഷയായി മാറുമെന്നും അവന് തോന്നി.

അന്തരീക്ഷത്തെ വീണ്ടും ലഘുവാക്കാൻ അബ്ദ് എൽ നബി അത്യുത്സാഹത്തോടെ അവനോട് തുടരാൻ ആവശ്യപ്പെട്ടു. ബെയ്റൂട്ട് അന്തിയാകുവോളം അങ്ങനെതന്നെ നിലകൊണ്ടു, അവസരങ്ങൾ പ്രയോജനപ്പെടുത്താതെ... നമ്മൾ അവളിലേക്ക് അടുക്കുന്നതും അതിനുവേണ്ടിത്തന്നെയാണല്ലോ...

'നിനക്കെത്ര വയസ്സുണ്ട്, അബ്ദ് എൽ നബി, പതിനഞ്ച് കഴിഞ്ഞോ? ഇല്ല... കുറവാണ്... നിനക്കെന്താ വിവാഹം കഴിച്ച് ഒരു കുട്ടിയുണ്ടാവണ്ടേ.. നീതന്നെ നിന്റെ ഗ്രാമത്തിൽ നിന്ന് ഒരു പെണ്ണിനെ കണ്ടെത്തൂ എന്നിട്ട്...' പക്ഷേ അബ്ദ് എൽ നബി അതൊക്കെ അറിയാത്ത മട്ടിൽ തുടർന്നു. 'നിയമഫാക്കൽറ്റിക്കു മുന്നിലെ കഫേ, വിദ്യാഭ്യാസഫാക്കൽറ്റിക്കു മുന്നിലെ കഫേ, അടിപൊളി ജീവിതം, കിടിലൻ ഭാഗ്യം, തീയറ്ററുകൾ, ചന്ത.... എനിക്കൊന്നും മറക്കാനാവില്ല... നീയിപ്പോൾ ഞങ്ങളെ ഒഴിവാക്കിക്കൊണ്ട് പോകുന്നത് ഒരുതരം ഒറ്റികൊടുക്കലാണ്, ഒരുതലമുറയെ

ഒന്നാകെ ഒറ്റികൊടുക്കുന്നതുപോലെ. എന്നെ സംബന്ധിച്ചാണെങ്കിൽ, ഉപേക്ഷിച്ചുപോകുന്നവരൊക്കെയും എനിക്കു നഷ്ടം തന്നെ.... നിന്റെ പോക്ക് അതിന്റെ ആക്കം കൂടുന്നു... നിനക്കൊരിക്കലും ബെയ്റൂട്ടിന് അർഹതയില്ല... വളരെക്കുറച്ചു ദിവസങ്ങൾ മാത്രമേ ഞാനിവിടെ കണ്ടെത്തിയിട്ടുള്ളൂ, ഇത് എന്റെ അവസാന സന്ദർശനമായിരിക്കും, സുഹൃത്തുക്കളേ..' അബ്ദ് എൽ നബി അവസാന വാക്കുകൾ ഉച്ചരിച്ചത് തികച്ചും നാടകീയമായിട്ടായിരുന്നു, എന്നിട്ട് മറ്റുള്ളവരുടെ പ്രതികരണങ്ങൾ എന്താണെന്നറിയാൻ ചുറ്റും നോക്കി. നായിഫ് സങ്കടത്തോടെ തലകുലുക്കുക മാത്രം ചെയ്തു. എന്നാൽ മറ്റുള്ളവർ ആലസ്യത്തിൽ നിന്ന് ഉണർന്നതേയില്ല... 'ഇതത്ര ലളിതമായി എടുക്കേണ്ട കാര്യമാണോ, നായിഫ്? വളരെക്കുറച്ചുപേർ മാത്രമേ അവശേഷിക്കുന്നുള്ളൂ... ആരൊക്കെ... നിനക്കെന്തു തോന്നുന്നു, നായിഫ്? ഇത് നിന്നെ സംബന്ധിക്കുന്ന കാര്യമല്ലേ... നിന്റെ ഭാര്യ തീർച്ചയായും രാജ്യംവിടും, അങ്ങനെയാണ് ഞാൻ കുരുതുന്നത്, പത്തുവർഷത്തിനുള്ളിൽ... ആരൊക്കെ ശേഷിക്കും? പറയൂ.. ഒരു ടിക്കറ്റെടുക്കാൻപോലും പണമില്ലാത്തവർ', ക്ലൗഡി പറഞ്ഞു, 'ആയുധങ്ങൾ ഉപയോഗിക്കാനറിയുന്നവർ, അല്ലെങ്കിൽ... ഓ, അതിരിക്കട്ടെ... നിന്റെ മാസികയിൽ ഉപയോഗിച്ച സാഹിത്യ-പത്രപ്രവർത്തക ലേഖനങ്ങൾക്ക് ലിറയുടെ വില ഇടിയുന്നതിനുമുമ്പെങ്കിലും പ്രതിഫലം കൊടുത്തു തീർക്കാത്തതെന്താ.... അവർക്ക് ഇരുപത് ഡോളർ തന്നെ ധാരാളമെന്നായിരിക്കും. നീ പറയാൻ തുടങ്ങുന്നത്, അവരെ സംബന്ധിച്ചിടത്തോളം - സാംസ്കാരിക പ്രഭുക്കളാണ് തങ്ങളെന്ന് നമ്മളെ പഠിപ്പിക്കുകയും ബോധ്യപ്പെടുത്താൻ ശ്രമിക്കുകയും ചെയ്തവരാണ് അവർ-അവരുടെ ചെറുസംഘങ്ങളിലല്ലാതെ യാതൊരു അംഗീകാരവും ലഭിക്കുകയില്ല. നീ പതിവായി പറയാറുള്ളതുപോലെ, വിദേശഭാഷകൾ വായിക്കുന്ന ലബനൻകാർ മാത്രമാണ് അവരുടെ ഒഴിവുനേരങ്ങളിൽ പരിഭാഷ നടത്തി നമ്മുടെ കാലത്ത് നമുക്കിടയിൽ അവരെ പ്രതിഷ്ഠിച്ചിരിക്കുന്നത്. ഇപ്പോൾ നീ മറ്റുള്ളവരുടെ ദൗർഭാഗ്യങ്ങളിൽ പകയോടെ സന്തോഷിക്കുകയാണ്, അബ്ദ് എൽ നബി... ചില്ലിക്കാശിനുവേണ്ടി ലബനൻകാരെ വാടകയ്ക്കെടുത്ത് നീ പരിഹസിക്കുന്നു... നിന്റെ സംസാരവും ഖേദപ്രകടനങ്ങളുമെല്ലാം പച്ചയായ പകപോക്കലുകളാണ്. നിയിപ്പോൾ ഞങ്ങളുടെ പുറത്തുകേറി രക്ഷപ്പെടാൻ ശ്രമിക്കുന്നു, അബ്ദ് എൽ നബി, നീയും നിന്റെയൊരു മുടിഞ്ഞ ബെയ്റൂട്ട് സുന്ദരിയും... നിനക്കും അമ്പതാകും. അതുകൊണ്ട് പ്രണയസങ്കൽപങ്ങളൊക്കെ മറന്ന്, കല്യാണം കഴിച്ച് കുട്ടികളുമായി ജീവിക്കാൻ തുടങ്ങൂ, അങ്ങനെയെങ്കിൽ, നിന്റെയും ഞങ്ങളുടെയും പ്രശ്നങ്ങൾ ഒരേസമയം പരിഹരിക്കപ്പെടും...

പിരിമുറുക്കം വർദ്ധിച്ചു, ക്ലൗഡി ഉയർത്തിവച്ച അന്തരീക്ഷത്തിന്റെ ഭാരം അവിടെയുണ്ടായിരുന്ന ആലസ്യത്തിലാണ്ടുപോയവർക്കുപോലും അനുഭവപ്പെട്ടു... വിദേശി കൂടുതൽ പ്രതിരോധത്തിലാകുകയും അയാളുടെ മുഖത്തെ ചിരി മാഞ്ഞുപോകുകയും ചെയ്തു.

ക്ലൗഡിയോടു സംസാരിക്കുമ്പോൾ ഉണ്ടാകാറുള്ള ശാന്തസ്വരത്തിൽ നായിഫ് പറഞ്ഞു: ഇപ്പോൾ രാജ്യം വിട്ടുപോകേണ്ട ആവശ്യം നിനക്കുണ്ടോ ക്ലൗഡീ, കാരണം നീയിപ്പോൾ അപസ്മാരം ബാധിച്ചവളെപ്പോലെയാണ് പെരുമാറുന്നത്.... അബ്ദ് എൽ നബിയെ നിനക്ക് നന്നായറിയാം, അവന് കുറേനാളത്തേക്കെങ്കിലും സ്വന്തം രാജ്യത്തേക്ക് മടങ്ങിപ്പോകാൻ കഴിയില്ലെന്നും നിനക്കറിയാം... ഭരണ വ്യവസ്ഥയെ ശക്തമായി എതിർത്തതുകൊണ്ട് അവനെ അവന്റെ രാജ്യത്തുനിന്ന് നാടുകടത്തിയിരിക്കുകയാണ്. വിമതശബ്ദങ്ങളെ ഒരിക്കലും അംഗീകരിക്കാത്ത രാജ്യമാണ് അവന്റേത്...

ഒരു വ്യവസ്ഥയും ഇല്ലാത്ത ഒരിടത്ത് വിമതശബ്ദം കേൾപ്പിക്കുന്നതിൽ നിന്ന് അവനെ പിന്തിരിപ്പിക്കണം... ഒന്നുമില്ലാത്ത ഒരിടം... ക്ലൗഡി തടസ്സപ്പെടുത്തി... രക്തസാക്ഷികളെ പ്രകീർത്തിച്ചുകൊണ്ട് പാട്ടുപാടാൻ കഴിഞ്ഞില്ലെങ്കിൽ രാത്രി അവന് ഉറക്കം വരാറില്ല... രക്തത്തിൽ നിന്നുദിച്ച സ്വാതന്ത്ര്യദാഹികളുടെ മുഖം... ചട്ടക്കൂടുകളെയും കെട്ടുപാടുകളെയും തകർത്തെറിഞ്ഞവർ... പറയൂ, സഹോദരാ, എന്തിനീ നാടുകടത്തൽ എന്നോട്... തകർത്തെറിയട്ടെ, തച്ചുടയ്ക്കട്ടെ, രാജ്യത്തിനുവേണ്ടി അവനൊരു രക്തസാക്ഷിയാകട്ടെ... എന്റെ ദൈവമേ, എന്തൊരു തമാശ. ഞാനെന്താ ചെയ്യേണ്ടത്, അബ്ദ് എൽ നബിയോട് എന്നെ കുറ്റപ്പെടുത്തുന്നത് നിർത്താൻ ഞാനിവിടം വിട്ടുപോകണമെന്നു പറയുന്നത് അവസാനിപ്പിക്കാൻ പറയൂ. അവനൊന്ന് നിർത്തിക്കിട്ടാൻ ഞാനെന്താണ് ചെയ്യേണ്ടത്, അല്പനേരത്തേക്കെങ്കിലും, സാവധാനത്തിലുള്ള ആത്മഹത്യ ചെയ്യാൻ ശ്രമിക്കുന്നത് നമ്മോടുള്ള അനിഷ്ടം കൊണ്ടായിരിക്കും... എന്റെ ദൈവമേ, എത്രനല്ല കവിൾത്തടങ്ങളാണിത്, അവനെന്തെങ്കിലും സംസാരിക്കണമെന്നുണ്ടെങ്കിൽ നീ അവനെയുംകൂട്ടി പത്രമാപ്പീസിലേക്ക് പോകൂ, എനിക്കൊന്നും കേൾക്കണമെന്നില്ല... നീയെന്താണ് കാത്തിരിക്കുന്നത്, അബ്ദ് എൽ നബീ എഴുന്നേറ്റ് പോകൂ... മനസ്സ് തെളിഞ്ഞിട്ട് മടങ്ങി വരൂ.

അങ്ങനെ അന്നാദ്യമായി, ക്ലൗഡിയിൽ അടിയുറച്ചുപോയിരുന്ന വിളർച്ചയും ദുഷ്ടബുദ്ധിയും അവളെ വിട്ടൊഴിഞ്ഞുപോയി. അവളുടെ മുഖത്തിന് കടുംചുവപ്പ് നിറം കൈവന്നതുപോലെ. അവളുടെ കഴുത്തിലെ ചെറിയ ഞെരമ്പുകൾപോലും അന്നേരം സ്പഷ്ടമായി തെളിഞ്ഞുവന്നു... ഇത്തരമൊരു പരിശ്രമം അവളുടെ ഭാഗത്തുനിന്നുണ്ടാകുന്നത് ഞാൻ ആദ്യമായി കാണുകയായിരുന്നു, ആ സായാഹ്നത്തിലെ ഒരേയൊരു സ്ത്രീ അവളായിരുന്നില്ലെങ്കിൽപ്പോലും അവൾതന്നെയായിരുന്നു അന്നത്തെ വീരനായിക... അങ്ങനെയൊക്കെയാണെങ്കിലും അവളുടെ മാനസികാവസ്ഥ കൂടുതൽ വഷളായിക്കൊണ്ടിരുന്നു. അബ്ദ് എൽ നബി പറഞ്ഞു: നന്നായി ക്ലൗഡീ... എനിക്ക് മനസ്സിലായി... നിങ്ങളെല്ലാവരും ക്ഷീണിതരാണ്... ദൈവം നിങ്ങളെ സഹായിക്കട്ടെ... മറ്റാർക്കെങ്കിലും അതിന് കഴിയുമോ, എന്റെമേലും അവന് കരുണ തോന്നട്ടെ....

ശാന്തത കൈവന്നതിനുശേഷം ക്ലൗഡി പറഞ്ഞു, നിനക്ക് വീട്ടിൽ താമസിക്കണമെന്നുണ്ടെങ്കിൽ, നീ എന്നോട് സംസാരിക്കുന്നത് ഇപ്പോൾത്തന്നെ നിർത്തിയേക്കൂ, അബ്ദ് എൽ നബി?! നദീം... നീ പോയി ജനറേറ്റർ ടാങ്കിൽ അല്പം ഗ്യാസ് നിറയ്ക്കൂ, ഗ്യാസ്ക്യാൻ ഫ്രിഡ്ജിലുണ്ട്. പോകുന്ന വഴിക്ക് കുറച്ച് ബ്രഡ്കൂടി എടുത്തോളൂ. ഖലിൽ... ആ കാസറ്റ് തിരിച്ചിടൂ. ഞാൻകിടക്കാൻ പോകുന്നു. നായിഫ്, ചവറ് കൊണ്ടുപോയി പുറത്തുകളയാൻ മറക്കണ്ടാ.

അബ്ദ് എൽ നബി തന്റെ പക്കലുള്ള വില കുറഞ്ഞ തമാശകൾ അവർക്കുനേരെ തൊടുത്തുവിടാൻ തുടങ്ങിയതോടെ എല്ലാവരും ചിരിക്കാൻ തുടങ്ങി. കുറേക്കഴിഞ്ഞ് അവൻ എല്ലാവരോടും യാത്രാമൊഴി പറഞ്ഞു, കൺകോൺ തുടിച്ചതിന്റെ സൂചനയാൽ ആരോ തന്നെ കാത്തിരിക്കുന്നുണ്ടെന്ന് വാദിച്ച് ആ രാത്രി നായിഫിന്റെ വീട്ടിൽ കഴിയാമെന്ന ആനുകൂല്യം നിരസിച്ചുകൊണ്ട് പിരിഞ്ഞു. അല്പസമയത്തിനുശേഷം, നദീം പറഞ്ഞു: എന്റെ ദൈവമേ, അവർ ബെയ്റൂട്ടിനെ സ്നേഹിക്കുന്നു... അവൻ പറഞ്ഞത് ശരിയായിരുന്നു, നമ്മളൊന്നും ചെയ്യുന്നില്ല...നമ്മളൊന്നും എഴുതുന്നില്ല...നമ്മളൊന്നും വരയ്ക്കുന്നുമില്ല... അവൻ പറഞ്ഞതുപോലെ തന്നെയാണ് നമ്മൾ, അക്കാര്യത്തിൽ യാതൊരു അതിശയോക്തിയുമില്ല. എന്താണ് ചുറ്റും സംഭവിച്ചുകൊണ്ടിരിക്കുന്നതെന്ന് വ്യക്തമായി നമുക്കറിയില്ല. എന്തുകൊണ്ട്? നായിഫ് പറഞ്ഞു, സംഘടനാരീതിയിലേക്ക് കാലുകുത്താതെ അതിനെ അധിക്ഷേപിക്കുന്നതുപോലെ തോന്നുന്നു.

നിസാർ കുനിഞ്ഞ് ഖലീലിനോട് മന്ത്രിച്ചു: അവർക്കിടയിലുള്ള ബന്ധം അവസാനിപ്പിച്ചെങ്കിൽപ്പോലും അബ്ദ് എൽ നബിയുടെ വീണ്ടും വീണ്ടുമുള്ള വരവ് ക്ലൗഡിയെ തീർത്തും അസ്വസ്ഥയാക്കും, അവനോടൊപ്പം ഉല്ലസിക്കാനാവുന്നില്ല എന്നതാണ് അവൾക്ക് അവനോട് വെറുപ്പ് തോന്നാനുള്ള കാരണം... നിനക്ക് ആശ്ചര്യമായി തോന്നുന്നോ ഖലിൽ... ഇല്ല, നിന്റെ വാർത്തകൾ ഞങ്ങളിലേക്കെത്തുമ്പോഴേക്കും നീയും ഞങ്ങൾക്കൊപ്പം ഉണ്ടായിരുന്നു... അവളെ കൂടുതൽ പിരിമുറുക്കത്തിലാക്കിയത് നാടുകടത്തൽ, സ്ഥിരവാസമില്ലായ്മ, ഗൃഹാതുരത്വം എന്നിങ്ങനെയുള്ള വാക്കുകളാണെന്നു തോന്നുന്നു. എന്തെന്നാൽ ഒരു ചെറുപുഷ്പമായിരുന്നപ്പോഴാണല്ലോ അവരവളെ നുള്ളിയത്... ഒരുപക്ഷേ, അക്കാര്യത്തിൽ അവൾ പശ്ചാത്താപിക്കുന്നുണ്ടാവാം.

പറയൂ... ഞങ്ങളോട് പറയൂ, പാരീസുകാരാ, എന്താണ് നിന്നെ അലട്ടുന്ന വിഷയം, നീയെന്താ ഒന്നും സംസാരിക്കാത്തത്? ശരിക്കും നിന്റെമേൽ പതിക്കേണ്ട വെള്ളിവെളിച്ചമായിരുന്നു അബ്ദ് എൽ നബിയുടെമേൽ പതിച്ചത്, നായിഫ് പറഞ്ഞു, അവന്റെ കണ്ണുകൾ ചുവന്നിരുന്നെങ്കിലും, അവനാ സായാഹ്നം ആസ്വദിക്കുന്നുണ്ടായിരുന്നെന്ന് തീർച്ചയായിരുന്നു. ഗൃഹാതുരത്വമാണോ നിന്നെ മടക്കിക്കൊണ്ടുവന്നത്?

പരസ്പരം തടവിലാക്കപ്പെട്ടതുപോലെ വളരെയേറെ വൈകുന്നതു വരെ അവർ ഒന്നിച്ചിരുന്നു, എല്ലാവർക്കും മടങ്ങിപ്പോകണമെന്ന് ആഗ്രഹമുള്ളതുപോലെ ഖലിലിന് തോന്നി. എങ്കിലും ഇത് അവസാനത്തെ സായാഹനമാണെന്ന് പരസ്പരം വാഗ്ദാനം ചെയ്തിരുന്നതുകൊണ്ടുമാത്രം അവരാരും എഴുന്നേറ്റില്ല.

നിസാർ തനിക്കും അബ്ദ് എൽ നബിക്കും തമ്മിലുള്ള വ്യത്യാസമെന്തെന്ന് വിശദീകരിക്കാൻ തുടങ്ങി. അപ്പോൾ ഖലിൽ സ്വയം പറഞ്ഞു: നിസാറിനെപ്രതി, നമുക്കിപ്പോൾ നമ്മോടുതന്നെ സങ്കടം തോന്നുന്നുണ്ടാവും.

നിസാർ പറഞ്ഞു, നമ്മൾ രാജ്യം വിട്ടാലും രാജ്യം ഇവിടെ ഇതുപോലെ തന്നെയുണ്ടാകും. നമ്മുടെ പോക്കുകൊണ്ട് യാതൊരു മാറ്റവും ഉണ്ടാകാൻ പോകുന്നില്ല. അബ്ദ് എൽ നബി സ്വന്തം രാജ്യം വിട്ടുപോന്നെങ്കിലും അവൻ അതിന്റെ ഹൃദയംകൂടി തന്നോടൊപ്പം കൊണ്ടുപോന്നുവെന്ന് വ്യക്തമാണ്. ചുരുക്കത്തിൽ അത് അവനോടൊപ്പമുണ്ട്, അവനാ രാജ്യത്തെ പിന്നിലുപേക്ഷിച്ച് പോരുമ്പോൾ, അത് ശൂന്യവും അനാവശ്യവുമായി മാറിയിരുന്നു. അവൻ മറ്റുള്ളവർക്കായി നീക്കിവെച്ച ശിക്ഷാവിധിയാണത്. നമ്മളും അങ്ങനെ രാജ്യത്തുനിന്ന് പറന്നാൽ, അതുതന്നെ സംഭവിക്കുമെന്ന് ഭയക്കണം, വീണ്ടും വീണ്ടും എന്തിന് വലിയ തെറ്റുകൾ ആവർത്തിക്കണം, നമ്മൾ ഇവിടെ ചെയ്യാത്ത കാര്യം അവിടെ ചെയ്താൽ പിന്നീടൊരിക്കലും മടങ്ങിവരവ് ഉണ്ടാവുകയില്ല. ഇക്കാര്യത്തിൽ നിങ്ങൾ വേണ്ടത്ര ശ്രദ്ധകൊടുക്കുന്നില്ല എന്നത് രസകരമായ കാര്യമാണ്. അവിടെയായിരുന്നപ്പോൾ ഞാൻ അബ്ദ് എൽ നബിയുടെ സംഘടനയിലായിരുന്നു പ്രവർത്തിച്ചിരുന്നത്, അക്കാര്യം ഇവിടെ ചെയ്യാമെന്നത് എനിക്ക് സ്വപ്നം കാണാൻ പോലും കഴിയില്ല, അവനെപ്പോലെയുള്ള ആളുകൾക്കുവേണ്ടിയല്ല, നിങ്ങൾക്കിത് വിശ്വസിക്കാൻ കഴിയുന്നുണ്ടോ?

നായിഫ് ചോദിച്ചു: അങ്ങനെയാണെങ്കിൽ നീയെന്തിനാ മടങ്ങി വന്നത്? നിസാർ അസ്വസ്ഥനായി. എന്നിട്ട് പറഞ്ഞു: എന്തായാലും എനിക്കവിടെ ജോലിയൊന്നും കിട്ടിയില്ല. അവിടെ തൊഴിലിന് കടുത്ത മത്സരമാണ്. മാത്രമല്ല ഞാനൊരു സാമൂഹികജീവിയാണല്ലോ?

അവൻ പ്രവർത്തിച്ചിരുന്ന സംഘടനയിൽ നിന്ന് അവരവനെ പുറത്താക്കിയതാണ്... അനുസരണ, വിധേയത്വം, ഒരേസമയം വളരുകയും വെട്ടിയൊതുക്കുകയും ചെയ്യുന്ന സംസ്കാരം, ഇതെല്ലാം കൊണ്ട് അവന്റെ വന്യത നഷ്ടമാവുകയും അവനെ ഒന്നിനും കൊള്ളാതാവുകയും ചെയ്തു... അവന്റെ സമർത്ഥമായ നീക്കങ്ങൾക്കുപകരം അവന്റെ സ്ഥാനത്ത് കുറേക്കൂടി ബുദ്ധികുറഞ്ഞ, ആകാംക്ഷയാൽ പ്രകോപിതനാകാത്ത, കുറേക്കൂടി അനുസരണയുള്ള ഒരാളെ അവർ വാടകയ്ക്കെടുത്തു. അയാൾ പാർട്ടിശൈലിക്കൊത്തവണ്ണം മാസികകളിൽ എഴുതാനും

തുടങ്ങി. അവനെപ്പോലെ അലസജീവിതം നയിക്കുന്ന ഒരാൾക്കുപകരം കുറേക്കൂടി ബുദ്ധിയില്ലാത്ത ഒരാളെയായിരുന്നു അവർക്കും ആവശ്യം... ഒരുപക്ഷേ അത്തരമൊരു നാടുകടത്തൽ 'സഹോദര-ശത്രുരാജ്യത്തിലെ ചീഞ്ഞളിഞ്ഞ ഭരണവ്യവസ്ഥ'യിൽ നിന്നാവണമെന്നായിരുന്നു അവന്റെ ആഗ്രഹം. അത് അവനെ കൂടുതൽ സന്തോഷിപ്പിക്കുമായിരുന്നു, ഒരുപക്ഷേ സുന്ദരിയായ ഭാര്യയുടെ തലയിൽ കൃത്രിമപുഷ്പം വച്ചുകൊടുക്കുകയും നിശാപാർട്ടികളിൽ മറ്റുള്ളവർക്കൊപ്പം ആർത്തുചിരിക്കുകയും ചെയ്യുന്നതുപോലെ... പ്രാണികളുടെ മേഘത്തിനടിയിലൂടെ ഖലിൽ ചിന്തിച്ചു.

പക്ഷേ ആ സായാഹ്നം കഴിഞ്ഞ് രണ്ടുമാസത്തിനുശേഷം സാമൂഹികജീവിയെന്ന് അവകാശപ്പെട്ടയാൾ പാരീസിലേക്ക് മടങ്ങിപ്പോയി. അവന്റെ ഫ്രഞ്ച് കാമുകിയുടെ കത്ത് ലഭിച്ചതിനുശേഷമായിരുന്നു അത്. സംഭവിച്ചുപോയതൊക്കെ ക്ഷമിച്ചുവെന്നും ഫ്രഞ്ച് ദേശീയതയിൽ വിശ്വസിച്ചുകൊണ്ട് അവളുടെ അമ്മാവന്റെ ബിസിനസ് കാര്യങ്ങൾ നോക്കിനടത്തണമെന്നും, ഒപ്പം വിവാഹവാഗ്ദാനവും ആ കത്തിലുണ്ടായിരുന്നു. അമ്മാവൻ ഇപ്പോഴും അവനെ സ്നേഹിക്കുന്നുണ്ടെന്ന് അവൾ കത്തിലൂടെ അറിയിച്ചതോടെ അവൻ യാത്ര പുറപ്പെട്ടു. ഒർലി വിമാനത്താവളത്തിൽ അവൻ കാലുകുത്തുന്നതും കാത്ത് അവൾ നിൽക്കുന്നുണ്ടായിരുന്നു. അഥവാ, വിമാനം വൈകിയിരുന്നെങ്കിൽ അവളുടെ കൈയിലിരുന്ന വന്യപുഷ്പങ്ങൾ അവളുടെ തന്നെ കണ്ണീരിൽ കുതിർന്ന് വാടിപ്പോകുമായിരുന്നു...

വിദേശിയെ സംബന്ധിച്ചിടത്തോളം, ഒരു രാത്രി അയാൾ ടെലിവിഷനിൽ പ്രത്യക്ഷപ്പെടുകയും, അതോടെ സ്വപ്നസാക്ഷാത്കാരം നേടുകയും ചെയ്തു. അഗ്നിപർവതസ്ഫോടനമുഖത്തുനിന്നും ഓടിയൊളിക്കാൻ ഒരിടംപോലും അവശേഷിക്കാതെ വരുമ്പോൾ സംഭവിക്കുന്നതുപോലെയായിരുന്നു അത്. നായിഫ് ജോലിചെയ്യുന്ന പത്രസ്ഥാപനത്തിലെ ജീവനക്കാരെ ഒരു സംഘമാളുകൾ തട്ടിക്കൊണ്ടുപോകുമ്പോഴായിരുന്നു അയാളുടെ സ്വപ്നസാക്ഷാത്കാരവും നടന്നത്. ഇത്തവണ അയാൾ കൂടുതൽ തളർന്നു, കാരണം, കൊണ്ടുപോയവരുടെ സന്ദേശം ഭയപ്പാടോടെ അവതരിപ്പിക്കേണ്ടിവന്നത് അയാളായിരുന്നു.

തെരുവിൽ നിന്നുയർന്നുവരുന്ന പൊടിപടലങ്ങളെ വിടാതെ പിന്തുടർന്ന് തുടച്ചുനീക്കുന്ന ഒരു സ്ത്രീ നിൽക്കുന്ന മട്ടുപ്പാവിനടിയിലൂടെയാണ് പാർട്ടിക്കുശേഷം ഖലിൽ വീട്ടിലേക്ക് പോയത്... അന്നേരം അർദ്ധരാത്രി കഴിഞ്ഞിരുന്നു... പൂച്ചട്ടികൾ ഇപ്പോഴും വെള്ളം വീഴ്ത്തുന്നുണ്ടോ എന്നറിയാൻ തലയുയർത്തി നോക്കിയപ്പോഴാണ് അവൻ ആ സ്ത്രീയെ കണ്ടത്. ഉയരമുള്ള ഒരു കസേരയിൽ കയറി നിന്ന് ആ സ്ത്രീ ചില്ലു തുടച്ച് മിനുക്കുകയായിരുന്നു, ഒടുങ്ങാത്ത ജീവിതപ്രേമം കൊണ്ടുള്ള തിടുക്കത്തിലെന്നപോലെ...

# നാല്

**ആ** പാർട്ടിയിൽ ഖലിൽ ഒരുപാട് പേരുടെ സംസാരങ്ങൾ കേട്ടു, അവന് ഓർത്തുവയ്ക്കാൻ കഴിയുന്നതിനേക്കാൾ. തലയിൽ ഇപ്പോൾ ത്തന്നെ താങ്ങാവുന്നതിലും ഏറെയായെന്നും അതുകൊണ്ട് ഇനിമേൽ നായിഫിന്റെ ആവർത്തിച്ചുള്ള ക്ഷണങ്ങൾ സ്വീകരിക്കേണ്ടെന്നും പത്രമാപ്പീസിന്റെ അടുത്തെത്തുമ്പോൾ പ്രധാനപ്പെട്ട എന്തോ സംസാരിക്കാനുണ്ടെന്നമട്ടിൽ അവൻ അവനോട്...

പക്ഷേ സംസാരം, സംസാരം, കൃത്യമായി പറഞ്ഞാൽ ഖലീലിന് വശമുള്ള ഒരു കാര്യം തന്നെ, സമ്മർദ്ദം ചെലുത്തി ചെവിക്കുഴിയിലൂടെ ഉള്ളിലേക്ക് നിക്ഷേപിക്കുന്നതു തന്നെ... അതുകൊണ്ട്, കഠിനമായ വയറുവേദനയായിട്ടുകൂടി ഖലിൽ പുറത്തിറങ്ങാതെ മുറിക്കുള്ളിൽ തന്നെ കഴിച്ചുകൂട്ടി... വേദനിക്കുന്നവരെക്കണ്ടാൽ യൂസഫ് അനുഭാവം പ്രകടിപ്പിക്കുന്നതുപോലെയുള്ള ദുർബലമായ ഒഴിവുകഴിവ് മാത്രമായിരുന്നു അത്, ലോകവുമായുള്ള ബന്ധം വിച്ഛേദിച്ച്, അനുതാപം അർഹിക്കുന്നവർക്കുപോലും നൽകാതെ, സന്ദർശനങ്ങളും ചോദ്യങ്ങളുമൊഴിവാക്കി എങ്ങും തൊടാതെ അവൻ കഴിച്ചുകൂട്ടി.

സംസാരിക്കാനുള്ള ആഗ്രഹത്തെ തുടച്ചുവൃത്തിയാക്കിയതോടെ ഖലിലിന് എന്തെന്നില്ലാത്ത അസ്വസ്ഥത തോന്നി, ഒരു നിഷേധിയെപ്പോലെ സ്വയം തോന്നി. രോഷം അസന്തുഷ്ടിയായി, സംസാരിക്കുന്നവരോട് വെറുപ്പ് തോന്നി, അങ്ങനെ, അങ്ങനെ കയ്യിലെടുത്ത പാത്രത്തോടും ഉപ്പിനോടും ബ്രഡിനോടും സംസാരിച്ചുതുടങ്ങി, അലസനായ ശ്രോതാവ് ധാർഷ്ട്യമുള്ള നിഷേധിയായിരിക്കുമെന്ന നിർവചനം അതോടെ അവന് ബോധ്യമായി. കഴിഞ്ഞകാലങ്ങളിൽ പതിവായി അവൻ ഒരുപാട് സംസാരിച്ചിട്ടുണ്ട്, തൃഷ്ണകൾ പോലും സംസാരത്തിന്റെ മാന്ത്രികതയാൽ കണ്ടെത്തിയിട്ടുണ്ട്. ഇളംചെടികളെ നനച്ചുകൊണ്ടിരിക്കുന്ന കൊച്ചരുവി, അല്പനിമിഷങ്ങൾകൊണ്ട് മരങ്ങളെ വളർത്തുകയും പൂക്കളെയും ഫലങ്ങളെയും വിളയിക്കുകയും ചെയ്യുന്ന ഇടത്തിൽ ഇളവെയിലും ഇളങ്കാറ്റുമേറ്റ് പച്ചപ്പുൽമേട്ടിൽ ഒരാൾ ഇരിക്കുകയാണെന്നു കരുതുക. ചില പുസ്തകങ്ങൾ വായിച്ചതിനുശേഷം ദൈവത്തിന്റെ അസ്തിത്വത്തെക്കുറിച്ചായിരിക്കും അവർ

സംസാരിക്കാൻ തുടങ്ങുക, ആ പുസ്തകത്തിലെ രസമുള്ള വിത്തുകൾ ഉള്ളടക്കംചെയ്ത പേജുകൾ ദൂരെയുള്ള ഗ്രാമങ്ങളിൽപ്പോലും എത്തിയിട്ടുണ്ടാവും, അങ്ങനെ അല്പാല്പമായി അവിശ്വാസത്തിന്റെ വെള്ളമൊഴുക്കി അതിൽ നിന്നുയിർകൊള്ളുന്ന അരുവി വലുതായി കാലുകളെ നനച്ച്, സ്വന്തമായി രൂപപ്പെടുത്തിയ ചെറുകുന്നിലേക്ക് ഓടിച്ച്, നിഷ്കാസിതനായതിന്റെ വേദന അനുഭവിച്ച്, ഒറ്റപ്പെടലിന്റെ ഏകാന്തതുരുത്തിൽ അഭയംപ്രാപിച്ച്, അവിടെനിന്ന് എങ്ങനെയും രക്ഷപ്പെടാൻവേണ്ടി, അവർ സംസാരിക്കാൻ തുടങ്ങും, അത് ക്രമേണ ഒരു കഥാപ്രസംഗം പോലെയായിത്തീരും... അങ്ങനെ, പെട്ടെന്ന്, വിശ്വാസഘാതകിയായ വെള്ളം ഉയർന്നുയർന്ന് മലവെള്ളപ്പാച്ചിൽ പോലെയായിത്തീരും. ഏകാന്തഗായകരുടെ ഐക്യം വിഭജിക്കപ്പെടുന്നതുവരെ യുദ്ധത്തിൽ കൊല്ലപ്പെടുന്നവരുടെ എണ്ണം പെരുകിക്കൊണ്ടിരിക്കും. എങ്കിലും ജലപ്രവാഹത്തിൽ കൊല്ലപ്പെടുന്നവരുടെ മരണനിരക്കും കുറയില്ല. ചിലരെങ്കിലും ആ യുദ്ധത്തിൽ വാക്കുകൾകൊണ്ട് പോരാടും, പക്ഷേ അത്തരക്കാർ ന്യൂനപക്ഷമായിരിക്കും... ചിലർ വിശ്രമം ലഭിക്കാൻ മനഃശാസ്ത്രപരമോ നാഡീപരമോ ആയ തകരാറുകളിൽ ചെന്നുചാടി സ്വയം മാപ്പ് കൊടുക്കും. ചെയ്ത പാപങ്ങളിൽ നിന്നുപോലും ഓടിയൊളിക്കാൻ അതൊരു നല്ല മാർഗമാണ്, അതുകൊണ്ടുതന്നെ അവരെ സംബന്ധിച്ചിടത്തോളം ഒരു കുമ്പസാരത്തിന്റെയോ ഏറ്റുപറച്ചിലിന്റെയോ പോലും കാര്യമില്ല. രക്തസാക്ഷികളാകുന്നതോടെ ജനങ്ങൾ അവരുടെ കുറവുകളും വീഴ്ചകളുമെല്ലാം മനഃപൂർവം മറന്നുകളയും. അവരുടെ കഴിഞ്ഞകാല കഥകളേക്കാൾ ശ്രോതാക്കൾക്ക് താത്പര്യം അവസാനകാല കഥകളായിരിക്കും. രക്തസാക്ഷിത്വംകൊണ്ട് സകലരുടെയും പകയെ തുരത്തി, പകരം ക്ഷമയുടെ വശ്യതയെ കുടിയിരുത്തും. മറ്റുള്ളവരുടെ തെറ്റുകൾ അവർ പൊറുക്കുമെങ്കിലും ഉള്ളിന്റെയുള്ളിൽ അത് ശരിയാണെന്ന മട്ടിൽ കിടക്കുന്നുണ്ടാകും. അയാളുടെ ഏതെങ്കിലും ഒരു സുഹൃത്തിനെ കണ്ടുമുട്ടിയാൽ, അവൻ എത്രമാത്രം പ്രിയപ്പെട്ടവനായിരുന്നു എന്നതായിരിക്കില്ല, മറിച്ച് അവൻ അവരെ വെറുപ്പിച്ചതായിരിക്കും അവൻ ഓർത്തെടുക്കുന്നത്. എത്രതന്നെ സാദൃശ്യമുണ്ടങ്കിലും അതൊക്കെ പുറത്തേക്ക് വരുന്ന ആത്മ-ദയാപരങ്ങളായ കാര്യങ്ങളായിരിക്കും. നന്മയും ആത്മപ്രതിരോധവും നിറഞ്ഞതായിരിക്കും എല്ലാം- ഒരുപക്ഷേ പുതിയ കഥകളും ചിത്രീകരണങ്ങളും ഓർത്തെടുക്കുകയോ മെനഞ്ഞുണ്ടാക്കുകയോ ചെയ്തുകൊണ്ടിരിക്കും, അതൊരുപക്ഷേ ചൂതാട്ടമോ, ഈശ്വരനിന്ദയോ, പോപ്പ് സംഗീതത്തിന് ചുവട്‌വച്ചതോ ആകാനും മതി. നിർഭാഗ്യവശാൽ, ഒറ്റവാക്കിൽ പറഞ്ഞാൽ, അതൊരു സമയനഷ്ടം മാത്രമാണ്. അവർക്കും ഒരുപാട് സമയം നഷ്ടപ്പെട്ടിട്ടുണ്ട്.

വിസ്മയകരമായി തോന്നിയത്, സംസാരത്തിനിടയിൽ അവർ പാത്രങ്ങൾ മാറ്റിവെച്ചിട്ടുണ്ട്, എന്നതാണ്. എങ്കിലും, അവരുടെ മൂക്കുകൾ തുറന്നിട്ടില്ലായിരുന്നു. അതുകൊണ്ടുതന്നെ, കഴിഞ്ഞകാലത്തെ

ക്കുറിച്ചുള്ള ഗൃഹാതുരഓർമ്മകൾ, തീർച്ചയായും അത് നിഷ്കളങ്ക വുമായിരിക്കും, അവരുടെ സംഭാഷണങ്ങളെ നീട്ടിക്കൊണ്ടുപോയി.

സ്ത്രീകൾ ഭാഗ്യമുള്ള ജീവികൾ, ഒന്നും മിണ്ടിയില്ല... അവർ ശ്രുതി മധുരമായി പാടുകയായിരുന്നു... അവർ ചിന്തകളിൽ വാക്യങ്ങളെ ഉല്പാദിപ്പിക്കുന്നില്ല, അതുകൊണ്ട് അവർ സംസാരവേളയിൽ ചരി ത്രത്തെ കൂട്ടുപിടിക്കാറില്ല. പീരങ്കി ഗർജ്ജിക്കാറില്ലല്ലോ, പീരങ്കി സൃഷ്ടിച്ച ചിന്തകളാണ് ഗർജ്ജിക്കുന്നത്...

ഇത്തരം വിഷയങ്ങൾ ചർച്ചചെയ്യാൻ സ്ത്രീകൾ ഇഷ്ടപ്പെടാറില്ല. ഒന്നിൽ നിന്ന് മറ്റൊന്നിലേക്ക് പൂമ്പാറ്റയെപ്പോലെ അവർ തെന്നിമാറി ക്കൊണ്ടിരിക്കും. തീർത്തും അവർക്ക് ഉപയോഗപ്രദമായ കാര്യങ്ങളെ ക്കുറിച്ചായിരിക്കും അവരുടെ സംസാരം, ബ്രഡ് വാങ്ങുന്നതിനെ ക്കുറിച്ചും മുട്ട പൊരിക്കുന്നതിനെക്കുറിച്ചും വസ്ത്രങ്ങൾ അലക്കുന്ന തിനെക്കുറിച്ചും കുഴലടപ്പ് നന്നാക്കുന്നതിനെക്കുറിച്ചുമായിരിക്കും അത്... അവർ പറയുന്നത് കേട്ടാൽ ഒന്നുകിൽ ചിരിയോ അല്ലെങ്കിൽ ഉറക്കമോ വരും. എപ്പോഴെങ്കിലും തെരുവിലേക്കിറങ്ങിയാൽ, എത്രയും വേഗം അവർ വീട്ടിലേക്ക് മടങ്ങിയെത്തും... ഒരീച്ചയെപ്പോലും ഉപദ്ര വിക്കാതെ മണിക്കൂറുകളോളം സംസാരം തുടരാൻ അവർക്കു കഴിയും. യാതൊരു മുൻധാരണയുമില്ലാതെ മണിക്കൂറുകളോളം ഫോണിലും സംസാരിക്കും. രുചികരമായ ബ്രഡ് തയ്യാറാക്കുന്നുണ്ടെങ്കിൽപ്പോലും ബ്രഡിനുവേണ്ടി മണിക്കൂറുകളോളം ബേക്കറിയിലും സംസാരിച്ചു നിൽക്കാൻ അവർക്കു കഴിയും... മരുമകളുമായി വീട്ടിൽ എത്രതന്നെ വഴക്കടിച്ചാലും അതിന്റെ തീപ്പൊരിപോലും തെരുവിൽ പ്രകടിപ്പി ക്കില്ല... ഒന്നിനുമല്ലാതെയുള്ള സംസാരം, വെള്ളമൊഴുകുന്ന കുഴലി ലൂടെ വരുന്ന പുകയിലും, ഒന്നും സ്വന്തമാക്കാതെ, ആവശ്യമുള്ള പ്പോൾ, വ്യക്തമായി, വെളിച്ചം കുറഞ്ഞ, ചന്തയോ കിടപ്പുമുറിയോ എന്നു ഭേദമില്ലാതെ, ആരോടെന്നോ എന്തിനുവേണ്ടിയെന്നോ നോക്കാതെ, ലോകത്തിന്റെ സകല മുഷിപ്പൻ ഏർപ്പാടുകളും വിടാതെ പിന്തുടരുന്ന ഭർത്താവിനെപ്പോലും ഒച്ചകൾ കൊണ്ട് കെട്ടിയിടും. സ്ത്രീകൾക്ക് പണം ആവശ്യമില്ല, അവർക്കാവശ്യമുള്ളത് ഭക്ഷണവും പാനീയവും ഉറക്കവും ദയവും വസ്ത്രങ്ങളും ആഭരണങ്ങളുമാണ്... പാരമ്പര്യസ്വത്തുക്കളെ ചുമക്കുന്നതുമില്ല, അതിനുവേണ്ടി വഴക്കടിച്ച് സമയംകളയാൻ ചിന്തിക്കുന്നതുമില്ല... സ്ത്രീകൾ കരുതുന്നത് വീട്ടു പകരണങ്ങളും കൗതുക വസ്തുക്കളും വൃത്തിയാക്കി ചിട്ടയോടെ പരി പാലിക്കുകയും, സംരക്ഷിക്കുകയും ചെയ്യുകയെന്നതാണ് തങ്ങളുടെ പ്രാഥമിക കർത്തവ്യമെന്നാണ്. അതായത് വീടും ജോലിയുമായി പരസ്പര ബന്ധിതമായതിനാൽ വഴിമാറിനടക്കേണ്ട സാഹചര്യ മില്ലെന്നും, അഥവാ അങ്ങനെ ചെയ്യുന്നതുകൊണ്ട് കാര്യമില്ലെന്നും, അതുകൊണ്ടുതന്നെ ലോകക്രമത്തെ ചിട്ടപ്പെടുത്താൻ പാകത്തി ലുള്ള ആശയങ്ങളോ ചിന്തകളോ അവരുടെ തലയിൽ ഉണ്ടാവേണ്ട

ആവശ്യമില്ലെന്നും അവർ കരുതുന്നു. സ്ത്രീകളുടെ ലോകം പുരുഷൻമാർക്ക് സ്വീകാര്യമായ രീതിയിൽ ചിട്ടപ്പെടുത്തിയിട്ടുണ്ട്, എങ്കിലും അതിന്റെ ചില അംശങ്ങൾ മാത്രം ചിലപ്പോഴൊക്കെ നന്നാവാറുണ്ട്.

എന്റെ അമ്മാവന്റെ ഭാര്യ സ്വീകരണമുറിയുടെ നടുവിലായി നിലത്തിരിക്കുകയായിരുന്നു. മാരോപ്പഴം പൊളിക്കുന്നതിനിടയിൽ ഗ്രാമത്തിൽ നിന്ന് ഇത്രയും ദൂരം തന്നെ അന്വേഷിച്ചെത്തിയ ഒരു സ്ത്രീയുമായി സംസാരിച്ചിരിക്കുകയായിരുന്നു അവർ. ആത്മാക്കളെപ്പോലും അസ്വസ്ഥരാക്കുന്ന അവർക്കിതേവരെ മനസ്സിലായിട്ടില്ലാത്ത, രാഷ്ട്രീയത്തെക്കുറിച്ചാണ് അവർ സംസാരിച്ചിരുന്നത്. മരിച്ചുപോയ ഒരാളെയോർത്ത് കരയുകയും വിലാപയാത്രയിലോ ശവസംസ്കാരനേരത്തോ ഉണ്ടായ അസാധാരണ സംഭവങ്ങളെയോർത്ത് വിതുമ്പുകയും അതേസമയം തന്നെ വിലാപയാത്രയിലോ ശവസംസ്കാര നേരത്തോ ഉണ്ടായ അസാധാരണ സംഭവങ്ങളെയോർത്ത് ചിരിക്കുകയും ചെയ്യുന്നുണ്ടായിരുന്നു... പിന്നീട് അവർ ലൈംഗികവിഷയങ്ങളെക്കുറിച്ച് പതിഞ്ഞ ശബ്ദത്തിൽ സംസാരിച്ചു. ഭർത്താക്കന്മാരുടെ കരുത്തിനെക്കുറിച്ചോ, അവരെ സ്നേഹിക്കുന്നതിന്റെ അളവിനെക്കുറിച്ചോ, ഭർത്താക്കന്മാർ എത്രമാത്രം ബഹുമാന്യരാണെന്നതിനെക്കുറിച്ചോ, ആയിരിക്കും അവരുടെ സംസാരം. ഏതായാലും ബഹുമാനത്തിന്റെ കാര്യത്തിൽ അവർക്കിടയിൽ വലിയ തർക്കമൊന്നുമുണ്ടായില്ല... ആരോഗ്യം നശിക്കുന്നതിനെക്കുറിച്ചും പ്രായത്തേക്കാൾ ചെറുപ്പംതോന്നിക്കുന്ന വിധത്തിൽ ലാളനയേറ്റ് ജീവിക്കാൻ കഴിയാത്തതിനെക്കുറിച്ചും പരസ്പരം പരാതിപറഞ്ഞുകൊണ്ടിരുന്നു. തങ്ങളുടെ ഏറ്റവും മികച്ച പാചകവും, കുട്ടികളുടെ പഠനകാര്യങ്ങളുമായിരുന്നു അടുത്ത വിഷയങ്ങൾ. പലതിന്റെയും തലക്കെട്ടുകൾ മാത്രമേ മനസ്സിലാകുന്നുള്ളൂ എന്ന് അവർ ഏറ്റുപറഞ്ഞു... യൂസഫിന്റെ വകയിലുള്ള ഒരു സഹോദരൻ ഖലിൽ പറഞ്ഞുകൊടുത്ത 'പുട്ടർ' പഠിക്കണമെന്നാണ് അവന്റെ ആഗ്രഹം- പുട്ടർ എന്നതുകൊണ്ട് കമ്പ്യൂട്ടറിനെയാണ് ഉദ്ദേശിച്ചത് എന്നു പറഞ്ഞുകൊണ്ട് ആ സ്ത്രീ ചിരിക്കാൻ തുടങ്ങി. എന്നാൽ പെട്ടെന്നുതന്നെ വാക്കൈയ് പൊത്തി, അപ്പോഴേക്കും അവന്റെ അമ്മാവൻ അവിടേക്കുവന്നു, അയാൾ പതിവായി പറഞ്ഞിരുന്നതുപോലെ, വിഷയം വീണ്ടും രാഷ്ട്രീയത്തിലേക്ക് മാറി... അയാളുടെ അയൽക്കാരന്റെ രാഷ്ട്രീയ അഭിപ്രായങ്ങളെ ശക്തമായി എതിർത്തുകൊണ്ട്, അയൽക്കാരന്റെ വാദങ്ങളെ കടിച്ചുകീറി നിലത്തേക്ക് വലിച്ചെറിഞ്ഞിട്ട് വരികയായിരുന്നു... അയാൾ എപ്പോഴും തന്റെ ശ്രോതാവിൽനിന്ന് പ്രതീക്ഷിക്കുന്നതും അതുതന്നെ... പക്ഷേ, അത് എല്ലായ്പ്പോഴും അവസാനിക്കുന്നത് രാഷ്ട്രീയത്തെയും, ഇത്രയും പ്രശ്നകലുഷിതമായി രാജ്യത്തെ മാറ്റിയെടുത്ത നേതാക്കൻമാരെയും ശപിച്ചുകൊണ്ടായിരിക്കും...

അമ്മാവന്റെ ഭാര്യ യുവതിയായിരുന്നപ്പോൾ, എങ്ങനെയാണ് പാചകം ചെയ്യേണ്ടതെന്നും എങ്ങനെയാണ് ഇളയ സഹോദരങ്ങളുടെ മുഖം കഴുകുന്നതെന്നും അവളുടെ അമ്മയിൽ നിന്ന് പഠിക്കുന്നതിനിടയിൽ, അമ്മാവനായ അബ്ദുൽ വഹാബിനെ സ്വപ്നം കാണുന്നതിനും സമയം കണ്ടെത്തിയിരുന്നു. എന്റെ അമ്മാവനാകട്ടെ അക്കാലത്തെ പ്രകടനങ്ങളുടെ മുൻനിരയിൽ ഒച്ചയടച്ച ശബ്ദമെങ്കിലും അലറിവിളിച്ചുക്കൊണ്ട് കടന്നുപോകുന്ന ഒരാളായിരുന്നു.

ബാഗ്ദാദിലെ സോദരേ
വെടിയുണ്ടകൾ വളയട്ടെ,
ജോർദാനിലെ സോദരേ
വെടിയുണ്ടകൾ പാടട്ടെ,
ഫിജാസിലെ സോദരേ
ഗ്യാസിനെ ദേശീയമാക്കൂ,
ഔരസിലെ സോദരരേ
ഐക്യം നമ്മുടെ ആവശ്യം
നമ്മൾക്കാകുമത് കട്ടായം.

അതൊരു കാലമായിരുന്നെന്ന് അമ്മാവൻ ദീർഘനിശ്വാസത്തോടെ പറയാറുണ്ട്, ഗൃഹാതുരത്വം മാറുംമുമ്പ് അയാൾ തുടരും, നാസർ, ഓ, ജമാൽ അബ്ദുൽ നാസർ, ഞങ്ങളാണ് കനാൽ ദേശസാൽക്കരിച്ചത്, അറബ് രാജ്യം നീണാൾ വാഴട്ടെ, ഫ്യൂഡലിസം തുലയട്ടെ.... രാഷ്ട്രീയം രുചികരം തന്നെ പക്ഷേ...

ആ പ്രകടനവുമായി ബന്ധപ്പെട്ട രസകരമായ കാര്യത്തെക്കുറിച്ചാണ് ഖലിൽ അന്നേരം ചിന്തിച്ചത്, റോഡിൽ താറു വിരിക്കുന്ന ജോലി നടക്കുകയായിരുന്നു... എല്ലാ ചലനങ്ങളെയും ഒരു ചെറിയ ചതുരത്തിൽ ഒതുക്കിക്കൊണ്ട്, ദിനംപ്രതി ഉയർന്നുകൊണ്ടിരിക്കുന്ന കാറുകളുടെ എണ്ണവും, കാറുകളും കാൽനടയാത്രക്കാരും കൈയേറിയതിനുശേഷമുള്ള ഇടുങ്ങിയ വഴിയും അതിനിടയിൽ കാണപ്പെടുന്ന ചെറുപീടികകളും ചേർന്ന് രൂപപ്പെട്ട ഒരു കുരുക്ക്... കാറുകൾക്ക് ഏറെ ദൂരം പോകേണ്ടതുണ്ടായിരുന്നു, നാബാത്തിയിലേക്കും അതിനപ്പുറവും പോകാനുള്ള കാറുകൾ, ചിയായിലേക്ക് യാത്ര പുറപ്പെട്ടതും ബെയ്റൂട്ട് വഴി ചിയായിലേക്ക് പോകുന്നതും ചിയായിലേക്ക് സിനിമ കാണാൻ പുറപ്പെട്ടവരും, വല്ലപ്പോഴും മാത്രം ഗ്രാമത്തിൽ നിന്നെത്തുന്ന തലമറയ്ക്കാത്ത അഹങ്കാരികളായ പെൺകുട്ടികളും ഒക്കെ ആ കുടുക്കിൽ അകപ്പെട്ടിരുന്നു...

വിദൂരദേശങ്ങളിൽ നിന്നു ബസ്സുകളിൽ വരുന്ന ചുരുക്കം ചില പതിവു സന്ദർശകർ 'റബീഹാ', 'ഖസാലേ', 'ലൈലാ മുറാദ്' എന്നിവരെപ്പോലെയുള്ളവർ... ഖലിലിന്റെ ദുർമുഖമുള്ള അമ്മാവൻ പ്രകടനത്തിനുവേണ്ടി കാത്തുനിൽക്കുകയായിരുന്നു, ഒത്തുകിട്ടിയാൽ താറു

പൂശുന്ന കീല് കൈവശപ്പെടുത്തി, ദുരഭിമാനത്തിന്റെ ചക്രം തിരിയുന്നതിനെ പിടിച്ചുനിർത്തി പകവീട്ടാമായിരുന്നുവെന്ന് അയാൾ കണക്കുകൂട്ടിയിരുന്നു.

എപ്പോഴൊക്കെ പ്രകടനങ്ങൾ നടക്കുന്നുവോ, അപ്പോഴൊക്കെ അയാൾ മീശ ചുരുട്ടിവയ്ക്കുമായിരുന്നു. എന്നാൽ അമ്മ സഹായത്തിന് വിളിക്കുമ്പോഴെല്ലാം, അയാൾ സ്വന്തം കൈക്കരുത്തിൽ അഭിമാനിക്കുകയും താത്പര്യപൂർവം അതിന് തയ്യാറാവുകയും ചെയ്യും. രാഷ്ട്രീയം എന്താണെന്ന വ്യക്തമായ ധാരണ അയാൾക്കുണ്ടായിരുന്നു, ആണുങ്ങളേക്കാൾ രാഷ്ട്രീയധാരണ മറ്റാർക്കുമില്ലല്ലോ.

രാഷ്ട്രീയം ഖലിലിനെ കാര്യമായി അട്ടിമറിക്കുന്നില്ലെങ്കിലും വല്ലപ്പോഴും അതേപ്പറ്റി ചുരുങ്ങിയ വാക്കുകൾ അവൻ സംസാരിക്കാറുണ്ട്. അതൊരു ശ്രമമായിരുന്നു, പുരുഷന്മാരുടെ ലോകത്തേക്ക് കടന്നുകയറാനുള്ള ബോധപൂർവമായ ശ്രമം. അവരേക്കാൾ ചെറുപ്പമായതുകൊണ്ട്, അവനോട് അവർ കൂടുതൽ ക്ഷമകാണിച്ചിരുന്നു. ഖലിലിന് താത്പര്യം സാഹിത്യസംബന്ധിയായ വായനയായിരുന്നെങ്കിലും അക്കാലത്തെ ശ്രദ്ധ മുഴുവൻ കേന്ദ്രീകരിച്ചിരുന്നത് രാഷ്ട്രീയകാര്യങ്ങളിലായിരുന്നു. അങ്ങനെയാണ് അവൻ ചോദ്യങ്ങൾ ചോദിക്കാൻ തുടങ്ങിയതും, അക്കാര്യങ്ങൾ ശ്രദ്ധിക്കാൻ തുടങ്ങിയതും, വൈകുവോളം ഉണർന്നിരിക്കാൻ തുടങ്ങിയതും. ആ സമൂഹം - അതൊരു അനുഗ്രഹമായിരുന്നു - അവന്റെ ചോദ്യങ്ങൾക്കുമുന്നിൽ കബളിപ്പിക്കപ്പെട്ടുകൊണ്ടിരുന്നു, അവന്റെ ചോദ്യങ്ങൾ അവർ കരുതിയതുപോലെ ലളിതമോ നിഷ്കളങ്കമോ ആയിരുന്നില്ല. അവന് ആ സമൂഹത്തെ ആവശ്യമായിരുന്നതുപോലെ, ആ പുതിയ കുടുംബത്തെ, ആ സമൂഹത്തിനും, അവനെപ്പോലെയുള്ള ചെറുപ്പക്കാരനെയും ആവശ്യമായിരുന്നു. ഗ്രാമീണ ബാലനായിരുന്നെങ്കിലും വ്യക്തമായ ബോധവും വിശ്വസ്തയും പുലർത്തിയിരുന്ന അവനെ എല്ലാവർക്കും വലിയ കാര്യമായിരുന്നു.

എന്നാൽ സംഭാഷണം തുടങ്ങുന്നതോടെ, ഖലിലിനോടുപോലും, നിറംപിടിപ്പിച്ച, ചൂടുവായു നിറച്ച ബലൂണുകൾ ആകാശത്തിന്റെ ഉച്ചിയിലേക്ക് പറന്നുയരുന്നതുപോലെ തുടങ്ങിവയ്ക്കുകയും, അത് നീണ്ടുനിൽക്കാതെ, വളരെപ്പെട്ടെന്ന് ചത്ത പ്രാണികളെപ്പോലെ മേശപ്പുറത്ത് ഗതിമുട്ടി വീഴുകയും ചെയ്യും. മുഹമ്മദ് ഹദാദ് തന്റെ അനുഭവങ്ങൾ സുഹൃത്തുക്കളോട് പങ്കുവെച്ചപ്പോഴും അതുതന്നെയാണ് സംഭവിച്ചത്. സുഹൃത്തുക്കൾ താത്ക്കാലികമായി അവന്റെ ദുഃഖത്തിൽ പങ്കുചേരുകയും ക്ഷണനേരത്തിനുശേഷം സംസാരം തുടരുകയും ചെയ്തു. ദേഷ്യക്കാരനും വേഗം മുഷിയുന്നവനുമായ ഒരുവൻ മഹാഅബദ്ധങ്ങളുടെ നീണ്ടനിരതന്നെ കണ്ടെത്തുന്നതിന് മുമ്പായിരുന്നു അത്. മുഹമ്മദ് ഹദാദ് സംസാരിച്ചതും വാദിച്ചതും ദാർവിഷ് വിഭാഗത്തിലെ ഒരു ഷെയ്ക്കിനെപ്പോലെയായിരുന്നു. രാവും പകലും പ്രകാശം

ചൊരിയുന്ന പ്രവർത്തനങ്ങളുടെ വിളക്കായിരുന്നു അവൻ... യുദ്ധത്തിന്റെ ഉച്ചിയിൽ വച്ച് മുഹമ്മദ് ഹദാദ് പറഞ്ഞു: സുഹൃത്തുക്കളേ, ഓരോരുത്തരും അവനവന്റെ വാക്കുകളെ ഇപ്പോൾ മുറുകെപ്പിടിക്കുക, അമ്മയുടെ പാവാടത്തുമ്പിൽ മുമ്പ് തുടങ്ങിയതുപോലെതന്നെ. പോരാട്ടം തീക്ഷ്ണമായിരിക്കുന്നു, അത് ശത്രുവിനും അറിയാം. ഹരിതരേഖ തുടങ്ങുന്നതിനടുത്തുള്ള ചന്തസ്ഥലത്തുപോയി അവൻ വാഗ്ബോംബുകൾ വർഷിച്ചുകൊണ്ടിരുന്നു. അതേസമയം അവന്റെ ഇളയ സഹോദരി അയൽക്കാരന്റെ സ്നൈപ്പർ വെടിയുണ്ടയ്ക്ക് ഇരയാവുകയായിരുന്നു, മുഹമ്മദ് ഹദാദ് തിരികെയെത്തി ചെറുപ്പക്കാർക്കൊപ്പം ചേർന്നെങ്കിലും അവൻ കൂടുതലൊന്നും മിണ്ടിയില്ല.

ഒരു ദിവസം അവൻ പറഞ്ഞു: ഇപ്പോൾ പുതിയതായി ചിലകാര്യങ്ങൾ നിങ്ങളോട് പറയാനുണ്ട്. ഞാൻ ഇസ്രായേല്യരോട് പോരാടാൻ തെക്കുഭാഗത്തേക്ക് പോവുകയാണ്. തിരിഞ്ഞുപോലും നോക്കാതെ അവൻ നടന്നുമറഞ്ഞു. കുറേനാൾ കഴിഞ്ഞ് ഖലിൽ കേട്ടു, അവന്റെ ഇളയ സഹോദരൻ പോളിയോ ബാധിതനായെന്ന്. റോന്തുചുറ്റിക്കൊണ്ടിരിക്കുന്ന ഇസ്രയേൽ സേനയുടെ നടുവിൽപെട്ടുപോയ അവൻ സഞ്ചരിച്ചിരുന്ന പിക്-അപ് ട്രക്കുൾപ്പെടെ സ്വയം പൊട്ടിത്തെറിക്കുമ്പോൾ, അവന്റെ സഹോദരി ഒരു ഇസ്രായേൽ ആശുപത്രിയിൽ ഒരു കുഞ്ഞിനു ജന്മം നൽകാൻ പ്രയാസപ്പെടുകയായിരുന്നു, ആ ആശുപത്രിയിലെ ഒറ്റ ഡോളർ ജോലിക്കാരനായിരുന്നു അവളുടെ ഭർത്താവ്. കുഞ്ഞിനെയുംകൊണ്ട് തിരികെ വീട്ടിലേക്ക് മടങ്ങുമ്പോഴും അവളുടെ വീട് പൊടിയിലമർന്നുകഴിഞ്ഞിരുന്നു. അവളുടെ ബന്ധുവും മൗലികവാദിയുമായ അമ്മാവന്റെ മകൻ അവളെ വിവാഹം കഴിക്കാമെന്ന് വാഗ്ദാനം നൽകിയെങ്കിലും അവളത് നിരസിക്കുകയാണ് ഉണ്ടായത്. തൊട്ടുപിന്നാലെ അവളുടെ തലയിലേക്ക് വെടിയുണ്ട പായുകയും അവളുടെ വീടുണ്ടായിരുന്ന ഇടത്തിനും അല്പമകലെയായി അവളും കുഞ്ഞും വീണു മരിക്കുകയും ചെയ്തു.

ഒരു ദിവസം എലിയാസ് വന്നു പറഞ്ഞു: നമുക്ക് മുഹമ്മദ് ഹദാദിനെക്കുറിച്ചുള്ള ഒരു വിവരവും കണ്ടെത്താനായിട്ടില്ല. അവനെക്കുറിച്ച് നിങ്ങളാരെങ്കിലും എന്തെങ്കിലും കേട്ടോ? നായിഫ് പറഞ്ഞു, അവരു പറയുന്നത് അവന്റെ ദിവാസ്വപ്നങ്ങൾക്കും അവിവേകത്തിനുമുള്ള മരുന്ന് കിട്ടിയെന്നാണ്. മാസങ്ങൾക്കുശേഷം നായിഫ് ഖലിലിനോട് അക്കാര്യത്തെക്കുറിച്ച് സംസാരിച്ചു. ഹരിതരേഖയ്ക്ക് എഴുപത് മൈൽ അകലെയുള്ള കിഴക്കൻ പ്രവിശ്യയിലെ ബഷാരിയിൽ നിന്ന് ഒരു ജാകാലിൻ ജീജ അവനെ ബന്ധപ്പെട്ടിരുന്നത്രേ, മുഹമ്മദ് ഹദാദിനെ കണ്ടിട്ടുണ്ടെന്ന് അവൾ വെളിപ്പെടുത്തി. അന്നേരം ഉച്ചതിരിഞ്ഞ് ഏതാണ്ട് അഞ്ചുമണിയായിട്ടുണ്ടാവും, പാതകളിൽ രണ്ടടിയോ അതിൽ കൂടുതലോ മഞ്ഞുവീണു കിടക്കുകയായിരുന്നു. അവൾ ഹദാദിനെ കാണുമ്പോൾ അവൻ സെഡാർ റോഡിലൂടെ ഷെബാത്തിലേക്ക്

നടക്കുകയായിരുന്നു. അവൾ പിന്നാലെപോയി അവനെ തിരിച്ചറിഞ്ഞു. അവൻ വിളറിവെളുത്തിരുന്നു, മാത്രമല്ല മഞ്ഞുവീഴ്ചയുടെ കാലത്ത് ധരിക്കുന്ന വസ്ത്രങ്ങളായിരുന്നില്ല അവൻ ധരിച്ചിരുന്നത്. ഇരുൾ പരക്കുന്നതിന് തൊട്ടുമുമ്പായിരുന്നു അത്. ഹദാദിന്റെ മനോനില പൂർണമായും നഷ്ടപ്പെട്ടിരിക്കുയാണെന്ന് അവൾക്കു മനസിലായി. അവൾ അവനെ സുരക്ഷിതസ്ഥലത്തേക്ക് ക്ഷണിച്ചെങ്കിലും അവൻ അവളുടെ സന്മനസിന് നന്ദിപറഞ്ഞുകൊണ്ട് യാത്ര തുടർന്നു... ജാക്വലിൻ ആകെ വിഷമത്തിലായി. അവളോടൊപ്പം നിർബന്ധിച്ച് കൂട്ടിക്കൊണ്ടുപോയിട്ട് പിറ്റേന്ന് ട്രിപ്പോളിയിലുള്ള സുഹൃത്തുക്കളെ വിവരമറിയിക്കാമെന്ന് അവൾ കരുതിയെങ്കിലും അവളുടെ ക്ഷണം നിരസിച്ചുകൊണ്ട് ഹദാദ് അവന്റെ വഴിയേ പോയി....

സ്വയം തിരഞ്ഞെടുത്ത വഴിയേ നടക്കാനായിരുന്നു എന്നും മുഹമ്മദ് ഹദാദിന് താത്പര്യം. എല്ലാവരും പറഞ്ഞു: അവനിത് താങ്ങാനാവില്ല... വഴിയിൽ മഞ്ഞുവീഴ്ചയുണ്ടാകും, അതുറപ്പാണ്... മുഹമ്മദ് ഹദാദ് അവന്റെ വഴിയിലൂടെത്തന്നെ യാത്ര തുടർന്നുകൊണ്ടിരുന്നു, മഞ്ഞുവീഴ്ചയിലൂടെ സമുദ്രനിരപ്പിൽ നിന്ന് 5500 അടി ഉയരത്തിലൂടെ, തലസ്ഥാനത്തിനും മീതെ, ഹരിതരേഖയ്ക്കും സുഹൃത്തുക്കൾക്കും എഴുപത് മൈൽ അകലെക്കൂടി, ഇസ്രയേലിൽ നിന്ന് നൂറ്റിയമ്പത് മൈൽ അകലെ, എതിർദിശയിലൂടെ... എന്തുതന്നെയായാലും ഖലിൽ കരുതിയത്, അവനൊരിക്കലും മനസ്സിലാകാത്തത്, അവനെപ്പോലൊരാൾക്ക്, ഒരിക്കലും ആ വഴിയിലൂടെ കൂടുതൽ ദൂരം നടക്കാനാവില്ല എന്നുതന്നെയാണ്...

സംഘത്തിന് അതിനെത്തന്നെ നഷ്ടപ്പെടും മുമ്പ്, ഖലിലിന് അതിനോടുള്ള സൗഹാർദം നഷ്ടപ്പെട്ടിരുന്നു. അതിൽനിന്നുതന്നെ പുതിയ സംഘങ്ങളും രൂപപ്പെട്ടുകഴിഞ്ഞിരുന്നു. പക്ഷേ ഓരോ ദിവസം കഴിയുന്തോറും സംഘത്തോടൊപ്പം ചേർന്ന്, ഏതുവിധേനയും കടിച്ചുതൂങ്ങിക്കിടക്കുന്നതാണ് സന്തോഷകരമായ കാര്യമെന്ന് അവൻ തിരിച്ചറിഞ്ഞു. അവരുടെ ശബ്ദം കേൾക്കുന്നതും തമാശകൾ ആസ്വദിക്കുന്നതും സ്വന്തം വായിൽ നിന്ന് പുറപ്പെട്ടതുപോലെ അവൻ ഇഷ്ടപ്പെടും... അവരോടൊപ്പമായിരിക്കുന്ന ഓരോ നിമിഷവും, അത് കുളിയായാലും, നനയായാലും തീറ്റയായാലും ഉറക്കമായാലും സകലതും അവന്റെ കാലത്തിലൂടെ കയറിയിറങ്ങിപ്പോയി. അവന്റെ അമ്മയെയും അമ്മായിയെയും കൂടുതൽ ഇഷ്ടപ്പെടുന്നതു കൊണ്ടാണല്ലോ അവരെക്കുറിച്ച് കൂടുതൽ നേരം സംസാരിക്കുന്നതും. ചിരിയിലൂടെ ലജ്ജയും സ്വപ്നവും സങ്കോചവുമെല്ലാം പുറത്തുചാടി. നിനക്കും കാര്യങ്ങൾ പറയാമെന്നും അവതരിപ്പിക്കാമെന്നും അവനും തോന്നി... നിനക്കുവേണ്ടി ഒരു കുടുംബത്തെ ഉരുവാക്കും... എന്നാൽ സംഘത്തിൽ നിന്ന് പുറത്തുപോയാൽ നീ അനാഥനാകും, നിനക്കുവേണ്ടി തെരഞ്ഞെടുക്കപ്പെട്ട നിന്റെ കുടുംബവും ഇല്ലാതാകും, നീയൊരു

ആണായതുകൊണ്ട് മാത്രമാണ് നിനക്കൊരു കുടുംബമുണ്ടായത്. നിന്റെ സുഹൃത്തായിരിക്കും നിന്റെ അവസാനത്തെ പിതാവ്, അതുകൊണ്ടുതന്നെ ആദ്യത്തേതിനെ നീ മറക്കും, അയാളെ നീ നിന്റെ ബാല്യകാലസ്മരണകൾക്കൊപ്പം ഒരു കോണിൽ ഒതുക്കിവയ്ക്കും, പുതിയ സ്നേഹിതന്മാർക്കുവേണ്ടി മുറിയൊരുക്കാൻ. അവർ അടിവസ്ത്രം മാത്രം ധരിച്ച് മുടി കോതിയൊതുക്കിക്കൊണ്ട് നിന്റെ കുളിമുറിയിൽ നിൽക്കുന്നുണ്ടാകും.

ചില കാര്യങ്ങൾകൂടി ഖലിലിനെ സുഹൃത്തുക്കളിൽ നിന്നകറ്റാൻ കാരണമായി... പെൺകുട്ടികളെക്കുറിച്ച് ലഘുവായി സംസാരിക്കുന്നതും പ്രണയിക്കാൻവേണ്ടി കൂടുതൽ നേരം അവന്റെ മുറി ഉപയോഗിക്കുന്നതും അവന് തീരെ പിടിച്ചില്ല, അക്കാര്യത്തിൽ അവന് ആശയക്കുഴപ്പവും കടുത്ത അസ്വസ്ഥതയും തോന്നിയിരുന്നു.

എന്തുകൊണ്ടെന്നാൽ സുഹൃത്തുക്കൾ അവനെ ഒരുപാട് വിഷമിപ്പിച്ചു. ഏതെങ്കിലുമൊരു പ്രാദേശിക സംഘടനയിൽ ചേരാൻ ഖലിൽ യൂസഫിനെ പ്രോത്സാഹിപ്പിച്ചു. മറ്റൊരു തരത്തിൽ, പ്രച്ഛന്നവേഷം കൊണ്ട് അവനെ തന്റെ പുള്ളിക്കുപ്പായത്തിലേക്ക് ഓടിച്ചുകയറ്റുക കൂടി ലക്ഷ്യമുണ്ടായിരുന്നു.

ഗ്യാസോ ബ്രഡോ തീരുമ്പോഴൊക്കെ ഖലിൽ വല്ലാതെ അസ്വസ്ഥനാകുമായിരുന്നു. അവന്റെ അമ്മാവന്റെ ഭാര്യ മാവ് അരച്ചുരുട്ടി ഒരു അലുമിനിയം തട്ടിൽ സൂക്ഷിച്ചുവയ്ക്കുക പതിവുണ്ട്. എന്നാൽ ഗ്യാസ് തീർന്നാലുടനെ അവനെ വിളിച്ച് പരാതി പറയും, കാരണം അവനാണല്ലോ അവർക്കിടയിൽ നഗരത്തെക്കുറിച്ചും, ഗ്യാസിന്റെ ലഭ്യതയെക്കുറിച്ചും നന്നായറിയാവുന്ന ഒരേയൊരാൾ. ആ ദിവസങ്ങളിൽ ഖലിൽ കിഴങ്ങും പച്ചക്കറികളും പുഴുങ്ങിക്കഴിക്കും. എന്നിട്ട്, ഇപ്പോൾ എന്റെ വയറ്റിൽ വലിയ പ്രശ്നങ്ങളൊന്നുമില്ലെന്ന് പറയുകകൂടി ചെയ്യും.

ഒരുദിവസം, യൂസഫ് രണ്ടുകെട്ട് ബ്രഡുമായി കയറിവന്ന് മുറിയുടെ നടുവിൽ കിടന്ന മേശയിലേക്ക് എടുത്തെറിഞ്ഞിട്ട് അവിടെയിരുന്ന് ചിരിക്കാൻ തുടങ്ങി. അവന്റെ അമ്മ ആഹ്ലാദാതിരേകത്താൽ ഓടിയെത്തി ആരാണിത് തന്നതെന്ന് ചോദിച്ചു. വളരെ ചുരുങ്ങിയ വാക്കുകളിൽ അവൻ മറുപടി കൊടുത്തു: എന്റെയൊരു സുഹൃത്ത് തന്നെ, ഇവിടെ അടുത്തുള്ള ഒരു ചെറുപ്പക്കാരൻ.

ഞാനിപ്പോൾ ഒരു പുരുഷനായിരിക്കുന്നു, എനിക്ക് കാര്യങ്ങളെ അവഗണിക്കാനാവില്ലല്ലോ, യൂസഫ് ഖലിലിനോട് പറഞ്ഞു, എന്റെ അപ്പനുപോലും ഇതുപോലെ കാര്യങ്ങൾ ചെയ്യാനാവില്ല... അവർ നല്ലവരാണ്, മനുഷ്യന് ഒറ്റയ്ക്ക് ജീവിക്കാനാവില്ലല്ലോ, എങ്കിലും എന്റെ അപ്പനെ ദുർബലനെന്നോ ഒന്നിനും കൊള്ളാത്തവനെന്നോ പറഞ്ഞ് കുറ്റപ്പെടുത്താമോ, നിനക്കെന്തു തോന്നുന്നു?

എന്തായാലും എല്ലാ ചോദ്യങ്ങളുടെയും ഉത്തരം അറിയാമെങ്കിലും സുഹൃത്തുക്കളെ കൂടുതൽ ചോദ്യങ്ങളിലേക്ക് നയിക്കുന്ന ബുദ്ധിമാനെപ്പോലെ ഖലിൽ യൂസഫിനെ ജയിക്കാൻ കഷ്ടപ്പെട്ടു. അതിനിടയിലും യൂസഫ് തന്റെ വാദം സമർത്ഥിക്കാൻ ശ്രമിച്ചു, ഏതായാലും ചോദ്യം ഗൗരവമേറിയ ചിന്തയ്ക്ക് വഴിയൊരുക്കി.

ഇക്കാര്യം എന്റെ വ്യക്തിപരമായ തിരഞ്ഞെടുപ്പാണ്, യൂസഫ് പറഞ്ഞു, അവന്റെ ചുവന്ന ചെവികൾവരെ അന്നേരം ആശയക്കുഴപ്പം കൊണ്ട് മുങ്ങിയിരുന്നു. ഇതിൽ എന്തെങ്കിലും തെറ്റുണ്ടോ, യൂസഫ് തുടർന്നു... കുടുംബത്തിന്റെ ആവശ്യങ്ങൾക്ക് പരിഹാരവും, മാസാന്ത്യത്തിൽ ഒരു ശമ്പളവും കിട്ടും. എനിക്ക് യൂണിഫോം ധരിക്കേണ്ടിവരും പിന്നെ രണ്ടുദിവസത്തെ ആയുധപരിശീലനവും ഉണ്ട്, സുരക്ഷാചുമതല ഓരോ തവണയും മാറിമാറി വന്നുകൊണ്ടിരിക്കും.

ഒരുപക്ഷേ അവന് ശരിക്കും താത്പര്യമുണ്ടായിരിക്കാം, ഖലിൽ ചിന്തിച്ചു, എല്ലാവർക്കും അവരവരുടേതായ സംഘങ്ങളുണ്ട്. യൂസഫാകട്ടെ എന്റെ ദുരിതജീവിതവും തകർച്ചയും മാത്രമേ കണ്ടിട്ടുള്ളൂ, എന്റെ നിശ്ശബ്ദതയുടെ ദുരവസ്ഥ അവനുമുന്നിൽ പ്രകടിപ്പിക്കപ്പെട്ടിരുന്നില്ലെങ്കിൽ, അവനൊരുപക്ഷേ, ഇപ്പോൾ ചെന്നെത്തിയ സൗഹൃദത്തിന്റെ ചൂട് ലഭിക്കില്ലായിരുന്നു., അതുകൊണ്ട് അവന് അവന്റേതായ വഴി തിരഞ്ഞെടുക്കുകയോ, അത് പരീക്ഷിച്ചറിയുകയോ, നല്ലതെല്ലന്നു സ്വയം തോന്നിയാൽ മടങ്ങിവരികയും ചെയ്യാം, ഇവിടെ ആരും ആർക്കുമേലും സമ്മർദ്ദം ചെലുത്താറില്ല.

ഞാനിത് നിലനിർത്തിയത് എന്റെ അപ്പനിൽ നിന്നാണ്, യൂസഫ് പറഞ്ഞു. എന്തായാലും അപ്പൻ പെട്ടെന്നുതന്നെ അബു ഹനിനോടൊപ്പം എമിറേറ്റ്സിലേക്കു പോകും, അവിടത്തെ നിർമ്മാണ ജോലിക്ക് നല്ല ശമ്പളം കിട്ടുമത്രേ. ഞാനൊരിക്കലും എന്റെ അപ്പനോടോ എന്റെ അമ്മയോടോ ഒന്നും പറയില്ല, അതെന്താ?, ഖലിൽ ചോദിച്ചു, എന്താണെന്നുവെച്ചാൽ ആയുധധാരികളായവരോട് എല്ലാവർക്കും വെറുപ്പാണ്. എല്ലാവരും കരുതുന്നത് അവരൊക്കെ കൊല്ലാനും കൊള്ളയടിക്കാനും മാത്രം നടക്കുന്നവരാണെന്നാണ്, പക്ഷേ എന്റെ കാര്യത്തിൽ അതാണോ സംഭവിച്ചിരിക്കുന്നത്... നിനക്ക് ആരോടൊപ്പം വേണമെങ്കിലും കഴിയാം, എവിടെ വേണമെങ്കിലും... അതൊക്കെപോട്ടെ, അതുകൊണ്ട് പ്രത്യേകിച്ച് വിശേഷമൊന്നുമില്ല.

നിന്റെ പഠനകാര്യങ്ങൾ എവിടെവരെയായി? ഖലിൽ ചോദിച്ചു... ആദ്യഗഡു ഫീസ് കൊടുക്കാൻ പോലും എന്നെക്കൊണ്ട് കഴിയില്ല... നീ പറഞ്ഞ സ്ഥാപനത്തിലേക്ക് ഞാൻ അടുത്തവർഷം പൊയ്ക്കൊള്ളാം, അപ്പോഴേക്കും എന്റെ കൈവശം കുറച്ചുകാശൊക്കെ കൈവരും. മാത്രമല്ല അടുത്തവർഷം സ്ഥിതിഗതികൾ കുറേക്കൂടി ശാന്തമാകും, അപ്പോൾ സംഘടനകളുടെ ആവശ്യം തന്നെ ഉണ്ടാകില്ല. പോരാട്ടത്തിൽ പങ്കെടുക്കാൻ അവർ നിന്നോടാവശ്യപ്പെട്ടാൽ നീയെന്തുചെയ്യും?

ഖലിൽ ചോദിച്ചു, അവൻ തീർച്ചയായും അസ്വസ്ഥനായിരുന്നു... എന്തു പോരാട്ടം? അവർ അത്തരക്കാരല്ല. അഥവാ, അതിനുള്ള സാഹചര്യമുണ്ടെങ്കിൽ, ഞാൻ ഉടനെ യൂണിഫോം ഊരിക്കൊടുത്തിട്ട് തിരികെ വീട്ടിലെത്തും. എനിക്കതിൽ നാണക്കേടൊന്നുമില്ല, കാരണം ജീവനും മരണത്തിനുമിടയിലുള്ള സംഗതിയാണത്.

അവർ ദുർമാർഗികളാണെന്ന് എനിക്കു തോന്നുന്നില്ല, എന്നെയും നിന്നെയും പോലുള്ള ചെറുപ്പക്കാരാണ്, പാവങ്ങളുമാണ്, യൂസഫ് പറഞ്ഞു. സ്വന്തം ആളുകളെക്കറിച്ചുമാത്രം ഓർത്ത് വ്യാകുലപ്പെടുന്ന വർഗ്ഗീയ ഭ്രാന്തന്മാരാണവർ, അവരുടെ ആശയം... ഖലിൽ പൂർത്തിയാക്കും മുമ്പ് യൂസഫ് ഇടപെട്ടു. ഇല്ല, അവരുടെ ആശയങ്ങൾ മറ്റുള്ളവരുടെ ആശയങ്ങൾപോലെതന്നെയാണ്... അഥവാ, കുറേക്കൂടി വ്യക്തമായി പറഞ്ഞാൽ അവർക്ക് പ്രത്യേകിച്ച് ആശയസംഹിതകളൊന്നുമില്ല... ഇനിയഥവാ അവർ വർഗ്ഗീയ ഭ്രാന്തന്മാരാണെങ്കിൽത്തന്നെ, അതുകൊണ്ട് എനിക്കെന്താ... അവൻ പറയുന്നത് ശരിയാണെന്ന് ഖലിലിന് തോന്നി... അവനുമുന്നിൽ വന്നുചേർന്ന അവസരം അവൻ വിനിയോഗിക്കുന്നു, സമപ്രായക്കാരുടെ ഒരു സംഘം, അവിടെ അവൻ സന്തോഷിക്കുന്നുണ്ടാവാം, ഒരുപക്ഷേ മുതിർന്ന വ്യക്തിയാകുമ്പോൾ ഇതിന്റെയൊക്കെ അന്തസ്സാരശൂന്യത അവന് ബോധ്യമാകും, അപ്പോൾ അവരെക്കൊണ്ട് പരീക്ഷിണിതനാകുന്ന അവൻ തനിയെ അവിടെ നിന്ന്, അതൊരിക്കലും രക്ഷപ്പെടലാകുന്നില്ല... അല്ലെങ്കിൽത്തന്നെ, എനിക്ക് എന്തു വാഗ്ദാനമാണ് അവന് നൽകാനുള്ളത്?

ഖലിൽ ഒന്നും പറഞ്ഞില്ല, ചായ തയ്യാറായെന്നു പറഞ്ഞതോടെ യൂസഫ് എഴുന്നേറ്റു, അവന്റെ ഏറ്റുപറച്ചിൽ ഖലിലിന് ബോധ്യമായെന്ന് അവന്റെ പ്രതികരണങ്ങളിൽ നിന്ന് ഖലിലിന് മനസ്സിലായി, അത് മുഴുവൻ മോശം കാര്യങ്ങൾ ആയിരുന്നല്ലോ. ഖലിൽ യൂസഫിന്റെ കഴുത്തും ലോലമായ ശരീരവും പിന്നിൽനിന്ന് നോക്കിക്കാണാൻ തുടങ്ങി.

# അഞ്ച്

യൂസഫ് ഒരുപാട് സമയം പുറത്ത് ചെലവഴിക്കാൻ തുടങ്ങി. അവൻ വീട്ടിലേക്ക് വരുന്നത് വല്ലപ്പോഴും മാത്രമായി ചുരുങ്ങി. വന്നാൽത്തന്നെ അധികനേരം വീട്ടിൽ തങ്ങാതെയുമായി. ലജ്ജ അവന്റെ മുഖത്തെ വിട്ടൊഴിഞ്ഞു. കൂട്ടാളികൾക്കൊപ്പം കഴിയുന്നതാണ് അവന് കൂടുതൽ താത്പര്യമെന്ന് അവന്റെ ശരീരഭാഷ കണ്ടപ്പോൾ ഖലിലിന് മനസ്സിലായി. അവൻ നിലത്ത് കിടക്കവിരിച്ച്, കാലുകൾ കവച്ചുവെച്ച്, വിശാലമായ കണ്ണുകൾ പൂട്ടി, അവിടെ സന്നിഹിതരായവരെ അവഗണിച്ച്, ചുറ്റും എന്താണ് സംഭവിക്കുന്നതെന്നുപോലും അറിയാത്ത മട്ടിൽ കിടക്കാൻ തുടങ്ങി... ഖലിലിനോടുപോലും അവൻ വളരെ കുറച്ചുമാത്രമേ സംസാരിച്ചിരുന്നുള്ളൂ, എങ്കിലും മുതിർന്നവരെപ്പോലെ അവൻ മറ്റുള്ളവരെ അഭിവാദ്യംചെയ്യാൻ തുടങ്ങി. ഒഴിവുസമയം എങ്ങനെയാണ് ചെലവഴിക്കേണ്ടതെന്ന് കൃത്യമായി അറിയാവുന്നതുപോലെ, മിക്ക കാര്യങ്ങളിൽനിന്നും വിട്ടുന്നു. അതിനിടയിൽ അവന്റെ അപ്പൻ എമിറേറ്റ്സിലേക്കും പോയി.

അവൻ വളർന്നുപോയി, ഖലിൽ പറഞ്ഞു. പ്രായംചെന്ന പിടക്കോഴിയെപ്പോലെ ഞാൻ എന്റെ സ്വപ്നമുട്ടകൾക്ക് അടയിരിക്കുമ്പോൾ, തുരങ്കത്തിന്റെ അങ്ങേത്തലയ്ക്കൽ ഞാൻ കാത്തിരിക്കുന്നുണ്ടെന്നുപോലും ഓർക്കാതെ അവൻ തന്റെ അധിക സമയങ്ങൾ തോന്നിയതുപോലെ ചെലവഴിച്ചു... അവൻ തിരിച്ചറിയുന്നതുവരെ ഞാൻ കാത്തിരിക്കും, എന്നെങ്കിലുമൊരിക്കൽ അവന് സകലതും മുഷിഞ്ഞ് മടങ്ങിവരുന്നതുവരെ ഞാൻ അവനെ പ്രതീക്ഷിക്കും. അവൻ എന്നിലേക്ക് മടങ്ങിവരുമ്പോൾ ഞങ്ങൾ രണ്ട് വിധവകളെപ്പോലെ അടുത്തിരുന്ന് വെപ്പുപല്ലുകൾ കൂട്ടിമുട്ടുന്ന ശബ്ദം കാര്യമാക്കാതെ മോണ കാട്ടി ഗതകാലസ്മരണകൾ അയവിറക്കുകയും പഴഞ്ചൻ ദുഃഖങ്ങൾ പങ്കുവയ്ക്കുകയും ചെയ്യും.

യൂസഫിന്റെ സാഹസികതകളോടൊപ്പം സഞ്ചരിക്കാൻ ഖലിൽ ഒരുപാട് ശ്രമിച്ചു. അവനെ കാണുമ്പോഴെല്ലാം അവന്റെ യാത്ര തടസ്സപ്പെടുത്താൻശ്രമിച്ചു. ഖലിൽ അവനെ പലപ്പോഴും കാണാറുണ്ട്, നിൽക്കുന്നതും നടക്കുന്നതും തലയും കുമ്പിട്ടിരുന്ന് ചായകുടിക്കുന്നതും

ഒക്കെ. അപ്പോഴൊക്കെ അവന്റെ കാലിൽ കനത്ത പട്ടാളബൂട്ട്സും ഉണ്ടാകും... പിൻബാൾ കളിക്കുന്നതും ബ്രഡ് ചുമന്നുകൊണ്ടുപോകുന്നതും ഗ്ലാസ് കഴുകുന്നതും വളിപ്പൻ തമാശകൾ കേട്ട് ശ്രദ്ധിക്കാത്ത മട്ടിൽ ഇരിക്കുന്നതുമൊക്കെ കണ്ടിട്ടുണ്ട്. അവരുടെ തുടയിലെ പേശീവലിപ്പത്തെയും മൂടിക്കെട്ടിയ തലമുടിയെയും നിറപ്പകിട്ടുള്ള അടിവസ്ത്രങ്ങളെയും അതിൽ ഒളിപ്പിച്ചിരിക്കുന്ന ആയുധങ്ങളെയും പെണ്ണുങ്ങളെ നോക്കി ചിരിക്കുന്നതും അവൻ കൗതുകത്തോടെ നോക്കിനിൽക്കുന്നത് ഖലിൽ കണ്ടിട്ടുണ്ട്.

അവിടെയുള്ള സകലതും പ്രലോഭനങ്ങളായിരുന്നു, പിന്നെ ഞാനെങ്ങനെ മത്സരിക്കും. ഖലിലിന് അവരോട് ഉഗ്രമായ കോപം തോന്നി. ബ്ലാക്ക്മെയിൽ ചെയ്യാൻ വേണ്ടി യൂസഫിനെ അവർ തട്ടിയെടുത്തിരിക്കുകയാണ്. അവർക്കു പോകാൻ കഴിയാത്ത ഇടത്തേക്കൊക്കെ ആ ഭീരുക്കൾ അവനെ പറഞ്ഞയയ്ക്കുന്നുമുണ്ട്: യൂസഫ് നീ കാറെടുക്ക് -അവന് നല്ലവണ്ണം കാറോടിക്കാൻ അറിയില്ലെങ്കിൽപ്പോലും - ബേക്കറിയിലേക്ക് പോകൂ...

കാരണം അവനായിരുന്നു ആ സംഘത്തിലെ ഏറ്റവും പ്രായം കുറഞ്ഞവനും ഏറ്റവും പുതിയ സംഘാംഗവും. അതുകൊണ്ട് യൂസഫ് തന്നെ പോയി. റോഡിൽ ജനങ്ങളും കാറുകളും കൊണ്ട് തിങ്ങിനിറഞ്ഞിരുന്നു, എല്ലാവർക്കുമറിയാവുന്നതുപോലെ, യൂസഫിനും അക്കാര്യമറിയാം. പക്ഷേ അക്കൂട്ടത്തിൽ ഒരെണ്ണം മാത്രം ബോംബ് കെണിയാണ്, അത് പൊട്ടിത്തെറിക്കും. നെടുവീർപ്പുകൾക്കിടയിൽ തെരുവിലെ ശബ്ദം ഉയർന്നുകൊണ്ടിരുന്നു, ടൈംബോംബിന്റെ ടിക്-ടിക് ശബ്ദം യൂസഫിന് കേൾക്കാൻ കഴിഞ്ഞില്ല. യൂസഫ് നടക്കുന്ന നടപ്പാതയുടെ വശങ്ങളിൽ ചീർപ്പിന്റെ പല്ലുപോലെ കാറുകൾ പാർക്ക് ചെയ്തിരുന്നു. അക്കൂട്ടത്തിൽ നിന്ന് അവൻ ഒരെണ്ണം തിരഞ്ഞെടുത്തു, അതിന് നല്ല വേഗതയുണ്ടാകും. അതുകൊണ്ട് വേഗം ഒഴിവാക്കി കടന്നുപോകാം. അത് പൊട്ടിത്തെറിക്കില്ല. മറ്റൊരെണ്ണം. ഇല്ല. യൂസഫ് കടന്നുപോയ കാർ പാതയ്ക്കിരുവശത്തുമുള്ള മരങ്ങളെപ്പോലും വിറപ്പിച്ചുകൊണ്ട് പാഞ്ഞു, പക്ഷേ അവന്റെ ഹൃദയമിടിപ്പ് ക്രമാതീതമായി ഉയർന്നു. അതുകൊണ്ടൊന്നും കാര്യമില്ലെന്ന് അവന് ഊഹിക്കാവുന്നതേയുള്ളൂ.... എപ്പോഴാണ് ഒരു ബോംബ്-കെണി പൊട്ടിത്തെറിക്കുകയെന്ന് ആർക്കും ഉറപ്പില്ല, കടന്നുപോകുന്നതിനുമുമ്പാണോ കടന്നുപോയതിനു ശേഷമാണോ അതു സംഭവിക്കുകയെന്ന് ആർക്കറിയാം. എന്തായാലും അത് നിങ്ങളെ കാത്തിരിക്കുന്നുണ്ട്, എത്ര ഒഴിവാക്കാൻ ശ്രമിച്ചാലും എന്നും നടക്കുന്ന ദിശ മാറ്റിയാലും വശങ്ങളിലേക്കോ, മുകളിലേക്കോ, താഴേക്കോ നീങ്ങിയാലും... അത് എവിടെയാണ് സംഭവിക്കുകയെന്ന് ആർക്കുമറിയില്ല, ഇത്തവണ എല്ലാ കുഴപ്പങ്ങളുടെയും പ്രഭവകേന്ദ്രം ബേക്കറിയായിരുന്നു, അതാകട്ടെ തികച്ചും പ്രാകൃതവുമായിരുന്നു. അതിന്റെ സ്രഷ്ടാവ് ഓർഡർ കൊടുത്ത

സാധനം കൈപ്പറ്റുന്നതിന് മുമ്പ് ആദ്യസ്ഫോടനം നടന്നു – 'മഹാ വിസ്ഫോടനം.'

മഹാവിസ്ഫോടനത്തിനു ശേഷം അവർ പഠിച്ചു വച്ച രീതിയിലേക്ക് കാര്യങ്ങൾ തിരിഞ്ഞു, പൊട്ടിത്തെറിശബ്ദം കേട്ട ദിശയിലേക്ക് യൂസഫ് തിരിഞ്ഞു, മറ്റുള്ളവരും. എന്നാൽ ആ ശബ്ദം കേട്ടത് വളരെ അകലെ നിന്നായിരുന്നു, ഒരുപാട് ദൂരെ നിന്ന്. അവിടെയുണ്ടായിരുന്നവർ ആശ്വാസപൂർവം ദീർഘമായി നിശ്വസിക്കുകയും പരസ്പരം പുഞ്ചിരിക്കുകയും രക്ഷപ്പെട്ടതോർത്ത് പരസ്പരം അഭിനന്ദിക്കുകയും ചെയ്തു. അത് പൊട്ടിയത് മറ്റൊരു തെരുവിലാണ്, നമ്മൾ രക്ഷപ്പെട്ടു... നമ്മളെല്ലാവരും രക്ഷപ്പെട്ടു... കരുണാമയനും ദയാപരനുമായ ദൈവത്തിന് സ്തുതി. ദൈവത്തിന് – എങ്ങനെയാണ് നന്ദി പറയേണ്ടതെന്നറിയില്ല, അതിരുകളില്ലാത്ത അനുഗ്രഹം ചൊരിഞ്ഞതിന്... തെരുവ് മുഴുവൻ പതുക്കെ ആഘോഷത്തിലേക്ക് തിരിഞ്ഞു. കച്ചവടക്കാർ സാധനവില കുറച്ച് ഉപഭോക്താക്കളോട് കൂടുതൽ ഉദാരമതികളായി... ഉപഭോക്താക്കൾ കൂടുതൽ സാധനങ്ങൾ വാങ്ങാൻ തുടങ്ങി, കാരണം അവർക്കറിയാമായിരുന്നു, ഇന്നുരാത്രിയും അവർക്ക് മറ്റുള്ളവർക്കൊപ്പം ഭക്ഷണം കഴിക്കാൻ കഴിയുമെന്നും, ആ ഭക്ഷണം അവരുടെ ദഹനേന്ദ്രിയങ്ങൾ വഴി രക്തക്കുഴലുകളിലെത്തുമെന്നും, അല്ലാതെ നേരിട്ട് രക്തവുമായി കൂടിക്കുഴയുകയില്ലെന്നും അവർക്ക് തീർച്ചയുണ്ടായിരുന്നു. പൊട്ടിത്തെറിയുണ്ടായപ്പോൾ തെരുവിലൂടെ കടന്നുപോയ ഉറ്റവരെയും ഉടയവരെയുമോർത്ത് ആശങ്കാകുലരായവർക്ക് ആശ്വസിച്ചുകൊണ്ട് ശ്വാസമെടുക്കാനെന്നമട്ടിൽ അന്തരീക്ഷവായു തെളിഞ്ഞു. തങ്ങളെ ചുറ്റിവളഞ്ഞ അസ്വസ്ഥതകളിൽ നിന്ന് മുക്തരായതോടെ ആളുകൾ വേഗം അവിടം വിട്ടുപോകാൻ തുടങ്ങി, ഒരു ദിവസംകൂടി, മറ്റൊരു ദിവസംകൂടി ജീവിതത്തിൽ നീട്ടിക്കിട്ടിയതിന്റെ സ്വാതന്ത്ര്യപ്രഖ്യാപനമായിരുന്നു അത്. എങ്കിലും അവർക്ക് ഉന്മേഷമോ വായ്ക്ക് നല്ല രുചിയോ തോന്നിയില്ല, വിവാഹദിവസം അകാരണമായി സങ്കടപ്പെടുന്നവരെപ്പോലെയായിരുന്നു അവരെ കാണപ്പെട്ടത്. വീട്ടുകാരെയും അയൽക്കാരെയും ഒരിക്കൽക്കൂടി കാണാനുള്ള തിരക്കിലായിരുന്നു അവർ. വൈകാരികശൂന്യത തോന്നിയെങ്കിലും സന്തോഷമല്ലാതെ വേറൊന്നും അവർ മറ്റുള്ളവരോട് പ്രകടിപ്പിച്ചില്ല. പുറത്തുപോയി വന്നവരോട് വിശേഷങ്ങളറിയാൻ മറ്റുള്ളവർ ചുറ്റും കൂടി. എപ്പോഴാണ്, എങ്ങനെയാണ് എന്ന മട്ടിലുള്ള സംഭാഷണ കൗതുകങ്ങളിലേക്ക് മിക്കവരും പരിവർത്തനം ചെയ്യപ്പെട്ടത്. സംഭവിച്ചത് സംഭവിച്ചു, ജീവനോടെയിരിക്കുന്നത് അത്ഭുതം തന്നെ എന്ന മട്ടിലായിരുന്നു പലരും അനുഭവങ്ങൾ വിവരിച്ചത്. ഒരു ന്യൂനപക്ഷത്തിനുമാത്രം, അതൊന്നും രുചിക്കാതെ, കയ്പു നിറഞ്ഞ ബ്രഡുമായി കഴിച്ചുകൂട്ടി. അതെ, കയ്പുള്ള ബ്രഡുതന്നെ.

ഒരു കാറിന്റെ ഡ്രൈവർ വിഹ്വലതയോടെ നടപ്പാതയിൽ തരിച്ചു നിന്നു. വായു കടക്കാത്ത അതിന്റെ ഡിക്കിയിലേക്കും, ടയറിന്റെ

വിളുമ്പിലേക്കും നോക്കി അയാൾ ചിരിച്ചു. ആ കാഴ്ച അയാൾക്ക് നിഗൂഢമായാണ് അനുഭവപ്പെട്ടത്... ഏതാനും നിമിഷം മുമ്പ് തനിക്കുണ്ടായ ദൗർഭാഗ്യത്തെയോർത്ത് ദേഷ്യത്തോടെ വിയർത്തുകുളിച്ച് ദൈവദൂഷണം പറഞ്ഞത് അയാളോർത്തു. വളരെ പ്രധാനപ്പെട്ട ഒരു കരാർ ഉറപ്പിക്കാൻ ഇറങ്ങിത്തിരിക്കുമ്പോഴാണ് കാറിന്റെ ഡിക്കി ചളുങ്ങിയിരിക്കുന്നത് അയാളുടെ ശ്രദ്ധയിൽപ്പെട്ടത്, തെരുവിൽ സ്ഫോടനം നടക്കുന്നതിന് തൊട്ടുമുമ്പ്... സ്ഫോടനം നടന്നുവെന്ന് അവർ പറഞ്ഞ അതേസ്ഥലത്തു തന്നെയായിരുന്നു അയാൾക്കും പോകേണ്ടിയിരുന്നത്. എന്റെ ദൗർഭാഗ്യം എന്റെ ജീവൻ രക്ഷിച്ചു, അയാൾ മനസ്സിൽ പറഞ്ഞു... അല്പം മുമ്പ് ആ വഴി പോയിരുന്നെങ്കിൽ ഉറപ്പായും കൊല്ലപ്പെടുമായിരുന്നു, അയാൾ മനസ്സിൽ പറഞ്ഞു. ഞാൻ ഭാര്യയെ തല്ലിയില്ലായിരുന്നെങ്കിൽ ഇന്നു രാവിലെ പ്രഭാത പ്രാർത്ഥനയ്ക്കുശേഷം അമ്മ എന്നോടു ദേഷ്യപ്പെടില്ലായിരുന്നു... ഇന്ന് എല്ലാംകൊണ്ടും നല്ല ദിവസമാണ് എന്ന് അയാൾ മനസ്സിൽ പറഞ്ഞു. എന്റെ ശരീരമിപ്പോൾ ചെറിയ കുരുവികളെപ്പോലെ ഒച്ചയുണ്ടാക്കിക്കൊണ്ട് വട്ടമിട്ടു പറക്കുകയാണ്... അയാൾ മനസ്സിൽ പറഞ്ഞു.

യൂസഫ് ബേക്കറിയിൽ നിന്ന് മടങ്ങിയെത്തി. അവൻ രണ്ടുകെട്ട് ബ്രഡും കുറച്ചു കേക്കുകളും കൊണ്ടാണ് വീട്ടിലെത്തിയത്, ഒരു സമ്മാനം പോലെ.... അവർ അവനെ അയച്ചതും മടക്കിവരുത്തിയതും ഒരു ശിക്ഷപോലെ. എനിക്കു തോന്നി. അവൻ മടങ്ങിവന്നതോടെ ഞാൻ വീണ്ടും വീണ്ടും ആഴമുള്ള ഒരു കുഴിയിലേക്ക് വീഴുന്നതുപോലെയും അവിടെക്കിടന്ന് നിലവിളിക്കുന്നതുപോലെയുമാണ് അനുഭവപ്പെട്ടത്. ആ അഗാധഗർത്തത്തിൽക്കിടന്ന് ഞാൻ നിലവിളിച്ചു: യൂസഫ്. അവന്റെ മടങ്ങിവരവിൽ ഞാൻ ആനന്ദിക്കുകയും എന്റെ ഹൃദയം പാട്ടുപാടുകയും ചെയ്തതാണ്, എല്ലാ സായാഹ്നങ്ങളിലും അവൻ അതുപോലെ രക്ഷപ്പെടട്ടെയെന്നും ഞാനാഗ്രഹിച്ചു.

അന്നുരാത്രി അവന്റെ മുഖത്ത് ഞാനൊരു നെരിപ്പോട് കണ്ടു. ഞാനാ നെരിപ്പോടിനു ചുവട്ടിലിരുന്ന് വ്യാകുലപ്പെട്ടു, ഞാൻ ദൈവത്തോട് കരുണയ്ക്കുവേണ്ടി നിലവിളിച്ചു, ഞാൻ പറഞ്ഞു: ദൈവമില്ലെങ്കിൽ പോലും കാവൽ മാലാഖമാരും വിശുദ്ധരും നിലനിൽക്കുന്നുണ്ട്, ഇക്കാര്യത്തിന് ഞാൻ തന്നെ പരിഹാരം കാണും. അടുത്ത ദിവസം ഞാനവനെ പുറത്തിറങ്ങാൻ അനുവദിക്കില്ലെന്ന് തീരുമാനിച്ചുകൊണ്ട്, ഒരു പെൺകുട്ടിയുടെ പേരിൽ എഫ്.എമ്മിൽ ഒരു പാട്ട് അവനുവേണ്ടി സമർപ്പിക്കുകയും ചെയ്ത് കിടക്കയിൽവീണു ചുരുണ്ടു, ഒരു തണുത്ത അണലിയെപ്പോലെ.

തൊട്ടടുത്ത ദിവസം പതിവുപോലെ യൂസഫ് പുറത്തേക്ക് പോകുന്നത് ഖലിൽ കണ്ടു, തിടുക്കപ്പെട്ട് പോയ അവൻ ചിരിക്കുന്നുണ്ടായിരുന്നു. പുതിയ ചങ്ങാതിക്കൂട്ടത്തെ യൂസഫിന് കിട്ടിയതോടെ,

ഖലിലിന്റെ കാര്യം കൂടുതൽ പരുങ്ങലിലായി. യൂസഫ് ചിരിക്കാൻ തുടങ്ങിയതും, പൊട്ടിച്ചിരിക്കുന്നതും അവനെ ദുഃഖാർത്തനാക്കി.

എന്നാൽ യുദ്ധം നടന്നുകൊണ്ടിരുന്നത് ചിരി നിഷിദ്ധമായ നഗരങ്ങളിലായിരുന്നു, ചിരിയോട് വിദ്വേഷം വച്ചുപുലർത്തുന്ന ഇടങ്ങളിൽ. കഴിഞ്ഞ ദിവസം നടന്ന രണ്ടു സ്ഫോടനങ്ങളും നടന്നത് തെരുവിലായിരുന്നില്ല. വാസ്തവത്തിൽ ഒന്നിലേറെ... ഇന്നലെ രണ്ടു പൊട്ടിത്തെറികൾ നടന്നു എന്നത് നേരാണ്, അത് രണ്ടും നടന്നത് രണ്ടു സിനിമാശാലകളിലായിരുന്നു. ഒന്ന് മസ്രായിലെ ബെയ്റൂട്ട് സിനിമയിലും അടുത്തത് ഹംറ തെരുവിലെ ഹംറ സിനിമയിലും. രണ്ടിടങ്ങളിലും പ്രദർശിപ്പിച്ചുകൊണ്ടിരുന്നത് ഏതോ കോമഡി ചിത്രങ്ങളായിരുന്നു. എന്തൊരു യാദൃച്ഛികത. ഇല്ല, അതിൽ യാദൃച്ഛികമായി ഒന്നുമില്ല... യുദ്ധം ഗൗരവമേറിയ ഒരു സംഗതിയാണ്. മനുഷ്യർ തെരുവിൽ ചത്തുവീഴുമ്പോൾ ചിലർ പണവും സമയവും മുടക്കി ചിരിക്കാൻ പോയിരിക്കുന്നു. അതുപോലെയുള്ള ചിരി വിലക്കപ്പെട്ടതാണ്. ഒരു പ്രത്യേക സ്ഥലത്തിരുന്ന്, അത് വിലക്കപ്പെട്ടതാണെന്ന് ഒരു കൂട്ടം യുവാക്കൾ തീരുമാനിക്കുന്നു, ചിരിക്കാൻ വേണ്ടി. സ്വയം ചിരിക്കാൻ, ഏങ്ങലടിച്ച് ചിരിക്കാൻ, കൂട്ടാളിക്കൊപ്പം പൊട്ടിത്തെറിക്കാൻ. ആളുകൾ ബാറ്ററി റീച്ചാർജ് ചെയ്യുമ്പോലെയുള്ള ഒറ്റപ്പെട്ട പ്രവർത്തനം മാത്രമാണത്. എന്നാൽ ചിരി ഒരു സാമൂഹ്യപ്രവർത്തനാണ്, യുദ്ധോന്മുഖമായ ഒരു സമുദായത്തിന്റെ നിയമങ്ങൾക്ക് എതിരുമാണത്. പൊട്ടിത്തെറിക്കുംവരെ ചിരിക്കണമെന്നാണോ അവരുടെ ആവശ്യം? എന്നാൽ അവർതന്നെ പൊട്ടിത്തെറിക്കട്ടെ!!

ചിരി സുന്ദരമാണ്, അത് ജീവിതത്തെ കൂടുതൽ സുന്ദരമാക്കുന്നു... ഒരു ആഭരണം ഇവിടെ, ഒരു കളിപ്പാട്ടം അവിടെ... പക്ഷേ യുദ്ധോന്മുഖമായ ഒരു നഗരത്തിൽ ചിരിയുടെ പരവതാനി വിരിച്ച് എങ്ങനെ സ്വസ്ഥമായി ഇരിക്കും... ചവിട്ടടി എടുത്ത് പുറത്തിടുക. ചിരി ദേശീയ വികാരങ്ങളുമായി ഒത്തുപോവുകയില്ല.

അഗാധമായ ദുഃഖം മാത്രമേ ദേശീയവികാരങ്ങൾക്ക് യോജിക്കൂ. ദുരന്തം, മരണം, ദേശീയവികാരമെന്നാൽ മരണമാണ്. മരണം തന്നെ. നിങ്ങൾ അതിനോടൊപ്പം ചേർന്നു നടക്കും, അതേക്കുറിച്ച് സംസാരിക്കും, അതുകൊണ്ട് ചീട്ടുകളിക്കും, അതിന്റെ വസ്ത്രങ്ങൾ തേച്ചു മിനുക്കും, അതിന് നിങ്ങളുടെ പാത്രത്തിൽ നിന്നുതന്നെ കഴിക്കാൻ കൊടുക്കും, അതിനെ നിങ്ങൾ ഇഷ്ടപ്പെടും, അതാണ് മരണം.

ടൂറിസം വകുപ്പിന്റെ, നിറയെ ചില്ലുപതിച്ച ഹാളിൽ നടന്ന പ്രദർശനത്തിൽ ഖലിൽ കണ്ടതായിരുന്നു ആ വാചകങ്ങൾ. ഒരുപാട് തട്ടുകളുള്ള ഒരു കുളം, അതിന്റെ ഏറ്റവും മുകളിലായി ഒരു ജലധാര. അതിൽ നിന്നൊഴുകുന്ന ദ്രാവകത്തിന് കടുംചുവപ്പ് നിറമായിരുന്നു. അതെന്താണെന്ന് ആദ്യം അവന് മനസ്സിലായില്ല... കൂടുതൽ വ്യക്തമായി കാണാൻ അവൻ അതിന്റെ തൊട്ടടുത്തുചെന്നു നോക്കി. രക്തം.

രക്തം പ്രവഹിക്കുന്ന ഒരു ധാരായന്ത്രം. രക്തപ്രവാഹത്തിന്റെ ശബ്ദമായിരുന്നു അതിന്. അവന് തലകറങ്ങുന്നതുപോലെ തോന്നി.

ചുറ്റും കൂടിയവർ എന്താണ് കാരണമെന്ന് അവനോട് അന്വേഷിച്ചു... അവന് കുടിക്കാൻ വെള്ളം കൊടുത്തു. അവൻ വീണ്ടും ബോധം കെട്ടു. അവൻ കുടിച്ചില്ല. അവന്റെ ശരീരത്തിലെ രക്തം മുഴുവൻ ആരൊക്കെയോ ഊറ്റിയെടുക്കുന്നതുപോലെ അവന് അനുഭവപ്പെട്ടു. അവന്റെ ശരീരത്തിന് പൂർവസ്ഥിതിയിലാകാൻ കഴിഞ്ഞില്ല.

അവന് ആഹാരം കഴിക്കാൻ കഴിഞ്ഞില്ല, രാത്രികാലങ്ങളിലെ വയറുവേദന വീണ്ടും അവനെ ബുദ്ധിമുട്ടിച്ചു. അവൻ പറഞ്ഞു, ഇതാണ് നല്ലത്... എന്റെ വയറാണല്ലോ വേദനയ്ക്കു കാരണം, യൂസഫ് അല്ലല്ലോ.

തമാശയും ചിരിയും മരണം അംഗീകരിക്കില്ല. ദേശീയവികാരങ്ങൾ മരണത്തിനും ചരിത്രത്തിനും എത്രയോ അകലെയാണ്, ചരിത്രം മരണമല്ലാതെ മറ്റൊന്നും നിർമ്മിക്കുന്നില്ല. പക്ഷേ നിന്ദയും പരിഹാസവും മാത്രമാണ് മരണം സൃഷ്ടിക്കുന്നത്.

ഖലിലിന് രണ്ട് ചരിത്രാധ്യാപകരുണ്ടായിരുന്നു, രണ്ടുപേരെയും അവൻ നന്നായി ഓർക്കുന്നുമുണ്ട്, രണ്ടുപേരും ഒരിക്കലെങ്കിലും ചിരിക്കുകയോ, ദേശീയവികാരങ്ങളെയോ മരണത്തെയോ ഇഷ്ടപ്പെടുകയോ ചെയ്യാത്തവരായിരുന്നു.

ആദ്യത്തെയാൾ മുഫിദ് ആയിരുന്നു. പ്രൈമറി സ്കൂളിലെ അവസാന വർഷമായിരുന്നു അയാൾ പഠിപ്പിച്ചത്. ഔപചാരികവിദ്യാഭ്യാസം രാജ്യത്തിന്റെ മുഴുവൻ ഭാഗങ്ങളിലേക്കും വ്യാപിപ്പിക്കുന്നതിന്റെ ഭാഗമായി ദൂരെയുള്ള ഒരു ഗ്രാമത്തിൽ നിന്ന് വിളിക്കപ്പെട്ടതായിരുന്നു അയാൾ. ദുർബലനായ ഒരു കഷണ്ടിക്കാരനായിരുന്നു അയാൾ. സ്വർണ വളയങ്ങളുള്ള കണ്ണട ധരിച്ചിരുന്നു. 'ഓകെ' എന്നു പേരുള്ള സിഗരറ്റായിരുന്നു അയാൾ പതിവായി വലിച്ചിരുന്നതെങ്കിലും, ചെറിയ തോതിലുള്ള മര്യാദക്കാരനുമായിരുന്നു. ശ്രീമാൻ മുഫിദിന് കുഴിഞ്ഞ കവിളുകളും. സ്ഥിരമായി സിഗരറ്റ് വലിക്കുന്നതുകൊണ്ടാവാം. ഓകെ എളുപ്പം വലിക്കാവുന്ന ഒന്നായിരുന്നില്ലെന്നു തോന്നിക്കുംവിധമായിരുന്നു അയാളുടെ കവിളുകൾ കുഴിഞ്ഞിരുന്നതെന്ന് ഖലിൽ ഓർത്തെടുത്തു.... അയാൾ വളരെ കർക്കശക്കാരനും ചൂരൽ ഉപയോഗിക്കുന്നതിൽ യാതൊരു ശങ്കയും പ്രകടിപ്പിക്കാത്തയാളുമായിരുന്നു. ചെറിയ തെറ്റുവരുത്തിയാൽപ്പോലും അയാൾ കഠിനശിക്ഷ നൽകുമായിരുന്നു. അയാൾ ശിക്ഷിക്കുന്നത് സമർത്ഥരായ വിദ്യാർത്ഥികൾക്ക് ചിരിക്കാൻ വേണ്ടിയാണോ എന്നുപോലും തോന്നിപ്പിച്ചു. ശ്രീമാൻ മുഫിദ് സൂചിതാർത്ഥങ്ങളെ ഇഷ്ടപ്പെട്ടിരുന്നു. സൂചിതാർത്ഥം കണ്ടെത്തൂ, എന്ന് അയാൾ പതിവായി ആവശ്യപ്പെടുമായിരുന്നു. കുട്ടികളുടെ നീണ്ട നിരകൾക്കിടയിലൂടെ വടിയും ചുഴറ്റിക്കൊണ്ട് അയാൾ പ്രതാപത്തോടെ നടക്കുമായിരുന്നു.

മുഫിദിന് വളരെ കുറച്ച് ഉത്സാഹമേ പതിവുള്ളൂ. എപ്പോഴൊക്കെ ശ്രീമാൻ മുഫിദ് ക്ലാസ്സിൽ അല്പമെങ്കിലും ഉത്സാഹത്തോടെ പെരുമാറുമോ, അപ്പോഴൊക്കെ ഞങ്ങളുടെ തലമുടിപോലും എഴുന്നേറ്റ് നിൽക്കുമായിരുന്നു. ഖലിലാകട്ടെ ഉറങ്ങാൻ നേരമാകുന്നതുവരെ കാത്തിരിക്കും, സ്വസ്ഥമായൊന്നു കരയാൻ. ദേശത്തിന്റെ മനസ്സിനെ കാർന്നുതിന്നുന്ന പരുക്കൻ ദുഃഖങ്ങളും, ദുർബലമായ സമാധാനവുമായിരിക്കും മിക്കപ്പോഴും അതിനു കാരണം. ശ്രീമാൻ മുഫീദ് പതിവായി തൈറനിലെയും ഫോണിസ്യയിലെയും പൂർവപിതാക്കന്മാരുടെ വീരകൃത്യങ്ങളെക്കുറിച്ച് വിശദീകരിക്കുമായിരുന്നു. കാർത്തേജിലെ വീരന്മാർ എങ്ങനെയാണ് മരണത്തെ മഹത്ത്വവൽക്കരിച്ചതെന്നും, രക്തസാക്ഷിത്വം കൊണ്ട് ദേശീയ നേതാവായിത്തീരുന്നതെങ്ങനെയെന്നും ഓർമ്മിപ്പിക്കുമായിരുന്നു. കാണാൻ അറപ്പുതോന്നുമെങ്കിലും, അയാളുടെ കുഴിഞ്ഞ കവിളുകളിലൂടെ 'ഓകെ'യുടെ പുക വമിച്ചുകൊണ്ടിരിക്കുമെങ്കിലും, മുന്നിലിരിക്കുന്ന ചെറിയ തലകളെ പുകയ്ക്കാൻ അയാൾക്ക് സാധിച്ചു.

വീട്ടിലേക്കുള്ള വഴിയിലുടനീളം ഖലിൽ അഗാധമായ ചിന്തയിലായിരിക്കും, അത് അവന്റെ മുഖത്ത് ഗൗരവം ചാർത്തിക്കൊടുക്കുകയും ചെയ്തു. എനിക്കെങ്ങനെ പറയാനാകും, എനിക്കെങ്ങനെ പറയാനാകും ഞാൻ എന്റെ രാജ്യത്തെ എത്രമാത്രം സ്നേഹിക്കുന്നുണ്ടെന്ന്, ഞാനെങ്ങനെയാണ് മരിക്കേണ്ടത് - പ്രാകൃതമായ യുദ്ധത്തിലോ, ഘോരനായ ശത്രുവിനോട് ഏറ്റുമുട്ടിയോ - ഒരു രക്തസാക്ഷിയായി, തൈറനിലെ ജനങ്ങൾ നഗരകവാടമടച്ച് അധിനിവേശത്തെ ഒറ്റക്കെട്ടായി ചെറുത്തുനിന്നതുപോലെയോ. ആരാണ് മഹിമയേറിയ കുടീരത്തിലേക്ക് ആത്മാവിനെയും കൊണ്ട് യാത്രചെയ്യുന്നത്... ആരാണ് അവർക്ക് എരിയുന്ന വിളക്കായി മാറുന്നത്, അങ്ങനെയാണല്ലോ അവരുടെ ചാരം സ്വതന്ത്രമാകുന്നത്. വീരപുത്രന്മാർ മരിച്ചുവീഴുന്ന കാഴ്ച ഖലിൽ പതിവായി കണ്ടുതുടങ്ങി. അവരുടെ വെളുത്ത, പ്രഭ ചിതറുന്ന ശരീരങ്ങൾ അവനുനേർക്ക് നീണ്ടുവന്നു... അന്നേരം അവന് കരച്ചിൽവരും, അതിൽ ദേശസ്നേഹവും അവന്റെ ദൗർഭാഗ്യത്തിന്റെ ദുഃഖവും നിറഞ്ഞിരിക്കും.

ഞാൻ ഏക മകനായിരുന്നെങ്കിൽ, അതായത് എനിക്ക് സഹോദരിമാരൊന്നുമില്ലാതെ, ഒറ്റയായിരുന്നെങ്കിൽ രാജ്യത്തിനുവേണ്ടി യുദ്ധം ചെയ്യാൻ എന്നെ പട്ടാളത്തിലേക്ക് വിടാൻ നിങ്ങൾ സമ്മതിക്കുമോ? ഖലിൽ ഒരു ദിവസം അവന്റെ അമ്മയോട് ചോദിച്ചു. ആർക്കെതിരേ?, സിങ്കിലെ വെള്ളം പൊടിനിറഞ്ഞ ഉമ്മറത്തേക്ക് തേവിക്കളയുന്നതിനിടയിൽ അമ്മ ചോദിച്ചു. നമ്മുടെ സ്വാതന്ത്ര്യം കവർന്നെടുക്കുന്ന ശത്രുക്കൾക്കെതിരേ, ശത്രുക്കൾ ആരുതന്നെയായാലും എന്ന് ഖലിൽ മറുപടി കൊടുത്തു. ഇല്ല... അമ്മ ചിരിച്ചുകൊണ്ട് പറഞ്ഞു. പാത്രങ്ങൾ കഴുകി വെയിൽച്ചൂടിലേക്ക് ഉണക്കാൻ വയ്ക്കുകയായിരുന്നു

അമ്മ... ഞാൻ നിന്നെ കട്ടിലിന്റെ കാലിൽ കെട്ടിയിടും. എങ്കിൽ ശത്രുക്കൾ വന്ന് നമ്മുടെ ചുമരുകൾ തകർക്കുകയും നമ്മുടെ ആരാധനാലയങ്ങളും ഗ്രന്ഥാലയങ്ങളും ചുട്ടെരിക്കുകയും, നമ്മുടെ സൈന്യത്തെ നശിപ്പിക്കുകയും ചെയ്യും, നിന്നെ ഏതായാലും അവർ കൊല്ലും. അവർ പുരുഷന്മാരെ മാത്രമേ കൊല്ലുകയുള്ളൂ, ഞാൻ അവരുടെ നേതാവിനോട് പറയും, നീ എന്റെ പെൺമക്കളിൽ ഒരാളാണെന്ന്, നിന്നെ കണ്ടാൽ അവരത് വിശ്വസിക്കുകയും മടങ്ങിപ്പോവുകയും ചെയ്യും, അമ്മ പറഞ്ഞു.

എന്റെ രാജ്യം അപമാനിതയാകുമ്പോഴും ഞാൻ ജീവിച്ചിരിക്കണമെന്നാണോ അമ്മ പറഞ്ഞുവരുന്നത്? ഖലിൽ ചോദിച്ചു. പോയി തുലയട്ടെ, നിന്റെ രാജ്യവും മറ്റുള്ളവരുടെ രാജ്യവും. എനിക്കെന്റെ മുത്ത് മാത്രം മതി... അമ്മ അവനെ കെട്ടിപ്പിടിച്ചു. അവൻ കുതറി മാറാൻ ശ്രമിച്ചു... അതുകണ്ട് അമ്മ പൊട്ടിച്ചിരിക്കുകയാണ് ചെയ്തത്.

അന്നുരാത്രി മുഴുവൻ ഖലിൽ കണ്ണീരിന്റെ കയ്പ് കുടിച്ചു... അങ്ങനെ അവൻ അമ്മയിൽ അവിവേകിയായ ഒരു രാജ്യദ്രോഹിയെ കണ്ടെത്താൻ ശ്രമമാരംഭിച്ചു. അവൻ വല്ലാതെ അസ്വസ്ഥനായി, അമ്മ സ്കൂൾ ഗേറ്റ് കടന്നുപോകുമ്പോഴും ചന്തയിലേക്ക് തനിയെ പോകുമ്പോഴും കളിസ്ഥലത്തുനിന്ന് വിളിച്ചുവരുത്തി ചുംബിക്കുമ്പോഴും അവന്റെ കണ്ണുകൾ എന്തിനോവേണ്ടി പരതിക്കൊണ്ടിരുന്നു. കാർത്തേജിലെ സ്ത്രീകളുമായി താരതമ്യം ചെയ്യുമ്പോൾ അവരുടെ മുമ്പിൽ എന്റെ അമ്മ ആരാണ്? ആഭരണങ്ങൾ ഉരുക്കാൻ വിട്ടുകൊടുത്തവർ, അടുക്കളയിലെ ചെമ്പുകുടങ്ങൾ ഉരുക്കി ആയുധങ്ങളുണ്ടാക്കാൻ വിട്ടുകൊടുത്തവർ, നീണ്ടു സുന്ദരങ്ങളായ തലമുടി വെട്ടി മെടഞ്ഞെടുത്ത് ദേശീയ കപ്പൽപ്പടയ്ക്ക് കയറുകളുണ്ടാക്കി രാജ്യത്തിന്റെ അഭിമാനം കാത്തവർ.... എന്തായാലും എന്റെ അമ്മയ്ക്ക് ആഭരണങ്ങളോ നീണ്ടമുടിയോ ഇല്ലായിരുന്നു. ആകെയുണ്ടായിരുന്ന മുടി എന്റേതുപോലെ നീണ്ടുചടച്ചതും പിന്നിയിടാൻ പോലും കഴിയാത്തതുമായിരുന്നു. അമ്മയുടെ ചിരി എനിക്ക് സഹിക്കാനാവുന്നില്ല... എനിക്ക് ലജ്ജ തോന്നുന്നു.... ഖലിലിന് അമ്മയോട് കുറേശ്ശെ നീരസം തോന്നിത്തുടങ്ങി, എന്നിട്ടും അമ്മയുടെ ചിരി ചരിത്രക്ലാസ്സിനു മീതെ മുഴങ്ങിക്കേട്ടുകൊണ്ടിരുന്നു.

സെക്കൻഡറി സ്കൂളിലെ ആദ്യവർഷം ശ്രീമാൻ മക്ബീൽ വന്നു. അയാൾ തടിച്ച, ചതുരാകൃതിയിലുള്ള മനുഷ്യനായിരുന്നു, പോരാത്തതിന് സാമാന്യത്തിലധികം ഉന്തിയ കുടവയറും. അയാളും കട്ടിലെൻസുള്ള കണ്ണട ഉപയോഗിക്കുമായിരുന്നു, പക്ഷേ അതിന് വെളുത്ത ലോഹഫ്രെയിമാണ് ഉണ്ടായിരുന്നത്. വളരെ ഗൗരവക്കാരനും നാടകീയമായി വിസ്ഫോടന ശബ്ദത്തിൽ ക്ലാസ്സെടുക്കുന്നയാളും ചിരിയുടെ നേർത്ത ലാഞ്ഛന പോലുമില്ലാതെ, ചുണ്ടുകോടുന്നതുപോലും

അനുവദിക്കാത്ത, കിട്ടുന്ന സമയം മുഴുവൻ പഠിപ്പിച്ചുതീർക്കാൻ മാത്രം ഉപയോഗിക്കുന്നയാളുമായിരുന്നു ആ അധ്യാപകൻ. ആ ക്ലാസ്സിൽ സമർത്ഥനെന്നോ മണ്ടനെന്നോ ഉള്ള വേർതിരിവുകളും ഉണ്ടായിരുന്നില്ല. ഗൗരവത്തോടെ ചുണ്ടനങ്ങാതെ ഇരിക്കുന്ന ആൾക്കൂട്ടം മാത്രമായിരുന്നു അത്. ഒരിക്കൽ അതീവ നാടകീയമായി ഒരു ക്ലാസ്സ് കൈകാര്യം ചെയ്തുകൊണ്ടിരിക്കെ, 'ഖ്വഫ്' എന്ന അക്ഷരം പതിവിലധികം അമർത്തി ഉള്ളുകുഴിഞ്ഞ രീതിയിൽ തൊണ്ടക്കുഴിയുടെ അടിത്തട്ടിൽ വച്ച് മക്ബീൽ ആവർത്തിച്ച് ഉച്ചരിക്കാൻ തുടങ്ങിയതോടെ കുട്ടികൾ പ്രകോപിതരായി, എന്താണ് അയാൾ ശരിക്കും അർത്ഥമാക്കുന്നതെന്ന് ആർക്കും തിരിഞ്ഞുകിട്ടിയില്ല. ആ ശബ്ദം ആവർത്തിക്കുമ്പോഴെല്ലാം അവർക്ക് ചിരിയമർത്തേണ്ടി വന്നതിനാൽ ശ്വാസം മുട്ടിത്തുടങ്ങി. അത് മക്ബിലിന് കടുത്ത ആക്ഷേപമായി തോന്നി, അയാൾ ആക്രോശിക്കുമ്പോഴൊക്കെ ദേഷ്യംകൊണ്ട് അടിമുടി ചുവന്നു, അന്ന് നീണ്ട ബെൽ മുഴങ്ങുന്നതുവരെ അയാൾ അപസ്മാരം ബാധിച്ചവനെപ്പോലെ കണ്ണിൽക്കണ്ടവരെയെല്ലാം തല്ലുകയും ശാപവാക്കുകൾ ചൊരിയുകയും യുദ്ധച്ചമയങ്ങൾ അണിഞ്ഞ പടക്കുതിരയെപ്പോലെ ക്ലാസ്സ്മുറിയിലൂടെ തലങ്ങും വിലങ്ങും പായുകയും ചെയ്തു. പിന്നീടുള്ള എല്ലാ ക്ലാസ്സുകളിലും പ്രഭാഷണങ്ങൾ വെട്ടിച്ചുരുക്കുകയും തുകൽപ്പെട്ടിയിൽ നിന്ന് പുറത്തെടുക്കുന്ന കടലാസുതുണ്ടുകൾ മാത്രമുപയോഗിച്ച് പുതിയ തലമുറയെ ആക്ഷേപിക്കുകയും ചെയ്തു.

മക്ബിലിനുണ്ടായ ദുരനുഭവത്തിൽ ഖലിലിനും പീഢനങ്ങൾ സഹിക്കേണ്ടിവന്നു. 'ഖ്വഫ്' എന്ന അക്ഷരം അതുപോലെ തന്നെയാണ് ഉച്ചരിക്കുന്നതെങ്കിൽ അതിന് ഉച്ചാരണം മാറ്റുകയല്ലാതെ മറ്റൊരു പോംവഴിയുമില്ലെന്ന് അയാൾക്കുതന്നെ അറിയാമായിരുന്നു. അതിനോടകം അയാൾ നിരാശയുടെ വക്കത്ത് എത്തിച്ചേർന്നിരുന്നു. നിർബന്ധബുദ്ധിയും പിടിവാശിയും ഒഴിവാക്കിയില്ലെങ്കിൽ സകലതിന്റെയും പിടി അയഞ്ഞുപോകും. രാജ്യങ്ങളുടെ അതിരുകൾ പോലും ഓർമ്മിപ്പിക്കുന്നതാണ്, ഗ്രേറ്റർ സിറിയ പെട്ടെന്ന് പിരിഞ്ഞുപോയതുപോലെ... അപ്പോൾ മാത്രമായിരിക്കും നിർവൃതിയോടെ ചിരിക്കാനാവുന്നത്, ആ സമയത്ത് ഉറക്കെ നീണ്ടുനിൽക്കുന്ന ചിരിയിലേക്കും പോകാം. ഖലിൽ പലപ്പോഴും ചിന്തിക്കാറുണ്ട്, ശ്രീമാൻ മക്ബിലിന്റെ വ്യാകുലതകൾ ലഘൂകരിക്കാൻ ക്ലാസ്സ് ശാന്തമായി തുടരാൻ തനിക്കെന്തെങ്കിലും ചെയ്യാൻ കഴിയുമായിരുന്നോ എന്ന്. മക്ബിലിനെ കാണുമ്പോഴെല്ലാം അയാളിൽ നിന്ന് ഒളിച്ചുനടക്കാൻ തന്റെ സുഹൃത്തുക്കൾ കാണിക്കുന്ന വ്യഗ്രതയോർത്ത് ഖലിൽ അസ്വസ്ഥനായി. ഖലിൽ മിക്കപ്പോഴും ആൾക്കൂട്ടത്തിനൊപ്പമായിരുന്നു. അങ്ങനെയുള്ള ഒരു സായാഹ്നത്തിൽ, ഇരുണ്ട ദിനങ്ങൾക്കെതിരേയുള്ള പ്രക്ഷോഭമായിരുന്നു അത്, അവന് സന്തോഷവും അഭിമാനവും തോന്നുന്ന ഒരു

സംഭവമുണ്ടായി. ശ്രീമാൻ മക്ബിൽ അവനെ കണ്ടപ്പോൾ തോളിൽ തട്ടി, നിറകണ്ണുകളോടെ പറഞ്ഞു... ഖലിൽ, നീ എന്തൊക്കെയോ ആയിരുന്നു, നീ എന്തെങ്കിലുമൊക്കെ ആയിത്തീരും, എന്റെ വാക്കുകൾ കുറിച്ചിട്ടോളൂ.

ഒരുപക്ഷേ അയാളുടെ ഗൗരവമായിരിക്കാം അയാളെ ആവിധം കൊന്നുകളഞ്ഞതെന്ന്, അയാളുടെ വാക്കുകളെ ഓർത്തെടുത്തപ്പോൾ ഖലിലിന് തോന്നി. ഒരു പാർട്ടിയിലും അന്ന് പക്ഷം ചേർന്നിരുന്നില്ല, എങ്കിലും അയാളുടെ നാടകീയ കാഴ്ചപ്പാടായിരിക്കും എന്നെയൊരു നേതാവായി അന്നു കാണാനിടയാക്കിയത്... കട്ടിക്കണ്ണടയായിരുന്നു അയാളെ ഇല്ലാതാക്കാനുള്ള മറ്റൊരു കാരണം. അതല്ലാതെ, ചിരിക്കാത്ത ഗൗരവക്കാരനായിരുന്നു എന്നതൊഴിച്ചാൽ, മറ്റൊന്നും ശ്രീമാൻ മക്ബിലിന്റെ തടിച്ച ശരീരത്തെ ഓർമ്മയിൽ അവശേഷിപ്പിക്കാതിരിക്കാനുള്ള കാരണങ്ങളായിരുന്നില്ല.

ചരിത്രം അവന്റെ ഭാവനകൾക്ക് മൂർച്ചകൂട്ടിയത് ഒരുപക്ഷേ പ്രൈമറി സ്കൂളിലെ അവസാന വർഷമോ, അല്ലെങ്കിൽ സെക്കൻഡറി സ്കൂളിലെ ആദ്യവർഷം കേൾക്കേണ്ടിവന്ന കണ്ഠ്യജന്യമായ ഭാഷയുടെ കൃത്യമായ ഉച്ചാരണങ്ങളിൽ നിന്നോ ആവാം. ഖലിലിന്റെ ഉത്തമവിശ്വാസത്തിൽ, പിന്നീടെപ്പോഴെങ്കിലും ദേശീയ വികാരത്തെയോർത്ത് ചിരിച്ചിട്ടുണ്ടെങ്കിൽ, അത് യൂസഫ് ജീവനോടെ മടങ്ങിവന്നപ്പോഴായിരുന്നു.

# ആറ്

യൂസഫ് വൈകിയതോടെ ഖലിലിന്റെ കാത്തിരിപ്പ് നീണ്ടു. നാജി വൈകിയിരുന്നതുപോലെയാണ് യൂസഫും വൈകിത്തുടങ്ങിയത്. നാജിക്കുവേണ്ടി ഖലിൽ കാത്തിരുന്നതുപോലെ യൂസഫിനുവേണ്ടിയും കാത്തിരിക്കാൻ തുടങ്ങി. അങ്ങനെയാണ് നാജി കൊല്ലപ്പെട്ടതുപോലെ യൂസഫും കൊല്ലപ്പെട്ടേക്കുമോ എന്ന തോന്നൽ ഖലിലിനുണ്ടായത്: സമയം കളയാൻവേണ്ടി എന്തെങ്കിലും കിട്ടുമോ എന്നറിയാൻ അവൻ മുറിയിൽ പരതി നടന്നു, അവന്റെ മനസ്സിലെ തോന്നലുകളെ ആട്ടിയോടിക്കാൻ വേണ്ടിയായിരുന്നു അങ്ങനെ ചെയ്തത്.

ഖലീൽ വായനയാരംഭിച്ചു. അവൻ വീണ്ടും വായിച്ചുതുടങ്ങി... പേജുകൾക്കിടയിൽ സ്വയം നഷ്ടപ്പെട്ട്, ചുറ്റുമുള്ള ലോകത്തെ മറന്നുകൊണ്ട് വായനയിൽ മാത്രം അഭിരമിക്കാൻ ശ്രമിച്ചു.

അവൻ പേജുകളുടെ കോണിച്ചുവട്ടിൽ കിടക്കാൻ തുടങ്ങി, ഓരോ പടികളായി കയറി, ഉയരത്തിലുള്ള പെയിന്റുണങ്ങാത്ത ജനാലയിലൂടെ പുറത്തെ പൂക്കളും പച്ചപ്പും ജാലകവിരി മാറ്റി കാണുകയായിരുന്നു ലക്ഷ്യം. അവിടെ എഴുത്തുകാരൻ ചിരിച്ച മുഖവുമായി പ്രതീക്ഷയോടെ കാത്തിരിപ്പുണ്ടാകും. പാൽപേജുകളും ചൂടുള്ള അക്ഷരപാനീയവും കൊടുത്ത് എഴുത്തുകാരൻ അവനെ സ്വീകരിക്കും. സാവധാനം, അലസമായി പറക്കുന്ന തലമുടികളുമായി കളി തുടങ്ങും, വായനയുടെ ഹൃദയത്തിലേക്ക് പ്രവേശിക്കുംവരെ, ഉറക്കത്തിൽ നിന്ന് തെന്നിമാറി ഉയരെയുള്ള ജനാലയിലൂടെ പുറത്തേക്ക് പറന്നുയരും. ഭൂമിയിലെ സകല നിസ്സാരതകളേയും പിന്തള്ളി, ശരീരത്തെയും ഓർമ്മകളെയും മറന്ന് ഗർഭപാത്രത്തിലെ ദ്രാവകത്തിൽ നീന്തിത്തുടിക്കും പോലെ നീങ്ങും. അന്നേരം എഴുത്തുകാരൻ 'മെയ്റ്റർ നഗ്യൂറി'നെ പോലെയോ, മനസ്സാക്ഷിയെ അനുസരിക്കുന്ന നീന്തൽ പരിശീലകനെപ്പോലെയോ ആയി മാറും. അയാൾ തന്റെ ശക്തമായ മുഴങ്കൈ അവന്റെ നേർക്ക് നീട്ടും, അന്നേരം ഖലിൽ അയാളുടെ മേൽ തലചായ്ക്കും, അവന്റെ ശരീരത്തിലെ പരമാണുപോലും തിരമാലപോലെ ചലിക്കും, ഖലിൽ വായനയെ ആഗിരണം ചെയ്യുന്നതോടെ അവന്റെ മേലുള്ള ഭാരമൊക്കെയും എടുത്തുമാറ്റപ്പെടും.

സന്തോഷത്തിലേക്ക് എത്തിച്ചേരാൻ എഴുത്തുകാരൻ എന്താണ് ചെയ്യാതിരിക്കുന്നത്? എങ്ങനെയുള്ള മധുരപാനീയം നൽകിയാണ് സുഖ ശീതളമായ സന്തോഷപ്രവാഹത്തിൽ അയാൾ കൊണ്ടെത്തിക്കുന്നത്? ഹൃദയസത്ത നിന്റെ കൈകളിൽ ഏല്പിച്ചുകൊണ്ട് കടന്നുപോകുമ്പോൾ അയാൾ പറയും, അത് നിനക്കുവേണ്ടിയാണ്. നീയിപ്പോൾ സ്വതന്ത്ര നാണ് ഞാനാകട്ടെ നിന്നിൽനിന്ന് ഏറെ അകലെയും. ഞാൻ എന്റെ കണ്ണു കളാൽ, നിന്നിൽ യാതൊരു സമ്മർദ്ദവും ചെലുത്തുന്നില്ല, എങ്ങനെയാ യിരിക്കും ആ വ്യക്തിയെന്നാണ് നിനക്ക് തോന്നുന്നത്, എന്റെ ശബ്ദത്തി ലല്ലാതെ, എന്റെ ആത്മാവിന്റെ പ്രതിപുരുഷന്റെ ശബ്ദം നീ എങ്ങനെ യാണ് കേൾക്കുന്നത്... എഴുതാൻ വേണ്ടിയുള്ള യുദ്ധത്തിൽ എന്നിലുള്ള സകല നന്മകളും സമർപ്പിച്ച് ഞാൻ സ്വയം രക്തസാക്ഷിയാകുന്നതു പോലെയാണത്. ഞാൻ കണ്ടതും അനുഭവിച്ചതും സങ്കല്പിച്ചതുമായ എല്ലാ മികച്ച കാര്യങ്ങളും, നിന്നിൽ നിന്ന് എത്രയോ ദൂരെ, ഞാനനുഭ വിച്ച വേദനപോലും നിന്നെ അറിയിക്കാതെ, ഞാൻ നിനക്കു പകരുന്നു. ഭാര്യയ്ക്കോ അമ്മയ്ക്കോ പോലും നൽകാത്ത എന്റെ ആത്മാവിന്റെ ഉത്തമാംശം ഞാൻ നിനക്കു നൽകുന്നു. നീയും നിന്റെ മനസ്സാക്ഷിയും എങ്ങനെയാണ് ഒരു വ്യക്തി മനസ്സാക്ഷിയെ അനുസരിക്കുന്നത്? പുസ്തകം അടയ്ക്കുമ്പോഴോ, അല്ലെങ്കിൽ ഒരു പേജൊഴിവാക്കി അടു ത്തതിലേക്ക് പോകുമ്പോഴോ? അതുമല്ലെങ്കിൽ വായനയിൽ നിന്ന് വഴി തെറ്റിപ്പിരിയുമ്പോഴോ? എങ്കിൽ, ഒരെഴുത്തുകാരന് ഇതിൽ നിന്നെല്ലാമുള്ള നേട്ടമെന്താണ്? തന്നെ അറിയാത്ത ഒരാൾ അയാളെ വായിക്കുകയും ഓർക്കുകയും ചെയ്യുമ്പോൾ വായനക്കാരനുണ്ടാകുന്ന സന്തോഷം തന്നെ.... അതിലുപരി, അവരെയെല്ലാം ആനന്ദിപ്പിക്കാനുള്ള സാഹസം ഏറ്റെടുത്തതിന്. എന്നാൽ ചിലർ അയാളെ പ്രാകുകയും തുപ്പുകയും പരിഹസിച്ച് ചിരിക്കുകയും ശിക്ഷ വിധിക്കുകയും ചെയ്യും. അവർ കാത്തി രുന്ന ആദാമിന്റെ മകനായ രക്ഷകനായ സ്വർഗ്ഗീയദൂതനാണെന്ന മട്ടിലാ യിരിക്കും അത്. എല്ലാ കാത്തിരിപ്പുകളിലും അത്തരമൊരു അവകാശ വാദം കാണാം.... അവർ അനുഭവിച്ചുകൊണ്ടിരിക്കുന്ന അനന്തമായ നരക യാതനകൾകൊണ്ടുകൂടിയാകാം അതെന്നാണ് ഖലിൽ ചിലപ്പോഴൊക്കെ ചിന്തിക്കുന്നത്... പക്ഷേ വായിക്കുമ്പോൾ മറ്റൊന്നും അവൻ ചിന്തിക്കാ റില്ല... അന്നേരം അവന്റെ ശരീരത്തിലെ പരമാണുപോലും തിരമാല പോലെ ചലിക്കും, അപ്പോൾ ഖലിൽ എഴുത്തുകാരന്റെ ശക്തമായ കൈത്തലത്തിൽ സ്വസ്ഥതയോടെ തലചായ്ക്കും... എത്ര മണിക്കൂർ നേരം വേണമെങ്കിലും. എപ്പോഴെങ്കിലും ആ കോണിയിൽ നിന്ന് എന്തെ ങ്കിലും കാരണവശാൽ വീഴുന്നതുവരെ അവൻ ആ കിടപ്പ് തുടരും, അതൊരുപക്ഷേ മൂത്രമൊഴിക്കാൻ വേണ്ടിയായിരിക്കും, അല്ലെങ്കിൽ പെട്ടെന്ന് വൈദ്യുതി വിച്ഛേദിക്കപ്പെടുന്നതുകൊണ്ടാവാം, അതുമല്ലെങ്കിൽ കെട്ടിടത്തിന്റെ പ്രവേശന കവാടത്തിൽ ഏതെങ്കിലും കാൽപ്പെരുമാറ്റം കേട്ടാലും മതി, വെറും കാൽപ്പെരുമാറ്റം.

ചിന്തകൾ ചുറ്റിവളഞ്ഞ് ശല്യപ്പെടുത്തുമ്പോഴാണ് ഖലിൽ കോണിയുടെ മുകളിൽനിന്ന് വായന മുറിഞ്ഞ് താഴെ വീഴുന്നത്. കശാപ്പിനു വേണ്ടി ഒരുക്കി നിർത്തിയിരിക്കുന്ന പശു കശാപ്പുകാരനിൽ നിന്ന് രക്ഷപ്പെട്ട് ഓടുന്നതുപോലെയാണത്. ആവശ്യമുള്ളത് സ്വയം തെരഞ്ഞെടുക്കാൻ വേണ്ടി, അവന് ഞാൻ സ്വാതന്ത്ര്യത്തിന്റെ കടിഞ്ഞാൺ വിട്ടുകൊടുത്തതുകൊണ്ടാവുമോ അത്, അഥവാ, പശ്ചാത്തപിച്ചുകൊണ്ട് അവൻ എന്നെങ്കിലും മടങ്ങിവരുമോ?

## നുണകൾ

എല്ലാ നുണകളും കൂടിച്ചേർന്ന്, ജലസംഭരണിയിലെ കോർക്കടപ്പ് എടുത്തുമാറ്റുമ്പോൾ അടിയിലേക്ക് വെള്ളം ആന്തിവലിച്ചുകൊണ്ടുപോകുന്നതുപോലെ ഖലിലിനെ വലിച്ചുകൊണ്ടുപോയി. വാസ്തവമെന്താണെന്നുവച്ചാൽ, ചില കാര്യങ്ങൾ പരീക്ഷിച്ചറിയുന്നതിന് ഞാനവനെ ഉപയോഗിക്കുകയാണ്... എങ്ങനെയുണ്ട്. സംഘത്തിന്റെ മനസ്സെന്നറിയാൻ, എനിക്കത് സ്വയം പരീക്ഷിച്ചറിയാനാവില്ല, കാരണം ഞാനൊരു ഭീരുവാണ്. ഞാനൊരു മോഷ്ടാവിനെപ്പോലെ ചുമരിനുപിന്നിൽ ഒളിച്ചിരിക്കുമ്പോൾ എന്തൊക്കെയാണ് ചുറ്റും സംഭവിക്കുന്നതെന്നു കാണാൻ ഞാൻ അവനെയാണ് ഉപയോഗിക്കുന്നത്. അവനെ പുറത്തുള്ള കാര്യങ്ങൾ അറിയാൻ ഉപയോഗിക്കുന്നതിനാൽ എനിക്ക് എന്റെ മനം പിരട്ടുന്ന അനുഭവങ്ങളുമായി കഴിയാം, അതുകൊണ്ടുതന്നെ പണത്തിനു വേണ്ടി പുറത്തിറങ്ങി എന്തെങ്കിലും വൃത്തികെട്ട പണികൾ എനിക്ക് ചെയ്യേണ്ടിയും വരുന്നില്ല. അവൻ എന്റെ ആളാണ്, ഞാൻ എന്നെ എങ്ങനെയാണോ സംരക്ഷിക്കുന്നത് അതുപോലെ അവൻ വീടിനെ നോക്കിക്കൊള്ളും... എനിക്ക് നിത്യേനയുള്ള ആവശ്യങ്ങൾക്കുവേണ്ടി ഞാൻ ആശ്രയിക്കുന്നതും അവനെത്തന്നെ, അത് എന്റെ മുറിയെയും വയറിനെയും കവിഞ്ഞൊഴുക്കുന്നുമുണ്ട്... എന്റെ സുരക്ഷിതസ്ഥാനത്തിനു പിന്നിലെ ഒഴിവുകഴിവും അവൻ തന്നെ, അതുകൊണ്ട് എനിക്കൊരിക്കലും സദാചാരനിഷ്ഠയുടെ ഉയർന്ന പടികളിൽ നിന്ന് താഴേക്കിറങ്ങേണ്ടി വന്നിട്ടില്ല, അതുകൊണ്ടുതന്നെ ശ്രീമതി ഇസബെല്ലയുടെ വീട്ടുസാധനങ്ങൾ വിൽക്കേണ്ടി വന്നിട്ടുമില്ല, എനിക്കു ചെയ്യാൻ ആകാത്തതുകൊണ്ട് അവൻ തന്നെ താല്പര്യപൂർവം സകലതും ഓടിനടന്ന് ചെയ്യുന്നു.

യൂസഫിൽ നിന്ന് എന്താണ് എനിക്കുവേണ്ടത്? ഖലിൽ സ്വയം ചോദിച്ചു. യൂസഫിൽ നിന്ന് നിനക്കെന്താണ് വേണ്ടത്, ഖലിൽ. നിനക്ക് ശരിയെന്നു തോന്നുന്ന കൃത്യമായ ഒരുത്തരം നൽകൂ. പക്ഷേ ഒരുത്തരവും വ്യക്തമായിരിക്കില്ല, ഒരെണ്ണം പോലും. ബോധ്യപ്പെടുത്തുന്ന ഒരെണ്ണം, കൃത്യതയുള്ളത്, ഉത്തമബോധ്യമുള്ള ഒരെണ്ണം പോലുമില്ലായിരുന്നു.

പോത്തിഫറിന്റെ ഭാര്യ സുലൈഖയെപ്പോലെ ഞാൻ യൂസഫിനെ ചുറ്റിപ്പിണഞ്ഞുനിന്നു, അതെ, പറ്റിപ്പിടിച്ചുതന്നെ.

അവനു മുന്നിലായി ഞാൻ നടന്നു, ഏതു ദിശയിലേക്കും. ഞാനൊരു വാരിക്കുഴി തീർത്ത് അതിനു മീതെ ഉണങ്ങിയ പുല്ലുകൾ നിരത്തി അവൻ വീഴുന്നോയെന്നു നോക്കി കാത്തിരിക്കും. അവൻ എന്റെ കുഴിയോടടുക്കുമ്പോൾ ഞാനുറപ്പിക്കും ഇപ്പോൾ വീഴുമെന്ന്, പക്ഷേ എന്നിൽ നിന്ന് ദൂരെമാറിപ്പോകുമ്പോൾ, ഞാനോടിപ്പോയി മറ്റൊരു കുഴിയെടുക്കും.

യൂസഫ് ഒരു സുന്ദരനാണെന്നതും ഞാനൊരു ക്രമവിരുദ്ധ ലിംഗത്തിൽപ്പെട്ട ഭാര്യയാണെന്നതുമായിരുന്നു ആ കഷ്ടപ്പാടുകൾക്കെല്ലാം കാരണം. എല്ലാ കുത്സിതമാർഗ്ഗത്തിലൂടെയും ഞാനെന്നെ തള്ളിവിട്ടു, എന്നിലെ സ്ത്രീക്ക് നിരാശ തോന്നുമ്പോൾ ചീഞ്ഞതും വിഷമയവുമായ സകല കാര്യങ്ങളുമോർത്ത് ഞാൻ എന്റെ തന്നെ ചെകിട്ടത്തടിക്കും. എന്നിട്ട് എന്നിലെ സ്ത്രീ എന്റെ കൈത്തണ്ട മുറിക്കും. എങ്കിലും എന്റെ ആസക്തിയുടെ ഓറഞ്ചുകൾ ചുവന്നു തുടുത്ത് പൂർണ വൃത്താകൃതിയിൽത്തന്നെ അവശേഷിക്കും, നൂറുകണക്കിന് തവണ. ആയിരക്കണക്കിന് തവണ എന്റെയുള്ളിലെ സ്ത്രീയെ അവർ കാണുന്നുണ്ടെങ്കിലും അവർ കാണുകയില്ല, അതുകൊണ്ടുതന്നെ എന്റെ കൈത്തണ്ട മുറിയുന്നത് മറ്റാരുമറിയില്ല. എപ്പോഴൊക്കെ അവന്റെ പുറംകുപ്പായത്തിൽ സ്പർശിക്കുമോ അപ്പോഴൊക്കെ ഞാൻ അതിന്റെ പിന്നിൽ നിന്ന് കീറുമായിരുന്നു. ആയിരക്കണക്കിന് തവണ ഞാനാ കുപ്പായം പിന്നിലൂടെ ചെന്ന് കീറിയിട്ടുണ്ട്, എങ്കിലും അവനത് കാണാനാവില്ല, അഥവാ, തിരിഞ്ഞു നോക്കിയാലും കാണില്ല, എന്തിനേറെ, അവന്റെ കുപ്പായം കീറിയതായിപ്പോലും കാണില്ല.

ഞാൻ എന്റെ വസ്ത്രം കീറി. എന്റെ വസ്ത്രം ഞാൻ തന്നെ കീറിയിട്ട് നിലവിളിച്ചു, ആ പാപിയെ കണ്ടോ. യൂസഫ് എന്നോട് എന്താണ് ചെയ്യുന്നതെന്ന് കണ്ടോ. ഞാൻ എന്റെ ശരീരം കീറി ഞാൻ നിലവിളിച്ചു. കണ്ടോ. എന്റെ ഹൃദയം കീറിയിട്ട് ഞാൻ ഉറക്കെ നിലവിളിച്ചു. കണ്ടോ, എന്നാൽ ആരും തിരിഞ്ഞുനോക്കിയില്ല, ആരും കേട്ടതുമില്ല. യൂസഫു പോലും തിരിഞ്ഞുനോക്കുകയോ കേൾക്കുകയോ ചെയ്തില്ല. എന്റെ ശരീരം പോലും നോക്കുകയോ കേൾക്കുകയോ ചെയ്തില്ല, ഞാൻ ചെറിയ കഷണങ്ങളായി നുറുങ്ങി, എന്നിട്ടും എന്റെ ഹൃദയം എന്നെയൊന്നു തിരിഞ്ഞുനോക്കുകയോ എന്റെ നിലവിളി കേൾക്കുകയോ ചെയ്തില്ല.

ഞാനൊരു ക്രമവിരുദ്ധലിംഗത്തിൽപ്പെട്ട ഭാര്യയാണെന്നു കരുതുന്നതാണ് എന്റെ മണ്ടത്തരം, എങ്കിലും ഒരു ദിവസം യൂസഫ് വന്ന് എന്റെ കരം ഗ്രഹിക്കുന്നതിനായി ഞാൻ കാത്തിരിക്കുകയാണ്. ഏറ്റവും മുന്തിയ വേഷം ധരിച്ചുവന്ന് അവൻ വാതിലിൽ മുട്ടിയിട്ട് എന്നോട് ചോദിക്കും... അന്നേരം ഞാൻ ലജ്ജയോടെ, തലകുലുക്കിക്കൊണ്ട് എന്റെ സമ്മതം അറിയിക്കും...

ഞാനിനി ലേശം അഭിനയം പഠിക്കേണ്ടിയിരിക്കുന്നു, കുളിമുറിയിലെ ബേസിനു മുകളിലെ കണ്ണാടി നോക്കി മുടി ചീകുന്നതിനിടയിൽ ഖലിൽ

ചിന്തിച്ചു, ഈ വേദിയാണ് എന്റെ സകല സ്വപ്നങ്ങളും സൗകര്യപൂർവം കാണാനുള്ള ഏറ്റവും മികച്ച സ്ഥലം.

ഞാൻ ചില ജോലികൾ ക്രമീകരിക്കാൻ പോവുകയാണ്.

പത്രമാപ്പീസിലേക്ക് പോകുന്നതിനിടയിൽ ഖലിൽ സാറായെ കണ്ടു. അത് അവൾ തന്നെയാമെന്ന് ഉറപ്പുവരുത്തുന്നതിനുവേണ്ടി അവൻ കുറേ ദൂരം അവളെ പിന്തുടർന്നു. ഉയരമുള്ള ഒരു ചെറുപ്പക്കാരനോടൊപ്പം നടക്കുകയായിരുന്നു അവൾ. ഖലിൽ നടപ്പിന് അല്പം വേഗതകൂട്ടിയിട്ട് നടപ്പാതയിലേക്ക് തിരിഞ്ഞു, അവൾക്കൊപ്പം നടക്കുന്ന ചെറുപ്പക്കാരന്റെ മുഖം അവരറിയാതെ കാണാൻ വേണ്ടിയുള്ള ഒരു തന്ത്രമായിരുന്നു അത്. സാറായുടെ മുഖം അന്നേരം മറിയം ഫക്രുദ്ദീന്റെ ചെറുപ്പത്തിലുള്ള മുഖം പോലെ തോന്നി. അപ്പോൾ അവളുടെ കൺപീലികൾ തുടിക്കുകയും, നന്നായി ചിരിക്കുകയും, തടിച്ച കഴുത്ത് തിരിക്കുകയും ചെയ്യുന്നുണ്ടായിരുന്നു. അവളോടൊപ്പമുണ്ടായിരുന്ന ചെറുപ്പക്കാരനും എന്തോ പറഞ്ഞുകൊണ്ട് ചിരിക്കുകയാണ്. അവൻ കൈമുട്ടുകൊണ്ട് അവളെ മെല്ലെ തട്ടുമ്പോൾ അവൾ ലജ്ജകൊണ്ട് ചുമലുകൾ ഉയർത്തി. ഒരു കടയുടെ മുന്നിലെത്തിയപ്പോൾ അവർ നിന്നു. അവൻ തല അവളുടെ തലയോട് ചേർത്ത് അവളുടെ കാതുകളിൽ എന്തോ മന്ത്രിച്ചു. അവൾ അവനെ രൂക്ഷമായൊന്നു നോക്കിയിട്ട് അല്പം അകന്നുമാറി, നടത്തത്തിന് വേഗം കൂട്ടി...

ആ ഉയരമുള്ള ചെറുപ്പക്കാരൻ തീർച്ചയായും യൂസഫിന്റെ സുഹൃത്തായിരിക്കണം, തീവ്രവാദരാഷ്ട്രീയം ഇപ്പോൾ വീടിന്റെ മുൻവാതിലിലൂടെയും പിൻവാതിലിലൂടെയും ഒരുപോലെ കടന്നു കയറിയിരിക്കുന്നു... സാറായെ നോക്കൂ! അവളോടൊപ്പമുള്ള എന്റെ മനോരാജ്യങ്ങൾക്കും ഭ്രമകല്പനകൾക്കും എന്താണ് സംഭവിച്ചതെന്ന് നോക്കൂ... ഒരുപക്ഷേ അവൾ അഭിരമിച്ചിട്ടുണ്ടാകാം, അല്ലെങ്കിൽ പ്രതീക്ഷകൾ കൈവെടിഞ്ഞിട്ടുണ്ടാകാം. പെൺകുട്ടികൾ പെട്ടെന്ന് പ്രതീക്ഷ കൈവെടിയുകയും അതേ വേഗത്തിൽ തന്നെ മറ്റൊരാളുമായി പ്രണയബന്ധത്തിൽ എത്തിച്ചേരുകയും ചെയ്യുന്നവരാണ്. തലസ്ഥാനത്തേക്ക് എത്തിയ നാളുകളിൽ അവൾക്ക് എന്നോട് അടുപ്പം തോന്നിയതാണ്, നഗരവുമായി കൂടുതൽ അടുത്തിടപഴകിയതോടെ അവർ കണ്ടെത്താനും തിരഞ്ഞെടുക്കാനും തുടങ്ങി. അവളും വളർന്നിരിക്കുന്നു, അതുകൊണ്ടുതന്നെ അവളുടെ ജീവിതചക്രവാളവും വികസിച്ചിരിക്കുന്നു.

അവരെ കണ്ടാൽ ചെറിയ പന്നിക്കുട്ടികളെപ്പോലെയാണ് തോന്നുക, മുഖക്കുരു മൂടിയ, ചുവന്ന മുഖങ്ങൾ... ജനക്കൂട്ടത്തിനു നടുവിൽ നിന്നുകൊണ്ട് അവർ സംസാരിക്കുന്നത് തീർച്ചയായും മനുഷ്യവംശത്തെക്കുറിച്ചായിരിക്കണം. അല്ലെങ്കിൽ, മറച്ചുവച്ച അനുഭൂതിയുടെ ചിറകുകളുമായി കഴിഞ്ഞുകൂടുന്ന സമൂഹത്തിലെ പിങ്ക് ഹൃദയങ്ങളുടെ സൗന്ദര്യത്തെക്കുറിച്ചായിരിക്കും. രണ്ട് പന്നികൾ, അരോചകങ്ങളായ രഹസ്യ

മണങ്ങളെയും ശരീരവിസർജ്ജ്യങ്ങളെയും ഒളിപ്പിച്ച്, ചവറുകൂനയുടെ ബാഷ്പീകരണവായുവിലൂടെ ചെളിയും പൊടിയും ഏറ്റുവാങ്ങി നടക്കുന്നു. ഇലക്ട്രിക് മോട്ടോറുകളുടെ പൊള്ളിക്കുന്ന ഒച്ചകൾക്കിടയിൽ, എണ്ണമയം കലർന്ന വായുവിലൂടെ, എങ്കിലും, അവരുടെ തലയിൽ മരുഭൂമിയിലെ ഏതെങ്കിലുമൊരു തുരുത്തായിരിക്കും, പൂഴിമണലിൽ കാലുകൾ ആഴ്ന്നുപോകുന്നതും ഇളങ്കാറ്റ് തലമുടിയിഴകളെ തഴുകിക്കൊണ്ട് കടന്നുപോകുന്നതും സൂര്യനും മണലിനും മധ്യേ അവരുടെ തലകൾ ഊതനിറത്തിലുള്ള ഹൃദയത്തിന്റെ ആകൃതി കൈവരിക്കുന്നതും, അന്നേരം അതീവലോലമായ സംഗീതം അവർക്കുചുറ്റും പരന്നൊഴുകുന്നതും അവർ അനുഭവിക്കും.

ഖലിൽ സ്വയം സംസാരിച്ചുകൊണ്ടിരുന്നതിനെക്കുറിച്ച് ഓർത്തപ്പോൾ അവനുതന്നെ ചിരിവന്നു. ആ ചിരി, അവന്റെയുള്ളിൽ കത്തിക്കൊണ്ടിരുന്ന കനലുകളെക്കൂടി കെടുത്തിക്കളഞ്ഞു, ഒരു നിസ്സാര നിമിഷംകൊണ്ട് അവരുടെ അറപ്പുതോന്നിപ്പിക്കുന്ന ചെറിയ രണ്ട് ശരീരഭാഗങ്ങളെക്കുറിച്ച് ഓർത്തതേയുള്ളൂ...

സാറാ എന്നെ സ്നേഹിക്കുന്നില്ലെങ്കിൽപ്പോലും, ഖലിൽ സ്വയം പറഞ്ഞുകൊണ്ട് പത്രമാപ്പീസിലേക്കുള്ള വഴിയിലേക്ക് തിരിഞ്ഞു.

നായിഫ് നൽകിയ സന്ദർശനസമയം കഴിഞ്ഞിട്ടായിരുന്നു ഖലിൽ അവിടെയെത്തിയത്. അതുകൊണ്ടുതന്നെ അവിടേക്ക് പോകണമെന്ന് അവന് തോന്നിയില്ല. നായിഫ് ഇരിപ്പിടത്തിൽ ഉണ്ടായിരുന്നില്ല. ഒരു ഫോട്ടോഗ്രാഫർ അവനെ കടന്നുപോയിരുന്നു. അവൻ ഖലിലിനോട് ഹലോ എന്നു പറയുകയും നായിഫ് ഒരു മീറ്റിംഗിലാണെന്ന് അറിയിക്കുകയും ചെയ്തു. പോകുന്നതിനുമുമ്പ് എവിടെയാണ് കാത്തിരിക്കേണ്ടതെന്ന് ചൂണ്ടിക്കാണിക്കുകയും ചെയ്തിരുന്നു. ചീഫ് എഡിറ്ററുടെ മുറിയുടെ വാതിലിന് അഭിമുഖമായുള്ള വലിയ സ്വീകരണമുറിയായിരുന്നു അത്. ആ മുറിയിലായിരുന്നു മീറ്റിംഗ് നടന്നുകൊണ്ടിരുന്നത്. എതിർവശത്തെ ചുമരിലുണ്ടായിരുന്ന വലിയ പെയിന്റിംഗിനെ നോക്കിക്കൊണ്ട് ഖലിൽ വിശാലമായ തുകൽ സോഫായിൽ ഇരുന്നു. ഒരു വലിയ നീലക്കുരുവി, എരിഞ്ഞുകൊണ്ടിരിക്കുന്ന വിമാനത്തെ അതിജീവിച്ച് പറന്നുപോകുന്നതായിരുന്നു ആ ചിത്രം. സ്വാതന്ത്ര്യത്തിന്റെ പ്രതീകമായിരുന്നു അത്. സോഫായുടെ തൊട്ടടുത്തായി പൊടിപൊതിഞ്ഞെങ്കിലും പച്ചപ്പ് കൈമോശം വരാത്ത ഒരു വലിയ ചെടിയുണ്ടായിരുന്നു. ഇത് യുദ്ധകാലമാണ്, ചെടികളെക്കുറിച്ച് ചിന്തിക്കാൻ ആർക്കാണു നേരം? ആ ചെടിയുടെ ചുവട്ടിലെ മണ്ണ് വരണ്ടുണങ്ങിയിരിക്കുന്നത് കണ്ട ഖലിൽ മുന്നിലെ മേശയിലിരുന്ന ഗ്ലാസ്സിലുണ്ടായിരുന്നത് ചെടിയുടെ ചുവട്ടിലേക്ക് ഒഴിച്ചു. എന്നിട്ട് ഖലിൽ അവന്റെ പൊടിപിടിച്ച ഷൂസിലേക്ക് നോക്കി. പോക്കറ്റിലുള്ള കടലാസുകൊണ്ട് അത് തുടച്ചുവൃത്തിയാക്കാമെന്നായിരുന്നു അവൻ ആദ്യം കരുതിയതെങ്കിലും, പിന്നീടത് വേണ്ടെന്നു വച്ചു.

അതുകൊണ്ടുതന്നെ വലിയ കാര്യമൊന്നുമില്ലെന്നും ആരെങ്കിലും അത് ശ്രദ്ധിച്ചാൽ.... അഥവാ ആരെങ്കിലും അത് ശ്രദ്ധിച്ചാൽ, അവർ അതൊരു അനാദരവായി കാണുകയില്ല, മറിച്ച് താനൊരു തിരക്കുപിടിച്ച മനുഷ്യനാണെന്നും എപ്പോഴും യാത്ര ചെയ്യുന്നതിനാൽ, ഇത്തരം നിസ്സാരകാര്യങ്ങളൊന്നും ശ്രദ്ധിക്കാൻ നേരമില്ലെന്നും അഥവാ വിപ്ലവചിന്തകളുടെയും ആധുനികവൽക്കരണത്തിന്റെയും സംഘർഷ ങ്ങൾക്കിടയിൽ അതിനൊന്നും വലിയ പ്രാധാന്യമില്ലെന്നും അവന് തോന്നി. ഇല്ല, ഷൂസ് ശ്രദ്ധാപൂർവം വൃത്തിയാക്കേണ്ടതു തന്നെയാണ്, തിളക്കമുള്ള ഷൂസ് അതിന്റെ ഉടമയ്ക്ക് ഒട്ടേറെ ഉപദ്രവങ്ങളും ഉണ്ടാ ക്കാറുണ്ട്. അയാളൊരു നിർദ്ദയനും പ്രതികരണശേഷി കൂടിയ വ്യക്തി യാണെന്നുമുള്ള തോന്നൽ മറ്റുള്ളരിൽ ഉണ്ടാക്കും. അല്ലെങ്കിൽ എന്തെ ങ്കിലും ഗൂഢോദ്ദേശ്യത്തോടെ പെരുമാറുന്ന ഫാസിസ്റ്റാണെന്നും അതു മല്ലെങ്കിൽ ഒളിവിൽ പാർക്കുന്ന സാഡിസ്റ്റാണെന്നും, അല്ലെങ്കിൽ...

നായിഫ് പുറത്തേക്കു വരുമ്പോൾ അവനോടൊപ്പം വേറെയും കുറേ പ്പേരുണ്ടായിരുന്നു, വാതിലിനടുത്തെത്തിയപ്പോൾ പെട്ടെന്ന് അവർ നിന്നു. ഖലിൽ എഴുന്നേറ്റുനിന്നെങ്കിലും നായിഫ് അവനെ കണ്ടില്ല.... അവർ പതിഞ്ഞ സ്വരത്തിൽ സംസാരം തുടരുകയായിരുന്നു. അവർ സ്വീകരണ മുറിയിലെത്തിയപ്പോഴാണ് നായിഫ് ഖലിലിനെ കാണുന്നതും, ഒരു ഒളി നോട്ടംകൊണ്ട് അവനെ അഭിവാദ്യം ചെയ്യുന്നതും. എന്നിട്ട് അവന്റെ കൈയിൽ പിടിച്ച് കൂട്ടിക്കൊണ്ടുപോയി മറ്റുള്ളവരെ ഖലിലിനും, അവനെ മറ്റുള്ളവർക്കും ഔപചാരികമായി പരിചയപ്പെടുത്തി. അവർ നാലുപേരു ണ്ടായിരുന്നെങ്കിലും മൂന്നുപേരെ മാത്രമേ പൂർണമായും പരിചയപ്പെടു ത്തിയുള്ളൂ. നാലാമനെക്കുറിച്ച് 'ബഹുമാന്യദേഹം' എന്നതൊഴികെ മറ്റൊരു വിശദീകരണവും നായിഫ് നൽകിയില്ല, അയാളെന്താണു ചെയ്യു ന്നതെന്നോ, പത്രമാപ്പീസിനുള്ളിലാണോ അതോ പുറത്താണോ എന്നൊന്നും നായിഫ് വ്യക്തമാക്കിയില്ല. എഡിറ്റർ-ഇൻ-ചീഫ് ഖലി ലിനെ സ്വാഗതം ചെയ്തു, ദീർഘകാലമായി പരിചയമുള്ളതുപോലെയാ യിരുന്നു അത്. ഒരുപക്ഷേ സമപ്രായക്കാരനായതുകൊണ്ടോ, ഉയർന്ന പദവിയിലുള്ള മിത്രങ്ങളുള്ളതുകൊണ്ടോ ആയിരിക്കുമെന്നു തോന്നി. അവൻ ഉറക്കെ തമാശകൾ പറഞ്ഞ് പൊട്ടിച്ചിരിക്കുകയും മറ്റുള്ളവരെ ചിരിക്കാൻ പ്രേരിപ്പിക്കുകയും ചെയ്തുകൊണ്ടിരുന്നു. മാന്യദേഹം പുഞ്ചി രിച്ചെങ്കിലും ഒന്നും പറഞ്ഞില്ല. നായിഫ് പൊട്ടിച്ചിരിക്കും ധീരതയ്ക്കു മിടയിൽ ചാഞ്ചാടിക്കൊണ്ടിരുന്നു, അത്തരമൊരു നായിഫിനെ ഖലിൽ ഇതുവരെ കണ്ടിട്ടില്ലായിരുന്നു.... എങ്കിലും അവൻ സന്തോഷവാനായി കാണപ്പെട്ടു.

ഖലിൽ ചുറുചുറുക്കുള്ള ഒരു ചെറുപ്പക്കാരനാണ്, എഡിറ്റർ-ഇൻ-ചീഫ് പറഞ്ഞു... ഖലിൽ... നിനക്ക് സമയമുള്ളപ്പോൾ, ഞാനത് കാണിച്ചു തരാം, നായിഫ് പറഞ്ഞു.

മാന്യദേഹത്തിന്റെ ചിത്രം പത്രങ്ങളിൽ അച്ചടിച്ചു വന്നപ്പോൾ ഖലിൽ അയാളെ തിരിച്ചറിഞ്ഞു, അയാളെനോക്കി ചിരിച്ചു. ഇതുവരെ തുറക്കാത്ത ഒരു വാതിൽ തുറന്ന് ചെമ്പൻ തലമുടിയുള്ള ഒരാളും ഇരുണ്ട നിറമുള്ള ഒരു കപ്പടാമീശക്കാരനും അവിടേക്ക് വന്നു. എല്ലാവരെയും അഭിവാദ്യം ചെയ്തുകൊണ്ട് ആ മനുഷ്യൻ പറഞ്ഞു: അവൻ ആശുപത്രിയിൽ വച്ച് മരിച്ചു. നാളത്തെ പത്രത്തിൽ അതിനൊരു ഇടം കൊടുക്കണം. നായിഫ് കോപാകുലനായി പറഞ്ഞു: ദൈവം അവനെ ഒരിക്കലും ഇവിടേക്ക് തിരിച്ചയയ്ക്കാതിരുന്നാൽ മതിയായിരുന്നു, അങ്ങനെ വന്നാൽ ഇസ്രായേലിന്റെ സകല ചിഹ്നങ്ങളും നമുക്കെതിരേ തിരിയും. ഞാൻ നിന്നെ വിളിക്കാൻ അല്പം വൈകിപ്പോയി, എഡിറ്റർ-ഇൻ-ചീഫ് പറഞ്ഞു: കപ്പടാമീശക്കാരനെ ചൂണ്ടി കൂട്ടിച്ചേർത്തു, നമ്മുടെ ഭായിയോടൊപ്പം ഞാൻ അല്പനേരം ഇരിക്കട്ടെ. എന്നിട്ട് ഖലിലിന് നേർക്ക് തിരിഞ്ഞു: ഖലിൽ, നിനക്ക് ഇപ്പോൾത്തന്നെ ഞങ്ങളോടൊപ്പം ചേരാം... ലേഖനങ്ങൾ എഴുതിത്തുടങ്ങാം, എന്നിട്ട് നമുക്കൊന്നു കാണണം... അവരുടേതും നമ്മുടേതുമായി ഒരുപാടാളുകൾ നിത്യേന കൊല്ലപ്പെടുന്നതിൽ എന്തെങ്കിലും കഴമ്പുള്ളതായി നിനക്ക് തോന്നുന്നുണ്ടോ.... അവരുടെ ജീവിതങ്ങളെക്കുറിച്ചുള്ള ഒരു സമ്പൂർണ അന്വേഷണം, അവരുടെ ഭാഗധേയം, അവരുടെ കറുത്ത ഭൂതകാലം, എപ്രകാരമാണ് അവർ ശിക്ഷിക്കപ്പെട്ടത്, നിനക്കെന്തു തോന്നുന്നു? ഖലിൽ തലകുലുക്കിക്കൊണ്ട് പറഞ്ഞു, അതൊരുപക്ഷേ അവരുടെ താത്പര്യങ്ങൾക്ക് എതിരാണെങ്കിൽ... എനിക്ക് അത്ഭുതം തോന്നുന്നു: 'മതിലിലെ വിള്ളലുകൾ' എന്നു നമ്മൾ വിളിക്കുന്ന ഇടത്തിലൂടെ തെക്കൻ പ്രവിശ്യയിലെ ആളുകൾക്ക് ഇസ്രായേലിലേക്ക് കടക്കാൻ കഴിയുമെങ്കിൽ ഇസ്രായേലിലെ തീവ്രവാദി നേതാക്കൾക്ക് എന്തുകൊണ്ട് കൂട്ടക്കൊലകൾ ഒഴിവാക്കിക്കൂടാ? അല്പം അമ്പരപ്പോടെ, അവർ ഖലിലിനെ നോക്കി, വായ തുറന്നതിൽ അവർ അന്നേരം പശ്ചാത്തപിക്കുന്നുണ്ടായിരുന്നു... അതുകേട്ട എഡിറ്റർ-ഇൻ-ചീഫ് പൊട്ടിച്ചിരിച്ചു: അതത്ര കാര്യമാക്കണ്ടാ... പുതിയ തലമുറയിൽ പരിഷ്കരണവാദികളാണ് കൂടുതലും എന്നു പറയുന്നത് ഇതുകൊണ്ടു തന്നെ.... നിന്റെ അന്വേഷണങ്ങളും കണ്ടെത്തലുകളും എഴുതൂ. സഹോദരാ, നിനക്കിഷ്ടമുള്ളത് നീ എഴുതിക്കൊള്ളൂ, ഞങ്ങളൊന്ന് കാണട്ടെ, എഡിറ്റർ-ഇൻ-ചീഫ് ഖലിലിനോട് യാത്രാമൊഴി പറഞ്ഞു. എന്നാൽ ആദ്യം സഹോദരൻ എന്നു വിശേഷിപ്പിച്ച ആൾ അവിടെ നിന്നു പോകാൻ ശ്രമിച്ച നായിഫിനെ തടഞ്ഞു നിർത്തി. നായിഫ് പോകാൻ ശ്രമിക്കുന്നത് താൻ അവനെ അസ്വസ്ഥനാക്കിയതുകൊണ്ടായിരിക്കാമെന്ന് ഖലിലിന് തോന്നി. നായിഫിനെ എഡിറ്റർ-ഇൻ-ചീഫ് അയാളുടെ ഓഫീസിലേക്ക് വിളിപ്പിച്ചിട്ട് പറഞ്ഞു: നായിഫ്... ഇന്നു രാത്രി പാർട്ടിക്ക് വരുമ്പോൾ ഖലിലിനെക്കൂടി കൊണ്ടുവരണം...

എല്ലാവരും അവരവരുടെ വഴിക്ക് പിരിഞ്ഞു. നായിഫ് അമ്പരപ്പോടെ ഖലിലിനെ നോക്കി, ആ നോട്ടത്തിൽ പരിഹാസമാണോ സന്തോഷമാണോ എന്നു തിരിച്ചറിയാൻ കഴിഞ്ഞില്ല.

അവരെല്ലാവരും എന്നെ തെറ്റിദ്ധരിച്ചിരിക്കുകയാണ്... ഖലിൽ നിരൂപിച്ചു.

എന്തിനാണ് അന്നേരം അത്തരമൊരു മണ്ടൻ ചോദ്യം ചോദിച്ചതെന്ന് ഖലിലിനുപോലും മനസ്സിലായില്ല.... എല്ലാവരും തന്നെ ബുദ്ധിമാനായി കാണണമെന്ന് ഖലിലിന് ആഗ്രഹമുണ്ടായിരുന്നുവെന്ന കാര്യത്തിൽ സംശയമില്ല. എന്നാൽ എല്ലാവരും മനസ്സിലാക്കിയിരിക്കുന്നത് മറ്റെന്തൊക്കെയോ ആയിരുന്നു: പ്രതിരൂപം കൊല്ലപ്പെട്ടതിൽ നിങ്ങൾ സന്തോഷിച്ചോളൂ, എനിക്ക് നിങ്ങളോട് പുച്ഛമാണ് തോന്നുന്നത്...

വേരിനെ നിങ്ങൾ എന്തുകൊണ്ട് ആക്രമിക്കുന്നില്ല... അതിനാണ് ചികിത്സയില്ലാത്തത്, ഒരുപക്ഷേ എന്തു കാര്യവും കടലാസിൽ കണ്ടെത്താനാവും, സകലതും ഇപ്പോൾ ഭൂതകാല രൂപത്തിലാണ്. മാത്രമല്ല, അവരിപ്പോൾ കരുതുന്നത്, കൊല്ലപ്പെട്ടവനേക്കാൾ ഭയങ്കരനും പ്രകോപിതനുമാണ് ഞാനെന്നായിരിക്കും, തികഞ്ഞ അസംബന്ധമാണത്, തീർത്തും പരിഹാസ്യവും... ഞാനൊരു ബുദ്ധികെട്ടവൻ തന്നെ... ആ മണ്ടൻ ചോദ്യം ഉന്നയിച്ചതുകൊണ്ട് തനിക്ക് എന്തു നേട്ടമാണുണ്ടായതെന്ന് ഖലിൽ ഇരുന്ന് ചിന്തിച്ചു. നിശബ്ദനായിരിക്കുന്നതിനുപകരം എന്തെങ്കിലും പറയുന്നതാണ് നല്ലതെന്ന ഉത്തരത്തിൽ എത്തിച്ചേരാൻ മാത്രമേ അവന് കഴിഞ്ഞുള്ളൂ.... മറ്റൊരു ജോലി കണ്ടെത്തുന്നതാണ് നല്ലതെന്ന് അവന് അപ്പോൾ തോന്നി.

എഡിറ്റർ-ഇൻ-ചീഫിന്റെ വീട്ടിൽ നായിഫിനൊപ്പം പാർട്ടിക്ക് എത്തിച്ചേരുന്നതുവരെ ഖലിൽ വിശ്വസിച്ചിരുന്നില്ല അവർ ശരിക്കും ക്ഷണിച്ചിരുന്നുവെന്ന്. രണ്ടുപേരെയും അയാൾ ഊഷ്മളമായി വരവേൽക്കുകയും ഒപ്പമിരുത്തുകയും ചെയ്തു. അയാൾ അപമാനിച്ചതല്ലെന്ന് ഖലിലിന് ബോധ്യമായി. സഹിഷ്ണുതയുള്ള നല്ല മനസ്സിനുടമയാണ് അയാൾ, അല്ലെങ്കിൽ, യുവതലമുറയെ മനസ്സിലാക്കാനും അവരുമായി ഇടപഴകാനും അയാൾക്ക് ഇഷ്ടമാണ്. മറ്റുള്ളവരുടെ അജ്ഞതയിൽ രസിക്കാത്തവനും തെറ്റുകൾ മറ്റുള്ളവരുടെ ചുമലിൽ കെട്ടിവയ്ക്കാത്ത ഉദാരമനസ്കനാണ്, അതുകൊണ്ട് ആരും പറയില്ല അയാൾ മറ്റൊരു സ്ഥാപന മേധാവിയാണെന്ന്. അയാളുടെ വീട് വളരെ വലുതായിരുന്നു. അതിലെ ഗൃഹോപകരണങ്ങൾ വളരെ വിലപിടിപ്പുള്ളതുമായിരുന്നു. അത്, അടുത്ത കാലത്ത് മടങ്ങിയെത്തിയ പ്രാദേശികരാഷ്ട്രീയത്തിൽ അതീവ താല്പര്യമുള്ള പ്രവാസിയുടെ വീടുപോലെ തോന്നിച്ചിരുന്നു. നായിഫ് അവകാശപ്പെടുന്നത് ശരിയാണെങ്കിൽ അയാൾ ഇടയ്ക്കിടെ വിനീതമായ തുടക്കത്തെക്കുറിച്ച് ഓർക്കുകയും ഓർമ്മിപ്പിക്കുകയും ചെയ്യുമായിരുന്നു. പത്രപ്രവർത്തനം പഠിച്ചതുതന്നെ താഴത്തെ നിരയിൽ നിന്ന് ഉയർന്നിട്ടായിരുന്നു. അങ്ങനെയാണ് അയാൾ പത്രപ്രവർത്തനരംഗത്തെ കുബേരനായി മാറിയത്. ലെബനോനിലെ പത്രങ്ങളെക്കുറിച്ച് പറയുകയാണെങ്കിൽ, അവരാണ് കിഴക്കൻ അറബ് ലോകത്തെ പതാകവാഹകർ... നായിഫ് പറയുന്നതുവച്ച് നോക്കുകയാണെങ്കിൽ, ഖലിലിന്, എഡിറ്റർ-

ഇൻ-ചീഫിനെ അത്രകണ്ട് ഇഷ്ടമല്ല. അത് ഒരുപക്ഷേ അയാൾതന്നെ കരുതുന്നതുപോലെ കുറേക്കൂടി മെച്ചപ്പെട്ട തൊഴിൽ സാഹചര്യങ്ങളോ, കുറേക്കൂടി ആഡംബര ജീവിതമോ അയാൾ ആഗ്രഹിക്കുന്നതു കൊണ്ടാവാം.

സ്വീകരണമുറി പുരുഷന്മാരെയും സ്ത്രീകളെയും കൊണ്ട് നിറഞ്ഞിരുന്നു... ആളുകൾ പൊട്ടിച്ചിരിക്കുന്നുണ്ടായിരുന്നെങ്കിലും സ്ത്രീകൾ പൊതുവെ അത്ര സന്തുഷ്ടരായിരുന്നില്ല. അവരുടെ താല്പര്യക്കുറവിന് കാരണം ഒരുപക്ഷേ ഉച്ചതിരിഞ്ഞ നേരം മുതൽ പരിശ്രമിച്ചുകൊണ്ടിരുന്ന തിളക്കമുള്ള സ്ത്രീസഹജ വിഷയങ്ങളിൽ നിന്ന് സംഭാഷണങ്ങൾ തെന്നിപ്പോകുന്നതുകൊണ്ടാവാം. അല്ലെങ്കിൽ ഒരുപക്ഷേ, അവരുടെ പ്രായം വച്ചു നോക്കിയാൽ വെറുതെ സമയം നഷ്ടപ്പെടുത്തുന്നത് ക്ഷമിക്കാനാവാത്തതുകൊണ്ടാവാം, അതുമല്ലെങ്കിൽ അവർക്കത് നേരംവണ്ണം ഉപയോഗിക്കുന്നതിനുവേണ്ടിയുമാവാം.

എഡിറ്റർ ഇൻ-ചീഫിന്റെ ഭാര്യ സന്തോഷവതിയായി, ചുറ്റും ഓടി നടക്കുന്നുണ്ടായിരുന്നു. എല്ലാവർക്കും വിളമ്പുകയും എല്ലാവരോടും പുഞ്ചിരിക്കുകയും ചെയ്തുകൊണ്ട് അവർക്കിടയിൽ സ്വന്തമായൊരു സ്ഥാനം നേടിയെടുക്കാൻ അവൾ ബന്ധപ്പെടുന്നുണ്ടായിരുന്നു. അവിടെയും ഇവിടെയും ഉറക്കെ സംസാരിക്കുകയും ക്ഷേമാന്വേഷണങ്ങൾ നടത്തുകയും, ആവശ്യത്തിനും ആവശ്യമില്ലാതെയും ചിരിക്കുകയും, കലാപരമായി കൊഞ്ചിക്കുഴഞ്ഞുകൊണ്ട് സാമാന്യത്തിലധികം വലിപ്പമുള്ള ഒരു പൂവെടുത്ത് അവളുടെ തലമുടിയിൽ തിരുകുകയും ചെയ്തു. അവളുടെ ഓരോ ഭാവപ്രകടനങ്ങളും ശരീരചലനങ്ങളും പ്രായം കുറച്ചു കാണിക്കാനുള്ള പരിശ്രമങ്ങളായിരുന്നു, അല്ലെങ്കിൽ മറ്റുള്ളവരുടെ ഭർത്താക്കന്മാരെ കുറ്റപ്പെടുത്തുന്ന മട്ടിലുള്ളതായിരുന്നു. ആഘോഷം വൻവിജയമാക്കുന്നതിനുവേണ്ടി അവൾ ഭർത്താവിനെ സർവാത്മനാ പിന്തുണച്ചു. ആഘോഷം വിജയിച്ചുവെങ്കിൽ ജീവിതവും വിജയിച്ചു എന്ന മട്ടിലായിരുന്നു അവളുടെ പെരുമാറ്റം. അങ്ങനെ ദൈവാനുഗ്രഹം നേടിയ ഒരു കുടുംബത്തിന്റെ ഭാഗമാകാൻ അവളും പ്രയത്നിച്ചുകൊണ്ടിരുന്നു. അവൾക്ക് അത്ര കഴിവോ ബുദ്ധിസാമർത്ഥ്യമോ ആത്മത്യാഗമോ ഉണ്ടായിരുന്നില്ലെങ്കിലും അവളെക്കൂടാതെ അവളുടെ ഭർത്താവിന് ഇത്രയും നേട്ടങ്ങൾ ജീവിതത്തിൽ ഉണ്ടാകുമായിരുന്നില്ല. പ്രയാസം നിറഞ്ഞ കാലങ്ങളിലും വിഷമസന്ധികളിലും ഒരു കൈത്താങ്ങായി അവൾ കൂടെയുണ്ടാകുമെന്ന വിശ്വാസമായിരുന്നു അയാളെ മുന്നോട്ടു നയിച്ചതെന്ന് ചുരുക്കം... എന്തായാലും അവൾ കേട്ടറിഞ്ഞിട്ടുണ്ടാവണം, അല്ലെങ്കിൽ മാസികകൾ വായിച്ച് അറിവുണ്ടാകണം, അമേരിക്കൻ പ്രസിഡന്റ് തെരഞ്ഞെടുപ്പിലെ സ്ഥാനാർത്ഥിയുടെ ഏറ്റവും പ്രധാനപ്പെട്ട പ്രചരണ തന്ത്രങ്ങൾ നിലകൊള്ളുന്നത് അയാളുടെ ഭാര്യയെയും കുടുംബത്തെയും കുടുംബജീവിതത്തെയും സംബന്ധിച്ച കാര്യങ്ങളിലാണെന്ന്, കാരണം അയാളുടെ ഭാര്യയാണല്ലോ പിന്നീട് അമേരിക്കയുടെ

പ്രഥമ വനിതയാകുന്നത്, അവളുടെ മനസ്സിന്റെ ആർദ്രതയും വിവേക മതിത്വവും സഹതാപമനസ്സും ആത്മത്യാഗ സന്നദ്ധതയുമാണ് പിന്നീട് സകല അമേരിക്കൻ കുടുംബങ്ങളെയും അവളുടെ ചിറകിൻ കീഴിൽ ചേർക്കുന്നത്...

അതിലുപരിയായി, ഖലിൽ ചിന്തിച്ചത്.... അവൾ സ്വയം ബോധ്യപ്പെടുത്താൻ ശ്രമിക്കുന്നത്, ചില രാത്രികളിലെങ്കിലും അവൾ കൊതിയോടെ പിന്തുടർന്ന യുക്ത്യാധിഷ്ഠിത സൗന്ദര്യബോധവും അങ്ങനെ രൂപപ്പെട്ട ആശയ സംഘർഷങ്ങളും ആയിരിക്കുമെന്നും അതിൽനിന്ന് ഉരുത്തിരിഞ്ഞ ദുർഘടമായ മതിഭ്രമകല്പനകളും കൂടിക്കലർന്നിട്ടും അവൾ സ്വയം നൽകിയ വാഗ്ദാനങ്ങൾ പാലിക്കാനാകാതെ തകർന്നുപോകുമ്പോൾ എല്ലായ്പ്പോഴും പരാതി പറയാറുള്ള സാധാരണ സ്ത്രീയായി മാറുകയും അപ്പോൾ സ്വാഭാവികമായും തൊണ്ടക്കുഴിയിൽ രൂപപ്പെടാറുള്ള വീർപ്പുമുട്ടലിന്റെ മുഴയെക്കുറിച്ചായിരിക്കും അവൾ അമ്പരപ്പോടെ ആലോചിക്കുന്നത്.

പക്ഷേ എഡിറ്റർ-ഇൻ-ചീഫിന്റെ ഭാര്യ, മൂന്നാമത്തെ ഗ്ലാസ്സ് കാലിയാക്കിയതിനുസേഷം, നിയന്ത്രണം നഷ്ടപ്പെടുകയും അവൾ ബോധപൂർവം പ്രദർശിപ്പിക്കാൻ ശ്രമിച്ചുകൊണ്ടിരുന്ന പ്രതിച്ഛായയിൽ നിന്ന് തെന്നി, ഭർത്താവിനോട് അടക്കിവച്ച വിദ്വേഷം മറനീക്കി പുറത്തുവരികയും ചെയ്തു. വൃത്തിയുള്ള ഒരു ഗ്ലാസ്സ് കൊണ്ടുവരാനുള്ള അയാളുടെ ആവർത്തിച്ചുള്ള ആവശ്യം അവൾ അവഗണിച്ചു... പിന്നീട് അവൾ ന്യായീകരിക്കാനാവാതെ ദേഷ്യം പ്രകടിപ്പിക്കുന്ന വിധത്തിൽ ചിരിക്കുകയും, “കുടിക്കാൻ വെള്ളം കാണുന്നില്ലെന്നു” പറഞ്ഞുകൊണ്ട് ആരെങ്കിലും അടുക്കളയിൽ നിന്ന് വന്നാൽ പുരുഷന്മാരെയും വിവാഹജീവിതത്തെയും പരിഹാസരൂപേണ അനുകരിക്കുകയും ചെയ്തു. കാരണം അവൾക്കറിയാമായിരുന്നു ഒരു കഷണം ഐസ് ഇനി ആരെങ്കിലും അവളോടു ചോദിച്ചാൽ മതി അവൾ പൊട്ടിത്തെറിക്കാനെന്ന്. ആഘോഷത്തിന്റെ തുടക്കത്തിൽ പങ്കുവച്ചതുപോലെയുള്ള നർമ്മസല്ലാപങ്ങൾ വിട്ട്, കടുത്ത ഭാഷയിലുള്ള തമാശകൾ കൊരുത്ത സംഭാഷണംകൊണ്ട് അവൾ മറ്റുള്ളവരുടെ ശ്രദ്ധയാകർഷിക്കാൻ തുടങ്ങി.

മാന്യദേഹം അയാളുടെ പ്രതാപവും പദവിയും വിട്ട് ചിരിക്കാൻ തുടങ്ങിയതോടെ അന്തരീക്ഷമാകെ പൊട്ടിച്ചിരികളാൽ മുഖരിതമായി: അയാൾ ചിരിക്കുന്നതും കുരയ്ക്കുന്നതും ഒരുപോലെയായിരുന്നെങ്കിലെന്ന് സങ്കല്പിച്ചു നോക്കൂ... സ്ഫോടനത്തിനുശേഷം ഇന്ന് നമ്മുടെ ചങ്ങാതി പൊട്ടിക്കീറിപ്പോയെങ്കിലെന്ന് സങ്കല്പിച്ചുനോക്കൂ... ഓരോ ഇരുപത്തിനാല് മണിക്കൂറുകളിലും രണ്ടുമണിക്കൂർ വൈദ്യുതി റേഷൻ അനുവദിച്ചിരിക്കുന്നതായി സങ്കല്പിച്ചുനോക്കൂ... അങ്ങനെ ചുമയെക്കുറിച്ചും വൈദ്യുതി വിച്ഛേദിക്കുന്നതിനെക്കുറിച്ചും സ്ത്രീകൾ നേരിടേണ്ടിവരുന്ന ദൈനംദിന ജീവിതപോരാട്ടങ്ങളെക്കുറിച്ചും സ്ത്രീശബ്ദങ്ങൾ ഉയർന്നതോടെ, എഡിറ്റർ-ഇൻ-ചീഫിന്റെ ഭാര്യക്ക് അവരെയൊക്കെ

നിശബ്ദരാക്കേണ്ടിവന്നു. എന്നിട്ട് മാന്യദേഹത്തോട് തുടരാനും പ്രോത്സാഹിച്ചു, അയാൾ അങ്ങനെതന്നെ ചെയ്തു... സ്ഫോടനത്താൽ നമ്മുടെ പ്രധാന ശുദ്ധജലസംഭരണി തകർന്നുവെന്നും അങ്ങനെ ശുദ്ധജലവും മലിനജലവും എല്ലാം കൂടി കലർന്ന് എല്ലായിടത്തേക്കും വ്യാപിച്ചെന്നും സങ്കല്പിച്ചു നോക്കൂ... അന്നേരം മനുഷ്യരെല്ലാം ഒരുമിച്ചുകൂടിയെന്ന് സങ്കല്പിച്ചു നോക്കൂ... നമ്മുടെ പ്രദേശത്ത് വൈദ്യുതി മടങ്ങിയെത്തിയെന്ന് സങ്കല്പിച്ചു നോക്കൂ... എന്നിട്ട്, നമ്മുടെ വ്യവസ്ഥിതിവച്ചുനോക്കിയാൽ, വൈദ്യുതി തിരികെ വന്നപ്പോഴേക്കും കേബിളുകളും വയറുകളുമെല്ലാം തെരുവിനടിയിലേക്ക് മുങ്ങിപ്പോയെന്ന്... അതുപോലെ വെള്ളം... പക്ഷേ ഇത്രയുമൊക്കെ സങ്കല്പിച്ചാൽ മതി... അന്ത്യവിധിയുടെ നാളിൽ മനുഷ്യരെല്ലാവരും ഒത്തുകൂടുന്നതുപോലെ... എന്നിട്ട്...

ചിരിയുടെ അതിശക്തമായ പ്രവാഹത്തിനിടയിൽ ഖലിലിന്റെ കാലുകളിൽ പിന്നുകളും സൂചികളും തറച്ചു കയറി. ഒന്നാം നിലയിലെ അയൽക്കാരിയായ ഒരു സ്ത്രീയുടെ കണ്ണുകളിൽ പടർന്നുപിടിച്ച കൺമഷി, കണ്ണിനു ചുറ്റുമുള്ള കറുത്ത പാടുകണ്ടാൽ ഇടിയേറ്റ് ചതഞ്ഞതാണെന്നേ തോന്നൂ, അവരത് തുടച്ചു വൃത്തിയാക്കുന്നു, മറ്റൊരു അയൽക്കാരി അവരുടെ വിലകുറഞ്ഞ പരവതാനി സൂര്യപ്രകാശത്തിലേക്ക് വിരിച്ചിടുന്നു... മട്ടുപ്പാവിൽ നിന്ന് തിരിഞ്ഞ് വാതിലിനടുത്തെത്തിയപ്പോഴേക്കും പരവതാനി താഴേക്ക് വലിഞ്ഞ് നീങ്ങിപ്പോകുന്നതു കണ്ടു! കാറ്റടിച്ചതുകൊണ്ടായിരിക്കുമെന്നാണ് അവൾക്കു തോന്നിയത്. അവൾ തിരികെ മട്ടുപ്പാവിലേക്ക് ഓടിച്ചെന്നു. തെരുവിൽ പതുങ്ങിനിന്ന ഒരു കള്ളൻ അതിന്മേൽ മെല്ലെ പിടിച്ചുവലിക്കുകയായിരുന്നു, അത് കണ്ടപാടെ അവൾ ഉറക്കെ നിലവിളിച്ചു... അവനാകട്ടെ അതിന്റെ അടിയിൽ നിന്ന് പിടിവിടാതെ അവളോട് മാറിനിൽക്ക് കൊടിച്ചീ, എന്ന് അലറി. അവളുടെ നിലവിളി ആക്രോശത്തിന് വഴിമാറി. ആ പിടിവലി കണ്ടിട്ട് അവളെ സഹായിക്കാൻ ആരും തയ്യാറായില്ല... ചിരികൾ മാത്രം... അയൽക്കാരി ഭയപ്പാടോടെ ദിവസങ്ങളോളം കരയുകയും ശപിക്കുകയും ചെയ്തു. അവളുടെ അമ്മായിയമ്മ, – ആ സ്ത്രീയായിരുന്നു അവൾക്ക് പരവതാനി കൊടുത്തത് – തിരികെയെത്തുംവരെ അവളുടെ കരച്ചിൽ നിലച്ചില്ല, അമ്മായിയമ്മ വന്നു സംഭവമറിഞ്ഞതോടെ അവളെ കഠിനമായി ശകാരിച്ചു: നശിച്ച കന്നാലീ, നിനക്കത് മുറുക്കിപ്പിടിച്ചുകൂടായിരുന്നോ....

ചിരികൾ ഖലിലിനെ താഴെനിന്ന് പിടിച്ചുവലിച്ചു, അവർ കരുതിയത് അവൻ ഒന്നാം നിലയിലെ അയൽക്കാരനാണെന്നായിരുന്നു, അവന്റെ അമ്മായിയമ്മ ബലൂൺ പോലെ പൊട്ടിച്ചിതറുന്നതുകണ്ട് അവർ ആർത്തട്ടഹസിച്ചു.

അങ്ങനെ ആഘോഷം അവസാനിച്ചു. ആ മാന്യദേഹം ഖലിലിന്റെ അരികിൽ വന്നുപറഞ്ഞു: നീയിപ്പോൾ താമസിക്കുന്ന ആ സ്ഥലമങ്ങ് വിട്ടേക്ക്, അവിടെ മുഴുവൻ കള്ളന്മാരും കൊള്ളക്കാരുമാണ്.

എഡിറ്റർ-ഇൻ-ചീഫിന്റെ ഭാര്യ ഖലിലിന്റെ അടുത്തുവന്ന് പറഞ്ഞു: നീ കൂടുതലൊന്നും സംസാരിക്കാത്തതുകൊണ്ട് നിന്നെ ഞങ്ങൾക്കിഷ്ട മായി.

സഹോദരൻ എന്നു വിശേഷിപ്പിക്കപ്പെട്ടയാൾ ഖലിലിന്റെ കാതിൽ മൃദുസ്വരത്തിൽ പറഞ്ഞു: നിന്നെ എനിക്കൊന്നു കാണണം.

നായിഫ് ഖലിലിന്റെ അടുത്തെത്തി പറഞ്ഞു, ഉറക്കം വരുന്നതു പോലെ തോന്നുന്നു, നാളെ എന്നെ വിളിക്കണം.

ഒരു ചിരി... ചിന്തിച്ചുകൊണ്ട് ഖലിൽ മുറിയിലെത്തി ഒരു ചായയു ണ്ടാക്കി...

ലോകത്തിൽ മറ്റെവിടെയും ഇവിടത്തുകാരെപ്പോലെ ചിരിക്കുന്ന വരുണ്ടാകില്ല. ബോംബ് സ്ഫോടനങ്ങൾ അതിന്റെ തീവ്രത മുഴുവൻ പുറത്തെടുത്തപ്പോഴും കുട്ടികൾ ചിരിക്കുകയായിരുന്നു, അവരോടൊപ്പം സർക്കാരുദ്യോഗസ്ഥരും ചിരിച്ചു, കാരണം അവർക്ക് അവധിയാണല്ലോ... അവർ വയറുനിറയെ ഭക്ഷണം കഴിക്കുന്നുമുണ്ട്. അവരുടെ ആഘോഷ രാവുകളിലേക്ക് ഏറ്റവും മികച്ച വീഡിയോ ടേപ്പുകൾ തന്നെ കൊണ്ടു വന്നിരുന്നു. ആഘോഷരാവ് ഒരുപാട് വൈകി അവസാനിക്കുന്നതുകൊണ്ട് അവർക്ക് പ്രത്യേകിച്ച് അനിഷ്ടമൊന്നുമില്ല, കാരണം പിറ്റേന്ന് കാലത്ത് ജോലിസ്ഥലത്തേക്കോ സ്കൂളിലേക്കോ പോകേണ്ട അത്യാവശ്യമൊന്നു മില്ലല്ലോ.

അവരെപ്പോലെതന്നെ അവരുടെ സ്ത്രീകളും ചിരിയുടെ കാര്യത്തിൽ ഒട്ടും പിന്നിലല്ല. അവർക്ക് അയൽക്കാരെ കാണാനും സംസാരിക്കാനും ഒരുപാട് അവസരങ്ങൾ വീണുകിട്ടാറുണ്ട്. അതുകൊണ്ടുതന്നെ ആരോ ഗ്യത്തെക്കുറിച്ചും ഉറക്കമില്ലായ്മയെക്കുറിച്ചും അറിയാവുന്ന അനീതി കളെക്കുറിച്ചും വൈവാഹിക ജീവിതത്തിലെ പ്രശ്നങ്ങളെക്കുറിച്ചും കുട്ടി കളുടെ വികൃതികളെക്കുറിച്ചും അനന്തമായി സംസാരിച്ചിരിക്കാൻ അവർക്കു കഴിയുന്നുമായിരുന്നു.

പീടികക്കാരനും ചിരിക്കാറുണ്ട്, കാരണം ആളുകളൊക്കെ തിരക്കു പിടിച്ച് സാധനങ്ങൾ വാങ്ങിക്കൂട്ടുന്നതുകൊണ്ട് തട്ടുകളൊക്കെ അക്ഷ രാർത്ഥത്തിൽ കാലിയായ മട്ടാണ്.

തൊട്ടടുത്തുള്ള ബേക്കറിക്കാരനും ചിരിക്കുന്നു, കാരണം ആളുകൾ അവർക്ക് ആവശ്യമുള്ളതിൽ കൂടുതൽ വാങ്ങിക്കൂട്ടുന്നു, ഒരാഴ്ച വിൽക്കാൻ കൊണ്ടുവന്ന മാവ് ഒരൊറ്റ ദിവസംകൊണ്ട് വിറ്റുതീരുന്നതു കൊണ്ട്, ശേഷിക്കുന്ന ദിവസം അയാൾക്ക് സ്വസ്ഥമായി വീട്ടിലിരിക്കു കയും ചെയ്യാം, പണിക്കാർക്ക് ആ ദിവസങ്ങളിലെ കൂലി കൊടുക്കേ ണ്ടിയും വരുന്നില്ല.

ഹോട്ടലുടമയും ചിരിക്കുന്നതു കാണാം. കാരണം ആളുകളി പ്പോൾ വീട്ടിനുള്ളിൽത്തന്നെ ചടഞ്ഞുകൂടിയിരിക്കാൻ ആഗ്രഹിക്കുന്നില്ല,

ജീവിതത്തെ അത്രമേൽ സ്നേഹിക്കാൻ തുടങ്ങിയതുകൊണ്ടും മരണം ഏതുനിമിഷവും വാതിലിൽ വന്നു മുട്ടിവിളിക്കാൻ സാധ്യതയുള്ളതുകൊണ്ടും അവർ അത്യാർത്തിയോടെ പുറം കാഴ്ചകൾ കൊണ്ട് പുറം ലോകത്ത് ജീവിക്കാൻ ഇഷ്ടപ്പെടുന്നു.

ഗ്യാസ് സ്റ്റേഷനുടമയും ആസ്വദിച്ചു ചിരിക്കുകയാണ്, കാരണം അയാളുടെ കൈവശമുള്ള ഗ്യാസിന്റെ ശക്തി, പ്രാചീനകാലത്തെ പാർത്രിയാർക്കീസുകളുടെ കരുത്തിന് തുല്യമായി ജനങ്ങൾ കാണുകയും, ജനക്കൂട്ടം അയാളുടെ മാന്ത്രികത്താടിയെ സ്പർശിക്കാനും ചുംബിക്കാനും തിരക്കുകൂട്ടുകയും ചെയ്യുന്നു. അതൊക്കെ കാണുമ്പോൾ അയാളോ അല്ലെങ്കിൽ അയാളുടെ മകനോ രാഷ്ട്രീയ നേതാവായാലും അത്ഭുതപ്പെടാനില്ല.

പണമിടപാട് നടത്തുന്നയാളും ചിരിക്കുന്നു, കാരണം കറൻസി ഇടപാടുകൾക്കും മാറ്റിയെടുക്കുന്നതിനും തീരെ സാധ്യത മങ്ങിയ ഒരു കാലത്തുപോലും ബന്ധുമിത്രാദികളോടുള്ള സഹതാപം നിമിത്തം ഡോളറിലേക്ക് പണം മാറ്റിക്കൊടുക്കുന്നത് സ്വന്തം താല്പര്യമാണെങ്കിലും, അത് ക്രക്കറ്റോവ ദ്വീപിലേക്ക് ജാവാ തിരമാലകൾ വീശിയടിക്കുന്നതുപോലെയാണല്ലോ എന്നാണ് അയാൾ കരുതുന്നത്...

കവിയും ചിരിക്കുന്നുണ്ട്, കാരണം അയാൾ എഴുതിയ വിഷാദവരികൾ നെഞ്ചേറ്റി സ്വന്തം കുടുംബത്തിലെയോ ആ പ്രദേശത്തെയോ ആരെങ്കിലും രക്തസാക്ഷിയായേക്കും, അത് ജനക്കൂട്ടത്തിന്റെ ഉച്ചഭാഷിണിയിലൂടെ മുഴങ്ങിക്കേൾക്കും, അവർ അവനെ പിന്നിട്ടുകഴിയുമ്പോൾ, വിനയത്തോടെ, അനന്യമായ ശബ്ദത്തിൽ ഒരു വിലാപഗീതം മെനയും, ആ വാക്കുകളുടെ ശക്തി ദുരന്തങ്ങളെ അതിജീവിക്കും, അങ്ങനെ അവൻ അടുപ്പക്കാർക്കിടയിൽ ഒരു ഗോത്രത്തലവനെപ്പോലെ ആയിത്തീരും...

വിദേശ പത്രപ്രവർത്തകരും ചിരിച്ചു, കാരണം അവർക്ക് പണിപ്പെടാതെ തന്നെ രസകരമായ ഒരുപാടു കഥകൾ വീണുകിട്ടിയിരുന്നു. അവരുടെ ചടച്ചുപോയ ശമ്പളത്തേക്കാൾ അത് രസകരമായിരിക്കുമെന്ന് ഉറപ്പാണ്.

പത്രപ്രവർത്തകരും ചിരിക്കുന്നുണ്ട്, കാരണം നാലാംകിട പത്രങ്ങളുടെ പേജുകൾ പോലും രാത്രി പതിനൊന്ന് മണിക്കുമുമ്പ് നിറയുന്നു. ഫോട്ടോഗ്രാഫർമാരും ചിരിക്കും. കാരണം അവർ നൽകുന്ന ഭീകര ചിത്രങ്ങൾ ഏറ്റവും പ്രധാന പേജുകൾ തയ്യാറാക്കുന്ന എക്സിക്യൂട്ടീവുകളെ ഓർമിപ്പിക്കും, എന്താണ് അവരുടെ സ്ഥാനവലിപ്പമെന്ന്.

വാടകവീട്ടുടമസ്ഥൻ ചിരിക്കും. കാരണം ബോംബ് സ്ഫോടനങ്ങളിൽ പൊറുതിമുട്ടി സൂത്രക്കാരായ വാടക്കാർ വീടൊഴിഞ്ഞ് നഗരം തന്നെവിട്ടുപോയേക്കും. മറ്റൊരു സംഗതികൂടി സംഭവിക്കാനിടയുണ്ട്, ജനസാന്ദ്രതയേറിയ നഗരപ്രദേശങ്ങളിൽ പൂർണമായും തകർന്നു

വീഴാത്ത വീടുകളന്വേഷിച്ച് ആളുകൾ പരക്കം പായുകയും പുതിയ ഉട മ്പടികളും വാടകക്കരാറുകളും ഉണ്ടായിക്കൊണ്ടിരിക്കുകയും ഒഴിവുള്ള ഇടങ്ങളിലേക്ക്, ഏതവസ്ഥയിലും, കഴിഞ്ഞുകൂടാൻ ആളുകൾ സന്നദ്ധ രാവുകയും ചെയ്യും. അപ്പാർട്ട്മെന്റുകൾ അമൂല്യമായ പവിഴങ്ങളെ പ്പോലെ ആയിത്തീരും, അതുകണ്ട് വീട്ടുടമയ്ക്ക് ആഹ്ലാദിക്കാം, അഥവാ അത് പൊളിഞ്ഞാൽ, അതിന്മേൽ ചെറിയ രീതിയിൽ കേടുപാട് തീർത്ത്, പുതിയ താമസക്കാർക്ക് കൊടുക്കാം. അതോർക്കുമ്പോൾ കെട്ടിടം പണി ക്കാരും ആശാരിമാരും പെയിന്റർമാരും കൊല്ലന്മാരും ഗൃഹോപകരണ നിർമ്മാതാക്കളും ചിരിക്കാൻ തുടങ്ങും... പിന്നെ ഡോക്ടർമാരും... അങ്ങനെ, രാജ്യം മുഴുവൻ ചിരിക്കും. മരിച്ചുപോയവരുടെ അമ്മമാർ പോലും ചിരിക്കും, കാരണം അടുത്ത തവണ പുതിയതൊന്നു വന്നു പതിക്കുമ്പോൾ അവരുടെ ഏകാന്തത മാറി, പുതിയ ചങ്ങാതികളെ അവർക്കും കിട്ടുമല്ലോ.

ചിരിക്കുന്ന ഒരു രാജ്യം... ചിരി നിർത്താൻ കഴിയാത്ത ഒരു രാജ്യം, കാരണം യുദ്ധത്തിന്റെ അതിഭയങ്കര ശക്തി അവർക്ക് ശുദ്ധമായ നിർവൃതി പ്രദാനം ചെയ്യുന്നു. ഒരു കൂട്ടം ആളുകൾ മാത്രമാണ് ആ ശക്തിയെ എതിർക്കുന്നത്.... അതൊരിക്കലും രാജ്യത്തിലെ അടിയൊഴു ക്കുകളെ തടയാൻ പര്യാപ്തമല്ല. അതൊരിക്കലും ബോംബുവർഷ ത്തിനോ മരണത്തിനോ മാനഹാനിക്കോ വെള്ളമോ വൈദ്യുതിയോ ആഹാരമോ ഇല്ലാത്തതിനോ എതിരേയുള്ള പ്രതിഷേധമല്ല. യുദ്ധശ ക്തികൾക്കിടയിൽ കൂടുതൽ ആഴത്തിൽ കലഹമുണ്ടാക്കാനുള്ള ഒരു മാർഗ്ഗം മാത്രമാണത്. അവർക്കെതിരേ കൂടുതൽ പരിഹാസവും അധി ക്ഷേപവും നടത്തി നിശബ്ദരായിരിക്കുക എന്നതുമാത്രമാണ് അവരുടെ ആവശ്യം. അതുകൊണ്ട് അവർക്ക് കൂടുതൽ ചിരിക്കാം. അങ്ങനെ മാലാഖമാർ ചിറകടിച്ചു പറക്കുകയും ചിരിക്കുകയും ചെയ്യുന്ന സ്വർഗ ത്തിനു ചിരിക്കാം.

ചിരിക്കുകയും കളിക്കുകയും ചെയ്യുന്ന ഒരു രാജ്യം വിശ്വസിക്കുന്നത് അതിന്റെ കരുത്തുകൊണ്ട് ചിരിക്കുകയോ കളിക്കുകയോ ചെയ്യാൻ കഴി യുകയില്ലെന്നും അങ്ങനെ കരുതിയെങ്കിൽ മണ്ടത്തരമാണെന്നുമാണ്.

അത്യന്തം വിചിത്രമായ ഒരു രാജ്യം.

ശക്തികേന്ദ്രങ്ങൾ അവരുടേതായ രീതിയിൽ ചിരിക്കുന്നു... എല്ലാ ശക്തികളും അവരവരുടേടേതായ രീതിയിൽ ചിരിക്കുന്നു... ചാരായം നിരോധിച്ചിരിക്കുന്ന രാജ്യങ്ങളെപ്പോലെ. അവർ ഇറക്കുമതിയും ഉപ ഭോഗവും നിരോധിച്ചിട്ടുണ്ട്... എന്നിട്ടും അവിടത്തുകാർ സദാ കുടിക്കു ന്നുമുണ്ട്, ഒരിക്കലും മദ്യപിക്കാത്ത ആത്മനിയന്ത്രണമുള്ള രാജ്യങ്ങളിൽ പോലും. എന്നാൽ കൈയൂക്കുള്ളവർ അവരുടെ കൊട്ടാരങ്ങളിലും ക്ലബ്ബു കളിലും വീടുകളിലും അപ്പാർട്ട്മെന്റുകളിലും, എന്തിനേറെ മദ്യപാനം വിലക്കപ്പെട്ട തെരുവുകളിൽപ്പോലും അങ്ങനെ ചെയ്യുന്നു. തെരുവുകൾ

അതിന്റെ സ്വന്തം കൈകളാൽ ചാരായം നിർമ്മിക്കുന്നു, അല്ലെങ്കിൽ വജ്ര പ്പശ മണക്കുന്നു, റോക്കറ്റ് ഇന്ധനങ്ങളുടെ പുക ഉള്ളിലേക്ക് വലിച്ചു കയറ്റുന്നു, അതുമല്ലെങ്കിൽ, എല്ലാംകൂടി ചെയ്യുന്നു. ആ വിഷം അക ത്താക്കുന്നതിലൂടെ അന്ധതയോ മരണമോ വരെ സംഭവിച്ചേക്കാം, എങ്കിലും അവരത് കുടിക്കുന്നു. കുടിയേക്കാൾ ഉപദ്രവങ്ങളാണ് അത് ചെയ്യുന്നത്. എങ്കിലും ഞങ്ങൾ അങ്ങനെയൊക്കെയാണ്. അതുകൊണ്ട്, ഞങ്ങൾ ചിരി നിരോധിച്ചു, എന്നാലും ഓരോരുത്തരും അവരവർക്കു തോന്നിയമട്ടിൽ ചിരിച്ചുകൊണ്ടേയിരിക്കുന്നു, അതുകൊണ്ടാണ് പറയു ന്നത് ലോകത്തിൽ ഏറ്റവും കൂടുതൽ പേർ ചിരിക്കുന്നത് ഇവിടെയാ ണെന്ന്.

സായുധരായവർ, അവരെ മറ്റുള്ളവരിൽനിന്ന് വേർതിരിക്കുന്ന ഘടകം അവരുടെ എടുത്തുചാട്ട സ്വഭാവവും, മനശ്ശക്തിയുമാണ്; അതുകൊണ്ടു തന്നെയാണ് അവർ രക്തസാക്ഷികളാവാൻ സദാ സന്നദ്ധരാകുന്നതും. സത്യത്തിൽ അവരാണ് ചിരിയെ ഏറ്റവും ഭ്രാന്തമായി സ്നേഹിക്കുന്ന വർ.... സംഘടനകളിലെയും രാഷ്ട്രീയ പാർട്ടികളിലെയും ആത്മഹത്യാ സന്നദ്ധ വിഭാഗമായിരിക്കും ഏറ്റവുമധികം ചിരിക്കുന്നത്... അവരുടെ പേരു കൾ തന്നെ നോക്കൂ... മുട്ടനാട് വിഭാഗം, അളിഞ്ഞ കൂട്ടം, വിരൂപസേന, അബു വോട്ട്സിറ്റ് പോരാളികൾ.... ദുഃഖിതനായ ഒരാൾ അതെല്ലാം ശ്രദ്ധി ക്കുന്നുണ്ടായിരുന്നു.... അവനുണ്ടായ നഷ്ടം അവനെ വല്ലാതെ ഞെരുക്കിക്കൊണ്ടിരുന്നു, അതുകൊണ്ടുതന്നെ അവനുമാത്രം ചിരിക്കാൻ കഴിഞ്ഞില്ല. അവന്റെ ചെറിയ ബേക്കറിയുടെ മുന്നിലുള്ള തെരുവിലെ വഴി തടസ്സപ്പെടുത്തി സാധനങ്ങൾ വിറ്റഴിക്കാൻ തുടങ്ങി. അവൻ സ്വയം വിളിക്കുന്നത് അബു കോളറ എന്നായിരുന്നു. അവൻ പ്രണയിച്ചിരുന്ന പെൺകുട്ടിയുടെ വീടിനു മുന്നിൽ കുറച്ച് ഡൈനാമറ്റുമായി ചെന്നു നിന്നിട്ട്, അതിൽ ഒരു ദണ്ഡ് കത്തിച്ച് അടുത്തുള്ള ഒരു പൊത്തിലേക്ക് എടുത്തെറിഞ്ഞുകൊണ്ട് അലറി, മൻതാഹാ ഇറങ്ങി വാ, അല്ലെങ്കിൽ ഞാനീ ലോകം മുഴുവൻ ചുട്ടു ചാമ്പലാക്കും. ഇതുകേൾക്കേണ്ട താമസം, അയൽക്കാരും നാട്ടുകാരും, അവരുടെ ജനാലകളിലെ ചില്ലുകളിന്മേൽ പിടിച്ചുകൊണ്ട് ഉറക്കെ വിളിച്ചു പറഞ്ഞു... ഇറങ്ങി വാ മൻതാഹാ, ഇറങ്ങി വാ... അപ്പോഴേക്കും അവൻ ചിരിക്കാൻ തുടങ്ങി. അവൻ വീണ്ടും വീണ്ടും ചിരിച്ചുകൊണ്ടിരുന്നു. അവന്റെയടുത്തുചെന്ന ഒരു ചെറുപ്പ ക്കാരൻ ചെറിയ ആയുധങ്ങളുടെ വിലയെക്കുറിച്ചും രാഷ്ട്രീയത്തെ ക്കുറിച്ചും സംസാരിച്ചു. അപ്പോഴേക്കും അവൻ തമാശകൾ പറയാൻ തുടങ്ങി. അവൻ പറഞ്ഞ ഒരു തമാശ ഇങ്ങനെയായിരുന്നു: ഒരു സ്ത്രീക്ക് ഒറ്റപ്രസവത്തിൽ മൂന്നു കുട്ടികളുണ്ടായതോടെ, ആവർത്തിച്ചുണ്ടായ ബോംബിംഗിൽ പാടേ തകർന്നുപോയ മൂന്ന് ഗ്രാമങ്ങളുടെ പേരുകൂട്ടി ച്ചേർത്താണ് മക്കൾക്ക് പേരിട്ടത്: ഫർഫാലസ്, ലിബാ, ഐൻ എൽ മിർ... ലിബാ നിലാവുപോലെ സുന്ദരിയായിരുന്നു, അവന്റെ ഭാര്യയും മക്കളുടെ

അമ്മയുമായ മൻതാഹയെപ്പോലെ. ഒരിക്കൽ, പോരാട്ടത്തിനിടയിൽ, ശസ്ത്രക്രിയ ആവശ്യമുണ്ടായിരുന്ന അവന്റെ ചങ്ങാതിയെ സഹായിക്കാൻ ശ്രമിച്ചു, അങ്ങനെ അവൾ അയാളെയും ചുമന്നുകൊണ്ട്, കാൽനടയായി, രാത്രിയിൽ മൈലുകളോളം പിന്നിട്ടു, ഒരിടത്തുചെന്ന് ചുമലുകളിൽനിന്ന് അയാളെ ഇറക്കി വച്ചപ്പോഴാണ് അവനറിയുന്നത്, ഇത്രയും ദൂരം ചുമന്നുകൊണ്ടു നടന്നത് അയാളുടെ കാലുകളെ മാത്രമായിരുന്നെന്ന്....

ചിരിയുടെ അത്യുഗ്രൻ ആഘോഷം തന്നെ അവിടെ അരങ്ങേറി. ആ കിടിലൻ തമാശയ്ക്കു മുന്നിൽ കൈയും കാലുമിട്ടടിക്കുന്ന ഒരു വലിയ പാറ്റയെപ്പോലെയായി നഗരം. ചിരിച്ചുതുടങ്ങിയവർക്ക് ചിരി നിർത്താൻ കഴിഞ്ഞില്ലെന്നു മാത്രമല്ല ഒന്നു ശ്വാസമെടുക്കാൻ പോലും കഴിഞ്ഞില്ല, ഒരല്പം ഓക്സിജൻ പോലും ഉള്ളിലേക്കു കയറ്റിവിടാൻ അവസരം കിട്ടിയില്ല.... ചിരിച്ചുതുടങ്ങിയവരുടെ രക്തം ആദ്യം നീലയും പിന്നീട് കറുപ്പുമായി മാറി, എന്നിട്ടും ചിരിയൊടുങ്ങിയില്ല..... ഒടുവിൽ അവർ ചിരികൊണ്ട് ഒടുങ്ങി.

എന്നിട്ടും, ഖലിൽ നീയെന്താ, തണുത്ത ചായ കുടിക്കുന്നത്? നീയെന്താ ചിരിക്കാത്തത്?

## ഏഴ്

**നേ**രം വെളുക്കുമ്പോഴാണ് ദുഷ്ടശക്തികളുടെ വളർച്ച നിശ്ചലമാകുന്നത്. സൂര്യന്റെ ആദ്യകിരണങ്ങൾ ഭൂമിയിൽ പതിക്കുമ്പോഴാണ് ദുർദേവതകളും പിശാചുകളും അപ്രത്യക്ഷമാകുന്നതെന്നാണ് ഗ്രാമീണർ പറയുന്നത്. നഗരപ്രദേശങ്ങളിൽ ആ സമയത്താണ് പ്രാണികളുടെ കുശുകുശുക്കലും ഇഴച്ചിലുകളും മന്ദീഭവിക്കുന്നത്. മദ്യപാനികൾ നിശബ്ദതയിലേക്ക് വീഴുന്നതും, രോഗികളുടെ വേദന അല്പമെങ്കിലും കുറയുന്നതും അന്നേരമാണ്. പ്രണയികളും വഞ്ചിക്കപ്പെട്ട ഭർത്താക്കന്മാരും ഉറങ്ങാൻ തുടങ്ങുന്ന സമയം. യുദ്ധഭൂമികളിൽ, പോരാളികളുടെ ദീന വിലാപങ്ങളും, പരിക്കേറ്റവരുടെ അവസാനതുള്ളി വെള്ളത്തിനുവേണ്ടിയുള്ള ഭയാനകമായ പരവശതയും ഒടുങ്ങിയ തീക്കുണ്ഡങ്ങളിൽ നിന്നുയരുന്ന വിളറിയ പുകച്ചുരുളുകളിൽ തങ്ങിനിൽക്കുന്നുണ്ടാകും. ആ കാഴ്ചകൾക്ക് കാല്പനികവശ്യത പകർന്നുകൊണ്ട് പുലർകാല മഞ്ഞുതുള്ളികൾ അവയെ പ്രതിഫലിപ്പിക്കും, ഒരുപക്ഷേ പശ്ചാത്തപിക്കാനുള്ള ഒരു കാരണമായിട്ടായിരിക്കും അങ്ങനെ ചെയ്യുന്നത്.

കുറച്ചുകാലം മുമ്പാണ്... നേതാക്കന്മാർ ചില പ്രദേശങ്ങൾക്കുവേണ്ടി വാദപ്രതിവാദങ്ങൾ നടത്തുന്ന കാലം, ചില അതിരുകൾ, അല്ലെങ്കിൽ ചില ആശയങ്ങൾ പോരാട്ടഭൂമിയിൽ വച്ചല്ലാതെ കണ്ടുമുട്ടുകയും പരസ്പരം പോരടിക്കുകയും ഒരുകൂട്ടർ വിജയിക്കുന്നതുവരെ അത് തുടരുകയും ചെയ്തിരുന്നു. തോൽക്കുന്നവരാകട്ടെ അവരുടെ തോൽവികളുമായി പൊരുത്തപ്പെടുകയും ശ്രദ്ധാഞ്ജലി അർപ്പിക്കുകയും, അനുസരണയും വിനയവും പ്രകടിപ്പിക്കുകയും മരിച്ചവരെ അടക്കുകയും മുറിവേറ്റവരെ ഉപേക്ഷിക്കുകയും ചെയ്തു. നേതാക്കന്മാർ തരം താഴ്ത്തപ്പെടുകയോ അല്ലെങ്കിൽ ആത്മഹത്യ ചെയ്യുകയോ ചെയ്തു. അങ്ങനെ പരിഭാഷകൾ ആരംഭിക്കുകയും സംസ്കാരവും മതങ്ങളും തമ്മിൽ ഇടകലരുകയും, നാഗരികതയുടെ താഴികക്കുടങ്ങൾ തലയെടുപ്പോടെ ഉയരുകയും ചെയ്തു... പതിവുപോലെ ചരിത്രം മാനവികതയിൽ നിന്ന് അകലെയുള്ള ഒരു വഴി കണ്ടെത്തി... ഞങ്ങളെ സംബന്ധിച്ചിടത്തോളം, ഇവയെല്ലാം വിലക്കപ്പെട്ടതായിരുന്നു. യുദ്ധമാകട്ടെ സകലതും അലങ്കോലപ്പെടുത്തുകയല്ലാതെ

മറ്റൊന്നും ചെയ്തില്ല. വിലക്കപ്പെട്ടതെല്ലാം നിരുപാധികം വിലക്കപ്പെട്ടതായിരുന്നു.

അങ്ങനെയാണ് തെരുവുയുദ്ധം നാണംകെട്ടരീതിയിൽ നട്ടുച്ചവരെയോ അല്ലെങ്കിൽ ഉച്ചയ്ക്കുശേഷം അല്പനേരം കൂടിയോ തുടർന്നത്.

ബോംബു സ്ഫോടനങ്ങളുടെ ശബ്ദങ്ങൾ കെട്ടടങ്ങി. തകർന്ന കെട്ടിടങ്ങളിൽ കഴിഞ്ഞിരുന്നവർ സ്വന്തം വീടുകളിലേക്ക് മടങ്ങി. മുറിയിലെത്തിയ ഖലിൽ കാലിലെ മരവിപ്പ് മാറാൻ കിടക്കയിൽ നീണ്ടു നിവർന്നു കിടന്നു. രക്തയോട്ടം പഴയതുപോലെയാകാൻ കാലുകൾ മടക്കുകയും തിരിക്കുകയും ചെയ്തു. തെരുവിൽ നിന്ന് ഒറ്റയ്ക്കും തെറ്റയ്ക്കും ചില ശബ്ദങ്ങൾ ഉയർന്നുകേട്ടു, അതെല്ലാം കളി തുടങ്ങാമെന്നുള്ള ആർപ്പുവിളികളായിരുന്നു.

വെളിച്ചം അകത്തേക്കു കടക്കുന്ന സകല വിടവുകളും മറയ്ക്കാൻ വേണ്ടി ഖലിൽ ജനാലവിരി മാറ്റി നോക്കി. അവിടെ ചിതറിക്കിടക്കുന്ന ചില്ലുകഷണങ്ങൾ കാലുകൊണ്ട് തൂത്തുകൂട്ടി ജനാലയുടെ താഴെത്തന്നെ ഇട്ടിട്ട് അവൻ ഉറങ്ങാൻ പോയി.

നന്നായൊന്നുറങ്ങണം എനിക്ക്, ഞാൻ ഉറങ്ങി എണീക്കുമ്പോഴേക്ക് അവൻ മടങ്ങിവരുമായിരിക്കും എന്ന് ഖലിൽ ചിന്തിച്ചു. അപ്പോഴേക്കും അവന്റെ വാതിലിൽ ആരോ ഉറക്കെ മുട്ടിവിളിക്കുന്നത് കേട്ടു, "മിസ്റ്റർ ഖലിൽ.... മിസ്റ്റർ ഖലിൽ, വാതിൽ തുറക്കൂ." ഖലിൽ വാതിൽ തുറന്നപ്പോൾ അവിടെ ഇരുട്ടല്ലാതെ മറ്റൊന്നുമുണ്ടായിരുന്നില്ല.

ചാരനിറമുള്ള കമ്പിളിപ്പുതപ്പിനുള്ളിലും ആ ശരീരം വിറയ്ക്കുന്നുണ്ടായിരുന്നു. അതിനെ എങ്ങനെ നോക്കിയാലും കണ്ണുകൾ എത്രതന്നെ വലിച്ചുതുറന്നാലും ഇരുട്ടായി തന്നെയാണ് കാണാനാവുന്നതെന്ന് ഖലിലിന് തോന്നി. അവന് അതിനെ കാണാൻ കഴിഞ്ഞിരുന്നില്ലെങ്കിൽ അവനൊരു കുഴിയിൽ അകപ്പെട്ടതുപോലെ കരുതുമായിരുന്നു...

ഇത്രയും തിരക്കുകൂട്ടേണ്ട കാര്യമൊന്നുമില്ല, ഇതുപോലെ സൈറൺ മുഴക്കിപോകേണ്ട ആവശ്യവുമില്ല, എന്നാലും ആംബുലൻസ് ഡ്രൈവർമാർ അത് പതിവാക്കിയിരിക്കുകയാണ്, മൃതദേഹമായാലും മുറിവേറ്റദേഹമായാലും, ആശുപത്രിയിലേക്കാണെങ്കിലും, അതല്ല പാതിവഴിയിൽ എവിടെയെങ്കിലും ഉപേക്ഷിക്കാനാണെങ്കിലും അവർ അങ്ങനെതന്നെ ചെയ്യും. വെള്ളക്കൊടികളുമായി റോഡിൽ കൂട്ടംകൂടിനിൽക്കുന്ന ആളുകളെ ചിതറിക്കാൻ പിന്നെ അവരെന്താണ് ചെയ്യേണ്ടത്. അല്പം അതിശയോക്തി കലർന്ന ഭാവത്തിൽ ഡ്രൈവറും അയാളുടെ സഹായിയും സിഗരറ്റുകൾ കൈമാറി വലിച്ചു, ഒരെണ്ണം ഖലിലിനു നേർക്കും നീട്ടി. അവർ പരസ്പരം സംസാരിക്കുന്നുണ്ടായിരുന്നു, അതിനിടയിൽ, വാക്കി-ടോക്കിയുമായി നടക്കുന്ന ഒരു

പെൺകുട്ടിയെ പരിഹസിക്കാനും അവർ മറന്നില്ല. ഒപ്പമുള്ള ആ ചെറുപ്പക്കാരനുമായി എന്തു ബന്ധമാണുള്ളതെന്ന് ഡ്രൈവറുടെ സഹായി ഖലിലിനോട് അന്വേഷിച്ചു, അയൽക്കാരനാണെന്നായിരുന്നു ഖലിലിന്റെ മറുപടി... എന്നിട്ട് കൂട്ടിച്ചേർത്തു: അവന്റെ കുടുംബം എന്റെ അയൽക്കാരായിരുന്നു, പിന്നെ കുറേനേരം ആരും ഒന്നും മിണ്ടിയില്ല. സായുധരായ ചിലർ റോഡു തടസ്സപ്പെടുത്തിയിരുന്ന സ്ഥലത്ത് ആംബുലൻസ് നിർത്തി. ഡ്രൈവർ പറഞ്ഞു: ഉള്ളിലൊരു ബോഡിയാണ്, ചങ്ങാതീ, വേണമെങ്കിൽ കേറി നോക്കിക്കോ. ആ ചെറുപ്പക്കാരൻ വേണ്ടെന്നു പറഞ്ഞെങ്കിലും ഖലിലിനെ സംശയദൃഷ്ടിയോടെ രൂക്ഷമായി നോക്കി. ഡ്രൈവർ പറഞ്ഞു: അവന്റെ അയൽക്കാരനാ, അയാളൊരു ഉപകാരം ചെയ്യുന്നുവെന്നേയുള്ളൂ. അതുകേട്ടതോടെ ചെറുപ്പക്കാരൻ പൊയ്ക്കൊള്ളാൻ പറഞ്ഞു. ദൈവം കാത്തു. ഡ്രൈവറുടെ സഹായി ചോദിച്ചു: അവനെത്ര വയസ്സുണ്ട്? കൃത്യമായി എത്രയുണ്ടെന്നറിയില്ല, ഏതാണ്ട് ഇരുപതിനടുത്ത് കാണും, ഖലിൽ പറഞ്ഞു.

അവനൊരു മനുഷ്യപ്പറ്റില്ലാത്തവനായിരുന്നേൽ, അവൻ നമ്മളെ തടഞ്ഞുനിർത്തി, സകലതും അരിച്ചുപെറുക്കി നോക്കിയേനെ, ഡ്രൈവർ ആശ്വാസപൂർവം പറഞ്ഞു. അല്പനേരത്തെ നിശ്ശബ്ദതയ്ക്കുശേഷം തുടർന്നു, ഒരുപക്ഷേ അവനെന്തെങ്കിലും അസുഖകരമായി തോന്നിയിട്ടുണ്ടാവും. ചിലപ്പോഴൊക്കെ അവർ മോഷ്ടിച്ച ആയുധങ്ങൾ ഒളിച്ചുകടത്തുന്നത് ആംബുലൻസുകളിലായിരിക്കും, എന്നിട്ട് ആരെങ്കിലും തടഞ്ഞാൽ പറയും, അത് മൃതദേഹമാണെന്ന്, ഡ്രൈവറുടെ സഹായി പറഞ്ഞു... പക്ഷേ അതൊരിക്കലും സർവകലാശാലാ ആംബുലൻസിലോ, റെഡ്ക്രോസ് ആംബുലൻസിലോ നടക്കില്ല. എനിക്കറിയാം, ആംബുലൻസ് ഡ്രൈവർ പറഞ്ഞു. പെട്ടെന്ന് അയാൾ വണ്ടി ബ്രേക്കിട്ട് നിർത്തി, പുറത്തേക്ക് ചാടിയിറങ്ങി സ്നേഹിതനാണെന്നു തോന്നിക്കുന്ന ഒരാൾക്കു നേരെ ആക്രോശിക്കുന്നതു കേട്ടു, ഒരു കെട്ട് ബ്രഡ് എത്തിക്കാമെന്നു പറഞ്ഞ വാക്കു തെറ്റിച്ചതിനാലായിരുന്നു അത്. മൃതദേഹം വണ്ടിയിൽ നിന്ന് തെന്നി താഴെ വീഴാതിരിക്കാൻ ഒരു തുകൽവള്ളികൊണ്ട് കെട്ടിയിട്ടിരിക്കുന്നു. ഖലിൽ പെട്ടെന്ന് എന്തോ ആലോചിച്ചുകൊണ്ട് സ്വയം പറഞ്ഞു: ഞാനും അവനെ ശവശരീരത്തെപ്പോലെയാണ് കരുതുന്നത്. ഡ്രൈവർ ഖലിലിനോട് ക്ഷമചോദിച്ചുകൊണ്ട് തിരികെ വണ്ടിയിൽ വന്നുകയറി, കുറേനേരത്തെ പരിശ്രമത്തിനൊടുവിൽ വളഞ്ഞിരുന്ന വാതിൽ വില്ലവിധേനയും അടച്ചു.

സാറായുടെ ഒച്ചയും അവളുടെ അമ്മയുടെ ആർത്തനാദവും മട്ടുപ്പാവിൽ നിന്ന് ഉയർന്നുകേട്ടു. ഖലിൽ ആംബുലൻസിന്റെ പിൻവാതിൽ തുറന്ന് പുറത്തിറങ്ങി, അവന്റെ കൈ പിടിച്ചുകൊണ്ട് അവനെ സ്വീകരിച്ചത് അവർക്കെല്ലാം ദീർഘകാലം മുഖപരിചയമുള്ള

ഒരു വൃദ്ധനായിരുന്നു. ഞങ്ങൾ സജ്ജരായിക്കഴിഞ്ഞു, ആ മനുഷ്യൻ പറഞ്ഞു. തന്റെ ബന്ധുവായിരുന്നെങ്കിലും അയാളുടെ പേര് ഓർത്തെടുക്കാൻ ഖലിലിന് കഴിഞ്ഞില്ല, വാർദ്ധക്യം അത്രമേൽ അയാളുടെ രൂപഭാവങ്ങൾ മാറ്റിമറിച്ചിരുന്നു.

ഖലിൽ ആംബുലൻസിനുള്ളിലേക്ക് ചൂണ്ടിക്കാട്ടി, അയാളോട് പറഞ്ഞു: അവൻ ഉള്ളിലുണ്ട്. ആ മനുഷ്യൻ പറഞ്ഞു, നമുക്ക് ഇപ്പോൾത്തന്നെ പോയാലോ, ഇവിടെ സ്ഥിതിഗതികൾ... നിനക്കറിയാമല്ലോ.

ഒരു ചെറുപ്പക്കാരൻ വന്ന് അവന്റെ ചെവിയിൽ എന്താണ് മന്ത്രിക്കുന്നതെന്ന് ആദ്യം ഖലിലിന് മനസ്സിലായില്ല, അവൻ അതുതന്നെ തുടർന്നു: ആ മാന്യദേഹത്തിന് ഇക്കാര്യത്തിൽ വളരെ ദുഃഖമുണ്ട്. അഗാധമായ ദുഃഖം, അയാൾ അനുശോചനം അറിയിച്ചിട്ടുണ്ട്, അയാൾക്കറിയില്ലായിരുന്നു, നീ പെട്ടുപോയെന്ന്, അയാൾ നിന്നെ വന്നു കാണും... അയാൾക്ക് നല്ല വിഷമമുണ്ട്, എല്ലാം വേഗം ശരിയാകുമെന്ന പ്രതീക്ഷയും അയാൾക്കുണ്ട്, എല്ലാം വളരെപ്പെട്ടെന്നായിരുന്നല്ലോ സംഭവിച്ചത്, അയാൾക്കെന്തുചെയ്യാൻ കഴിയും? ഞാനെന്താണ് പറഞ്ഞുവരുന്നതെന്നുവച്ചാൽ നമ്മുടെ ചെക്കന്മാരെല്ലാം ചേർന്ന് ഭീകരമായി... നിന്റെ ചില ബന്ധുക്കൾ അയാളുടെ രണ്ട് പ്രധാന വ്യക്തികളെ കൊന്നു. അവർ സഹോദരന്മാരായിരുന്നു. അയാൾക്കറിയാം ഇവിടെയുള്ളവർക്ക് അതൊന്നും ഒരു ന്യായീകരണമല്ലെന്ന്, പക്ഷേ, അവരുടെ ശവസംസ്കാരച്ചടങ്ങുകൾ കഴിഞ്ഞതോടെ കാര്യങ്ങൾ കൂടുതൽ വഷളായി... ഈ ആർത്തനാദങ്ങൾ... ഏതായാലും മാന്യദേഹം അന്വേഷണങ്ങളും ദുഃഖവും അറിയിച്ചിട്ടുണ്ട്.

തന്നെ ഇവിടെ കൊണ്ടുവിട്ട മഞ്ഞ ആംബുലൻസ് എവിടേക്കാണ് പോയിമറഞ്ഞതെന്ന് ഖലിലിന് ഒരു പിടിയും കിട്ടിയില്ല. വൈകുന്നേരമായതോടെ, ആ രണ്ടു സ്ത്രീകളും പെട്ടെന്ന് നിലവിളി നിർത്തിയത് ഖലിൽ ശ്രദ്ധിച്ചു. ഒരുപക്ഷേ, അവർ ഇവിടെ മുഴുവൻ സമയവും കഴിയേണ്ടവരാകില്ലെന്ന് ഖലിൽ കരുതി. ഉച്ചയ്ക്കുശേഷം സെമിത്തേരി മുതൽ ഇവിടെയൊക്കെത്തന്നെ പറ്റിക്കൂടി നിൽക്കുന്നത് അത്ര പന്തിയല്ലെന്നു അവന് തോന്നി.

അവൻ ആ വൃദ്ധനെ അവിടെയൊക്കെ അന്വേഷിച്ചുവെങ്കിലും കണ്ടെത്താനായില്ല.

പിറ്റേന്നു രാവിലെ അമ്മാവന്റെ ഭാര്യ നൈലോൺ ബാഗുകളുടെ വലിയ കെട്ടുകളുമായി വാതിലിൽ വന്നു നിന്നു. സാറായ്ക്കൊപ്പം അവളുടെ രണ്ട് കുഞ്ഞനിയന്മാരുമുണ്ടായിരുന്നു, പിന്നെ, വാതിൽപ്പടിയിൽ ആ വൃദ്ധനും കാത്തിരിപ്പുണ്ടായിരുന്നു. ഖലിലിനെ കണ്ടതോടെ അയാൾ അവനെ അഭിവാദ്യം ചെയ്തു. എത്രയോ മാസങ്ങളായി

അമ്മാവനും കുടുംബവും മുകളിലത്തെ നിലയിൽ താമസം തുടങ്ങിയിട്ട്, ഇതേവരെ അമ്മാവന്റെ ഭാര്യയെ ഇതുപോലെ കണ്ടിട്ടില്ല... ഇത് ആദ്യമായിട്ടാണ്... അവനെ കണ്ടമാത്രയിൽ ആ സ്ത്രീ അവന്റെ കൈകളിലേക്കു വീണ് അലമുറയിട്ടു, അത് സാറായുടെ നിലവിളിയേക്കാൾ ഉറക്കെയായിരുന്നു.

അവരാകട്ടെ സാധനസാമഗ്രികളെല്ലാം തിടുക്കത്തിൽ ഒരു മഞ്ഞക്കാറിനുള്ളിലേക്ക് തിരുകിക്കയറ്റുകയായിരുന്നു. അതിനിടയിൽ ഒരിക്കൽപ്പോലും അവനെ ചില്ലുജാലകത്തിലൂടെ അവർ നോക്കിയതേയില്ല. കാർ അവരെയുംകൊണ്ട് അല്പദൂരം പിന്നിട്ടപ്പോൾ ഖലിലിന് ആ വൃദ്ധന്റെ പേര് ഓർമ്മവന്നു: അബു കാസിം. ചെറിയ കുട്ടിയായിരിക്കുമ്പോൾ അവൻ അയാളുടെ വീട്ടിൽ പോകുമായിരുന്നു, അപ്പോഴെല്ലാം നബത്തിയേയിൽ നിന്നു കൊണ്ടുവന്ന പച്ച പുറന്തൊലിയുള്ള മധുരപലഹാരങ്ങൾ അവന് കൈനിറയെ കിട്ടുമായിരുന്നു.

# എട്ട്

ഒരുപാടുനാളുകളൊന്നുമായില്ലെങ്കിലും ഖലിലിന് അതുതന്നെ ധാരാള മായിരുന്നു എന്താണ് സംഭവിച്ചതെന്ന് സ്വയം ബോധ്യപ്പെടാനും വിശ്വ സിക്കാനും. ശരിക്കും അവനാ മൃതദേഹത്തെ കണ്ടതാണ്. എങ്കിലും അവനത് കണ്ടിട്ടില്ല. ചാരനിറമുള്ള ഒരു കമ്പിളിപ്പുതപ്പുകൊണ്ട് അതിനെ പൊതിഞ്ഞിരുന്നു, എങ്കിലും സ്ട്രെച്ചറിൽ കിടന്ന് വിറയ്ക്കുന്നത് അവൻ കണ്ടതാണ്. ആ മഞ്ചലിൽ നിന്ന് തെന്നിപ്പോകാതിരിക്കാൻ ഒരു തുകൽനാടകൊണ്ട് അതിനെ കെട്ടിയിരുന്നു, അതുകൊണ്ട് പ്രത്യേകിച്ച് പ്രയോജനങ്ങളൊന്നുമില്ലെങ്കിലും.

യൂസഫിന്റെ അമ്മയും മൃതദേഹത്തെ കണ്ടിരുന്നില്ല. പക്ഷേ, അവരെ അറിയാവുന്ന എല്ലാവരും, ശവശരീരത്തെ അവസാനമായി ഒന്നു കാണാനും സ്വന്തം കൈകളാൽ സ്പർശിക്കാനും ആ സ്ത്രീയെ സഹാ യിച്ചിരുന്നു; അന്നേരം ആ സ്ത്രീ കറുത്തവസ്ത്രം ധരിക്കണം, അതു കാണുമ്പോൾ മറ്റുള്ളവർ ഉറപ്പുവരുത്തുകയും എന്താണ് സംഭവിച്ചതെന്ന് അവർ വീണ്ടും സ്ഥിരീകരിക്കുകയും ചെയ്യും. ആ സ്ത്രീക്കുവേണ്ടി കറുപ്പ് ധരിച്ചവൾ, അവരെ അരികിലേക്കിരുത്തുകയും കൂറേക്കൂടി ഏങ്ങ ലടിച്ച് കരയാൻ നിരന്തരം പ്രോത്സാഹിപ്പിക്കുകയും ചെയ്തുകൊണ്ടി രുന്നു. ഒരു പ്രത്യേക സമയമായപ്പോൾ അവളെയുംകൊണ്ട് അവർ ഹസേനിയായിലേക്ക് പോയി. അവളുടെ മകൾ മറ്റുള്ള സ്ത്രീകൾ തീർത്ത വൃത്തത്തിനുള്ളിൽ ഇരുന്നതേയുള്ളൂ. അവർക്കിടയിലുണ്ടായിരുന്ന കൂടു തൽ ഉത്സാഹവതിയായ ഒരു പെണ്ണ്, എന്തെങ്കിലും തുടങ്ങുന്നതിനു മുമ്പ് എല്ലാ സ്ത്രീകൾക്കും ഒപ്പുകടലാസ് നൽകി; കൊല്ലപ്പെട്ടത് യുവാവാ യതുകൊണ്ട് കൂടുതൽ കണ്ണീരൊപ്പേണ്ടി വരുമല്ലോ. എല്ലാമറിയാവുന്ന ഒരു സ്ത്രീ, മറ്റുള്ളവരിൽ നിന്ന് അല്പം ഉയരത്തിലുള്ള ഒരിടത്ത് കയറി യിരുന്ന്, കണ്ഠശുദ്ധി വരുത്തി, മഹാന്മാരായ രക്തസാക്ഷികളുടെ ജീവചരിത്രപാരായണം തുടങ്ങി; അനുശോചനസന്ദേശം പോലെ. അവൾ പാടുകയും വായിക്കുകയും ചെയ്യുന്നതിനനുസരിച്ച് മറ്റുള്ള പെണ്ണുങ്ങൾ അവരുടെ കണ്ണീരൊഴുക്കിന്റെ താളവും ക്രമീകരിച്ചു. ഇപ്പോൾ മരണപ്പെട്ടവനും ഇതിനുമുമ്പെ മരണപ്പെട്ടവർക്കും വേണ്ടി അവൾ കണ്ണീരൊഴുക്കി. വിലാപശബ്ദം അലയടിച്ച അന്തരീക്ഷത്തിൽ

കണ്ണുകൾ ഈറനണിയുമ്പോൾ ഓരോ പെണ്ണുങ്ങളും പ്രഖ്യാപിക്കും, മരിച്ചവനെ അടക്കം ചെയ്യുന്നത് പൊടിയിലല്ല, തങ്ങളുടെ കണ്ണുനീരിലാണെന്ന്. കുറേ കഴിയുമ്പോൾ പാരായണം ചെയ്ത സ്ത്രീയുടെ പിന്നാലെ എല്ലാ പെണ്ണുങ്ങളും അണിനിരക്കും; തള്ളക്കോഴിക്കു പിന്നിൽ കുഞ്ഞുങ്ങളെന്നപോലെ... ശവമഞ്ചം വഹിക്കുന്നവർക്കു പിന്നാലെ റോഡിലൂടെ ശ്മശാനംവരെ സുന്ദരമായ ആലാപനശബ്ദം മൃതദേഹത്തെ പിന്തുടരും, അത് ദുഃഖിതരായവർക്കു മീതെ അലയടിക്കും. വിലപിക്കുന്ന പ്രധാന സ്ത്രീയെ മറ്റുള്ളവർ ഒരു നേർരേഖയിലെന്നപോലെ പിന്തുടരും, മരണം അതുപോലെ തന്നെയാണ്, ഒരു തവണ വിതുമ്പുന്നവർക്കു പിന്നാലെ അടുത്ത തവണ വിതുമ്പാൻ മറ്റൊരു കൂട്ടം, അത് ആവർത്തിച്ചുകൊണ്ടിരിക്കും. ആ ശബ്ദം മരണത്തെപ്പോലും അസ്വസ്ഥമാക്കും, മരിച്ചവർ ഓരോരുത്തരും മഹാന്മാരായ രക്തസാക്ഷികളുടെ കൂട്ടത്തിലേക്കാണല്ലോ കയറിപ്പോകുന്നത്... മറ്റുള്ളവയുമായി കൂടിക്കലരുമ്പോൾ മരണത്തെ നിസ്സാരമായി തോന്നും, ലാഘവബുദ്ധിയോടെ മരണത്തെ മറക്കാൻ തുടങ്ങുമ്പോഴായിരിക്കും, സകലത്തിന്റെയും പ്രഭവകേന്ദ്രമായി നിൽക്കുന്ന ഒരാളെ മരണം പിടികൂടുന്നത്.

ആ സ്ത്രീകൾ അസൂയയോടെയാണ് അവന്റെ മുറിയിലിരുന്ന് കരഞ്ഞതെന്ന് ഖലിലിന് തോന്നി... സകല വിവേകവും സ്ത്രീകൾക്കായി നൽകപ്പെട്ടിരുന്നു. ജീവിതത്തെയും മരണത്തെയും കുറിച്ചുള്ള വിവേകവും അതിൽനിന്ന് എത്രയോ വിദൂരമായ വിവേകം പോലും അവർക്കു നൽകപ്പെട്ടിരുന്നു... അവർക്ക് ലോകവുമായി അത്രമേൽ അടുപ്പമുണ്ട്. നേരിട്ട് അടുപ്പമില്ലാത്ത സംഗതികളുമായിപ്പോലും അവർ രഹസ്യസംവേദനം നടത്താറുണ്ട്, യാതൊരു സംഭ്രമങ്ങളുമില്ലാതെ... അവർ മരിച്ചവനുവേണ്ടി കരയുമ്പോഴും അവർക്കറിയാം അവൻ പൊടിയിൽ നിന്നുയിർകൊണ്ടവനാണെന്ന്. ഭൂഗുരുത്വാകർഷണത്തെ എങ്ങനെയെല്ലാം ബാധിക്കുന്നതെന്നും ഗ്രഹങ്ങൾ എങ്ങനെയാണ് തിരിയുന്നതെന്നും അവർക്കറിയാം, അഥവാ അറിയില്ലെങ്കിൽ, എങ്ങനെയാണ് അവരുടെ കാലം നിശ്ചലമാകുന്നത്. നിരന്തരമായി, സ്വർഗീയശരീരങ്ങളുമായി ചന്ദ്രനുമായി യുഗങ്ങളായി അവർ ബന്ധം പുലർത്തുന്നുണ്ട്, വേലിയേറ്റവും വേലിയിറക്കവുംപോലെ, സ്വർഗത്തിലെ ഇരുളും വെളിച്ചവും പോലെ, മണ്ണിലെ വിത്തും അതിന്റെ വിളവെടുപ്പും പോലെ...

അവർ തീവ്രമായി മരണത്തെപ്പോലും മെരുക്കിയെടുക്കാറുണ്ട്. ലേശം ലജ്ജയോടെയാണെങ്കിലും അധികാരത്തിന്റെ ആത്മവിശ്വാസത്തോടെ, ഇറങ്ങാൻ പറയുമ്പോൾ ഇറങ്ങുകയും ഇരിക്കാൻ പറയുമ്പോൾ ഇരിക്കുകയും ചെയ്യുന്ന മട്ടിൽ മരണത്തെ അവർ മെരുക്കിയെടുക്കും. അവർ അതിന് ആഹാരം കൊടുക്കും, കുടിക്കാൻ കാപ്പി കൊടുക്കും. കുടുംബാംഗങ്ങളിലൊരാളെപ്പോലെ ഒപ്പം കൊണ്ടു നടക്കും. അവരെ സംബന്ധിക്കുന്ന ചെറിയ വിഷയങ്ങൾ പോലും പങ്കു

വയ്ക്കാനും അവർക്കു മടിയില്ല, അയൽവാസിയുമായി കൊച്ചുവർത്ത മാനങ്ങൾ പറഞ്ഞുകൊണ്ട് കൊറിക്കാനുള്ള കടല നുള്ളിയെടുക്കും പോലെയേ ഉള്ളൂ അത്.

നിർവചിക്കാനാവാതെ വരുമ്പോഴെല്ലാം അവരതിനെ പിന്തുടരും. ഒരിക്കലും അവരതിൽ നിന്ന് ഓടിയൊളിക്കുകയില്ല. ആ ദിവസം മുഴുവൻ അവന്റെ അമ്മ നിശ്ശബ്ദയായിരുന്നു. അതേസമയം അവന്റെ സുഹൃത്തുക്കൾ അവനെ രക്തസാക്ഷിയെന്നു വാഴ്ത്തുകയും അവന്റെ ചിത്രങ്ങൾ വൈദ്യുതപോസ്റ്റുകളിലും ഉയർന്ന കെട്ടിട ങ്ങളിലും പതിക്കുകയും ചെയ്തു. അവരെ സംബന്ധിച്ചിടത്തോളം അവൻ ശത്രുക്കളോട് അവസാനനിമിഷം വരെ പോരാടി വീരമൃത്യു വരിച്ച ഒരാളായിരുന്നു... ഏത് ശത്രുക്കൾ? ആരുടെ ശത്രുക്കൾ? അത്തരം ചോദ്യങ്ങൾക്കൊന്നും യാതൊരു പ്രസക്തിയുമില്ല, കാരണം നഗരത്തിലെ സങ്കീർണമായ രാഷ്ട്രീയത്തിൽ അതൊന്നും ഉൾക്കൊ ള്ളാനുള്ള വിവേകം ആ ചെറുപ്പക്കാർക്ക് ഇല്ലായിരുന്നു. അവരെ സംബന്ധിച്ചിടത്തോളം അവൻ പോർക്കളത്തിൽ ശത്രുക്കളോട് പോരാടി വീരമൃത്യുവരിച്ച വീരശൂരപോരാളി മാത്രമാണ്. അവനൊരു രക്തസാക്ഷിയാണെന്ന് അവർക്ക് ഉത്തമബോധ്യവുമുണ്ട്, അവന്റെ അവസാന മാസത്തെ ശമ്പളം പോലും അവൻ അമ്മയ്ക്കുവേണ്ടി യാണ് നീക്കിവച്ചത്. ബുദ്ധിയും വിവേകവുമില്ലാത്തവരുടെ മേൽ ദൈവം അടിച്ചേൽപ്പിച്ച ഒരു കാര്യമെന്നോണമാണ് ആ ദിവസം മുഴുവൻ അവന്റെ അമ്മ നിശ്ശബ്ദയായിരുന്നത്. നേരമിരുട്ടിയിട്ടും മക്കൾ ഉറങ്ങിയിട്ടും ആ അമ്മമാത്രം അവളുടെ ഉദ്യമത്തിൽ നിന്ന് പിന്മാറി യില്ല. ശ്മശാനത്തിലെത്തും മുമ്പുതന്നെ അവൾ അലമുറയിട്ടുതുടങ്ങി. അവൾ ആ അന്തിമസ്ഥലത്തെത്തുംമുമ്പ് അവൻ അവിടെയെത്തിയ തോർത്തായിരുന്നു ആ അമ്മ ഉരുകിയത്. അവൾ നിലവിളിക്കുകയും വിതുമ്പുകയും അവന്റെ കുഴിമാടത്തിലെ പൊടിനിറഞ്ഞ കൈകളാൽ സ്വയം മുഖത്തടിക്കുയും ചെയ്തുകൊണ്ടിരുന്നു, അതുകഴിയും വരെ, അതുതന്നെ, മരണം, വീട്ടുകാര്യം പറയുകയായിരുന്നു, അയൽവാ സിയുമായി സൗഹൃദസംഭാഷണത്തിലേർപ്പെട്ടുകൊണ്ട് ചെമ്പുതട്ടിൽ നിന്നെടുത്ത കടല കൊറിക്കും പോലെ തന്നെ. കോഴി മുട്ടയിടാത്ത തിനെക്കുറിച്ചും കത്രിക നഷ്ടപ്പെട്ടതിനെക്കുറിച്ചും ഇന്നലെ കയറി വന്ന പുതിയപെണ്ണ് നാത്തൂനുമായി വഴക്കടിച്ചതിനെക്കുറിച്ചും സാറാ യുടെ കൈയിൽ നിന്ന് പണം വാങ്ങി ഗൾഫിൽ പോയി ശകലം എണ്ണ വാങ്ങിക്കൊണ്ടുവരുന്നതാണ് നല്ലതെന്നും എണ്ണക്ഷാമം കടുത്തു പോയി എന്നതിനെക്കുറിച്ചുമാണ് അന്നേരം അവൾ സംസാരിച്ചത്.

മരണം അപഹരിക്കപ്പെട്ട ചിലരെപ്പോലെയാണ് താനിപ്പോഴെന്ന് ഖലിൽ സ്വയം പറഞ്ഞു, സങ്കടത്തോടെ... രണ്ടുതവണ മരണത്തിൽ നിന്ന് രക്ഷപ്പെട്ടവരെപ്പോലെയായിരുന്നു അവൻ, കൊല്ലപ്പെടുന്നതിന്

നിമിഷങ്ങൾക്കുമുമ്പ് മരുഭൂമിയുടെ വക്കത്തുനിന്ന് രക്ഷപ്പെടുന്ന ചിലരെപ്പോലെ... സ്വന്തം കണ്ണുനീരുകൊണ്ട് മരണമുഖത്തുനിന്ന് ഉത്ഥാനം ചെയ്യുന്ന ചിലരെപ്പോലെ... അവരുടെ ചിത്രങ്ങൾ എല്ലായ്പ്പോഴും ചെറിയ കഷണങ്ങൾ പോലും കോറിയിടപ്പെട്ടിരിക്കും, അഭിലാഷങ്ങൾ പാകപ്പെടുത്തുന്നതിനു മുമ്പ് ശരിക്കും പാകമാകുന്ന ഋതുവിലെത്തും മുമ്പ്, എല്ലായ്പ്പോഴും, ഖലിലിന്റെ അഭിനിവേശങ്ങൾ കുഴിച്ചുമൂടപ്പെട്ടു, അല്ലെങ്കിൽ, അവരുടെ ശവശരീരങ്ങൾക്കൊപ്പം അവർ അതിനെയുംകൂടി കടത്തിക്കൊണ്ടുപോയിരിക്കുന്നു, അവർക്കുവേണ്ടി കരയുക എന്ന ദൗർബല്യംമാത്രം അവശേഷിപ്പിച്ചുകൊണ്ട്, അവരെ എന്നെന്നേക്കുമായി അടക്കം ചെയ്തുകൊണ്ട്, അവന്റെ ഭാവനാലോകത്തിന് രൂപം നൽകാനോ സ്ത്രീകളെക്കൊണ്ട് അത് അംഗീകരിപ്പിക്കാനോ കഴിയുകയില്ലെന്ന്, അവനെ സദാകാലവും ഓർമ്മിപ്പിച്ചുകൊണ്ട് അവർ സകലതും മോഷ്ടിച്ചിരിക്കുന്നു.

ഖലിലിന്റെ കുശുമ്പ് നാൾക്കുനാൾ വളർന്നുകൊണ്ടിരുന്നു... അവന് സംഭവിക്കാമായിരുന്ന മരണവും പൊള്ളലുമാണ് അവർ രണ്ടുപേരും നേടിയിരിക്കുന്നത്. അവന്റെ കിടക്കമേൽ നിവർന്നുക്കിടക്കാമെന്നല്ലാതെ അവന് യാതൊന്നും ചെയ്യാനില്ല. മരണം ഈ വിധത്തിൽ കടന്നുപോവുകയില്ലെന്നും അവനറിയാം. കാത്തിരിക്കുകയാണെങ്കിലോ, ശൂന്യമായ ജീവിതത്തിൽ ആഗ്രഹിക്കുകയാണെങ്കിലോ അതൊരിക്കലും കടന്നുവരികയില്ല. കാലത്തിന് എല്ലായ്പ്പോഴും അതിന്റെ പള്ള നിറഞ്ഞിരിക്കണം, എന്നാൽ മാത്രമേ കുതിരയെപ്പോലെയോ ആമയെപ്പോലെയോ നീങ്ങാൻ സാധിക്കൂ, എന്നാൽ ഖലിലിനെ വലിച്ചുവാരി വയറ്റിലേക്കിട്ടാൽ കാലത്തിന്റെ വയറിന് എന്തായിരിക്കും സംഭവിക്കുക?

ഖലിൽ നാജിയുടെ മൃതദേഹം കണ്ടിട്ടില്ലെങ്കിലും അവൻ അങ്ങനെയൊന്നിനെ മെനഞ്ഞുണ്ടാക്കി, അതിനെ അകലെ നിന്നുകണ്ടിട്ട് കടന്നുകളഞ്ഞു. അത് വളരെ അകലെക്കൂടിയാണ് പോയത്, എന്നിട്ടും യൂസഫിന്റെ മൃതദേഹത്തെ അവൻ എങ്ങനെയാണ് കണ്ടത്. കൊല്ലപ്പെടുന്നതുവരെ ഒരു സിംഹത്തെപ്പോലെയാണ് യൂസഫ് തെരുവുയുദ്ധത്തിൽ പോരാടിയത്, മറ്റുള്ളവരെ അപേക്ഷിച്ച് ആ രണ്ടു സഹോദരന്മാരായിരുന്നു മാന്യദേഹത്തിന്റെ സേനയിലെ ഏറ്റവും കരുത്തന്മാർ. അവരുടെ കൂട്ടാളികൾ അവനെ പിടികൂടി കൊല്ലുമ്പോൾ അവൻ മുറിവേറ്റ ചുമലും കാലുമായി ആംബുലൻസിൽ ആശുപത്രിയിലേക്ക് പോവുകയായിരുന്നു. കാരണം അവൻ അത്രമാത്രം തീവ്രമായിട്ടായിരുന്നു ഏറ്റുമുട്ടിയത്. ഒരുപാട് ശത്രുക്കളെ അവൻ കൊന്നു, പാർട്ടിയിലെ ശത്രുക്കളും അവന്റെ മതവിശ്വാസത്തിലെ ശത്രുക്കളും അക്കൂട്ടത്തിൽപ്പെടും, അതുകൊണ്ടാണ് അവനും കൊല്ലപ്പെട്ടത്... അങ്ങനെയാണ് സംഭവിച്ചതെന്ന് ഖലിൽ സ്വയം ആവർത്തിച്ചുപറഞ്ഞ് സമാധാനിക്കാൻ ഖലിൽ ശ്രമിച്ചുകൊണ്ടിരുന്നു, അല്ലാതെ യൂസഫ്

സുഹൃത്തുക്കളോടൊപ്പം രാത്രി വൈകി സഞ്ചരിക്കുമ്പോൾ ആകസ്മികമായി കൊല്ലപ്പെട്ടതല്ലെന്നും അല്ലെങ്കിൽ അവന്റെ ഊഴമെത്തിയപ്പോൾ പാറാവ് ഡ്യൂട്ടി നോക്കുന്നതിനിടയിൽ, അവരുടെ ആസ്ഥാന മന്ദിരമെന്നറിയപ്പെടുന്ന കെട്ടിടത്തിനു മുന്നിലെ കസേരയിൽ ഇരിക്കുമ്പോൾ കൊല്ലപ്പെട്ടതല്ലെന്നും വിശ്വസിക്കാനായിരുന്നു അവന് താത്പര്യം. അവനെ അവർ ആകസ്മികമായി പിടികൂടിയത്, ആയുധങ്ങളും പാട്ടാളബൂട്ടും ഉപേക്ഷിച്ച് വീട്ടിലേക്ക് ഓടി രക്ഷപ്പെടാനാവാത്തതുകൊണ്ടായിരുന്നില്ല. അതൊരിക്കലും ഒരു കുപ്പി ഗ്യാസുകൂടി അധികം നേടാനോ, വരുന്ന അധ്യയനവർഷത്തെ സർവകലാശാലാ ഫീസ് ഒടുക്കുന്നതിനുവേണ്ടി മാസാവസാനം കൂടുതൽ പണിയെടുക്കാൻ വേണ്ടിയോ ഉള്ള വ്യഗ്രതയായിരുന്നില്ല, ജീവിതത്തിനും മരണത്തിനും ഇടയിലുള്ള അതീവ ഗുരുതരമായ ഒരു കാര്യത്തിനു പിന്നാലെ കൂടിയതായിരുന്നു അവൻ. അത്, അതൊരിക്കലും അങ്ങനെയായിരുന്നില്ല... അവൻ പോരാടുകയായിരുന്നു. അവനുവേണ്ടി ഞാൻ ഒരുക്കിയ കെണിയിൽ യൂസഫ് ദൂരെക്കൂടി എന്നെ തോൽപ്പിച്ചു. എത്രയോ ദൂരെക്കൂടി. യൂസഫ് അതും അതിലപ്പുറവും വിഴുങ്ങി. ആരായിരുന്നു കൊല്ലപ്പെട്ട യൂസഫ്? അതിന് ഇനിയും ഒരുപാട് സമയം വേണ്ടിവരുമെന്ന് ഖലിലിന് തോന്നി, തലച്ചോറിൽ നിന്ന് തെറിച്ചുവീണുചിതറിയ ഓർമ്മയുടെ കഷണങ്ങൾ ചേർത്തുവച്ച് ഓർമ്മത്തട്ടുകൾ നേരാംവിധം ക്രമീകരിച്ചാൽ മാത്രമേ ആംബുലൻസിൽ വച്ച് കൊല്ലപ്പെട്ട മൃതദേഹത്തെക്കുറിച്ച് എന്തെങ്കിലും വ്യക്തമാകൂ, പക്ഷേ ചാരനിറമുള്ള കമ്പിളിപ്പുതപ്പിനുള്ളിൽ ഒരു കുഴിയിലെന്നതുപോലെ കാണപ്പെട്ടത്, യഥാർത്ഥത്തിൽ ആ കുഴിക്കുള്ളിൽ യൂസഫ് ആയിരുന്നു, പുറത്തുകടക്കാനാവാത്ത വിധം അവൻ അതിൽ അകപ്പെട്ടിരുന്നു, ഖലിൽ, യൂസഫിന്റെ ആയിരക്കണക്കിന് സഹോദരന്മാർക്കു തുല്യമായിരിക്കാം... എന്നാൽ യൂസഫിന്റെ ആ സഹോദരന്മാരാണ് അവനെ ആ പടുകുഴിയിൽ കൊണ്ടുപോയി ചാടിച്ചത്... അവന് പിന്നീടൊരിക്കലും സഹോദരന്മാരുടെ ആ കുഴിയിൽ നിന്ന് രക്ഷപ്പെടാനും കഴിഞ്ഞില്ല.

നീ പറഞ്ഞത് ശരിയാണ് ഖലിൽ, അവൻ കട്ടിലിൽ ഇരുന്നു... അവനുവേണ്ടി സകല കുഴികളും കുഴിച്ചത് ഞാനാണ്, എന്നാൽ ഇത്തവണയും അവൻ എന്നെ തോല്പിച്ചുകളഞ്ഞു. ഞാനാണ് അവനെ അതിലേക്ക് എടുത്തെറിഞ്ഞത്, എനിക്കൊരു അബദ്ധം പറ്റി, അവൻ മടങ്ങിവരുമെന്ന് എനിക്ക് പകുതി പ്രതീക്ഷയുണ്ടായിരുന്നു. ശരിയാണ്, വിജയത്തിലെത്തുംമുമ്പ് എനിക്ക് ഒരുപാട് തെറ്റുകൾ സംഭവിച്ചിട്ടുണ്ട്, ഞാനാണ് ആംബുലൻസിന്റെ പിൻവാതിൽ തുറന്ന് അവന്റെ ശരീരത്തിലേക്ക് വെടിയുണ്ടകൾ വർഷിച്ചത്, കുറേ വെടിയുണ്ടകൾ ലക്ഷ്യംതെറ്റി നഷ്ടപ്പെട്ടു, കുറേയെണ്ണം നേരത്തേ പതിഞ്ഞ ചുവന്ന തുളകളിലൂടെ അനായാസം പുറത്തേക്കുപോയി, മറ്റുചിലത്

ശരീരത്തിന്റെ അരികുകളെക്കൂടി കരിച്ചുകളഞ്ഞു. ഞാനാണ് യൂസഫിനെ കൊന്ന്, അവന്റെ ശരീരത്തിലെ വിഷംപുരണ്ട കാന്തികവലയത്തെ നിഷ്പ്രഭമാക്കിയത്. അതെ, ഞാനാണ് അവനെ സ്വതന്ത്രനാക്കിയത്, ഞാനാണ് അവനെ കൊന്നത്. ഞാനത് ഏറ്റുപറയുന്നു ഒരു വലിയ തണ്ണിമത്തനെപ്പോല. ഞാൻ അവന്റെ മരണത്തെ തിന്നു, ക്ഷണം ക്ഷണമായി ആ തണ്ണിമത്തൻ തീരുന്നതുവരെ. അവന്റെ കൊലപാതകം ഞാൻ തിന്നു, അതിന്റെ കുരു സഹിതം, അതിലുള്ളത് മുഴുവനും അവസാനിക്കുന്നതുവരെ. പശ്ചാത്താപത്താൽ ഞാൻ കരയും, ഞാൻ ചെയ്ത കൊടുംപാപത്തെയോർത്ത്, എന്റെ അഭിനിവേശം രണ്ടായി മുറിഞ്ഞിരിക്കുന്നു. അവൻ അർഹിക്കുന്നമട്ടിൽ ദീർഘകാലം ഞാൻ അഗാധമായി ദുഃഖിക്കുകയും അവനുവേണ്ടി കണ്ണുനീരിന്റെ കയ്പ് കുടിച്ചിറക്കുകയും ചെയ്യും.

പക്ഷേ എനിക്ക് കണ്ണുനീർ വന്നില്ല...

# ഭാഗം നാല്

## ഒന്ന്

**കു**തിച്ചുപായാൻ സദാസമയവും എന്തെങ്കിലുമൊക്കെ വാരിവലിച്ചു തിന്നുകൊണ്ടിരിക്കുന്ന പടക്കുതിരയല്ല കാലം.

കാലം ഒരു മധുരവടയാണ്. ശൂന്യതയിൽപോലും ചെറുകഷണങ്ങൾ ചിന്നിച്ചിതറുന്ന, അതീവലോലവും മൃദുലവുമായ ഒന്ന്.

ഞങ്ങളുടേതുപോലുള്ള ഒരു നഗരത്തിൽ, നിന്റെ ജീവിതം അറവുകാരന്റെ തടിക്കട്ടപോലെയായിരിക്കും. നിന്റെ സമയം, നിന്റെ കൈകൾ ചെറുതായി വെട്ടിനുറുക്കി നിന്നോടു തന്നെ കഴിക്കാൻ ആവശ്യപ്പെടും. അവശേഷിക്കുന്ന ചെറുകഷണങ്ങൾ കൂടി പൂർത്തിയാക്കാൻ അല്പനേരം കൂടി ലഭിക്കും... എത്രത്തോളം നീ അതിനെ വെട്ടി നുറുക്കുന്നുവോ, അത്രമാത്രം അത് ചെറുതാകും, അവ അപ്രത്യക്ഷമാകുന്നതുവരെ. ബോംബ് സ്ഫോടനങ്ങളുടേതൊഴികെ മറ്റൊരു സമയവും നിനക്ക് ഒന്നിച്ച് ഒരിടത്തുതന്നെ അനുഭവിക്കാൻ കഴിയില്ല. റമദാൻ മാസത്തിലെ വ്രതം കലണ്ടറുകളെ മാറ്റിമറിക്കുന്നതുപോലെ ബോംബ് സ്ഫോടനങ്ങൾ നഗരത്തിന്റെയും സമയക്രമത്തെ മാറ്റിമറിക്കുന്നു. ബോംബിംഗിനു മുമ്പ് - ബോംബിംഗിനിടയിൽ - ദീർഘനേരത്തെ ബോംബിംഗിനുശേഷമുള്ള ബോംബിംഗ് - ബോംബിംഗിനു മുമ്പ്. അതെ, എല്ലാം ബോംബിംഗിനെ ആശ്രയിച്ചിരിക്കും.

സകലതും ചെറുകഷണങ്ങളായി നുറുക്കപ്പെട്ടിരിക്കും, പൊടിപടലം പോലെ, ബോംബിംഗിനിടയിൽ ഒഴികെ. റേഡിയോയിൽ വാക്കുകളുടെ സുഗന്ധവും പാട്ടുകളും മാത്രമായിരിക്കും കേൾക്കുന്നത്... നീണ്ട പാട്ടുകൾ, ഉമ് കൽസൗമിന്റെ പാട്ടുകൾ പോലെ, കേട്ടുകൊണ്ടിരിക്കും. എന്നാൽ ബോംബിംഗ് നിലയ്ക്കുന്നതോടെ, അത് ചെറുപല്ലവികൾ മാത്രമായി ഒതുങ്ങും. കാരണം അപ്പോഴേക്കും എല്ലാവരും തിരക്കിലായിരിക്കും. ബോംബിംഗ് തീവ്രമാകുന്നതോടെ, പാട്ടുകൾ ആദ്യന്തം കേൾക്കാൻ കഴിയും, തത്സമയപരിപാടികളുടെ അവതാരകർ പോലും തിരക്കിലായിരിക്കും, സ്വന്തം സുരക്ഷയോർത്ത്, അവിടെനിന്നും ഇവിടെനിന്നും വരുന്ന വാർത്തകൾക്ക് കാതോർത്ത്,

അതുകൊണ്ട് ആ സമയങ്ങളിൽ പാട്ടുകാർക്ക് സ്വതന്ത്രമായി കടിഞ്ഞാണില്ലാതെ സഞ്ചരിക്കാം... മിക്ക ഭാഗങ്ങളിലും, ചെറുപരിപാടികൾക്ക് ആളുകൾ തയ്യാറല്ല, പ്രക്ഷേപണകേന്ദ്രങ്ങളിലോ തത്സമയ പരിപാടികളിലോ പോലും; അതുകൊണ്ട് ആ സമയത്ത് കലാപരമായ വിഷയങ്ങളോ, സാമൂഹിക വിഷയങ്ങളോ, കലാകാരന്മാരുമായുള്ള നർമ്മസംഭാഷണങ്ങളോ പോലും സംപ്രേക്ഷണം ചെയ്യുന്നത് ഫലവത്താവുകയുമില്ല... അങ്ങനെയാണ് ചെറുനിമിഷങ്ങൾ വലുതായി വളരുകയും ഇപ്പോൾ കേൾക്കുന്നതുപോലെയുള്ള പരിപാടികൾ കേൾക്കേണ്ടതായും വരുന്നത്.

'സഫലമായ' ബോംബു വർഷത്തിനു ശേഷം നഗരം അതിന്റെ പ്രാകൃതസൗന്ദര്യത്തിലേക്ക് മടങ്ങിപ്പോകുകയും അതുമായി പൊരുത്തപ്പെടുകയും ചെയ്യും. മരണം മാത്രമായിരിക്കും നഗരത്തിന്റെ ഒരേയൊരു കുതിമുള്ള്, നഗരത്തിൽ പലേടത്തും കുമിഞ്ഞുകൂടിയ ചീളുകളെയെല്ലാം ചേർത്ത് മരണം അതിനോടകംതന്നെ ഉരുക്കുതറ പണിതിരിക്കും.

മരണമാണ് നഗരത്തിലെ ഒരേയൊരു പുരുഷൻ. പ്രലോഭനങ്ങളിലും മറ്റുചില വിനോദങ്ങളിലും ആകൃഷ്ടയായി കിടക്കുന്ന നഗരത്തെ അവൻ ഒറ്റക്കുതിപ്പിന്, കൈകളിൽ കടന്നുപിടിച്ച്, തന്നിലേക്ക് അടുപ്പിക്കും, അവൾ നമ്രശിരസ്കയായി അവന്റെ മാറിലേക്ക് ചേരുന്നതോടെ ശാന്തമായി ശ്വാസോച്ഛ്വാസം സാധാരണഗതിയിലാകുകയും ചെയ്യും.

ബോംബിംഗ് ആരംഭിക്കുന്നതോടെ, അവൾ മറന്നുപോയ സ്വാദു പോലും അവൻ അവൾക്കു നൽകും. മരണമാണ് നഗരപിതാവ്, അയാൾ എപ്പോഴും അവളെ ജനാലയുടെ അരികിൽ നിന്ന് മാറി നിൽക്കാൻ ഓർമ്മിപ്പിക്കും... വേലിക്കെട്ടിനു പുറത്തുപോയി കളിക്കാമെന്ന സ്വപ്നം ഒരിക്കലും നടക്കാൻ പോകുന്നില്ലെന്നു പറഞ്ഞ് അയാൾ അവളെ ശകാരിക്കും. അപരിചിതരുമായി സംസാരിക്കുന്നതും ഇടപഴകുന്നതും ഏതെങ്കിലും മാസികകളിലോ അസാന്മാർഗ്ഗിക പുസ്തകങ്ങളിലോ അച്ചടിച്ചുവരുന്ന തെറ്റിദ്ധാരണാജനകമായ ഏതെങ്കിലും ലോകനഗരങ്ങളുടെ ചിത്രങ്ങൾ കാണുന്നതും എന്തിനേറെ, ടെലിവിഷൻ കാണുന്നതിൽ നിന്നുപോലും അവളെ വിലക്കിയിരുന്നു.

ബോംബിംഗ് കൂടുതൽ തീവ്രമാകുന്നതോടെ, മരണം എഴുത്തുമേശയിൽ കയറിയിരിക്കും. നീണ്ട സ്കെയിലും പേനയും കൈയിലെടുക്കുന്നതിനു മുമ്പ് കണ്ണട തുടച്ചുവൃത്തിയാക്കും. എന്നിട്ട് മഹാനായ ഒരു വാസ്തുശില്പിയെപ്പോലെ ആ നഗരത്തെ ഉടച്ചുവാർക്കാനുള്ള രേഖകൾ വരയ്ക്കും. അതിന് തെരുവുകളുമായി വളരെക്കുറച്ചു ബന്ധങ്ങളേ ഉണ്ടാവൂ: പോരാളികളും ആത്മഹത്യാവിഭാഗവുമായി മാത്രം. പ്രത്യേകിച്ച് ഒരു ജോലിയുമില്ലാത്തവർ, അവനവന്റെ ആകാശത്തിനുകീഴിൽ അലഞ്ഞുതിരിയും, അതാണല്ലോ

അവന്റെ സ്വാഭാവിക ഇടം. ഒന്നിലും ആശയക്കുഴപ്പങ്ങളില്ല, സിംഹങ്ങൾ ആട്ടിൻകുട്ടിയോടൊപ്പം കിടക്കാറില്ല, അതാണ് പ്രകൃതിനിയമവും കയ്പേറിയ യാഥാർത്ഥ്യവും. ഒരിടത്തും ആശയക്കുഴപ്പങ്ങളില്ല, ഷൂ കച്ചവടക്കാരനാണോ അതോ രത്നവ്യാപാരിയാണോ എന്ന് അത്ഭുതപ്പെടേണ്ടിവരില്ല, കൊള്ളയടിക്കപ്പെട്ട വൈദ്യുതോപകരണങ്ങൾ എന്തുകൊണ്ട് വിൽക്കപ്പെടുന്നു എന്നുപോലും സംശയിക്കേണ്ടി വരില്ല. ഏറ്റവും മികച്ച മോഷ്ടാക്കൾപോലും സ്വയം നിയന്ത്രിച്ചുകൊണ്ട് ഗൗരവമായി കുടുംബം പോറ്റുന്നുണ്ട്.

വ്യക്തതയുടെയും കൃത്യതയുടെയും ആശാനാണ് മരണം, പക്ഷേ, കഷ്ടതകളും കൊടിയ ദുരിതങ്ങളും അനുഭവിച്ചുകൊണ്ടിരിക്കുന്ന ഒരു നഗരത്തിനുമേൽ ഏതുരൂപത്തിൽ ഏതു തരത്തിലാണ് മരണം കടന്നുവരികയെന്ന് വ്യക്തമായോ കൃത്യമായോ നിർവചിക്കാൻ അവനുപോലും കഴിയില്ല. ചില കെട്ടിടങ്ങളിൽ അവന് സഹിക്കേണ്ടിവരുന്നത് ദൈവത്തിന്റെ മനുഷ്യാവതാരത്തെയും മനുഷ്യന്റെ ദൈവാവതാരത്തെയുമാണ്, കെട്ടിടങ്ങൾ വീഴുന്നതിനു മുമ്പ് ചില ചുമലുകൾ അതിനെ താങ്ങിനിർത്തുന്നതും കാണാം.

സംഘടനയുടെ പ്രസിഡന്റിന്റെ ഭാര്യ അവനെക്കുറിച്ച് സംസാരിച്ചുകൊണ്ടു നിൽക്കുമ്പോൾപ്പോലും അവൻ കഷ്ടതകൾ വിതയ്ക്കും, ദുരിതങ്ങളുടെ അധിപനാണ് മരണം. അവളുടെ ദേശീയ യോഗ്യതകൾ അനുസരിച്ച്, സൈനികമേധാവിയായ ഭർത്താവിന് പിന്തുണ നൽകുന്നത്, അയാൾ കൂടുതൽ അംഗീകാരവും കരുത്തും ആർജ്ജിക്കുന്നതിനുവേണ്ടിയാണ്. എന്റെ ഭർത്താവിന്റെ പദവികൾക്ക് കൊലപാതകങ്ങളോടാണ് കടപ്പാട്, അതുകൊണ്ടുതന്നെ ഞാനെന്റെ ആഭരണങ്ങളുപേക്ഷിച്ച് യുദ്ധത്തിന് സ്വയം സമർപ്പിക്കപ്പെട്ടിരിക്കുന്നു. മരണമാണ് എനിക്കിനി നേടാനുള്ള ഏകകാര്യം, അതിലൂടെ അനശ്വരതയിലേക്കുള്ള വഴി തുറന്നുകിട്ടും.

അത്രമേൽ ഉദാരമതികളായതുകൊണ്ട്, അവരുടെ കുടൽമാലകളും ശരീരഭാഗങ്ങളും വെയിലും മഴയും തട്ടി പൊതുനിരത്തുകളിലെ കീലുകളിൽ വീണുകിടക്കുന്നത് നഷ്ടമെന്നു കരുതാറില്ല. അവർ വിവേകമതികളായതിനാൽ, അവർക്കറിയാം രക്തസാക്ഷിത്വത്തേക്കാൾ വിലപിടിപ്പുള്ള മരണമില്ലെന്ന്, അതുകൊണ്ട് അബദ്ധവശാൽ പോലും അനശ്വരതയെ അവർ ഒഴിവാക്കില്ല. അവർക്കറിയാം വർഷത്തിൽ ഒരിക്കൽപ്പോലും പ്രസിഡന്റ് അവരുടെ സമീപമെത്തുകയില്ലെന്നും, തിരക്കിൽപ്പെട്ട് കുട്ടികളെപ്പോലും കാണാൻ കഴിഞ്ഞിട്ടില്ലെന്നും. ഞാനിവിടെ എന്റെ സമയവും എന്റെ യൗവനവും ഉരുക്കിക്കളയുന്നു, എന്റെ അപ്പനെയും എന്റെ വീടും ഞാൻ അവർക്കുവേണ്ടി ഉപേക്ഷിച്ചു, മുറിവേറ്റവർക്കുവേണ്ടിയും അനാഥർക്കുവേണ്ടിയും അംഗഹീനർക്കു വേണ്ടിയുമാണ് ഞാനങ്ങനെ ചെയ്തത്. നമുക്കിടയിലെ അംഗഹീനരെ നോക്കൂ, ശത്രുക്കളുടെ ഇരകളാണവർ, നമ്മുടെ

നിഷ്കളങ്കതയ്ക്ക് സാക്ഷികളാകാൻ വേണ്ടി ദൈവം മരണത്തിൽ നിന്ന് മടക്കിയയച്ചതാണ് അവരെ, അതുകൊണ്ട് അവരുടെ അംഗച്ഛേദത്തിൽ നമുക്ക് ആഹ്ലാദിക്കാം, മനസ്സാക്ഷി നമുക്കുമേൽ ചൊരിയുന്ന ഉത്കണ്ഠയുടെ വിഷത്തെ നമുക്ക് തുപ്പിക്കളയാം. അംഗഹീനരായ നമ്മുടെ സ്നേഹഭാജനങ്ങൾ അവരുടെ വടിയും ഊന്നി നിൽക്കുന്നു, അവരുടെ നീട്ടിയ കൈകൾക്കുവേണ്ടിയാണ് ഇടപെടേണ്ടത്, ചൂരൽക്കസേരകൾ നിർമ്മിച്ച് അതിന്മേൽ സ്വസ്ഥമായി ഇരിക്കുന്ന നിന്നേക്കാൾ ഭേദമാണ് അവർ. മുടന്തുള്ള കാലുകളും ചൂഴ്ന്നെടുത്ത കണ്ണുകളുമായി നമ്മുടെ മുന്നിൽ അവർ കളിക്കുന്നത് നമ്മുടെ മനഃസാക്ഷിയെ സന്തോഷിപ്പിക്കാനും നമ്മളെ നേർവഴി നടക്കാൻ പ്രോത്സാഹിപ്പിക്കുന്നതിനും വേണ്ടിയാണ്. അവർ നമുക്കുചുറ്റും ചക്രക്കസേരകളിൽ ചുറ്റിനടക്കുകയും മണലിൽ കളിക്കുന്ന കുട്ടികളെപ്പോലെ സന്തോഷിക്കുകയും നമ്മുടെ സംഘടനയിലെ പോരാളികളെ നിരന്തരം പ്രോത്സാഹിപ്പിക്കുകയും പെരുമ്പറ മുഴക്കി സന്തോഷപ്രകടനം നടത്തുകയും ചെയ്യുന്നു. ജലമുഖത്തുകൂടെ നടക്കുന്ന സംഘടനയ്ക്കുവേണ്ടി അവർ തങ്ങളുടെ അമ്മമാരെയും ഭാര്യമാരെയും മക്കളെയും ഉപേക്ഷിച്ചു.

സമൂഹത്തിന്റെ അഭിലാഷങ്ങൾക്ക് മൂർച്ചകൂട്ടേണ്ടത് നമ്മളാണ്. നമുക്ക് തുന്നൽക്ലാസ്സുകൾ സംഘടിപ്പിക്കണം, ചിത്രത്തുന്നൽ ശില്പശാലകൾ സംഘടിപ്പിക്കണം, നമ്മൾ നിർമ്മിക്കുന്ന അച്ചാറുകൾക്കും ഉപ്പിലിട്ടതിനും വിപണി കണ്ടെത്തണം. അവരുടെ വൃക്കകളിലെ കല്ലുകൾകൊണ്ട് നമുക്ക് മണൽച്ചാക്കുകൾ നിറയ്ക്കണം, ഉപരോധം സൃഷ്ടിച്ച പ്രദേശത്തെ തടസ്സങ്ങളെല്ലാം നീക്കം ചെയ്യണം, നമ്മുടെ മുറിവുകളിലൂടെ ഒലിച്ചിറങ്ങുന്ന ചാറുകൾകൊണ്ട് രക്തസാക്ഷികളുടെ ചിത്രങ്ങൾ കഴുകണം, അവരുടെ കൺകോണുകളിൽ നിന്ന് ഒലിച്ചിറങ്ങുന്ന വെള്ളം കൊണ്ട് നമ്മുടെ പാർട്ടി ആസ്ഥാനങ്ങളിലെ ചില്ലുകൾ തുടച്ച് വൃത്തിയാക്കണം, അമ്മമാരുടെ മുലപ്പാലിൽ കുതിർത്ത് നമ്മുടെ വെടിയുണ്ടകൾ വെടിപ്പാക്കണം, അങ്ങനെയെങ്കിൽ അവ മങ്ങിയ വെളിച്ചത്തിലും നിശ്ചയമായും പ്രഭ ചൊരിയും.

കറപുരണ്ട, കുറിയ, കുത്സിതമായ ഈ ജീവിതം കൃത്യമായി ക്രമപ്പെടുത്തണം. ഈ ജീവിതം കേവലമൊരു തെരുവുതിരയ്ക്കു വേണ്ടിയുള്ളതല്ല, ഇത് ജീവിതത്തെ നേരാംവണ്ണം ക്രമപ്പെടുത്താനുള്ള ചങ്കൂറ്റത്തിന്മേൽ ഏറ്റുവാങ്ങാനുള്ള വെടിയുണ്ടയ്ക്കുവേണ്ടിയുള്ളതാണ്. മരണത്തിന്റെ അനന്തമായ ക്രമത്തെ പുനഃക്രമീകരിക്കാനുള്ളതാണ്, പരിഭ്രാന്തിയും ആശയക്കുഴപ്പവും കുറച്ചുകൊണ്ടുവന്ന്, മികച്ച ഇടപാട് നടത്തി ഓഹരി കൈപ്പറ്റാനുള്ളതാണ്....

മരണം ദണ്ഡിപ്പിക്കുക തന്നെ ചെയ്യും, അതിനു മുന്നിൽ സംഘടനയുടെ പ്രസിഡന്റിന്റെ ഭാര്യയെന്നത് ഒരു തടസ്സവാദമേയല്ല....

രക്തം... കടുംചുവപ്പ് രക്തത്തിലേക്ക് ഖലിൽ ഛർദ്ദിച്ചു. സംഘടനാപ്രസിഡന്റിന്റെ ഭാര്യയുടെ പ്രസംഗം അവസാനിക്കുമ്പോഴേക്ക് അവന്റെ നിയന്ത്രണം നഷ്ടപ്പെട്ടിരുന്നു, ചുവടുകളുറയ്ക്കാത്ത നർത്തകിയെപ്പോലെ അവൾ ജലധാരയുള്ള കുളപ്പടിയിൽ നിന്ന് വേച്ചുവേച്ച് രക്തധാരയിലേക്ക് വീണു, അപ്പോഴും അവൾ ആക്രോശിക്കുകയും സ്വന്തം കൈകളാൽ മുഖത്ത് അടിക്കുകയും ചെയ്യുന്നുണ്ടായിരുന്നു, അവന്റെ തലയിൽ അന്നേരം ജ്വരം കത്തിജ്വലിച്ചു.

അപ്പോൾ സംഘടനാ പ്രസിഡന്റിന്റെ ഭാര്യ മുരളുന്ന 'സിംഗർ' തയ്യൽയന്ത്രത്തിന്റെ പിന്നിലിരിക്കുകയായിരുന്നു, അവൾക്കുപിന്നിൽ ചെറിയ പെൺകുട്ടികൾ തുന്നൽ യന്ത്രങ്ങൾക്കു മുന്നിലിരുന്നു. യൂസഫ് മിക്കവാറും ശൂന്യമായ പ്രവേശനകവാടത്തിലേക്കു പോയി, അവിടെ ഒരു വലിയ നിലക്കണ്ണാടി മാത്രമാണ് ഉണ്ടായിരുന്നത്. അവൻ സാവധാനം കൈകൾ വിരിച്ച് നടക്കാൻ തുടങ്ങി, സവിശേഷ ചലനങ്ങളോടെ നടക്കുന്ന മോഡലിനെപ്പോലെ. ഇടയ്ക്ക് തുന്നൽ യന്ത്രങ്ങളുടെ കൂട്ടമുരൾച്ച അല്പനേരം നിലയ്ക്കും. അത് സംഘടനാ പ്രസിഡന്റിന്റെ ഭാര്യ പെൺകുട്ടികൾക്ക് നിർദ്ദേശങ്ങൾ നൽകുന്ന സമയമായിരിക്കും, ആ സമയം ഒരു കാറ്റിനെപ്പോലെ അവർക്കുചുറ്റും അവൾ പാറിനടക്കും, എല്ലാ പെൺകുട്ടികളുടെയും കൈവശം ഒരു ചെറിയ വെള്ളത്തുണി ഉണ്ടായിരിക്കും. അതുമായി അവർ ചുവന്ന ജലധാരയ്ക്കു സമീപം വട്ടമിട്ടുപറക്കും, സംഘടനാപ്രസിഡന്റിന്റെ ഭാര്യ അവിടെനിന്നു മാറിനിൽക്കുന്ന ചെറിയ ഇടവേളകൾ കിട്ടുമ്പോൾ ആ പെൺകുട്ടികൾ അസാമാന്യ ഭാവതീവ്രതയോടെ പാട്ടുപാടാൻ തുടങ്ങും, മാലാഖമാരുടെ ശബ്ദത്തിൽ ചെറിയ കുട്ടികൾ കരയുന്നതുപോലെയുള്ള ഒച്ചയിൽ.

പിന്നീട് സംഘടനാപ്രസിഡന്റിന്റെ ഭാര്യ എഴുന്നേറ്റ് യൂസഫിന്റെ അടുത്തേക്ക് നടന്നുചെല്ലും. അവന്റെ ലോലമായ അരക്കെട്ടിനെ കൈകൾ കൊണ്ട് ചുറ്റിവരിഞ്ഞ് അവൾ സാവധാനം അവന്റെ കോട്ടൺ ഷർട്ട് തലയിലൂടെ വലിച്ചൂരും, അപ്പോഴേക്കും വെളുത്ത പട്ടുനൂലുകളാൽ നിർമ്മിതമായ രണ്ടു വലിയ ചിറകുകൾ പ്രത്യക്ഷപ്പെടും. ആ ചിറകുകളെ അവൻ അമ്പരപ്പോടെ നോക്കിനിൽക്കുമ്പോഴേക്കും, അവൾ അവന്റെ ശരീരത്തിൽ വെടിയുണ്ടയാൽ തുളവീണ ഓട്ടകളിലൂടെ പട്ടുനൂലുകൾ കോർത്ത് നെഞ്ചിന്റെ വശങ്ങളിലായി ചിറകുകൾ വേഗം തുന്നിപ്പിടിപ്പിക്കും. എന്നിട്ട് അവനെ ആലിംഗനം ചെയ്യും. പിന്നെ, അവർ കൈകോർത്തു പിടിച്ചുകൊണ്ട് തകർന്ന പടിക്കെട്ടുകളിലൂടെ നടക്കാനിറങ്ങും, അന്നേരം പെൺകുട്ടികളുടെ ശബ്ദം വീണ്ടും ഉയർന്നുകേൾക്കും. യൂസഫ് പടിക്കെട്ടുകൾ ഒന്നൊന്നായി കയറി ജലധാരയുടെ ഏറ്റവും മുകളിലെത്തും, എന്നിട്ട് അവിടെയിരുന്ന് അവന്റെ വെളുത്ത ചിറകുകൾ വീശും, ചിറകുകളുടെ നിറം

മാറ്റാതെ അവന്റെ തലയിൽ നിന്ന് ചുവന്ന ദ്രാവകം ധാരമുറിയാകെ പ്രവഹിക്കുംവരെ അത് തുടരും.

മുന്നിലിരിക്കുന്ന പിച്ചളപാത്രം ചെറുതായൊന്ന് അനങ്ങുമ്പോൾ പോലും ഉയരുന്ന രൂക്ഷഗന്ധം അവനെ മടുപ്പിക്കുന്നുണ്ടെങ്കിലും അതിലെ ചൂടുവെള്ളം അവന് പരിചിതമാണ്, അവൻ അത് ഇഷ്ടപ്പെടുമ്പോഴേക്കും അവൾ അവനെ കുളിപ്പിക്കാൻ തുടങ്ങുകയും ഉറക്കെ ചിരിച്ചുകൊണ്ട് പാട്ടുപാടുകയും ചെയ്യും.

അവന്റെ സഹോദരിമാരുടെ കണ്ണുകൾ അവന്റെമേൽ തന്നെയായിരിക്കും, ചിരിച്ചുകൊണ്ട് അവന്റെ ചെറിയ അവയവത്തെത്തന്നെ ഒളിഞ്ഞുനോക്കും, അത്തരമൊന്ന് അതിനുമുമ്പ് ആ കുടുംബത്തിൽ ഉണ്ടായിട്ടില്ലാത്തതുപോലെ.... അവരുടെ തൊണ്ടകളിൽ നിന്നുയരുന്ന 'ബിസ്മില്ലാഹ്', അല്ലാഹുവിന്റെ നാമത്തിൽ, വിളികൾകൊണ്ട് അവിടമാകെ മുഖരിതമാകും. അവളുടെ കൈകൾ അവന്റെ പൊക്കിളിലൂടെയും, ചെറുതായി ഉന്തിയ വയറിലൂടെയും സഞ്ചരിക്കുമ്പോൾ അവിടെനിന്ന് ചൂട് നീരാവി ഉയരുന്നതുപോലെ അനുഭവപ്പെടും. അവൾ സുഗന്ധതൈലം കൊണ്ട് അവന്റെ തലയെ അഭിഷേകം ചെയ്യുകയും അവളുടെ തുടുത്ത മുലകളിൽ നിന്ന് പാൽത്തുള്ളികൾ അവന്റെ കണ്ണുകളിലേക്ക് ഇറ്റിച്ചു വീഴ്ത്തുകയും ചെയ്യും. അവന്റെ സ്നിഗ്ദ്ധമായ മേനിയിൽ സ്പർശിക്കുമ്പോഴെല്ലാം അവന്റെ സഹോദരിമാരിൽ ഒരുവൾ സന്തോഷാതിരേകത്താൽ കൈയടിക്കും, അതേ സമയം മറ്റുള്ളവർ അവന്റെ ഉരുണ്ട കാലുകളിൽ തലോടിക്കൊണ്ട് സന്തോഷം ഉല്പാദിപ്പിക്കുകയും പരസ്പരം ചിരിക്കുകയും ചെയ്യും. ജനാലയ്ക്കു പിന്നിലായി മഞ്ഞുവീഴുന്നതാണോ അതോ കണ്ണിൽ വീണ മുലപ്പാലിന്റെ മാസ്മരികതയാൽ സകലതും വെള്ളയായി തോന്നുന്നതാണോ? വെണ്മയുള്ള അവന്റെ ഉടയാടകളെല്ലാം നീക്കി, അവൾ പെൺകുട്ടികളുടെ കൈകളിലേക്ക് ഇട്ടുകൊടുത്തു, തൊട്ടുമുമ്പ് ഉയർത്ത വിശുദ്ധനെപ്പോലെയായിരുന്നു അന്നേരം അവൻ. പാട്ടിന്റെ മുറിഞ്ഞ പല്ലവികൾക്കിടയിൽ, പെൺകുട്ടികൾ അവന്റെ ദേഹത്തേക്ക് വെള്ളം തെറിപ്പിക്കുകയും, തലമുടിയിഴകളിലൂടെ അലസമായി വിരലോടിക്കുകയും അപരിചിതരുടെ കണ്ണേറു തട്ടാതെ ദൂരെ മാറ്റി കിടത്തുകയും ചെയ്തു.

അവന്റെ പൊക്കിൾക്കൊടി ചുരുങ്ങിയതോടെ കുളിത്തൊട്ടിയിൽ അവനെ അല്പനേരം നിർത്താനും, അവൾ മടങ്ങിവന്ന് അവനെ നോക്കി 'ബിസ്മില്ലാഹ്' എന്നു പറഞ്ഞുകൊണ്ട് കർട്ടൺ വലിച്ചു നീക്കിയിടുകയും ചെയ്തു. വെള്ളത്തിൽ വീഴുമോ എന്ന് ശ്രദ്ധാപൂർവം നോക്കിക്കൊണ്ട് എല്ലാവരും അവനെ ചുറ്റിപ്പറ്റിനിന്നു. അവർ അവനെ വെളുത്ത തോർത്തുകൊണ്ട് പൊതിഞ്ഞു, ഫറവോയുടെ ശരീരം ദ്രാവകരൂപത്തിലുള്ള സ്വർണം കൊണ്ട് പൊതിയുന്നതുപോലെയായിരുന്നു അത്. പിന്നീട് പുരോഹിതകളെപ്പോലെ, അവന്റെ

ശരീരമാസകലം സുഗന്ധതൈലം കൊണ്ട് തേച്ചുകഴുകി. എന്നിട്ട് അവൾ അവനെ എടുത്തുയർത്തി, അവനോടുള്ള ദാഹം അവരുടെ മുഖത്ത് പ്രകടമായിരുന്നു. അവളുടെ മുഴുത്ത മുലകളിൽനിന്ന് അവന്റെ മുഖത്തേക്ക് ഇറ്റിറ്റുവീണ പാൽത്തുള്ളികളെ നുണയാൻ അവൻ തിടുക്കം കാട്ടി. അതിന് വൈകിയപ്പോഴൊക്കെ അവൻ മുഷ്ടി ചുരുട്ടി ആവേശപൂർവം അത് ആവശ്യപ്പെട്ടുകൊണ്ടിരുന്നു, അവന്റെ ആസക്തികളെ തൃപ്തിപ്പെടുത്തുന്നതായിരുന്നു ആ സ്നാനം.

അവൻ നടക്കാൻ തുടങ്ങിയതോടെ, കുളിത്തൊട്ടിയിൽനിന്ന് വെള്ളം തൂകിപ്പോകാനും തുടങ്ങി. നന്നേ ചെറുപ്പത്തിൽ രാജ്യാധികാരം നേടിയ ഭരണാധികാരിയെപ്പോലെ അവൻ മറ്റുള്ളവരോട് കുറുമ്പ് കാട്ടിയിരുന്നു. സുഗന്ധം കുറഞ്ഞതോടെ അവന്റെ ശബ്ദം കൂടുതൽ ഉയർന്നുകേട്ടു. കർട്ടനുപിന്നിൽ അപ്പോഴും മഞ്ഞുവീഴുന്നുണ്ടായിരുന്നു, അവന്റെ തോർത്ത് മരക്കസേരയ്ക്കു ചുവട്ടിൽ കുളിപ്പാത്രത്തിനടുത്ത് അലക്ഷ്യമായി കിടന്നു. അതിലെ വെള്ളത്തിൽ അപ്പോഴും കുമിളകളുണ്ട്. അവൻ കരയാൻ തുടങ്ങിയപ്പോഴേക്കും ആ ശബ്ദം വെള്ളത്തിൽ വീണു. പെട്ടെന്ന് യഥാർത്ഥ മണത്തിന്റെ ഉച്ചസ്വരത്തിലുള്ള നോട്ട് അവന് യാതൊരു മുന്നറിയിപ്പും നൽകാതെ പോയ് മറഞ്ഞു, അതൊരു അബദ്ധമായിരിക്കണം. അവന്റെ കണ്ണുകളിലെ പരിഭ്രാന്തി പോലെ ചിലത് അവൻ തിരിച്ചറിഞ്ഞു. ചെറിയ പെൺകുട്ടിയുടെ കവിളുകൾ ചുവന്നതോടെ മറ്റു പെൺകുട്ടികൾക്ക് ചിരിമുട്ടി. അവൾ അവരെ ചിത്രശലഭങ്ങളെപ്പോലെ മുറിയിൽ നിന്ന് തുരത്തിയിട്ട് പറഞ്ഞു, "അതുശരി, നിങ്ങളൊക്കെ ആണുങ്ങളായിത്തീരുകയും സ്വയം കുളിക്കുകയും ചെയ്തോളൂ."

ചിരിച്ച്, വാക്കൈയ് പൊത്തി അവൾ പറഞ്ഞു:

എന്തെങ്കിലും പറയൂ, ഞാൻ നിങ്ങളുടെ ശബ്ദമൊന്ന് കേൾക്കട്ടെ. അവൾ അവിടെനിന്ന് ഇറങ്ങിയ ആ നിമിഷം, അവളുടെ മുലകൾ അപ്രത്യക്ഷമായി, നഷ്ടം സഹിക്കാനാവാതെ അവൾ മുറിയിൽ കയറി വാതിലടച്ചു.

അവന്റെ ശബ്ദം ഉച്ചസ്വരത്തിലെത്തിയപ്പോഴേക്കും വിളക്കിന്റെ ചില്ലുപോലെ പൊട്ടിത്തകർന്നത് അവനെ വല്ലാതെ അമ്പരപ്പിച്ചു, എന്താണ് ശരിക്കും സംഭവിച്ചതെന്ന് അറിയുന്നതിനു മുമ്പ് അത് നഷ്ടപ്പെട്ടിരുന്നു, എന്നെന്നേക്കുമായി. അവന്റെ ശബ്ദം കടുത്ത, കടുത്ത വ്രണം പോലെയും അതുപോലെ അവന്റെ പച്ചിലകൾ ഒരു നിമിഷം കൊണ്ട് നിലംപതിക്കുകയും കരിഞ്ഞുണങ്ങിയ തായ്ത്തടി പോലെ ഭാഷയ്ക്കതീതമായി ഒന്നുമില്ലായ്മയിലേക്ക് അവനെ താങ്ങിക്കൊണ്ടുപോവുകയും തുടർച്ചയായ വിനാശങ്ങളുടെ മുനമ്പിലേക്ക് തള്ളിയിടുകയും ചെയ്തു.

അവന്റെ തീരെച്ചറിയ വൃഷണങ്ങൾ പോലെ ശബ്ദവും ചുരുങ്ങി, പുറമേ നിന്നു നോക്കിയാൽ അവന്റെ ലിംഗഭേദവും വയസ്സും

തീർച്ചയാക്കാമായിരുന്നെങ്കിലും അവ രണ്ടും രണ്ടുവഴിക്കായിരുന്നു, അതാകട്ടെ, കനത്ത മഞ്ഞുവീഴ്ചയ്ക്കു കീഴിലുമായിരുന്നു, ഇനി ജീവിതകാലം മുഴുവൻ നുരഞ്ഞുപൊങ്ങുക മാത്രമായിരിക്കും വിധി. അവൻ അതുവരെ അനുഭവിച്ചുപോന്ന താളാത്മകചലനത്തിന്റെ സകലരസങ്ങളും എന്നെന്നേക്കുമായി നഷ്ടപ്പെട്ടു, ഏതൊരു തന്ത്രി മീട്ടിയാലാണോ ഉത്തേജനം ലഭിച്ചിരുന്നത് അതായിരുന്നു അവന്റെ സകല വിനോദങ്ങൾക്കുമുള്ള നഷ്ടപരിഹാരവും.

തോർത്തുകൾ നിരത്തിയിട്ട കസേരയിൽ ഇരുന്നുകൊണ്ട് ഖലിൽ പുതിയ ശബ്ദത്തിൽ സ്വയം സംസാരിക്കാൻ തുടങ്ങി, അതുകൊണ്ടു തന്നെ അവന്റെ ലിംഗത്തെയോ, ശബ്ദത്തെയോ കുറിച്ചുള്ള പരാതികളൊന്നും അവന് കണ്ടെത്താനായില്ല. അവൻ സംസാരിച്ചപ്പോഴൊക്കെ, അവന്റെ പരാതികൾ അവനിൽ നിന്ന് പേടിച്ചുപറന്ന് വെളിയിലേക്ക്, സ്ത്രീകൾ മരിക്കുന്ന സാമ്രാജ്യത്തിലേക്ക് കടന്നുകളഞ്ഞു. ഇനി മുതൽ അവൻ സംസാരിക്കുന്നത് ഏതെങ്കിലുമൊരു ശബ്ദത്തിലായിരിക്കില്ല, മറിച്ച് ഒരു ഭാഷയിലായിരിക്കും... അത് ഏതു ഭാഷയാണെന്ന് അവനറിയാം.

എന്റെ ഒച്ചകളെല്ലാം എന്റെ ഭാഷയ്ക്കു വെളിയിലായിരിക്കും, എന്റെ ഭാഷ എന്റെ ശബ്ദത്തെ ഉരിഞ്ഞ് അനാവൃതമാക്കും, ഞാനിപ്പോൾ അനാവൃതമായതുപോലെ ഇനിയൊരിക്കലുമില്ല, മഞ്ഞോ വെയിലോ വന്നുകൊള്ളട്ടെ, ഞാൻ എത്തരക്കാരനായിരുന്നെന്നും അവനെ എങ്ങനെയാണ് ഓർത്തെടുക്കേണ്ടതെന്നും ഓർക്കട്ടെ.

അവന്റെ തൊണ്ടയിൽ തങ്ങിനിന്ന ആപ്പിളിന്റെ ചെറിയ കഷണം കഴിക്കാതിരുന്നാൽ നിറം മാറിക്കൊണ്ടിരിക്കും, എന്നാൽ ഇനി മുതൽ, അതിന് ചുവപ്പിന്റെ നിറഭേദം മാത്രമായിരിക്കും.

ഖലിലിന്റെ അസുഖം കൂടി. വെള്ളം കലർന്ന ചെറിയ ചുവപ്പ് നൂലുകൾ പോലെ എന്തോ അവൻ ആവർത്തിച്ച് ചർദ്ദിക്കാൻ തുടങ്ങി.

ഖലിലിന്റെ വാതിലിൽ ആരും മുട്ടിവിളിച്ചില്ല. അതുകൊണ്ടുതന്നെ അവന്റെ ശരീരം നീണ്ടുനിവർന്നു കിടന്നു, മുറിയിൽ അന്ധകാരം നിറഞ്ഞിരുന്നു. കക്കൂസിൽ കയറുമ്പോൾ പോലും വിറയലോടെ എടുത്തെറിയപ്പെടുന്നതുകൊണ്ട് ഒരു ചങ്ങലയിൽ പിടിച്ചുകൊണ്ടാണ് വീഴാതെ നിന്നത്. വയറ്റിലുള്ളത് മുഴുവൻ പുറത്തുപോയതോടെ വിഴുങ്ങിയത് തുപ്പിക്കളഞ്ഞ അണലിയെപ്പോലെ അവൻ നിവർന്നു നിന്നു, സ്തംഭനാവസ്ഥയ്ക്കു കാരണമായത് അവന്റെ താക്കോൽപ്പഴുതിലൂടെ ചിതറിത്തെറിച്ചതോടെ, ജനാലയുടെ ചട്ടങ്ങളും പൈപ്പിൽ കുഴൽ വരെ വരണ്ടുപോയി. എന്നാൽ ദാഹവും പരവേശവുംകൊണ്ട് തൊണ്ടകീറിയ അവൻ, കഴിയുന്നത്രയും വെള്ളം വിഴുങ്ങിക്കൊണ്ടിരുന്നു. അതിനിടയിൽ പെട്ടെന്ന് അന്നനാളത്തിലൂടെ പരുത്തിത്തുണി പോലെയുള്ള വെളുത്ത നുരയും പതയും വരുന്നതുകണ്ട് അവൻ പേടിച്ചു.

ഖലിൽ വല്ലാതെ വിയർത്തു, ചൂടുള്ള കാലാവസ്ഥയായിരുന്നിട്ടും ജനാലകൾ തുറക്കാൻ അവന് തോന്നിയില്ല. അവന്റെ ചർമ്മത്തിലൂടെ വിയർപ്പ് ചോർന്നൊഴുകി, അപ്പോഴേക്കും അവൻ വസ്ത്രങ്ങളെല്ലാം ഊരി, കസേരയിൽ പരമാവധി നിവർന്നുകിടന്ന് ദുർബലമായ ദേഹം തന്നാലാവുംവിധം തുടച്ചുവൃത്തിയാക്കാൻ തുടങ്ങി.

ആമയ്ക്ക് പുറന്തോടുണ്ട്. മത്സ്യത്തിന് ചെതുമ്പലുണ്ട്. മുള്ളൻ പന്നിക്ക് മുള്ളുകൾ, നീരാളിക്ക് സ്പർശിനികളും മഷിയും; ആടിന് കൊമ്പുണ്ട്. പൂച്ചയ്ക്ക് നഖമുണ്ട്. പട്ടിക്ക് തേറ്റയുണ്ട്. എന്നാൽ മനുഷ്യനുമാത്രം ശരീരത്തെ സംരക്ഷിക്കാൻ യാതൊന്നുമില്ലാത്തത് എന്തുകൊണ്ടാണ്. അവൻ നഗ്നനാണ്, അങ്ങനെതന്നെ കഴിഞ്ഞാൽ കാറ്റിനുപോലും അവനെ കൊല്ലാൻ കഴിയും. അവന്റെ തലമുടിയാകട്ടെ കൊഴിഞ്ഞുപോകുന്നതുവരെ മാത്രമേ ഉണ്ടാകൂ. അവൻ പിൻകാലുകളിൽ നടന്നുതുടങ്ങുന്നതോടെ അവന്റെ ശരീരം കൂടുതൽ അനാവൃതമാകും, കൂടുതൽ വെളിപ്പെടും, അതുകൊണ്ടുതന്നെ അവനുചുറ്റുമുള്ള കാര്യങ്ങൾ കൂടുതൽ അപകടകരവുമാവുകയും കൂടുതൽ നാശനഷ്ടമുണ്ടാകുകയും ചെയ്യും, അതുകൊണ്ട് ആർക്കെങ്കിലും അത്രമാത്രം ധൈര്യം തോന്നുമോ വാതിൽതുറന്ന് പുറത്തിറങ്ങാൻ, ചുവരുകൾക്കപ്പുറം എന്താണ് നടക്കുന്നതെന്നറിയാൻ... എങ്ങനെ സാഹസികമായി ജനാലകൾ തുറക്കും, പുറത്തെ സമതലങ്ങളിലും മരുഭൂമികളിലുംനിന്ന് തേനീച്ചകളും വണ്ടുകളും പക്ഷികളും വന്ന് അതിന്റെ കൂർത്ത കൊക്കുകൊണ്ട് ഉപദ്രവിക്കില്ലെന്ന് ആർക്കറിയാം. അവന്റെ അതിലോലമായ ശരീരം അവനെ മറ്റു ജന്തുക്കൾക്കും താഴെയാക്കി, എന്നാൽ അവൻ അശ്രദ്ധമായി അവന്റെ ശത്രുക്കളെ വകവരുത്തി. മറ്റു മൃഗങ്ങൾ ചത്തതിനു പിന്നിൽ വ്യക്തമായ കാരണങ്ങളും ഉദ്ദേശ്യങ്ങളുമുണ്ടായിരുന്നു.

നൈർമല്യമാണ് അവരുടെ ധൈര്യം, കെട്ടിടത്തിന്റെ പ്രവേശന കവാടത്തിലും തെരുവിലുമായി ഓടിക്കളിക്കുന്ന കുട്ടികളുടെ ശബ്ദം കേട്ടപ്പോൾ ഖലിൽ പറഞ്ഞു. അവൻ വ്യത്യസ്തനായിരുന്നു, അതല്ലെങ്കിൽ, പത്രങ്ങളിൽ ചില പുരുഷന്മാരുടെ മൃതദേഹം കാണുമ്പോൾ, അതും അവരുടെ കബന്ധം കാണുമ്പോൾ, അവനുണ്ടാകുന്ന ആസക്തിയുടെ അഗ്നിനാളങ്ങളെക്കുറിച്ച് എങ്ങനെയാണ് വിശദീകരിക്കുക. മാറിടമോ അരക്കെട്ടോ അരക്കെട്ടിനു താഴെയോ കഴുത്തോ കൈകളോ വികൃതമാക്കപ്പെട്ട മൃതദേഹങ്ങളുടെ ചിത്രങ്ങൾ പത്രങ്ങളിൽ കാണുമ്പോൾ അവന്റെ ആവേശം ശ്വാസകോശങ്ങളിലൂടെ നേരിട്ട് അരക്കെട്ടിനു താഴേക്ക് എത്തിച്ചേരും, ഉറച്ച ശരീരങ്ങൾ കാണുമ്പോൾത്തന്നെ, സംശയത്തിനിട നൽകാത്ത വിധം അവൻ തീർച്ചപ്പെടുത്തും അത് പുരുഷന്റേതുതന്നെയെന്ന്, പൗരുഷം തുളുമ്പുന്ന തീനാമ്പുകളെ അവന് ഹരമാണ്. അവരുടെ സുദൃഢമായ പേശികളും പൗരുഷവും ഖലിലിന്റെ വിളറിയ ദുർബലമായ ശരീരത്തെ

വീണ്ടും വീണ്ടും നാണംകെടുത്തി, എന്ത് ചെയ്താലും പുഷ്ടിപ്പെടാത്ത അവലക്ഷണം പിടിച്ച പുഷ്പത്തെപ്പോലെയായിരുന്നു അവന്റെ ശരീരം, ഒരു ദിവസം പുഷ്പത്തിനും അവനുമിടയിൽ ഒരു ഭാഷ, ഖലി ലിന്റെ ആദ്യ ശബ്ദം കവർന്നെടുത്ത് മറ്റൊന്നു നൽകിയതുതന്നെ, ഇഴഞ്ഞു നീങ്ങി, അതാകട്ടെ അവനെ കൈക്കൊണ്ടതുമില്ല. ജീവിത ത്തിലൊരിക്കലും അലക്കൊഴിയാത്ത, അലക്കുകാരിയുടെ മകനെ പ്പോലെ തന്നെ അവൻ തുടർന്നു.

## നുണകൾ

യൂസഫിന്റെ മുഖം അവന്റെ മനസ്സിലേക്ക് കടന്നുവരുമ്പോഴെല്ലാം, അവന്റെ ശരീരം മുഴുവൻ വദനമായിത്തീരും. അവനിപ്പോളറിയാം അവനൊരു കഥപറച്ചിലുകാരനും ഒരു ശ്രോതാവും കൂടിയാണെന്ന്, എണ്ണപ്പാത്രം ചൂടാക്കുമ്പോൾ പൊട്ടിത്തെറിക്കുകയോ പുകചുറ്റുകയോ ചെയ്താൽ, ഖലിൽ അവന്റെ കഴിഞ്ഞകാല ഭ്രമകല്പനകൾക്കുവേണ്ടി കാത്തിരിക്കും, ഉത്തരവാദിത്വങ്ങളിൽ നിന്നുള്ള ഒഴിഞ്ഞുമാറലുകൾ, ദ്വയാർത്ഥപ്രയോഗങ്ങൾ, അവന്റെ ഭയങ്ങൾ അങ്ങനെ അധികമായി ചെയ്ത എത്രയോ കാര്യങ്ങൾ തിന്നുതീർക്കാനുണ്ട്.

സ്ത്രീകളെക്കുറിച്ച് എന്തുതോന്നുന്നു, അമ്മയെപ്പോലെ തോന്നി ക്കുന്ന സ്ത്രീ, സഹോദരിയെപ്പോലെ തോന്നിക്കുന്ന സ്ത്രീ, ആർക്കാ യിരുന്നു എന്റെ ആദ്യശബ്ദവുമായി കൂടുതൽ സാമ്യം? അവരൊക്കെ മരിച്ചോ? ആംബുലൻസിൽ വച്ച് വെടിയുണ്ടകൾ വർഷിക്കപ്പെട്ടാണോ അവരും കൊല്ലപ്പെട്ടത്, യൂസഫ് കൊല്ലപ്പെട്ടതുപോലെ? എനിക്കെ ന്തറിയാമെന്ന് എനിക്കറിയാമോ? അക്കാര്യത്തിൽ എനിക്ക് ഉറപ്പുണ്ടോ? എന്റെ കൺമുന്നിൽ സർവ്വതും മായക്കാഴ്ചകളാണിപ്പോൾ...

ഒരു പെണ്ണ് അവനു മുന്നിൽ വന്നു നിന്നു, കാലുകളില്ലാതെ, അവ ളുടെ കബന്ധം നീങ്ങുന്നുണ്ട്, മുലകളില്ലാതെ, അവന്റെ അയൽവാസി കളിലൊരാളുടെ വീടാണ് അവൾ അന്വേഷിച്ചത്, അവൾ അവന്റെ കണ്ണുകളിലേക്ക് ഉറ്റുനോക്കി, അവൾക്ക് ചുണ്ടുകളില്ലായിരുന്നു, അവൾ ചുമലുകളിൽ നിന്ന് മുടിയിഴകൾ അലസമായി മാടിയൊതു ക്കിക്കൊണ്ടിരുന്നു, ഞരമ്പുകൾ മാത്രമുള്ള കഴുത്തല്ലാതെ അവൻ മറ്റൊന്നും കണ്ടില്ല, അഥവാ, അതുമാത്രമേ അവൻ കണ്ടുള്ളൂ, ചർമ്മ ത്തിനടിയിൽ ഞരമ്പുകളുടെ പാടുകൾ മാത്രം കാണാം, സുന്ദരമായ ഇരുകൈകളാലും അവൾ തുടകളിൽ ക്രീം പുരട്ടുകയാണ്, അപ്പോഴും പാത്രത്തിൽ വെള്ളത്തുള്ളികൾ പോലെ ബാഷ്പീകരിച്ച എന്തോ ഒന്നു ഇറ്റിറ്റു വീഴുന്നുണ്ടായിരുന്നു.... അവളുടെ പൊക്കിൾക്കുഴി അവൻ കണ്ടില്ല, അതൊരു ശവക്കുഴി പോലെയായിരുന്നു, പരത്തിയ മാവ് പറക്കുന്നതുപോലെ, വൃത്താകൃതിയിൽ, അറ്റ്ലസിൽ കാണുന്ന റഷ്യയിലെ വിശാലമായ പുൽമൈതാനങ്ങൾ പോലെ.

വെളുത്ത ചിറകുകൾ വിരിച്ച് പറക്കുന്ന യൂസഫിന്റെ ശരീരം സങ്കടം പകരുന്നുണ്ടെങ്കിലും ചിറകുകളിൽ നിന്ന് ഒലിച്ചിറങ്ങുന്ന പശ അന്നേരം ഖലിലിനെ ഉണർത്തി, ഒരു വശത്തേക്ക് ചാഞ്ഞുകിടന്ന്, കുമിളകൾ വമിക്കുന്ന അവന്റെ തല നക്കിക്കൊണ്ട്, സംസാരിക്കുകയാണോ ചുംബിക്കുകയാണോ എന്ന് തീർച്ചപ്പെടുത്താനാവാത്ത വിധത്തിൽ നാക്കുകൾ പരസ്പരം ഈമ്പിക്കുടിച്ചു, ആലിംഗനത്തിലൂടെ അവൻ ഞെരിഞ്ഞുയർന്നു, ഇടിവെട്ടുന്ന സമുദ്രത്തിനുമീതെ മഴചാറുന്നതുപോലെ അവൻ പറക്കാൻ തുടങ്ങി, വീഴാതെ, എവിടെയും സ്പർശിക്കാതെ... യൂസഫിന്റെ ശരീരത്തിൽ നിന്നും ഖലിലിന്റെ ശരീരം ഉയർന്നു, അതിനു തൊട്ടുമുമ്പ് അവന്റെ കണ്ണുകൾ കപട സന്ന്യാസിയുടെ കണ്ണുകൾ പോലെ രൂപാന്തരപ്പെടുകയും അവിടെയുണ്ടായിരുന്ന ജ്വാലകൾ അവനുചുറ്റും പ്രഭാവലയം തീർക്കുകയും ചെയ്തു, അവനുചുറ്റും തന്നെ.

ഖലിൽ അവന്റെ ശരീരത്തെക്കുറിച്ച് വീണ്ടും ചിന്തിച്ചു. അവന്റെ ശരീരം അവന് ഒട്ടും ഇഷ്ടമില്ല, അവന്റെ ദുർബലമായ മുരട്ടുകാലുകൾ, കൈപിടിയില്ലാത്ത വറചട്ടിയെപ്പോലെ പൊള്ളയായ അവന്റെ നെഞ്ച്, അടർന്നുതൂങ്ങിയ ചൂലുകൾ, കസേരയുടെ വശങ്ങളിൽ ചാരി വച്ചിരിക്കുന്നതുപോലെയുള്ള അവന്റെ കൈകൾ, ഉണങ്ങി വരണ്ട, വിജനമായ പ്രദേശത്ത് സ്ഥാപിച്ച നോക്കുകുത്തി പോലെയുള്ള അവന്റെ എലുമ്പൻശരീരം, നോക്കുകുത്തി ആകെ തുരത്തുന്നത് കാക്കകളെ മാത്രമായിരിക്കും, അതും അതിന്റെ സംഭ്രമജനകമായ നോട്ടംകൊണ്ട്.

പാവം ഖലിൽ. നിന്റെ പാവം കിടപ്പുമുറിയും പാവം ശരീരവും പൂപ്പൽ പിടിച്ച ഘടികാരത്തിന്റെ ഒടിഞ്ഞുതൂങ്ങിയ പെൻഡുലം പോലെ... നിന്റെ പാവം രോഗവും, പാവം ഛർദ്ദിയും, നിന്റെ പാവം ആത്മ പാരവശ്യങ്ങളും... നിന്റെ പാവം യുദ്ധവും. പാവം, അസുഖക്കാരനായ ഖലിൽ. പാവം, സൗമ്യനായ ഖലിൽ. പഞ്ചപാവമായ, പിഞ്ചു ഖലിൽ.

## രണ്ട്

**ഖ**ലീലിന്റ ശരീരം പിന്നീടൊരിക്കലും അവനെ എവിടേക്കും കൊണ്ടുപൊയില്ല.

അത് ആത്മനിന്ദയോടെ മർക്കടമുഷ്ടിയുള്ള കോവർകഴുതയപ്പോലെ മടച്ചുകൊണ്ട് നിലം കുഴിക്കാൻ തുടങ്ങി. അങ്ങനെയാണ് അവൻ അതിനൊപ്പം പണിയെടുക്കുന്നതിനേക്കാൾ അതിനെ ഉപയോഗിക്കാൻ തുടങ്ങിയത്.

ചിന്തകളിൽ സ്വയം നഷ്ടപ്പെടാനും ഉറങ്ങാനും ചുമരിലേക്ക് ചുമ്മാ നോക്കിയിരിക്കാനും റേഡിയോ കേൾക്കാനും വായിക്കാനും സമയം ചെലവഴിക്കുന്നത് ഖലിൽ പതിവാക്കിയത് അങ്ങനെയാണ്. ഇപ്പോൾ ശരീരത്തിന്റെ വൈരൂപ്യവും വേദനയും അവന്റെ സമയം തിന്നു തീർക്കാൻ തുടങ്ങി. ഖലിലിനെ ശരീരത്തിൽ നിന്ന് പുറത്തു കൊണ്ടുവരാനായിരുന്നു കാലം ശ്രമിച്ചത്. അവന്റെ പ്രയാസങ്ങൾ ലഘൂകരിക്കാൻ, സ്വപ്നങ്ങളെ അനുഭവിക്കാൻ, ചുമരിലൂടെ, റേഡിയോയിലൂടെ, പുസ്തകങ്ങളിലൂടെ ശ്രമിച്ചുകൊണ്ടിരുന്നു. ഇത്തവണ ഖലിലിന് എന്തെന്നില്ലാത്ത സന്തോഷം തോന്നി. എന്തുകൊണ്ടെന്നാൽ അതെല്ലാം അവനിൽ നിന്ന് വളരെ ദൂരെകൂടിയാണ് പൊയ്ക്കൊണ്ടിരുന്നത്. അതുകൊണ്ടുതന്നെ അവൻ അനുഗ്രഹിക്കപ്പെട്ട വിശ്രമവേളകളുടെ തിരക്കിലായിരുന്നു. അവന്റെ സൗമ്യതയും വിധേയത്വമനസ്സും അതിന് കൂട്ടുനിന്നു.

ഖലിൽ ഒരു പുസ്തകം തുറന്ന് അതിന്റെ രചയിതാവിനൊപ്പം താളുകളിലെ ഏണിപ്പടികളിലൂടെ കയറാൻ തുടങ്ങി. ജനാലയുടെ വിളുമ്പിലെത്തുന്നതിനു മുമ്പ് ഖലിൽ ഏണിയെ മുകളിൽ നിന്ന് തള്ളിമാറ്റി, അതോടെ ഏണിയും ഖലിലും നിലത്തു വീണു... അവിടെ നിന്ന് എഴുന്നേറ്റപ്പോൾ എഴുത്തുകാരൻ മുന്നോട്ടുവെച്ച വെല്ലുവിളി വീണ്ടും ഏറ്റെടുക്കാൻ ശ്രമിക്കുകയും തിളച്ച എണ്ണപോലെയുള്ള എന്തോ ആണ് അയാൾ കോട്ടകൊത്തളങ്ങളെ പ്രതിരോധിക്കാൻ ഉപയോഗിച്ചിരിക്കുന്നതെന്ന് വ്യക്തമായി കണ്ടെത്തുകയും ചെയ്തു. ഖലിൽ പെട്ടെന്ന് പുസ്തകം അടച്ചു, അവൻ പേടിച്ചു വിറയ്ക്കുന്നുണ്ടായിരുന്നു.

അവൻ റേഡിയോ ഓൺ ചെയ്തതോടെ, അതിന്റെ ഒച്ച അല്പാല്പമായി മുറിയിലെ ചുമരിനെയും അവന്റെ വയറിനെയും തുളച്ചുകൊണ്ട് കർക്കശക്കാരിയായ അമ്മായിയെപ്പോലെ അവന്റെ ചെവിക്കു പിടിച്ച് തിരിച്ചു. പിന്നീടെപ്പോഴോ അമ്മായി റേഡിയോ ഓഫ് ചെയ്യുമ്പോഴേക്കും അവൻ മുറിയുടെ നടുവിലെ തണുത്ത തറയോടിന്മേൽ ഇരിക്കുകയായിരുന്നു.

ചിലപ്പോഴൊക്കെ പുറത്തു പോകുന്നതിനെക്കുറിച്ച് അവൻ ആലോചിക്കുമെങ്കിലും അവസാന നിമിഷം ഭയം അവനെ വാതിലിനടുത്തു നിന്ന് തിരികെ പായിക്കും. അവനറിയാം അവലക്ഷണം പിടിച്ച അവന്റെ ശരീരമല്ലാതെ മറ്റൊന്നും അവന്റെ ശരീരത്തെ പ്രതിരോധിക്കാനില്ലെന്ന്. കടുത്ത മനോവിഷമത്തോടെ പെട്ടെന്നു തന്നെ അവൻ പിന്മാറും. ഒടുവിൽ, എത്രതന്നെ ജുഗുപ്സാവഹമെങ്കിലും ആത്മാവിനെ സംരക്ഷിക്കുന്ന കൂടാണ് എന്ന കാരണത്താൽ അവന്റെ ശരീരത്തോട് അവന്റെ ആത്മാവ് പറ്റിപ്പിടിച്ച് നിൽക്കുകയാണ്. അവന്റെ ആത്മാവ്, അവന്റെ ജീവിതമല്ലാതെ മറ്റൊന്നുമല്ല. അതിനാൽ പറ്റിച്ചേർന്നുനിൽക്കുകയല്ലെങ്കിൽപ്പോലും അവന് അതിനെ നഷ്ടപ്പെടുത്താൻ ഭയമാണ്. ഭയത്തെക്കാളുപരി അവന് കടുത്ത വേദനയായിരിക്കും. തീവ്രമായ വേദനയിലായിരിക്കും അത്തരക്കാരുടെ മരണം. സംശയമില്ല.

ചിലപ്പോഴൊക്കെ, കെട്ടിടത്തിന്റെ പ്രവേശനകവാടത്തിൽ ഒരു കാലൊച്ച കേട്ടെങ്കിലെന്ന് അവൻ തീവ്രമായി ആഗ്രഹിക്കും. ഒരു ചെവി എല്ലായ്പ്പോഴും വാതിലിനെ ലക്ഷ്യമാക്കി വട്ടംപിടിക്കും. ഒരു കൺകോണും അതിന് സദാ സന്നദ്ധമായിരിക്കും. വാതിലിൽ ഒരു മുട്ടും പ്രതീക്ഷിച്ച്, കേട്ടാലുടൻ ചാടിപ്പിരണ്ടെണീറ്റ്, വാതിൽ തുറക്കുകയും ഇഷ്ടപ്പെടുന്ന ആരുടെയെങ്കിലും മുഖം അവിടെ കാണാൻ കൊതിക്കുകയും ചെയ്യും.

പിന്നീട് അങ്ങനെ കാണാൻ കൊതിക്കുന്ന ആരുംതന്നെ അവിടെ വരാനിടയില്ലെന്ന് അവന് മനസ്സിലായി. അങ്ങനെയൊരു ആശയം മനസ്സിൽ തോന്നിയതിന്റെ സംതൃപ്തിയോടെ അവൻ കാത്തിരിക്കും. എങ്കിലും എത്രയോതവണ ശ്വാസമടക്കിയിരുന്നിട്ടുണ്ട്, അപ്രതീക്ഷിതമായി വന്ന് വാതിലിൽ മുട്ടിവിളിക്കുന്ന നായിഫിന്റെ ശബ്ദം കേൾക്കാൻ. പ്രവേശകവാടത്തിൽ നിൽക്കുന്ന ഏതെങ്കിലും കുട്ടികളോട് ഖലിൽ പുറത്തേക്കു പോവുകയോ അകത്തേക്ക് വരികയോ ചെയ്തത് കണ്ടിരുന്നോ എന്ന് നായിഫ് ചോദിക്കുന്ന ശബ്ദം അവൻ പലതവണ കേട്ടിട്ടുണ്ട്. അവൻ എന്നെ കാണാതെ മടങ്ങിപ്പോകുമ്പോഴെല്ലാം ഏതെങ്കിലുമൊരു കുട്ടിയെ പറഞ്ഞേൽപ്പിച്ചു പോകും, എന്നെ കാണുമ്പോൾ സ്നേഹിതൻ നായിഫ് വന്നിരുന്നെന്നും ഒരു പ്രധാനകാര്യം പറയാൻ നേരിൽ കാണണമെന്നുമായിരിക്കും ആ സന്ദേശം. നായിഫ് ചെയ്ത കാര്യങ്ങളെല്ലാം എല്ലായ്പ്പോഴും അങ്ങനെതന്നെയായിരുന്നു.

ഖലിൽ എന്തുകൊണ്ടാണ് നായിഫിന് വാതിൽ തുറന്നു കൊടുക്കാത്തത്? വാതിലിൽ മുട്ടുന്ന ശബ്ദവും പരിഭ്രമം കലർന്ന ശബ്ദത്തിൽ ഒരു കുട്ടിയോടു സംസാരിക്കുന്നതും അവൻ കേട്ടതാണ്. അക്കാര്യത്തിൽ അവൻ അതിയായ സന്തോഷം പ്രകടിപ്പിക്കുകയും ചെയ്തിരുന്നു. ഖലിൽ വെന്തുരുകുമ്പോഴൊക്കെ നായിഫിന്റെ പരിചിത ശബ്ദം അവനുമേൽ കുളിർമഴയുടെ കരുണ ചൊരിഞ്ഞതാണ്. എന്നിട്ടും അവൻ തുറന്നില്ല. ഒരുപക്ഷേ നായിഫിന് അവനെക്കാണാൻ എത്രമാത്രം താത്പര്യമുണ്ടെന്ന് കണ്ടെത്താനായിരിക്കാം അല്ലെങ്കിൽ അവൻ എത്രമാത്രം അവനെ സ്നേഹിക്കുന്നുണ്ടെന്ന് തിരിച്ചറിയാനുമായിരിക്കാം അങ്ങനെ ചെയ്തത്.

പക്ഷേ നായിഫ് വീണ്ടും വന്നു. വീണ്ടും ഖലിൽ വാതിൽ തുറന്നില്ല. എന്നാൽ രണ്ടാംതവണ നായിഫ് വന്ന് വാതിലിൽ മുട്ടിയപ്പോൾ അതിന് വേണ്ടത്ര ശക്തിയുണ്ടായിരുന്നില്ല. കർട്ടന്റെ അരിക് മാറ്റി നോക്കിയപ്പോൾ മാത്രമായിരുന്നു നായിഫിനെ കണ്ടത്. അവൻ വളരെയേറെ അസ്വസ്ഥനായി കാണപ്പെട്ടതുപോലെ. എങ്കിലും അവൻ ദുഃഖിതനോ ക്ഷീണിതനോ ആയിരുന്നില്ല. ആദ്യം കണ്ട കുട്ടിയോട് സംസാരിക്കുകപോലും ചെയ്യാതെ അവൻ കാറിൽ കയറി മടങ്ങിപ്പോയി. ഞാനിവിടെ ഈ മുറിക്കുള്ളിൽ മരിച്ചുകിടക്കുകയാണെന്ന് അവനെന്തുകൊണ്ട് തോന്നിയില്ല. ആരെങ്കിലും വന്ന് വാതിൽ തള്ളിത്തുറന്ന് ഉള്ളിൽ കയറിയിട്ടു വേണമല്ലോ എന്റെ ശരീരം മറവുചെയ്യാൻ. ഒരുപക്ഷേ അവന്റെ മൂക്ക് കെട്ടവാടയ്ക്കുവേണ്ടി തിരഞ്ഞിട്ടുണ്ടാവാം. അതുണ്ടാവാതിരുന്നതുകൊണ്ടാവാം, അവൻ വാതിൽ തല്ലിപ്പൊളിക്കാതിരുന്നത്. അവൻ പോയി. ക്ലൗഡി പോയതിന്റെ നീരസം അവന്റെ മുഖത്ത് പ്രകടമായിരുന്നു. അവനിപ്പോൾ ആവശ്യം ആണും പെണ്ണും തമ്മിലുള്ള രഹസ്യവും പരസ്യവുമായ ഇടപാടുകളുടെ അന്തർനാടകത്തെക്കുറിച്ചു കേൾക്കാൻ തയ്യാറുള്ള, പ്രത്യേകിച്ച് ഒരു പണിയുമില്ലാത്ത കാതുകളെയാണ്. അതിന് ഞാനല്ലാതെ മറ്റാരാണ് ഏറ്റവും അനുയോജ്യമായി ഈ നാട്ടിലുള്ളത്?

നായിഫിന് വാതിൽ തള്ളിത്തുറന്ന് അകത്ത് കടക്കാമായിരുന്നു. ആ വഴി എന്നെയും എന്റെ ഹൃദയത്തെയും തൂത്തെറിഞ്ഞ് എന്റെ തല അവന്റെ മാറോട് ചേർത്തുവെയ്ക്കാമായിരുന്നു. അങ്ങനെ അവന് എന്നോടുള്ള സ്നേഹത്തെയോർത്ത് എനിക്കും ഏങ്ങലടിക്കാമായിരുന്നു.

ഒരാഴ്ച കഴിഞ്ഞ്, നായിഫ് മൂന്നാംവട്ടം മടങ്ങി വന്നു. ഖലിൽ എഴുന്നേറ്റു ചെന്ന് വാതിൽ തുറന്നു. കാരണം അവനൊരിക്കലും അത് തള്ളിത്തുറക്കുകയില്ലെന്ന് അവനറിയാമായിരുന്നു. നായിഫ് വാതിലിൽ ഇടിയ്ക്കുകയോ കെട്ടിടത്തിന്റെ പ്രവേശനകവാടത്തിൽ നിൽക്കുന്ന കുട്ടിയെ കാണുകയോ എന്തെങ്കിലും ചോദിക്കുകയോ പോലുമുണ്ടായില്ല. അവൻ എഴുന്നേറ്റുചെന്ന് വാതിൽ തുറന്നുകൊടുക്കുകയും നായിഫ് ഇരിപ്പിടത്തിലേക്ക് ശക്തിയായി ചെന്നിരിക്കുകയും ചെയ്തതോടെ... ആ കുട്ടി

പറഞ്ഞിരുന്നു എന്നെ നീ അന്വേഷിച്ചിരുന്നെന്ന്... ഞാൻ ഗ്രാമത്തിലായിരുന്നു. അതുശരി, ഞാനും അങ്ങനെത്തന്നെയാണ് കരുതിയത്. നായിഫ് പറഞ്ഞു... ഇവിടെ വെള്ളത്തിനു വേണ്ടി നീയെന്താ ചെയ്യുന്നത്. പത്രമാപ്പീസിലെ വെള്ളം മുഴുവൻ കഴിഞ്ഞു. അവരിപ്പോൾ നീർത്തൊട്ടിയിൽ വെള്ളം വിൽക്കുന്നവരുടെ പക്കൽ നിന്നാണ് വെള്ളം വാങ്ങുന്നത്. ആ സ്ഥലത്തെ വിശ്വസിക്കാൻ കൊള്ളില്ല. മാത്രമല്ല, എനിക്കവിടെ കിടന്നുറങ്ങുന്നത് തീരെ ഇഷ്ടമില്ല. ആ കുർദ്ദിഷ് പെണ്ണാണെങ്കിൽ ജോലിക്ക് വരുന്നതുമില്ല. ബെയ്റൂട്ടിലെ ഏറ്റവും ധനികർ കുർദ്ദുകളാണ്. അവരുടെ വീടുകളിൽ ശ്രീലങ്കക്കാരാണ് വേലയ്ക്കു നിൽക്കുന്നത്. നിനക്കവിടെ എങ്ങനെയുണ്ട്? കാര്യങ്ങളൊക്കെ നടന്നുപോകുന്നുണ്ടോ, ഖലിൽ ചോദിച്ചു. കുളിച്ചിട്ടു തന്നെ കുറേക്കാലമായിക്കാണുമെന്നും നായിഫിന്റെ നീളൻ മുടി കഴുകാത്തതിനാൽ അതിന്റെ നിലവിളിപോലും കേൾക്കാമെന്നും അവനു തോന്നി.

അപ്പാർട്ട്മെന്റിന്റെ മുകളിലത്തെ നിലയിലായതുകൊണ്ട് നിനക്ക് വെള്ളം കിട്ടുമെന്ന കാര്യത്തിൽ സംശയമില്ല. നായിഫ് പറഞ്ഞു. അപ്പാർട്ട്മെന്റിന്റെ മുകളിലത്തെ നിലകളെക്കുറിച്ചുള്ള വ്യക്തമായ ചിത്രം അവന്റെ മനസ്സിലുള്ളതുകൊണ്ടും അത് അവന്റെ മനസ്സിൽ പൊട്ടിയ ഫിലിംറീലുകൾ പോലെ പതിഞ്ഞിരിക്കുന്നതുകൊണ്ടും അവൻ മറുത്തൊന്നും പറഞ്ഞില്ല.

നായിഫിനെന്താ വേണ്ടത് ?

അതിരിക്കട്ടെ, മാന്യദേഹം നിന്നോട് ക്ഷേമാന്വേഷണങ്ങൾ അറിയിച്ചിട്ടുണ്ട്, നായിഫ് പറഞ്ഞു. നീയൊരു അസാമാന്യ വ്യക്തിത്വമാണെന്നാണ് അയാൾ പറഞ്ഞത്. കഴിഞ്ഞ കുറേ കൊല്ലങ്ങളായി നടന്നുകൊണ്ടിരിക്കുന്ന സംഭവങ്ങളെക്കുറിച്ച് ഞങ്ങളൊരു ദീർഘസംഭാഷണത്തിൽ ഏർപ്പെട്ടെങ്കിലും അതിനു പിന്നിലെ വൈകാരികവശം കൂടി കണക്കിലെടുത്ത് ഞാനത് അവസാനിപ്പിച്ചു.

നായിഫിനെന്താ വേണ്ടത്?

നിനക്ക് കുളിക്കണോ നായിഫ്?

വേണ്ടാ, എനിക്ക് ഒരു കപ്പ് കാപ്പി കിട്ടിയാൽ കൊള്ളാമായിരുന്നു, നായിഫ് പറഞ്ഞു.

ചെറിയ കാപ്പിപ്പാത്രത്തിൽ വെള്ളം തിളപ്പിക്കാനും മാത്രം കാപ്പിക്കുരു അവിടെയില്ലെന്ന് ഖലിലിന് മനസ്സിലായി. നായിഫ് പുറത്തുപോയി ഒരു പൊതി കാപ്പിയുമായി മടങ്ങിവന്ന് സ്വയം കാപ്പി തിളപ്പിച്ചു...

സ്വയം ഒരു കപ്പിലേക്ക് കാപ്പി പകർന്നെങ്കിലും ഖലിലിന് ഒരു കപ്പ് ഒഴിച്ചുകൊടുക്കാൻ അവൻ മറന്നു. എന്നിട്ട് അസാധാരണമാംവിധം അലങ്കോലപ്പെട്ടു കിടക്കുന്ന മുറിയെക്കുറിച്ച് ഓരോന്നു പറയാൻ തുടങ്ങി. വിസ്മയശബ്ദങ്ങളും വിസ്മയഭാവങ്ങളും കൊണ്ടായിരുന്നു അത്. നീ

എല്ലാം വൃത്തിയാക്കിയിടുന്ന കൂട്ടത്തിലായിരുന്നല്ലോ, ചങ്ങാതീ... പ്രശ്നങ്ങളുടെ വിളുമ്പിൽ നിൽക്കുമ്പോൾ പോലും ഇവിടേക്കായിരുന്നു നമ്മൾ വരുന്നത്... ഇത് ശരിയാണോ... ഒരുപക്ഷേ നീയിവിടെ ഒരു പെൺതുണയില്ലാതെ ഒറ്റയ്ക്കു വിരസമായി താമസിക്കുന്നതിന്റെ അടയാളങ്ങളായിരിക്കാം ഇതൊക്കെ. പെൺകൂട്ടെന്നുവെച്ചാൽ ഞാനുദ്ദേശിച്ചത്, ഭാര്യയെയാണ്. പക്ഷേ, കല്യാണം കഴിക്കുന്നതിനെക്കുറിച്ച് ചിന്തിക്കുകപോലും ചെയ്യരുത്, പറഞ്ഞേക്കാം. അതൊരു സാഹസികമായ എടുത്തുചാട്ടമാണ്, സുഹൃത്തേ... സകലരും അതു നിമിത്തം കഷ്ടപ്പെടുകയാണ്... എങ്കിലും ചിലരത് അംഗീകരിച്ചുതരില്ല. അക്കൂട്ടർ അതിന് അപവാദവുമാണ്. നിനക്ക് സങ്കല്പിക്കാൻ പോലും കഴിയാത്ത ഒരുപാട് പ്രശ്നങ്ങളുണ്ടതിൽ. ആരെങ്കിലുമൊക്കെ അടിച്ചേൽപ്പിക്കുന്നതുപോലെയായിരിക്കും നിനക്കത് അനുഭവപ്പെടുക. അതുകൊണ്ടുതന്നെ ആദ്യം നിനക്കതിനോട് വെറുപ്പായിരിക്കും തോന്നുന്നത് . വെറുപ്പിനെ ഉള്ളിലടക്കിയാൽ തന്നെ ഒരുപാട് സമയവും ക്ഷമയും വേഷംകെട്ടലുമൊക്കെ വേണ്ടിവരും. തലയിലെ പിരിയിളകാത്ത ഒരാൾക്കും ചിന്തിക്കാൻ പോലുമാകാത്ത കാര്യമാണിതൊക്കെ. അത് അസാധ്യമാണ്. നീ എന്തുതന്നെ കരുതിയാലും അത് ഭൂമിയിലെ നരകമാണ്.

നായിഫിനെന്താ വേണ്ടത്?

സകലർക്കും പരസ്പരപൂരകങ്ങളാണെന്നു കരുതുന്നവർക്കുപോലും തമ്മിൽ രഹസ്യധാരണകളുണ്ടായിരിക്കും. മാന്യദേഹത്തെയും അയാളുടെ ഭാര്യയെയും കണ്ടപ്പോൾ തന്നെ എനിക്കു മനസ്സിലായി അവർക്കു തമ്മിൽ നല്ല ധാരണയുണ്ടെന്ന്. അവർക്കിടയിൽ യാതൊന്നും മൂടിവെയ്ക്കാനില്ലെന്നും എനിക്കു തോന്നി. അവരുടെ അകവും പുറവും പോലും അവർക്ക് നന്നായറിയാം. ചീട്ടുകൾ മേശപ്പുറത്തുതന്നെയുണ്ട്. നിനക്കെന്താണ് വേണ്ടതെന്നും, എനിക്കെന്താണ് വേണ്ടതെന്നും അവർക്കറിയാം. നുണയില്ല, വഞ്ചനയില്ല, അവ്യക്തതയില്ല, ഭ്രമകല്പനയില്ല. അയാൾ സമൂഹത്തിലെ ഉന്നതശ്രേണിയിലേക്ക് പിടിച്ചുകയറിയവൻ. അവളാകട്ടെ, സമർത്ഥയായ പങ്കാളിയും. അവർ എല്ലാക്കാര്യങ്ങളും പരസ്പരം അംഗീകരിക്കും. അതാണ് പതിവ്. അതുകൊണ്ടുതന്നെ ആ മണിമാളിക നാൾക്കുനാൾ ശക്തിപ്രാപിച്ചു വരുന്നു. അത് തകരുന്നതിന്റെ ലക്ഷണം പോലുമില്ല. അയാളുടെ സഹോദരി രാജ്യം വിട്ടുപോകുന്നതിന് മുമ്പ് അവളുടെ അമ്മയെ കൂട്ടിക്കൊണ്ടുവന്ന് നാത്തൂന്റെ മുന്നിൽ- അയാളുടെ ഭാര്യയുടെ മുന്നിൽ - സ്വീകരണമുറിയിൽ ഇരുത്തി. രാജ്യം വിടുന്നതിനു മുമ്പ് അയാളുടെ സഹോദരി ഒരു ചെറിയ പൊതിക്കെട്ട് അയാളുടെ ഇടനാഴിയിലേക്ക് വലിച്ചെറിയാനും മറന്നില്ല. അത്തരമൊരു കണക്കുകൂട്ടൽ മാന്യദേഹത്തിന്റെ ഭാര്യക്ക് ഉണ്ടായിരുന്നില്ല. അവൾ ആ മണിമാളികയുടെ അടിത്തറ വരെ പിടിച്ചുകുലുക്കി. അവൾ ഏൽപ്പിച്ചതുപോലുള്ള ഒരു ആഘാതം താങ്ങാൻ ആ കെട്ടിടത്തിന് കഴിയുമായിരുന്നില്ല. ഇപ്പോൾ അതിശക്തമായിട്ടാണ് അത് ആടിയുലഞ്ഞു

കൊണ്ടിരിക്കുന്നത്... അതിനൊരു പരിഹാരമായി അയാളോട് നിന്റെ ചുറ്റു വട്ടത്തെ ചെറുപ്പക്കാർ നിർദ്ദേശിച്ചിട്ടുണ്ട്. ഞാനുദ്ദേശിച്ചത്, ഈ കെട്ടിട ത്തിന്റെ മുകളിലത്തെ നിലയിൽ നിന്ന് ഒഴിഞ്ഞുപോയവരെക്കുറിച്ചാണ്. അവർ പറഞ്ഞത്, ഇതൊരു ആസ്ഥാനകേന്ദ്രമായോ ആയുധസംഭരണ ശാലയായോ ഏറ്റെടുക്കുക. അങ്ങനെ പ്രശ്നം പരിഹരിക്കാമെന്ന് അയാളും ചിന്തിക്കുന്നു. അതായത്, ഞാനുദ്ദേശിച്ചത് ഹജ്ജുമ്മയെ, അയാളുടെ അമ്മയെ, അവിടെ കഴിയാൻ വിടുകയും അയാളുടെ ഭാര്യ യിൽ നിന്ന് അകറ്റുകയും ചെയ്യാം. അയാൾ എന്റെയുടത്ത് വന്നു. എനിക്ക് അതേക്കുറിച്ച് ഒന്നുമറിയില്ലായിരുന്നുവെന്ന് ഞാൻ പറഞ്ഞു. അതൊക്കെ പോട്ടെ, അതൊക്കെ പറഞ്ഞു തുടങ്ങിയാൽ ഒത്തിരിയുണ്ട്. നമുക്ക് കാര്യ ത്തിലേക്ക് വരാം. അതല്ലേ നല്ലത്. നിനക്ക് പ്രയോജനപ്പെടുന്ന എന്തെ ങ്കിലുമുണ്ടെങ്കിൽ വേഗം അതെടുത്ത് മാറ്റി വെയ്ക്കൂ. അല്ലെങ്കിൽ അവരു വന്ന് ഇവിടെയെല്ലാം നിശ്ശേഷം വെടിപ്പാക്കും. നിനക്കത് അറിയാമല്ലോ. ആർക്കെങ്കിലും അവരോട് മറുത്തു പറയാൻ സാധിക്കുമോ. നിനക്കാവ ശ്യമുള്ളതെന്തും നിനക്കിപ്പോൾ താഴെക്ക് കൊണ്ടുപോകാം.

അപ്പോൾ അതാണ് നായിഫിന് വേണ്ടത്. ഈ അപ്പാർട്ട്മെന്റും മാന്യ ദേഹത്തിന്റെ അധീനതയിൽ കൊണ്ടുവരുന്നതോടെ അയാളുടെ അധി കാരത്തിന്റെ ചെങ്കോൽ കൂടുതൽ കൂടുതൽ വ്യാപിപ്പിക്കുകയും അങ്ങനെ അയാൾക്ക് മോശം കാലഘട്ടത്തിലെ അധികാരവും സ്വാധീ നവും കൂടുതൽ ആസ്വാദ്യകരമാക്കുകയും ചെയ്യാം. എനിക്ക് അയാൾ എന്റെ കേക്കുകഷണത്തിന്റെ വിലയും അനുവദിച്ചിരിക്കുന്നു. ഞാൻ ശൂന്യമാക്കുന്ന ഇടത്തിലേക്ക് അവരുടെ ശൂന്യത കടന്നുവരും. അത് എനിക്കും ഉപകാരപ്പെടും, അയാൾക്കും ഉപകാരപ്പെടും, ആ ചെറുപ്പ ക്കാർക്കും, അയാളുടെ അമ്മയ്ക്കും ഉപകാരപ്പെടും. അങ്ങനെ ആ പ്രദേ ശത്ത് സന്തോഷവും സമൃദ്ധിയും വീണ്ടും വരും. അങ്ങനെ സംഭവിച്ചി ല്ലെങ്കിൽ.... അവരോട് ആർക്ക് മറുത്തു പറയാൻ കഴിയും... അവർക്കെ തിരെ ആര് നിവർന്നു നിൽക്കും?

ഓ, അത് വളരെ വ്യക്തമാണ്. ഖലിൽ ചിന്തിച്ചു. പക്ഷേ... എന്റെ സ്നേഹിതനായ നായിഫിനോട് ഞാനെന്തുചെയ്യും. എന്റെ സ്നേഹി തൻ നായിഫ്, നായിഫ് അത്രമേൽ എന്റെ സ്നേഹിതനായിപ്പോയി.

മുസ്തഫ എന്നായിരുന്നു അവന്റെ പേരെങ്കിലും ഖലിൽ അവനെ പുയ്യാപ്ല എന്നായിരുന്നു വിളിച്ചിരുന്നത്. ഉയർന്ന മടമ്പുള്ള വള്ളിച്ചെരി പ്പുകൾ മാത്രം ധരിച്ചിരുന്ന, നാലാം നിലയിലെ പുതുമണവാട്ടിയുടെ ചിത്ര ത്തോടു ചേർത്തു മാത്രമേ അവനെ കാണാൻ കഴിയൂ എന്നതാണ് കാരണം.

മുസ്തഫ ഖലിലിനോടു പറഞ്ഞു: എന്താണ് സംഭവിക്കുന്നതെന്ന് എനിക്കറിയില്ല.... എങ്കിലും ഈ നാറ്റം അസഹനീയമാണ്. അത് ഇവിടെ യെല്ലാം നിറഞ്ഞിരിക്കുന്നു. അഹ്മ്മദ് അവളുടെ മകനെ കൊണ്ടുവരാൻ

പോയിട്ട് എവിടെ നിന്നും അവനെ കണ്ടുകിട്ടിയില്ല. അവന്റെ ഭാര്യ പറഞ്ഞത് അവൻ ഇവിടം വിട്ടുപോയെന്നും അവൻ പോയ ഇടത്തേക്കൊന്നും ആർക്കും അങ്ങനെ ചെന്നുപറ്റാൻ കഴിയില്ലെന്നുമാണ്... എനിക്കത് വിചിത്രമായി തോന്നുന്നു. എന്തൊരു കാലമാണിത്...

സുഹൃത്തേ... നിനക്ക് എന്നോടൊപ്പമൊന്ന് വരാൻ കഴിയുമോ? എനിക്ക് ഒറ്റക്ക് കഴിയാത്തതുകൊണ്ടാണ്. സഹോദരാ, നമുക്ക് റെഡ് ക്രോസിനെ വിളിച്ചാലോ, എന്തൊരു കഷ്ടമാണിത്. ആർക്കും അങ്ങനെ തോന്നുന്നില്ലേ?

കണ്ണുകൾ വീങ്ങിയതും വായ മലർക്കെ തുറന്നതുമായിരുന്ന ഹജ്ജുമ്മയുടെ ഒരു വശത്തായിരുന്നു പ്രോസ്ട്രേറ്റ് ഗ്രന്ഥി. ആ സ്ത്രീയുടെ വയറ് ബലൂൺ പോലെ വീർത്തതും കൈകാലുകൾ പല വഴി തൂങ്ങിയതുമായിരുന്നു. വെളുത്ത ചെരിപ്പുകൾ തൊട്ടടുത്തു തന്നെ ഉണ്ടാകുമെങ്കിലും ആ സ്ത്രീ പതിവായി നഗ്നപാദയായിട്ടായിരിക്കും നടക്കുന്നത്. ആ സ്ത്രീയുടെ വെളുത്ത മൂടുപടം തൊണ്ടയിലെ കൊഴുത്ത എണ്ണമെഴുക്കിനെക്കൂടി മറയ്ക്കുന്ന വിധത്തിലായിരുന്നു കെട്ടിവെച്ചിരുന്നത്. എങ്കിലും കിടക്ക വൃത്തിയുള്ളതും പുതപ്പുകൾ അസാമാന്യ വെണ്മയുള്ളതുമായിരുന്നു. തവിട്ടു ഫ്രെയിമുള്ള കണ്ണടയും തടിച്ച പേജുകളുള്ള ഖുർആനിന്റെ പഴയ കോപ്പിയും എപ്പോഴും ആ സ്ത്രീയുടെ ഉയർന്ന തലയിണക്കീഴിലുണ്ടാകും.

മനം മടുപ്പിക്കുന്ന നാറ്റം മാത്രമായിരുന്നു അവിടെയുണ്ടായിരുന്ന ശാന്തതയെ അസ്വസ്ഥമാക്കിയത്.

# മൂന്ന്

മനുഷ്യർക്ക് കഴിയുന്നതിൽ വെച്ച് ഏറ്റവും സുന്ദരമായ ബന്ധുത്വമായിരുന്നു അത്. അവന്റെ വലതുഭാഗത്ത് അമ്പതിനോടടുത്ത് പ്രായമുള്ള തടിച്ച ഒരു സ്ത്രീ. ടാക്സിയിലെ കീറിയ തുകൽസീറ്റിനെയും കുലുക്കിക്കൊണ്ട് സ്പ്രിംഗുകൾ ചലിക്കുമ്പോഴൊക്കെ ആ സ്ത്രീയുടെ ഇളംചൂടും മയവുമുള്ള ശരീരം ഖലിലിന്റെ അരക്കെട്ടിലും തുടയുടെ മുകൾഭാഗത്തും സ്പർശിക്കും. അങ്ങനെ ഓരോ തവണ കുലുങ്ങുമ്പോഴും അവന്റെ ശരീരമാസകലം ഒരുതരം തരിപ്പുണ്ടാകും. അവന്റെ ഇടതുവശത്ത് മധ്യവയസ്കനായ ഒരു പുരുഷൻ. ബാങ്ക് ഇടപാടുകളുടെ ഒരു കെട്ട് കടലാസുകൾ ഉൾക്കൊള്ളുന്ന സുതാര്യമായ ഒരു പ്ലാസ്റ്റിക് ബാഗും പിടിച്ചുകൊണ്ട് ഇരിക്കുന്നു. അവരിലൊരാൾ സർക്കാർ ജോലിയിൽ നിന്ന് വിരമിച്ച ശേഷം സ്വകാര്യജോലിയിൽ പ്രവേശിച്ചയാളായിരുന്നു. അയാളുടെ കൈകൾക്കു പിന്നിൽ തവിട്ടു നിറത്തിലുള്ള പുള്ളിക്കുത്തുകൾ ഉണ്ടായിരുന്നെങ്കിലും നല്ല മാർദ്ദവമുണ്ടായിരുന്നു. ഇടയ്ക്കിടെ അയാൾ ഫയലിൽ നിന്ന് ചില കടലാസുകൾ പുറത്തെടുത്ത് കണ്ണട വെച്ച് നോക്കുകയും സൂക്ഷ്മനിരീക്ഷണത്തിനു ശേഷം ശ്രദ്ധാപൂർവ്വം കണ്ണട തിരികെ വെള്ളക്കുപ്പായത്തിന്റെ കീശയിൽ തിരുകുകയും ചെയ്തു.

ഞങ്ങൾ നല്ല സുഹൃത്തുക്കളായി. ഞങ്ങളെന്നുവെച്ചാൽ ഞാനും കാറിലുണ്ടായിരുന്ന നാല് യാത്രികരും. ഞങ്ങൾ പരസ്പരം പരിചയപ്പെട്ടു. കീഴടങ്ങലുകളോ പ്രതിബന്ധങ്ങളോ ഏതെങ്കിലും തരത്തിലുള്ള അനന്തരഫലങ്ങളോ ഞങ്ങളുടെ ബന്ധത്തെ തകരാറിലാക്കാൻ പോകുന്നില്ലെന്ന് ഞങ്ങൾക്കുറപ്പുണ്ടായിരുന്നു. കാരണം ഞങ്ങൾക്കറിയാം ഈ സംഗമം എത്രമാത്രം ക്ഷണികവും ആകസ്മികവുമാണെന്ന്. ആരും തന്നെ തങ്ങളുടെ ഓർമ്മകളോ ചിന്തകളോ മറ്റുള്ളവരുടെ മേൽ അടിച്ചേൽപ്പിക്കുന്നില്ല... ഞങ്ങൾ അല്പനേരത്തേക്കു മാത്രം സംസാരിക്കുന്നു. കൂടണയാൻപോകുന്ന ചെറുകുരുവി സഹജീവിയെ കാണുമ്പോൾ ചെയ്യുന്നതുപോലെ, ഞങ്ങൾക്കിടയിൽ ഭയത്തിനോ ശത്രുതയ്ക്കോ വൈരത്തിനോ ഉള്ള സമയമില്ല.

ഡ്രൈവറുടെ തൊട്ടടുത്തിരുന്നയാൾ പുറത്തിറങ്ങി.

അതോടെ അയാളുടെ അടുത്തിരുന്നയാൾ അല്പം കൂടി സ്വസ്ഥ മായിരുന്നിട്ട് പരസ്പരബന്ധമില്ലാതെ എന്തൊക്കെയോ പറയാൻ തുടങ്ങി. ഇക്കാലത്ത് മനുഷ്യർ അവരുടെ നാവുകളെ സൂക്ഷിക്കണം. കാരണം ലോകം മുഴുവൻ രഹസ്യ സന്ദേശങ്ങൾ കൊണ്ട് നിറഞ്ഞിരിക്കുകയാണ്. ഇപ്പോൾ പുറത്തിറങ്ങിയ യാത്രക്കാരൻ പോലും നാട്ടുവർത്തമാനമെന്ന മട്ടിൽ സങ്കീർണ്ണമായ എന്തോ സന്ദേശം പറഞ്ഞിട്ടാണ് പോയത്. ആരുടെ രഹസ്യസന്ദേശവാഹകർ? ഏതു രാജ്യത്തിനുവേണ്ടി? ഖലിൽ അത്ഭുത പ്പെട്ടു. ഖലിൽ പൊട്ടിച്ചിരിച്ചത് ഡ്രൈവർക്ക് രസിച്ചില്ല. എല്ലാ രാജ്യങ്ങളും നാട്ടുവർത്തമാനം ശേഖരിക്കാൻ വേണ്ടി ചാരന്മാരെ അയയ്ക്കാറുണ്ട്. പ്രവിശ്യകൾപോലും, അവരുടെ മുഴുവൻ സന്നാഹങ്ങളും അതിനുവേണ്ടി ഉപയോഗിക്കാറുണ്ട്. ഒരുപക്ഷേ അത്തരക്കാർ നമുക്കിടയിലും കാണും. 'നമുക്കിടയിലും' എന്ന പ്രയോഗം ഒരു അനുമാനം മാത്രമായിരിക്കു മെന്ന് ഖലിലിന് തോന്നി. നമ്മളും ആ പ്രവിശ്യകൾ തന്നെയാണ്. എല്ലാ പ്രവിശ്യകളും ഭൂപടങ്ങളിൽ കാണുന്നതും ആലോചനകളിൽ മാത്രം രൂപ പ്പെട്ടതുമൊക്കെ ഇക്കൂട്ടത്തിൽ ഉൾപ്പെടും. ഭാവി ലോകത്തിലേക്ക് എത്തി ച്ചേരാൻ തയ്യാറെടുക്കുന്നതുമൊക്കെ പല സംഘങ്ങലായി രൂപപ്പെട്ടു കഴിഞ്ഞു... സോവിയറ്റ് അർമേനിയയിലെ ജനങ്ങളെപ്പോലെയോ അല്ലെങ്കിൽ ബാസ്ക്യൂ വിഘടനവാദികളെപ്പോലെയോ അല്ലെങ്കിൽ ഐറിഷ് വിപ്ലവപ്രസ്ഥാനങ്ങളെപ്പോലെയോ...

എന്തുകൊണ്ട്? അയാൾ പറഞ്ഞത് ശരിയാണെന്നാണ് എനിക്ക് തോന്നുന്നത്. കാരണം, നിരന്തമായ വൈദ്യുതി മുടക്കവും ഇന്ധനങ്ങ ളുടെ അപര്യാപ്തതയും... ആ സ്ത്രീ പറഞ്ഞുവന്നതിനെ ഡ്രൈവർ ഇടയ്ക്കു വെച്ച് തടസ്സപ്പെടുത്തി. നേരിട്ട് അനുഭവിക്കുന്നതു പോലെ അത്ര നിസ്സാര കാര്യമല്ല അത്. ഇന്ധനം അവിടെത്തന്നെയുണ്ട്, എന്നിട്ടും നമ്മ ളെന്തിന് കപ്പലുകളെ കാത്തിരിക്കണം? നമുക്ക് ഒരു കാൽ കരയിലും മറുകാൽ കടലിലും കുത്താമല്ലോ. ഒരു കാൽ എല്ലായ്പ്പോഴും എന്തെ ങ്കിലുമൊക്കെ വഹിച്ചു കൊണ്ട് തീരത്തുണ്ടാകും. സമുദ്ര റിപ്പോർട്ടുകൾ നമ്മളും കാണുകയും പിന്തുടരുകയും ചെയ്യുന്നതാണല്ലോ. അയാൾ പറ ഞ്ഞത് ശരിയാണ്. ഇന്ധനത്തിന്റെ കരുതൽ ശേഖരം എപ്പോഴും ഉണ്ട്. അത് ഓരോ വിഭാഗങ്ങൾക്കുമായി സംവരണം ചെയ്തിട്ടുമുണ്ട്. പക്ഷേ, നേതാക്കന്മാർ തമ്മിലുള്ള കടിപിടി കാരണം അതിന്റെയൊക്കെ സമ്മർദ്ദം അനുഭവിക്കേണ്ടിവരുന്നത് സാധാരണജനങ്ങളാണെന്ന് മാത്രം. ആ സ്ത്രീയുടെ കൈവശം ഒരു ചെറിയ റേഡിയോ ഉള്ളത് അന്നേര മാണ് ഖലിൽ ശ്രദ്ധിച്ചത്. ആ സ്ത്രീ എപ്പോഴൊക്കെ തടിച്ച പിൻഭാഗം ചലിപ്പിക്കുന്നുവോ അപ്പോഴൊക്കെ 'സംവരണം' 'സമ്മർദ്ദം' എന്ന വാക്കു കൾ പതിവായി ഉപയോഗിക്കുന്നുണ്ടായിരുന്നു. 'അവർ സമ്മർദ്ദം ചെലുത്തുന്നു' എന്ന ഒച്ചയോടൊപ്പം മാംസം പുഴുങ്ങിയ ഗന്ധം കൂടി അവിടമാകെ പരക്കും. പ്രഷർ കുക്കറിൽ നിന്നുള്ള ചീറ്റൽ ശബ്ദവും ചൂടും അവളെ ചുറ്റിപ്പറ്റി നിൽക്കുന്നുണ്ടാകും. അന്നേരവും ഗ്യാസിന്റെ

അപര്യാപ്തതയെക്കുറിച്ചായിരിക്കും സംഭാഷണം നടക്കുന്നത്. ഒരു നേതാവ് മറ്റൊരു നേതാവിന്റെ പാത്രത്തിന്റെ അടപ്പു തുറന്നാൽ സാധാരണജനങ്ങളുടെ പാത്രത്തിന്റെ പിടിയിലായിരിക്കും അതിന്റെ സമ്മർദ്ദം മുഴുവൻ അനുഭവപ്പെടുന്നത്. അത് വീണ്ടും അങ്ങനെ... അങ്ങനെ ഒരു ബൂട്ടുപോലെ പരുക്കന്മാരായി മാറുന്ന ജനങ്ങൾ ക്രമേണ പാചകം തന്നെ ചെയ്യാതാകും.

മുമ്പിലിരിക്കുന്ന യാത്രക്കാരൻ ആ സ്ത്രീയോടു ചോദിച്ചു: നിങ്ങളും അങ്ങനെ കരുതുന്നുണ്ടോ? അതിന്റെ പേരാണ്: വിഭാഗീയത. സംശയങ്ങളും കിംവദന്തികളും പ്രചരിപ്പിച്ച് പരസ്പരം പോരടിച്ച് ആളുകൾ തമ്മിൽത്തല്ലി ചാകുന്നതുവരെ വിഭാഗീയത പ്രചരിപ്പിച്ചുകൊണ്ടിരിക്കും. ഡ്രൈവർ പറഞ്ഞു: ജനങ്ങൾ വിഭാഗീയതയെ ചെറുത്തു തോല്പിക്കുന്നതുവരെ മാത്രമേ അതുണ്ടാകൂ. നേതാക്കന്മാരെ നീക്കാൻ ജനങ്ങൾ തീരുമാനിക്കുന്നതുവരെ മാത്രമേ അങ്ങനെ സംഭവിക്കൂ. അന്നേരം ഖലിലിന് അതിയായ സന്തോഷം തോന്നി. ഇപ്പോൾ ശരിക്കും വിഭാഗീയത ജനങ്ങൾക്കും അവരുടെ നേതാക്കന്മാർക്കും ഇടയിലാണ്.

ആ സ്ത്രീ നിശ്ശബ്ദയായി തലകുലുക്കിക്കൊണ്ടിരുന്നു. ബോധ്യം വരാത്തമട്ടിൽ അവൾ ഖലിലിന്റെ നേർക്ക് പുച്ഛം കലർന്ന പുഞ്ചിരിയോടെ നോക്കി. അത് ഇപ്രകാരം പറഞ്ഞതുപോലെ തോന്നി: ഈ കഴുതയെ നോക്കൂ, ഈ വൃത്തികെട്ട ജന്തുവിനെ... അവന്റെ മടയത്തങ്ങൾക്ക് ചുട്ട മറുപടി കൊടുക്കൂ. അത് തിരിച്ചറിഞ്ഞ ഖലിൽ അവളെ നോക്കിയും പുഞ്ചിരിച്ചു. എന്തെങ്കിലും തരത്തിലുള്ള പ്രതികരണം നടത്തുന്നതിനു മുൻപ് ഇടതു വശത്തിരുന്ന മധ്യവയസ്കനെ ഒന്നു പാളിനോക്കി. അയാൾ കൂടെക്കൂടെ വാച്ചിലേക്കു നോക്കുകയും കഴുത്തു വെട്ടിച്ചുകൊണ്ട് അക്ഷമനായി തെരുവീഥിയിലെ കാറുകളുടെ തിരക്കിനെ ഓർത്ത് പരിതപിക്കുകയും ചെയ്യുന്നുണ്ടായിരുന്നു. ഡോക്ടർ നല്കിയ സന്ദർശന സമയത്ത് എത്തിച്ചേരാൻ കഴിയുമോ എന്ന കാര്യത്തിൽ ഖലിൽ ആശങ്കാകുലനായി. കഠിനമായ വയറുവേദന നിമിത്തം ഡോക്ടറെ കാണാൻ ഇറങ്ങിപ്പുറപ്പെട്ടതായിരുന്നു അവൻ. ഇതിനേക്കാൾ ഭേദം ഇറങ്ങി നടക്കുന്നതാണെന്ന് കരുതിയ ആ സ്ത്രീ വണ്ടിയിൽ നിന്നിറങ്ങി.

ഗതാഗതക്കുരുക്ക് അനുഭവപ്പെട്ട റോഡിൽ നിന്ന് പുറത്തു കടക്കാൻ ഡ്രൈവർ ഒരുപാട് കഷ്ടപ്പെട്ടു. അയാൾ തിരക്കു കുറഞ്ഞ മറ്റൊരു കുടുസ്സുവഴിയിലൂടെ വണ്ടി വിട്ടതോടെ ടാക്സിയിലുണ്ടായിരുന്ന യാത്രക്കാർക്ക് ആശ്വാസമായി. പക്ഷേ ഏറെ താമസിയാതെ ഡ്രൈവർക്ക് മനസ്സിലായി, തന്നെപ്പോലെ ബുദ്ധിമാന്മാരായ മറ്റു പലരും തിരഞ്ഞെടുത്തിരിക്കുന്നത് അതേ വഴിയിലെ സങ്കീർണ്ണമായ വളവുകളും തിരിവുകളും തന്നെയാണ്. വീപ്പകൾ നിരത്തി മാർഗ്ഗതടസ്സം സൃഷ്ടിച്ചുകൊണ്ട് ആയുധധാരിയായ ഒരാൾ നില്ക്കുന്നയിടം എത്തുന്നതുവരെ അയാൾ തന്റെ കഴിവിൽ അഭിമാനിച്ചു. അവരെ കണ്ടതോടെ ആയുധധാരിയായ

ചെറുപ്പക്കാരൻ പാഞ്ഞെത്തി, കാറിന്റെ ഡോർ വലിച്ചു തുറന്നിട്ട് അലറി: എല്ലാവരും പുറത്തിറങ്ങൂ. ഡ്രൈവർ പുറത്തിറങ്ങി എന്തൊക്കെയോ വിശദീകരിക്കാൻ ശ്രമിക്കുന്നതിനിടയിൽ ആയുധധാരി ഡ്രൈവറുടെ നെഞ്ചിലേക്ക് യന്ത്രത്തോക്കു ചൂണ്ടിക്കൊണ്ട് പറഞ്ഞു: കള്ളം. ശരിക്കും നീ ഒരു സാധാരണ കാർ ഡ്രൈവറായിരുന്നെങ്കിൽ നീ ഇതുവഴി വരില്ലായിരുന്നു. ഇവിടെ വഴി തടസ്സപ്പെടുത്തിയിരിക്കുന്നത്, നീ മുൻകൂട്ടി അറിയുമായിരുന്നു. ഇവിടെ ആരൊക്കെയാണ് താമസിക്കുന്നതെന്നും നീ അറിഞ്ഞേനെ. ഇവിടെ നീയെന്തെങ്കിലും കുഴപ്പമുണ്ടാക്കാനാണ് ശ്രമിക്കുന്നതെങ്കിൽ ഇവിടെ താമസിക്കുന്നയാളിന്റെ ബൂട്ടുകൾ നിന്റെയും നിന്റെ കുടുംബത്തിന്റെയും ചങ്ക് തകർത്തിരിക്കും. ഇവിടെ നിന്ന് ഒരു പൂവ് പറിക്കുന്നതുപോലും നല്ലതല്ലെന്ന് ചുരുക്കം. അതുകൊണ്ട് വിട്ടു പൊയ്ക്കോ എല്ലാവരും. ഈ പ്രവിശ്യയിലുള്ള ആളാണ് താനെന്നും അത് രജിസ്ട്രേഷൻ പേപ്പറുകൾ സാക്ഷ്യപ്പെടുത്തുമെന്നും അബദ്ധവശാൽ, ഒരു വളവിൽ തെറ്റായി പ്രവേശിച്ചതാണ് എല്ലാറ്റിനും കാരണമെന്നും ഡ്രൈവർ പറഞ്ഞു.

ആയുധധാരി അപ്രതീക്ഷിതമായി ഖലിലിന്റെ നേർക്ക് ചാടിവീണു. പക്ഷേ അവന്റെ മുഖം അത്രമേൽ വിളറിയിരിക്കുന്നതുകൊണ്ടും പ്രശസ്തനായ ഡോക്ടറുടെ സന്ദർശന സമയം കുറിച്ച കാർഡും തിരിച്ചറിയൽ കാർഡും ഒരുമിച്ച് കാണിച്ചതുകൊണ്ടും അവൻ ഡോക്ടറെ കാണാൻ പോവുകയാണെന്ന് അയാൾക്ക് പെട്ടെന്ന് മനസ്സിലായി. മധ്യവയസ്കനായ മനുഷ്യൻ അവനോട് പറഞ്ഞു: മോനേ, എല്ലാം ശരിയാണ്. ഞങ്ങളെ ഞങ്ങളുടെ ജോലി ചെയ്യാൻ അനുവദിക്കൂ. എന്തു ജോലി? ആയുധധാരി ചോദിച്ചു... ഞാൻ നിന്നെ ഇവിടേക്ക് വിളിച്ചോ? നീയും നിന്റെ ജോലിയും. പോയി തുലയാൻ പറയ്. അയാൾ മുറുകെ പിടിച്ചിട്ടും ഫയലിലെ കടലാസുകൾ പിടിവിട്ട് ചിതറി തെറിച്ച് അവിടമാകെ പറന്നുകളിച്ചു. കുറെയെണ്ണം നിലത്തുവീണു. അയാൾ കുനിഞ്ഞിരുന്ന് കടലാസുകൾ പെറുക്കിക്കൂട്ടാൻ തുടങ്ങിയപ്പോഴേക്കും ആയുധധാരി അയാളെ പിറകിൽ നിന്ന് തൊഴിച്ചുകൊണ്ട് പറഞ്ഞു: ഇപ്പോൾ പെറുക്കലാണ് നിന്റെ ജോലി. എന്നിട്ട് വീണ്ടും ഡ്രൈവറുടെ നേർക്ക് തിരിഞ്ഞു. അവന്റെ ചുമലിൽ പിടിച്ചു കൊണ്ട് ചോദിച്ചു... നീയെന്താടാ തിടുക്കം കാണിക്കുന്നത്, പന്നീ? കഴിഞ്ഞയാഴ്ച ഞങ്ങൾ ഒരു വധശ്രമത്തിൽ നിന്ന് രക്ഷപ്പെട്ടതേയുള്ളു. ആളുകൾ മരണത്തിന്റെ വായ്ത്തലയിലാണ് കഴിയുന്നതെന്ന് നിനക്കറിയില്ലേ? ഇവിടെ നിന്ന് പെട്ടെന്ന് സ്ഥലം കാലിയാക്കിക്കോ,

ഡ്രൈവർ കഴിയുന്നത്ര വേഗത്തിൽ വണ്ടി തിരിച്ചുവിട്ടു. എത്രയും വേഗം പ്രധാനപാതയിൽ കയറിക്കൂടി. മധ്യവയസ്കൻ വണ്ടിയിൽ നിന്ന് ഇറങ്ങിയപ്പോഴും അയാളുടെ പ്ലാസ്റ്റിക്ക് ഫയലിലെ കടലാസുകൾ അടുക്കിപ്പെറുക്കി വെക്കുന്നുണ്ടായിരുന്നു. തെറ്റായ വളവിലായിരുന്നു തിരിഞ്ഞതെന്ന് ഡ്രൈവർ പറഞ്ഞു. മറ്റൊരു വധശ്രമമാണെന്ന് കരുതി

ആയുധധാരി ഭയന്നതിൽ തെറ്റില്ലെന്നും അവൻ പറഞ്ഞത് ശരിയാണെന്നും അയാൾ കൂട്ടിച്ചേർത്തു.

ഖലിൽ പുറത്തിറങ്ങി പാതയോരം ചേർന്ന് നടന്നു.

ഇളയ സഹോദരിയോടൊപ്പം കിടക്കുമ്പോഴെല്ലാം അവനെ അവൾ നുള്ളും. അന്നേരം കഴിയുന്നത്ര വായും തുറന്ന്, നാവും നീട്ടി, കണ്ണും തുറിച്ച്, കഴിയുന്നത്ര ഉച്ചത്തിൽ അവൻ നിലവിളിക്കുമായിരുന്നു. കണ്ണീർ പ്രളയവും തുറിച്ചു നോട്ടവും അവനും ആസ്വദിക്കും. എന്നിട്ട് വീണ്ടും കണ്ണു നനയ്ക്കും... അവന്റെ തൊണ്ടയിൽ നിന്ന് ശബ്ദം ഉയരുമ്പോൾ ചരൽക്കല്ലുകൾ കിലുങ്ങുന്നതുപോലെ തോന്നും. നീണ്ട ചൂളംവിളി പോലെ അത് ഉയർന്നുയർന്ന് പോകുംതോറും ശ്വാസകോശങ്ങൾ പരമാവധി തുറക്കുകയും തലയിൽ ഇളംചൂട് തട്ടുമ്പോൾ മാത്രം അത് ചുരുങ്ങുകയും ചെയ്യും. ഒരു നീണ്ട ശ്വാസം ഉള്ളിലേക്ക് വലിച്ചിട്ട് അവൻ വീണ്ടും തൊണ്ടകീറാൻ തുടങ്ങും. ആ നിലവിളി ഉയർന്നുപോകുന്നതല്ലാതെ താഴുകയില്ല. ഒടുവിൽ സഹതാപം തോന്നി, അമ്മയെത്തി മധുരമോ പഞ്ചസാരയോ നല്കി അവനെ മാറോടു ചേർക്കുംവരെ അതു തുടരും. സഹോദരി നുള്ളിയ ഇടത്തേക്ക് നോക്കുമ്പോഴോ അക്കാര്യം ഓർമ്മയിൽ എത്തുമ്പോഴോ രണ്ടുതവണ കൂടി ഏങ്ങലടിക്കും. പഞ്ചസാരയുടെ ഹൃദ്യമായ മധുരം നാവിൽ തട്ടിയതുകൊണ്ടുമാകാം അത് ഓർത്തെടുക്കുന്നത്.

മുതിർന്നവരുടെ സകല ദീനങ്ങളും തുടങ്ങുന്നത് അവർ കരച്ചിൽ നിർത്തുന്നതോടെയാണ്. അങ്ങനെ സ്വന്തം ശബ്ദങ്ങളെപ്പോലും അവർ അമർച്ച ചെയ്യാൻ തുടങ്ങും. അതൊക്കെ വിലക്കപ്പെട്ടതാണെന്ന അറിവിലേക്ക് എത്തുന്നതോടെ ശ്വാസം മുട്ടുകയും ചെയ്യും. ഖലിൽ ചിന്തിച്ചു. സായുധരായ പുരുഷന്മാർക്ക് ആരോഗ്യമുള്ളതും വൃത്തിയുള്ളതുമായ ശരീരങ്ങൾ ഉണ്ട്. പക്ഷേ അവർ കരയുകയോ തേങ്ങുകയോ ചെയ്യില്ല. അത് സത്യമാണ്. പക്ഷേ, അവരുടെ ശരീരങ്ങളുടെ ദേഷ്യവും സങ്കടവും വിരേചനം ചെയ്യാൻ അവർ ബോംബുകളേയും വെടിയുണ്ടകളേയും സുന്ദരമായി ഉപയോഗിക്കുന്നു. ഏന്തെങ്കിലും അസ്വസ്ഥത തോന്നിയാൽ അവർ നിറതോക്കുകളുമായി ഏതെങ്കിലും കുന്നിൻ മുകളിലേക്ക് കയറിച്ചെന്ന് തെളിഞ്ഞ ആകാശത്തേക്ക് തുരുതുരെ വെടിയുണ്ടകൾ വർഷിക്കും. അവർ കരയുന്ന രീതിതന്നെ ആധികാരികമാണ്, അവരുടെ ശരീരങ്ങളെത്തന്നെ സ്വയം ശൂന്യമാക്കും. അവർക്ക് താല്പര്യമുള്ള രീതിയിലല്ല കാര്യങ്ങൾ പോകുന്നതെങ്കിൽ അവർ മരണത്തിനു മുന്നിൽ സ്വയം വെളിപ്പെടും.

തെരുവുകളിലെ ചുമരുകളിൽ രക്തസാക്ഷികളുടെ ചിത്രങ്ങളൊന്നും പതിച്ചിട്ടില്ല എന്ന കാര്യം ഖലിൽ പ്രത്യേകം ശ്രദ്ധിച്ചു. പഴയതിന്റെ കഷണങ്ങൾ മാത്രമാണ് അവശേഷിച്ചിട്ടുള്ളത്. പഴയ വരികളുടെയും പഴയ ചിത്രങ്ങളുടെയും അവശിഷ്ടങ്ങൾ മാത്രം. അതും മഴയും കുട്ടിക്കൈകളും നശിപ്പിച്ചതിന്റെ ബാക്കി. അങ്ങനെയെങ്കിൽ എന്നെങ്കിലും

ഒരിക്കൽ ഈ തെരുവിലെ മുഴുവൻ ചുമരുകളും വൃത്തിയാകും. ചക്രം തിരിയാൻ തുടങ്ങിയിട്ടുണ്ട്. എങ്കിലും അതിന്റെ ചലനങ്ങൾ അജ്ഞാത കരങ്ങളാൽ നിയന്ത്രിതമാണ്. രക്തസാക്ഷികളുടെ ചിത്രങ്ങൾ, ആത്മ പ്രശംസാ വചനങ്ങൾ, പരസ്പരമുള്ള വെല്ലുവിളികളും കിടമത്സരങ്ങളും കൊണ്ട് ഒരു സംഘത്തിൽപ്പെട്ട രക്തസാക്ഷികളെ മറ്റൊരു സംഘം കവർന്നെടുത്തതുമൊക്കെ ചുമരിലുണ്ട്... ഏറ്റവും വിലമതിക്കുന്ന തലയെ ആര് സ്വന്തമാക്കുമെന്ന് മത്സരിക്കുന്ന തലവേട്ടക്കാർ പലരുമുണ്ട്. ഇനി ഒരുപാടുകാലം ഈ ഏർപ്പാടുകൾ തുടരാൻ സാധ്യതയുണ്ടെന്നു തോന്നുന്നില്ല. പ്രത്യേകിച്ചും സാധനസാമഗ്രികളുടെ വിലക്കയറ്റം കൊണ്ട്. അമ്മമാരുടെ കാലുകൾക്കിടയിലൂടെ ഊർന്നുവീഴുമ്പോൾത്തന്നെ അനുയായികളേയും സായുധപുരുഷന്മാരേയും രക്തസാക്ഷികളേയും അവർ അവകാശം പറഞ്ഞ് പിടികൂടിയിരിക്കും. ഈ പ്രദേശത്ത് ജനിച്ചവരായതുകൊണ്ട് നിങ്ങൾ ഈ സംഘത്തിൽത്തന്നെ ചേരണം. മറ്റൊന്ന് തിരഞ്ഞെടുക്കാനുള്ള അവസരമില്ല. മാത്രമല്ല, മറ്റൊരു പ്രദേശത്തെ സംഘത്തിൽ ചേരാൻ താത്പര്യം പ്രകടിപ്പിച്ചിട്ടും കാര്യമില്ല. എത്രത്തന്നെ പരിശ്രമിച്ചാലും, അവർ നിങ്ങളെ മടക്കി അയയ്ക്കും. മറ്റൊരു വശത്തേക്ക് മറികടക്കാൻ ശ്രമിച്ചാൽ നിങ്ങളെ പ്രതിപക്ഷമായി അവർ മുദ്രകുത്തുകയുംചെയ്യും.

അവരെ സംബന്ധിച്ചിടത്തോളം അവർ നിർദ്ദോഷികളാണ്. നഗരത്തിലെ ചുമരുകൾ കുലമഹിമയുള്ള പൂച്ചയെപ്പോലെയാണെന്ന് ഖലിലിന് തോന്നി. മധ്യവയസ്കനായ ആ മനുഷ്യൻ എപ്പോഴാണ് തിരികെ വീട്ടിലെത്തിയിട്ടുണ്ടാവുകയെന്നും അയാളെ അവിടെ കാത്തുനിന്നത് ആരാണെന്നും ഓർത്ത് ഖലിൽ അത്ഭുതപ്പെട്ടു. ഉരുക്കു വാതിൽ കടന്ന് ഡോക്ടറുടെ ക്ലിനിക്ക് സ്ഥിതിചെയ്യുന്ന വലിയ കെട്ടിടത്തിലേക്ക് അവൻ ലാഘവത്തോടെ കയറിച്ചെന്നു.

# നാല്

ഒരു നഴ്സ് തിടുക്കത്തിൽ അവിടേക്ക് വന്നു. അവൾ ചില അറിയിപ്പുകൾ ചുമരിൽനിന്നു നീക്കിയ ശേഷം ഇടനാഴിയിൽ അവനു തൊട്ടടുത്തായി ഒരു കട്ടിൽ ഇട്ടുകൊടുത്തിട്ട് മടങ്ങി. അല്പനേരത്തിനുശേഷം ഒരു പുരുഷ നഴ്സ് ഖലിലിന്റെ അരികിലെത്തി, അവനോട് പറഞ്ഞു: ഇപ്പോൾ തത്കാലം കസേരയിൽ ഇരിക്കൂ. കിടക്കകളെല്ലാം ഞങ്ങൾക്ക് ആവശ്യമുണ്ട്. മുറിവേറ്റവർപോലും ഇടനാഴികളിൽ നിലത്താണ് കിടക്കുന്നത്. അവൻ കിടക്ക എടുത്തുകൊണ്ടുപോയി. ഖലിൽ അതൊരു ശുഭസൂചനയായി കരുതി. ശസ്ത്രക്രിയ മറ്റന്നാളേക്ക് മാറ്റിവെക്കാനാണ് സാധ്യത.

കുടൽപ്പുണ്ണിന്റെ വേദന അസഹനീയമായതു കൊണ്ടാണ് ഖലിൽ ആശുപത്രിയിൽ എത്തിയത്. ആദ്യ പരിശോധനയിൽ തന്നെ അവസ്ഥ അതീവ ഗുരുതരമാണെന്നു കണ്ടെത്തിയ ഡോക്ടർ, അവന് അടിയന്തര ശസ്ത്രക്രിയ വേണമെന്ന് നിർദ്ദേശിച്ചിട്ട് അപ്രത്യക്ഷനായി. ഖലീലിന്റെ ആശയക്കുഴപ്പം നിറഞ്ഞ അവസ്ഥ മനസ്സിലാക്കിയ അയാൾ തത്കാലം പേടിക്കേണ്ട സാഹചര്യമില്ലെന്നും ജീവിതാപായം ഉണ്ടാകുമെന്ന് ഭയക്കേണ്ടെന്നും നാളെയോ മറ്റന്നാളോ ആശുപത്രിയിൽ വന്നിരുന്നെങ്കിലും കുഴപ്പമൊന്നും സംഭവിക്കുകയില്ലായിരുന്നെന്നും ആശ്വസിപ്പിച്ചു.

മരുന്നുകളുടേയും കുത്തിവെയ്പ്പുകളുടേയും ഫലമാണോ അതോ, ഭയമാണോ വേദന തുരത്തുന്നത്?

വൈകുന്നേരമായപ്പോഴേക്കും അവർ കട്ടിൽ തിരികെ കൊണ്ടുവന്നു. അവർ പതിഞ്ഞ ശബ്ദത്തിൽ സംസാരിക്കാൻ തുടങ്ങി. അടിയന്തര സാഹചര്യങ്ങൾ നിരന്തരം കൈകാര്യം ചെയ്യേണ്ടി വരുന്നതു കൊണ്ട് താഴത്തെ നില എപ്പോഴും താറുമാറായി കിടക്കുന്നത്. അതുകൊണ്ടു ത്തന്നെ മുകളിലത്തെ നിലകളിലുള്ള രോഗികൾക്ക് താഴെ എന്തൊക്കെയാണ് നടക്കുന്നതെന്ന് തിരിച്ചറിയാൻ കഴിയില്ല.

നഗരത്തിലെ യഥാർത്ഥ പറുദീസ സ്ഥിതിചെയ്യുന്നത് ആശുപത്രികളിലാണെന്ന് ഖലിലിന് അറിയില്ലായിരുന്നു. സകലതും സൂക്ഷ്മതയോടെ തയ്യാറാക്കിയിരുന്നു. പുറത്തു നിന്ന് നോക്കിയാൽ തീർത്തും

ഒറ്റപ്പെട്ട ഒരിടമാണ് ആശുപത്രി. പുറത്തെ പകൽ വെളിച്ചത്തെപ്പോലും അംഗീകരിച്ചു കൊടുക്കാത്ത ഉള്ളിലെ വെളിച്ചത്തിന്റെ ക്രമീകരണം. നിയോൺ വിളക്കുകൾ നിരന്തരം കത്തിക്കൊണ്ടിരിക്കും. സ്വാഭാവിക വായുവിനെക്കുറിച്ചുള്ള സ്മരണകൾ പോലും ആർക്കും ഉണ്ടാകാതിരിക്കാൻ, യന്ത്രങ്ങൾ വമിപ്പിക്കുന്ന പുകമണവും അണുനാശിനികളുടെ രൂക്ഷഗന്ധവും കൂടിക്കലർന്ന വായുകൊണ്ട് സമ്പുഷ്ടമാണ് അവിടം. ഉള്ളിലെ കാലാവസ്ഥയും അന്തരീക്ഷോഷ്മാവും മാറ്റമില്ലാതെ തുടരുന്നത് കമ്പിളിപ്പുതപ്പിനുള്ളിൽത്തന്നെ കഴിയുന്ന രോഗികൾക്ക് ആശ്വാസകരമാണ്.

തീവ്രവെള്ള നിറമാണ് അവിടെയുള്ളതെങ്കിലും അതിന് തിളക്കമില്ല. തീവ്രവെള്ള ഒരു ദ്വയാർത്ഥമുള്ള ഒരു രൂപകമാണ്. രക്തത്തിന്റെയും മൂത്രത്തിന്റെയും ഛർദ്ദിയുടെയും നിറങ്ങൾ കഴുകി തലച്ചോറിലേക്ക് വെണ്മയുള്ള ചിത്രങ്ങൾ നിറയ്ക്കുകയും പൊതിഞ്ഞുകെട്ടലും ചതവുകളും മുറിവുകളും വിസർജ്യങ്ങളും അഴുക്കുചാലുകളിലൂടെ പുറത്തേക്ക് വിടുകയും ചെയ്യുന്നു... പുതുമയുള്ള വെണ്മ, നവജാത ശിശുവിന്റെ കണ്ണുകളിലെ നൈർമല്യംപോലെ, ശിശുഭാവനപോലെ പരിശുദ്ധി നിലനിർത്തുന്നു.

നമ്മളെ തീർത്തും ഒറ്റപ്പെടുത്തുന്ന കാര്യത്തിൽ അവർ ബദ്ധശ്രദ്ധരാണ്. ജീവനക്കാരുടെ എണ്ണം കുറവല്ലെങ്കിൽ അറബിക് അറിയാത്ത ഫിലിപ്പിനോ നഴ്സുമാരെയാകും നിയോഗിക്കുന്നത്. അതിലൂടെ കൊച്ചുവർത്തമാനം പറച്ചിൽ ഒഴിവാക്കാമെന്നാണ് അവരുടെ കണക്കുകൂട്ടൽ. സ്വന്തം ഭാഷ അല്പകാലത്തേക്കെങ്കിലും രോഗികൾ മറക്കാൻ വേണ്ടിയാണ് അവരങ്ങനെ ചെയ്യുന്നത്. അതുകൊണ്ട് വൈകാരികമായി യാതൊരു പ്രകോപനവും ഉണ്ടാവുന്നില്ല. എന്നുമാത്രമല്ല, ചിരപരിചിതമായ പ്രാദേശികഭാഷ കേൾക്കുമ്പോഴുള്ള പ്രകോപനം മറികടക്കാനും സാധിക്കും. ശേഷിക്കുന്നതൊക്കെ ഭയംകൂടാതെ അവരുടെ ചുമതലപ്പെട്ടവർ നോക്കിക്കൊള്ളും.

ചുരുക്കത്തിൽ, റബ്ബർഷൂസ് ധരിച്ച നഴ്സുമാർ ഇടതടവില്ലാതെ കാലൊച്ച കേൾപ്പിച്ചുകൊണ്ട്, കുട്ടിക്കാലം മുതൽ പരിചയമുള്ള പെണ്ണിനെപ്പോലെ പുഞ്ചിരിതൂകി മുറിക്കുള്ളിൽ വന്നുംപോയുമിരിക്കും. ഏതോ വിദൂരദേശത്തു നിന്ന് വന്നയാളെപ്പോലെ സഹതാപത്തോടെ അവർ നോക്കും. ഓരോരുത്തരും ഭക്ഷണം കഴിക്കുന്നുണ്ടോയെന്ന് കൺകോണിലൂടെ അവർ നോക്കിക്കൊണ്ടിരിക്കും. അഥവാ ആരെങ്കിലും കഴിക്കാൻ കൂട്ടാക്കിയില്ലെങ്കിൽ അവരെ ശകാരിക്കാനും മടിക്കില്ല.

കുട്ടിക്കാലത്ത് നഷ്ടപ്പെട്ടുപോയ കരുതലും പരിചരണവും ഓർത്തെടുക്കാനും അത് സഫലമാക്കാനുള്ള ഇടവുമായാണ് എല്ലാവരും ആശുപത്രികളെ കരുതുന്നത്. പക്ഷേ, അവർ തീർത്തും വ്യത്യസ്തമായ മറ്റൊരു കാലത്താണ് ജീവിക്കുന്നത്. കൃത്യമായി ക്രമപ്പെടുത്തിയ ചിട്ടകളിലൂടെയാണ് ജീവിതം തള്ളിനീക്കുന്നതെന്നു മാത്രം. വെളിച്ചവുമായുള്ള

യഥാർത്ഥ ബന്ധത്തിലേക്ക് ദിവസം മാറി. ഭക്ഷണസമയം, കുത്തിവെയ്പ്പിനും ഡ്രിപ്പുകൾക്കും നിറംപിടിപ്പിച്ച ഗുളികകൾക്കുമുള്ള നേരം, എന്നിവയൊക്കെയാണ് ശരീരത്തിന്റെ ഒരു ദിവസത്തെ തീരുമാനിക്കുന്നത്. അതുകൊണ്ടുതന്നെ പുറത്തെന്താണ് നടക്കുന്നുതെന്നറിയാൻ കഴിഞ്ഞില്ല. മാംസത്തോടൊപ്പം ചേർന്ന് വീണ്ടും നീണ്ടുനിവർന്ന് നടക്കാനുള്ള ശരീരത്തിന്റെ ആഗ്രഹത്തെ ആരും പ്രോത്സാഹിപ്പിച്ചില്ല.

ഇടമുറിയാത്ത നീരൊഴുക്കുപോലെ നഴ്സുമാർ അവിടമാകെ വ്യാപരിച്ചു. മുറികളിലേക്കു കടക്കുമ്പോൾ ആരോഗ്യമുള്ള ഹൃദയത്തിൽ നിന്ന് രക്തം പമ്പുചെയ്യുന്നതുപോലെയാണ് അവരെ കാണപ്പെട്ടത്. അവരോട് ഒന്നും ചോദിക്കേണ്ടിവരില്ല. ഒന്നും സംസാരിക്കാനുമുണ്ടാകില്ല. ചിന്താതരംഗങ്ങളുടെ സൂചനകളുടെ ചുവടുപിടിച്ചായിരിക്കും അവരുടെ ചെയ്തികൾ... ഒരുപക്ഷേ അവരുടെ ശബ്ദങ്ങൾ രോഗികൾക്ക് അരോചകമാണെന്നു തോന്നുന്നതിനാലാകും അവർ വായ തുറക്കാത്തത്. ഒരു കടലാസുമായി വന്ന് നഴ്സ് എഴുതും. ദുർബലവും വിനയാന്വിതവുമായ നഗ്നശരീരത്തെ അവൾ തിരിച്ചു കിടത്തും, എങ്ങനെയാണ് പരിചരിക്കേണ്ടതെന്ന രഹസ്യം അറിയാവുന്ന പ്രാചീനകാലത്തെ അമ്മമാരെപ്പോലെ.

അവന്റെ വിളറിയ കാൽപാദങ്ങൾക്കുവേണ്ടി അവൾ വള്ളിച്ചെരിപ്പുകൾ കൊണ്ടുവന്നു. അവളുടെ ചുമലിൽ ചുരുണ്ടുകൂടിയിരുന്ന മനുഷ്യനെ താങ്ങിയെടുത്ത് മേശയിലോ കസേരയിലോ ഇരുത്തും. അവൾ പെട്ടെന്ന് കിടക്കവിരിപ്പുമാറ്റി അവിടമെല്ലാം വൃത്തിയാക്കി അയാളെ തിരികെ കിടത്തും. ചുരുങ്ങിയ വാക്കുകൾ കൊണ്ട് അവൾ തമാശ പറയാൻ ശ്രമിക്കുമെങ്കിലും അത് തീവ്രരോഗികളെ മാത്രമേ സ്പർശിക്കൂ. അതൊരുപക്ഷേ അവരിൽ ഒരു സ്പോഞ്ചുപോലെ പ്രവർത്തിക്കും. അവൾ അവന്റെ മുഖവും കൈകളും കഴുകിത്തുടച്ച് വൃത്തിയാക്കും. അവൾ ഒട്ടും സമയം കളയാതെ അവനെ കിടക്കമേൽ നീണ്ടുനിവർന്ന് കിടക്കാൻ സഹായിക്കുകയും പുതപ്പുകൊണ്ട് ശരീരം മൂടിക്കൊടുക്കുകയും ചെയ്യും. ശരീരഭാഗങ്ങളിൽ എവിടെയൊക്കെയാണ് വേദനയെന്ന് അവൾ ഓർമ്മിപ്പിക്കുന്നതോടെ അവന്റെ വേദന താത്കാലികമായി ശമിക്കും. ഡോക്ടർ ഇനിയെപ്പോഴാണ് അതുവഴി വരുന്നതെന്നും അവൾ അടുത്തതവണ വരുന്നത് എപ്പോഴാണെന്നും പറയും. അടയാള മണി അവന്റെ കൈകളോട് ചേർത്തുവെയ്ക്കും. വെറുതെ ഒരു രസത്തിനുവേണ്ടിയല്ലാതെ അവളെ വിളിക്കാനുള്ള മണിയാണത്.

ഭാഷ കൂടാതെത്തന്നെ, അതുമിതുമെല്ലാം കണ്ടു മനസ്സിലാക്കും. അവരെക്കൊണ്ട് കഴിയുന്ന മട്ടിലുള്ള പരിപാലനം രോഗികൾക്കുണ്ടാകും. അക്കാര്യം അവരൊട്ടും അവഗണിക്കുകയോ നിരസിക്കുകയോ മറച്ചുവെയ്ക്കുകയോ ചെയ്യില്ല. അവിടെയുമിവിടെയും പ്രാകൃതകാലമാണ്, കാലം ശരീരത്തിനുള്ളതാണ്, അതൊരിക്കലും ശരീരത്തിന് എതിരല്ല.

എങ്ങും വെള്ളനിറം മാത്രമുള്ള, ഒഴുകിക്കൊണ്ടിരിക്കുന്ന ഈ ദ്വീപ് നഗരത്തിനും മീതെയാണെന്ന് ഖലിലിന് തോന്നി. ഒരു ദീർഘയാത്രയ്ക്കിടയിൽ വിമാനയാത്രികൻ കാണുന്ന ആകാശക്കാഴ്ച പോലെയുള്ള സുന്ദരദൃശ്യങ്ങളാണ് അന്നേരം അവൻ കണ്ടത്. വൃത്തിയുടെ നിർവൃതിയിൽ, രോഗാണുമുക്തമായ കിടക്കമേലുള്ള നീന്തലിനിടയിൽ, ഒരു ശബ്ദം, നിയോൺ വിളക്കുകൾ രാത്രിയിൽ പ്രകാശം കുറയ്ക്കുന്നതു പോലെയുള്ള ഒരു മൃദുലശബ്ദം, ഡോക്ടർമാരെ പേരു വിളിച്ച് നന്ദിയറിയിക്കുന്ന ശബ്ദങ്ങൾ. ഇടനാഴിയിലെ ചുമരുകളിൽ തട്ടി പ്രതിധ്വനിക്കും പോലെയുള്ള മധുരശബ്ദം, അതുമാത്രമായിരുന്നു അവൻ കേട്ടത്. മസ്ലിൻതുണിപോലെ നേർത്ത വെളിച്ചത്തിന്റെ അകമ്പടിയോടെ നിശ്ശബ്ദമായ കിടക്കകൾ താണ്ടി, കടന്നുവരുന്ന ശാന്തമായ ശലഭത്തെപ്പോലെ, ഹൃദയമിടിപ്പ് തൊട്ടറിയാൻ കഴിയുന്നതുപോലെയുള്ള ഒരു ശബ്ദം.

ഖലിൽ പണ്ടുകാലത്ത് കരുതിയിരുന്നത്, ആശുപത്രികൾ വേദനയുടെ പാത്രങ്ങൾ മാത്രമാണെന്നായിരുന്നു. പക്ഷേ ഇപ്പോൾ അവനറിയാം ഇവിടെ എവിടെയും വേദനയെ കണ്ടെത്താനാകില്ലെന്ന്. ചില നേരങ്ങളിൽ ചില ശരീരങ്ങളിൽ നിന്നുയരുന്ന നേർത്ത തേങ്ങലുകൾ, ലോഹപ്പാത്രങ്ങളിൽ വീഴുന്ന ചെറിയ ഫംഗസുകൾ പെട്ടെന്ന് പടർന്നു പിടിക്കുന്ന ശബ്ദം പോലെ അതീവലോലമാണ്. ശരീരാലയത്തിൽ നിന്ന് വേദന വിട്ടുപോകുന്നത് മുഖവും കൈയും മറച്ച മോഷ്ടാവ് ഓടിക്കളയുന്നതുപോലയാണ്. നഴ്സ് തരുന്ന ചെറുഗുളികയോ കുത്തിവയ്പോ അല്ലാതെ മറ്റാരും അത് കടന്നുകളയുന്നത് കാണുന്നതുമില്ല, തുറസ്സിലേക്ക് അതിനെ തൊഴിച്ച് പുറത്താക്കുന്നു. ശരീരത്തിനു പുറത്തുള്ള അനുസരണയുള്ള ചെറിയ വേദനയെ കണ്ടെത്തിയാൽ നിശ്ശേഷം തുടച്ചുനീക്കാൻ യാതൊരു പ്രയാസവുമില്ല. എന്നാൽ ദുരിതപൂർണ്ണമായ, രക്ഷാമാർഗ്ഗമില്ലാതെ കുടുങ്ങിപ്പോയ രോഗങ്ങൾ, നിരന്തരം വിഷമിപ്പിച്ചുകൊണ്ടിരിക്കും, ഒരു വികൃതിക്കുട്ടിയോട് ആവർത്തിച്ചു ക്ഷമിക്കുന്നതുപോലെ.

മരണകാരണമായ വേദനകൾ പോലും വെറുതെ ഒച്ചപ്പാടുണ്ടാക്കാറില്ല. അവർ വേദനയില്ലാതെ മരിക്കും. തൊട്ടടുത്ത പ്രഭാതത്തിൽ മാത്രം, അവരുടെ കിടക്കകൾ ശൂന്യവും, എന്നാൽ വൃത്തിയും വെടിപ്പുമുള്ളതായിരിക്കും. ഡ്രിപ്പ്ബാഗിൽ നിന്നുള്ള അവസാനതുള്ളി ഇറക്കാനാവാതെയും അവസാന ശ്വാസം പുറത്തുവിടാനാവാതെയും ചുമരുകളെ നോക്കി അവരുടെ ശൂന്യതയിൽ വിറപൂണ്ടുമായിരിക്കും അവർ പോകുന്നത്. അണുനാശിനിയായ സ്പ്രേ തളിക്കുന്നതു പോലെയായിരിക്കും അവരുടെ അവസാനശ്വാസം. മരിച്ചുപോകുന്നവർ അവരുടേതായി ഇവിടെ യാതൊന്നും അവശേഷിപ്പിക്കുന്നില്ല, വെണ്മയും ശൂന്യതയുമല്ലാതെ.

കാത്തി എന്നു പേരുള്ള ഫിലിപ്പൈൻസുകാരി നഴ്സ് അവനോടു പറഞ്ഞു: നിനക്ക് എഴുന്നേൽക്കാൻ കഴിയുമെങ്കിൽ, എനിക്കൊരു

ആവശ്യമുണ്ട്. കുറച്ചുനേരത്തേക്ക് എന്നോടൊപ്പം ഒന്നു വരുമോ. വിഷമി ക്കേണ്ട, പേടിക്കാനൊന്നുമില്ല.

ഖലിൽ ഇടനാഴിയിലൂടെ അവളെ പിന്തുടർന്നു. കാത്തിരിപ്പു മുറി യിൽ, ഇരിപ്പിടങ്ങൾ ഒഴിഞ്ഞുകിടന്നിട്ടും, കൈയിലൊരു ഡ്രിപ്പ്ബാഗു മായി, ഒരു മനുഷ്യൻ അങ്ങോട്ടുമിങ്ങോട്ടും നടക്കുന്നത് അവൻ കണ്ടു. ഒറ്റ കിടക്ക മാത്രമുള്ള ഒരു മുറി തുറന്ന് അവൾ കയറി. ഒപ്പം വരാൻ അവൾ തിരിഞ്ഞുനിന്ന് അവനെ ക്ഷണിച്ചു. ഖലിലും ഉള്ളിലേക്ക് കയറി. ഒറ്റകിടക്ക മാത്രമുള്ള വിശാലമായ ഒരു മുറിയായിരുന്നു അത്. ചുമരു കളിൽ ടെലിവിഷൻ പ്രതിഫലിപ്പിച്ച നിറങ്ങൾ കാണാം. കൈകൊണ്ട് ചെവികൾ പൊത്തി, അസ്വസ്ഥതയോടെ കൂനിപ്പിടിച്ചിരിക്കുന്ന തീരെ മെലിഞ്ഞ ഒരാൾ വലിയ ഒരു സോഫയിൽ ഇരിക്കുന്നുണ്ട്. കാത്തി ഖലി ലിനോട് പറഞ്ഞു: ദയവുചെയ്ത് അവനോട് പറയൂ, ഈ സമയത്ത് ഞങ്ങൾക്കൊരു ഡോക്ടറെ കണ്ടുപിടിക്കാൻ കഴിഞ്ഞില്ലെന്ന്. പിന്നെ, അവനു നൽകിയ മരുന്നുകൾ അതിന്റെ ഫലം ചെയ്യുമെന്നും അറിയിക്കൂ. മാത്രമല്ല, ഇത്തരമൊരു അവസ്ഥയിലുള്ള ഒരാളെ ചികിത്സിക്കാൻ മാത്രം ഞങ്ങൾ സജ്ജരല്ല എന്നും പറയൂ. അവൻ വളരെ അസ്വസ്ഥ നാണ്. ഞാൻ പറയുന്നതൊന്നും അവന് മനസ്സിലാകുന്നില്ല. തന്നെയുമല്ല, അവൻ ഭീഷണിപ്പെടുത്തുന്നതുകൊണ്ട് എനിക്കൊന്നും ചെയ്യാനും കഴിയുന്നില്ല. അവന് മുറിക്ക് പുറത്തിറങ്ങാൻ പോലും അനുവാദമില്ല. അവിടെയുണ്ടായിരുന്ന ചെറുപ്പക്കാരന് അവൾ ഇംഗ്ലീഷിൽ പറയുന്ന തൊക്കെ മനസ്സിലായിരുന്നു. അവളിപ്പോഴും പറയുന്നത് അവന്റെ സ്ഥിതി അതീവ ഗുരുതരമാണെന്നും അവന്റെ കഠിനമായ വേദന മാറ്റിയെടു ക്കാൻ ഒരേയൊരു വഴിയേയുള്ളൂ അത് എത്രയും വേഗം ഒരു ഡോക്ടറെ കണ്ടെത്തുക എന്നതുമാണ്, അതിപ്പോൾ ചൊവ്വായിൽ നിന്നാണെ ങ്കിൽപ്പോലും.

ഖലിലിന് ആ ചെറുപ്പക്കാരനെ ഭയമായിരുന്നു. അവൻ നഴ്സിനെ നോക്കിയപ്പോൾ, കഴിയുമെങ്കിൽ കുറച്ചുനേരമെങ്കിലും ആ ചെറുപ്പക്കാര നോടൊപ്പം നിൽക്കാൻ അവൾ അവനോട് കെഞ്ചി. ചെറുപ്പക്കാരൻ അതിന്റെ ആവശ്യമില്ലെന്നു പറഞ്ഞെങ്കിലും അപ്പോഴേക്കും നഴ്സ് പുറ ത്തേക്കു പോയ്ക്കഴിഞ്ഞിരുന്നു.

ഖലിൽ ടെലിവിഷൻ കാണാൻ തുടങ്ങി. ചെറുപ്പക്കാരൻ എഴുന്നേറ്റ് ചെന്ന് അത് ഓഫ് ചെയ്യുകയും മുഖംപൊത്തി ഉറക്കെ കരയാൻ തുട ങ്ങുകയും ചെയ്തു. അവൻ ബേസിന്റെ അടുത്തേക്കു പോയി. ഖലിലും ഒപ്പം ചെന്നു. അവൻ ടാപ്പു തുറന്ന് ചെറുപ്പക്കാരന്റെ മുഖം കഴുകി ക്കൊടുത്തു. എന്നിട്ട് ഒരു കഷണം കടലാസ് കൊടുത്തെങ്കിലും അവൻ അതെടുത്തില്ല. അവൻ തോർത്തെടുത്ത് കൊടുത്തപ്പോൾ ചെറുപ്പ ക്കാരൻ അതുമായിച്ചെന്ന് കട്ടിലിൽ ഇരുന്നു. നീയെന്തിനാ ഇങ്ങനെ ഉറക്കെ കരയുന്നത്? എന്നു ചോദിച്ചശേഷം ഖലിൽ വാതിലടച്ച് കുറ്റിയിട്ടു. ചെറുപ്പക്കാരൻ അവനെത്തന്നെ കുറേനേരം നോക്കിയിരുന്നു.

ഇതുവരെ കണ്ടിട്ടില്ലാത്തതുപ്പോലെ. എന്നിട്ട് അവൻ പറഞ്ഞു: ഞാനിവിടം വിട്ടുപോകും, ഞാനിവിടം വിട്ടുപോകും. അവന് ഭ്രാന്തുണ്ടോ? ഖലിൽ ചിന്തിച്ചു. അവന് അതെല്ലാം വിസ്മയകരമായി തോന്നി. പുറത്തു പോകണമെങ്കിൽ ആരെങ്കിലും അനുവാദം ചോദിക്കുമോ? എന്നിട്ട് അവൻ ചോദിച്ചു. നീയെന്തിനാ പോകുന്നത്? ആ ചെറുപ്പക്കാരൻ മറുപടി പറഞ്ഞു: നിനക്കൊന്നും അറിയില്ല. ഖലിൽ പറഞ്ഞു: ശരി സമ്മതിച്ചു. പക്ഷേ എനിക്കറിയാവുന്ന കാര്യം നീ മയക്കുമരുന്നിന് അടിമയാണെന്നും അതുകൊണ്ടുതന്നെ ഡോക്ടർ നിർദ്ദേശിച്ചിരിക്കുന്നത് നീ മുറിക്കു പുറത്തേക്കു പോകാൻ അനുവദിക്കരുതെന്നുമാണ്. ഇനി അഥവാ നിനക്ക് പോകണമെന്നുണ്ടെങ്കിൽ, ഡോക്ടർ വരുമ്പോൾ നീ ചോദിച്ചു നോക്ക്. ആ....ർർഹ്, അവൻ ആക്രോശിക്കാൻ തുടങ്ങി. ആ....ർർഹ്, നിനക്ക് കഠിനമായ വേദനയുണ്ട്. അത് നിന്നിൽ നിന്ന് പുറത്തേക്ക് പോകുന്നതാണ്. ഖലിൽ പറഞ്ഞു. വേദന നിന്റെയുള്ളിൽ നിന്ന് പുറത്തേക്ക് പോവുകയാണ്. അതൊന്നും കേൾക്കാത്തതുപോലെ ആ ചെറുപ്പക്കാരൻ പറഞ്ഞു: അവരെന്തെങ്കിലുമൊന്ന് തന്നിരുന്നെങ്കിൽ ഞാനുറങ്ങിയേനെ. ഇവിടെ അതെങ്ങനെ കിട്ടുമെനിക്ക് അവർക്കറിയില്ല എനിക്ക് എന്താണ് കുഴപ്പമെന്ന്.

ആ ചെറുപ്പക്കാരന് കുഴപ്പമൊന്നുമില്ലെന്നും പക്ഷേ ഇത് അവനു പറ്റിയ സ്ഥലമല്ലെന്നും ഖലിലിന് തോന്നി. അവൻ വാതിൽ തുറന്ന് പുറത്തേക്കിറങ്ങി. അവനു പിന്നിൽ ആ ചെറുപ്പക്കാരൻ നീയെവിടെ പോകുന്നു...? എന്നു വിളിച്ചു ചോദിക്കുന്നതു കേട്ടു. അവൻ ഇടനാഴിയിലൂടെ നടന്നു. തൊട്ടടുത്തുള്ള മുറി അവൻ തുറന്നുനോക്കിയെങ്കിലും അവിടെ ആരുമുണ്ടായിരുന്നില്ല. അതിനോടു ചേർന്നുള്ള മുറിയുടെ വാതിലും അവൻ തുറന്നുനോക്കിയെങ്കിലും അതും ശൂന്യമായിരുന്നു. ആ മുറികളുടെ എതിർവശത്തുള്ള മുറിയിൽ തലയിണ തലയ്ക്കു മീതെ വച്ചുകൊണ്ട് ഒരു മധ്യവയസ്കൻ കൂർക്കം വലിച്ച് കിടന്നുറങ്ങുന്നു. പക്ഷേ അപ്പോഴും മുറിയിലെ ടെലിവിഷൻ ശബ്ദമുണ്ടാക്കിക്കൊണ്ടിരിക്കുന്നു. അവൻ ടെലിവിഷനും ലൈറ്റും ഓഫ് ചെയ്ത് മുറിയുടെ വാതിലടച്ചു. അവൻ രണ്ടാംനിലയിലെ ഇടനാഴിയുടെ അറ്റത്തുള്ള ഇരട്ട ചില്ലുവാതിലിനടുത്തേക്ക് നടന്നുചെന്നു. മലർക്കെ തുറന്നു കിടന്ന ചില്ലുവാതിലുകൾ അവൻ അടച്ചു. അവൻ തിരികെ ചെറുപ്പക്കാരന്റെ മുറിയിലേക്കു തന്നെ മടങ്ങിച്ചെന്ന്, വാതിലടച്ചു. അപ്പോഴേക്കും അവൻ കിടക്കമേൽ ഇരുന്ന് തലകുനിച്ച് വയറിൽ മുട്ടിച്ച് തലയിൽ കൈകൊണ്ട് മുറുകെപ്പിടിച്ചിരിക്കുകയായിരുന്നു. ഖലിൽ സോഫയിൽ ചെറുപ്പക്കാരന് അഭിമുഖമായി നടുനിവർത്തി ഇരുന്നിട്ട് പറഞ്ഞു: എന്റെ വയറ്റിൽ അത്യന്തം വഷളായ കുടൽപ്പുണ്ണുണ്ട്. അത്ഭുതം കൊണ്ട് വിടർന്ന കണ്ണുകളോടെ കേട്ടത് വിശ്വാസം വരാത്തമട്ടിൽ ആ ചെറുപ്പക്കാരൻ തലയുയർത്തി ഖലിലിന്റെ കണ്ണുകളിലേക്കു തന്നെ നോക്കി. ഖലിൽ അപ്പോഴും

തലയുയർത്തി ഒരു പൂവൻകോഴിയെപ്പോലെ ഇരിക്കുകയായിരുന്നു. ഖലിൽ ചോദിച്ചു. എന്താ നിന്റെ പേര്? ചെറുപ്പക്കാരൻ പറഞ്ഞു: ഇസ്സ.

ഖലിൽ പറഞ്ഞു: എന്റെ വയറ് എന്നെ വല്ലാതെ വേദനിപ്പിക്കുന്നുണ്ട് ഇസ്സാ, അവൻ ചൂണ്ടുവിരൽ കൊണ്ട് വയറ്റിൽ തൊട്ടതിനുശേഷം തിരികെ കാൽമുട്ടുകളിൽ ചേർത്തുവച്ചു. ഖലിൽ ഉറക്കെ കരയാൻ തുടങ്ങി. അതൊരു ഓരിയിടൽ പോലെയായിരുന്നു. അവന്റെ കണ്ണു നീർ കവിളുകളിലൂടെ ഒലിച്ചിറങ്ങി, നിലത്ത് അവന്റെ കാലുകൾക്കിട യിൽ വരെയെത്തി. അവന്റെ തൊണ്ടക്കുഴിയെ പൊള്ളിച്ചുകൊണ്ട് കട ന്നുവന്ന വേദനയുടെ നിലവിളി അവന്റെ നെഞ്ചിൻകൂടിനെയും ഇളക്കി മറിച്ചു. അവന്റെ നിലവിളി ശബ്ദം കൂടുതൽ ഉയർന്നു കേട്ടു. അതുകേട്ട് പതറിയ ഇസ്സായും വലിയ വായിലേ കൂടുതൽ കൂടുതൽ നീണ്ടു നിൽക്കുന്ന വിധത്തിൽ, ആരോ നുള്ളിപ്പിച്ചിയതിൽ പ്രതിഷേധിച്ചു കൊണ്ടുള്ള നിലവിളിപോലെ, അസാധാരണമായ ഒരു കരച്ചിൽ നടത്തി. മൂക്കളപോലുള്ള കൊഴുത്ത ദ്രാവകം സൂക്ഷ്മതന്തുക്കൾ പോലെ അവന്റെ മേൽച്ചുണ്ടിൽ നിന്ന് താഴേക്ക് ഇറങ്ങിവന്നു.

രാവിലെ നഴ്സ് വന്നു നോക്കുമ്പോൾ രണ്ടുപേരും കട്ടിലിൽ തൊട്ട ടുത്തായി കിടന്നുറങ്ങുന്നതാണ് കണ്ടത്. രണ്ടു ശരീരങ്ങളിലും ഒരേ പോലുള്ള വളവുകൾ, ഇരട്ടകളെപ്പോലെ.

പരിശീലനം നടത്തുന്ന ഒരു ഡോക്ടർ ഖലിലിനെ മുറിയിൽ ചെന്നു കണ്ട് അഭിവാദ്യം പറഞ്ഞുകൊണ്ട് സ്വയം പരിചയപ്പെടുത്തി. എന്റെ പേര് വദ്ദാ ഇബ്രാഹിം. എന്നിട്ട് ഒരു കസേര വലിച്ചിട്ട് അവന്റെ കട്ടിലിന് സമീപത്തിരുന്നു. അയാൾ പുഞ്ചിരിച്ചുകൊണ്ട് ചില നുറുങ്ങ് തമാശകൾ പറഞ്ഞു തുടങ്ങി. നാളെ രാവിലെ ഞങ്ങൾ നിന്നെ തുറന്നു നോക്കാൻ പോവുകയാണ്. പിന്നെ, ഞാൻ കണ്ടതിൽ വെച്ച് ഏറ്റവും ഭീരുവായ വ്യക്തിയാണ് നീ. എങ്കിലും നാളെ നമുക്ക് അതെല്ലാം ശരിയാക്കാം. എന്തുകൊണ്ടെന്നാൽ നിന്റെ രക്തം കട്ടിപിടിക്കാൻ അല്പം താമസ മുണ്ട്. അതിനു കാരണം, നിന്റെ പേടിയാണ്. ഒരു കുത്തിവെയ്പ്പിലൂടെ എല്ലാം നന്നാക്കാം. അല്ലെങ്കിൽ എല്ലാം കൂടുതൽ വഷളാകും. ശരിക്കും അതാണ് പേടിക്കേണ്ടത്, ശരിയല്ലേ? നിന്റെ രക്തമൊഴുകുന്നത് അങ്ങനെ യാണ്. അതുകൊണ്ട് നിന്റെ മുറിവുണങ്ങാനും വൈകും.

എനിക്ക് കുടൽപ്പുണ്ണുണ്ടെന്ന് ഡോക്ടർ കണ്ടെത്തിയപ്പോൾ മുതൽ ഞാൻ അസ്വസ്ഥനായിരുന്നു. അതുതന്നെയാണ് എന്റെ ഭയത്തി ന്റെയും കാരണം. എന്റെ രക്തംപോലും അതുകൊണ്ടാകാം മന്ദഗതി യിൽ ഒഴുകുന്നത്. ഖലിൽ പറഞ്ഞു. അതുകേട്ട് യുവഡോക്ടർ ചിരിച്ചു. എങ്കിൽപ്പിന്നെ എന്താ ചെയ്യുക? ഖലിൽ ചോദിച്ചു. ഉത്തരം നിന്റെ യുള്ളിൽ തന്നെയുണ്ട്, ഡോക്ടർ മറുപടി കൊടുത്തു. നിനക്കു മുന്നിൽ ഒരുപാട് സമയമുണ്ട് അതെന്താണെന്ന് ആലോചിച്ചു കണ്ടെത്താൻ.

ഇപ്പോൾ പോകരുത്, ഖലിൽ പറഞ്ഞു.

ശരി... പിന്നെന്താ ചെയ്യേണ്ടത്... നമുക്ക് ചീട്ടുകളിച്ചാലോ? ഖലിൽ അത് സമ്മതിക്കുകയും യുവഡോക്ടർ അത് അനുസരിക്കുകയും ചെയ്തു.

യുവഡോക്ടറുടെ മുഖം അത്ര സൗഹാർദ്ദപരമായിരുന്നില്ലെങ്കിലും ഖലിലിന് ആശ്വാസം നൽകുന്ന എന്തൊക്കെയോ അവൻ അയാളുടെ മുഖത്തുനിന്ന് കണ്ടെത്തി. ഒരുപക്ഷേ ഒരുപാട് സംസാരിക്കുന്നതു കൊണ്ടാവാം, അല്ലെങ്കിൽ അയാളോടൊപ്പം ഒരു സായാഹ്നം ചെലവഴിക്കാൻ സാധിച്ചതിലുള്ള സന്തോഷമാകാം, അത് ഒരാഴ്ചയെങ്കിലും നീട്ടിക്കിട്ടിയെങ്കിലെന്ന് അവൻ ആഗ്രഹിക്കുകയും ചെയ്തു. എന്തൊക്കെയാണ് അയാളോട് സംസാരിക്കാൻ കഴിയുക? എത്രതന്നെ ആലോചിച്ചിട്ടും ഖലിലിന് വ്യക്തമായൊരു ഉത്തരത്തിൽ എത്തിച്ചേരാൻ കഴിഞ്ഞില്ല. പിടക്കോഴി അരിമണിക്കുവേണ്ടി അതിന്റെ യജമാനത്തിയെ പിന്തുടരുന്നതുപോലെ, ഖലിൽ താഴെയുള്ള നീണ്ട ഇടനാഴിവരെ അയാളെ അനുഗമിച്ചു. ഒരുപക്ഷേ ആ ഡോക്ടർ യുവാവായതുകൊണ്ടും അതിലുപരി ഇതുപോലെ വെളുക്കെ ചിരിക്കാൻ കഴിയുന്നതുകൊണ്ടുമായിരിക്കാം അതെന്ന് അവൻ കരുതി. സങ്കല്പിക്കാൻ പോലും കഴിയാത്ത ദുരന്തങ്ങൾക്കുനടുവിലും അതുപോലെ പെരുമാറാൻ കഴിയുന്നത് നിസ്സാരകാര്യമല്ലല്ലോ. അയാൾ ഷർട്ടിന്റെ കൈമടക്ക് ചുരുട്ടി മുകളിലേക്ക് കയറ്റിവെച്ചിട്ട് രക്തം പുരണ്ട അവയവങ്ങളിലേക്ക് കൈകൾ മുക്കി.... അങ്ങനെ അയാൾ എന്നോട് തമാശ പറയുകയും ചീട്ടുകളിക്കുകയും ചെയ്തു. എനിക്കില്ലാത്തത് അയാൾക്കുണ്ടായിരുന്നു, എനിക്കൊരിക്കലും എന്റെ ദൈന്യം പ്രകടിപ്പിക്കുന്ന മുരൾച്ചകളിൽ നിന്നോ സുസ്ഥിരമായ നിലവിളികളിൽ നിന്നോ മുക്തനാവാൻ കഴിഞ്ഞിട്ടില്ല.... ഈ ലോകത്തിൽ അർത്ഥവത്തും മൂല്യവത്തുമായി ഏതെങ്കിലുമൊരു തൊഴിലുണ്ടെങ്കിൽ അത് അയാളുടേതാണ്, എങ്കിലും ഇതൊക്കെ ചെയ്യാനുള്ള കരുത്ത് അയാൾക്ക് എവിടെ നിന്നാണ് കിട്ടിയത്, ഞാൻ അത്ഭുതപ്പെട്ടു.

അയാളുടെ പേര് വദ്ദാ എന്നായിരുന്നു. ഞങ്ങൾ ഇതിനു മുമ്പൊരിക്കലും കണ്ടുമുട്ടിയിരുന്നില്ലെങ്കിലും ദീർഘകാലമായി പരിചയമുള്ള വ്യക്തികളെപ്പോലെയായിരുന്നു ഞങ്ങൾ. ഞങ്ങളുടെ സംഗമത്തിന് രണ്ടാംതരം പ്രാധാന്യമേ ഉണ്ടായിരുന്നുള്ളൂ. ഞങ്ങളുടെ പേരുകൾക്ക് നിസ്സാര സാമ്യങ്ങളേ ഉണ്ടായിരുന്നുള്ളൂ, ഞങ്ങളുടെ ഓർമ്മകളും അഭിലാഷങ്ങളും പോലെ.

പരസ്പരബന്ധിതമായി ഞങ്ങളിവിടെയുണ്ട്, എന്നെ സംബന്ധിച്ചാണെങ്കിൽ എന്റെ വേദന അയാളോട് പറയണം, അയാളെ സംബന്ധിച്ചാണെങ്കിൽ എന്നെ രക്ഷപ്പെടുത്തണം. അതുകൊണ്ട് ഞങ്ങൾക്കിടയിൽ തെറ്റിദ്ധാരണയുടെ പ്രശ്നം ഉദിക്കുന്നില്ല. ഞങ്ങൾക്കിടയിൽ ആമുഖങ്ങളില്ല, ആശയക്കുഴപ്പങ്ങളോ അവ്യക്തതകളോ ഇല്ല, മിടുക്കിന്റെ

പ്രകടനങ്ങളോ, ഊഹാപോഹങ്ങളോ ഇല്ല, കുടുംബപ്പേരുപോലുമില്ല. മറ്റാർക്കും ഒരു പിടിയും കിട്ടാത്ത എന്റെ വയറ്റിലേക്കും രക്തത്തിലേക്കും അയാൾ നേരിട്ട് ഇറങ്ങിവന്നിരിക്കുന്നു. അതല്ലാതെ അവർക്ക് മറ്റൊന്നും ചെയ്യാനില്ലായിരുന്നു. ഞാൻ അയാളോടു പറഞ്ഞു: നോക്കൂ, ഞാൻ കഠിനമായ വേദനയിലാണ്. അയാൾ എന്റെമേൽ കൈവച്ച് സുഖപ്പെടുത്തി, അയാൾ എന്റെ വേദനകളെ പറിച്ചെടുത്ത് ദൂരെ എറിഞ്ഞുകളഞ്ഞതു പോലെ.

ഖലിൽ എന്ന രോഗിക്കുവേണ്ടി ഡോക്ടർ വദ്ദാ അതിശക്തമായി നിലകൊണ്ടു. അവൻ അന്നേരവും പച്ചയിൽ തന്നെയായിരുന്നു, താഴ്ന്ന വരുമാനമുള്ള ഒരാളെ സംബന്ധിച്ചിടത്തോളം മെഡിക്കൽ സ്കൂളിൽ ചേരാനുള്ള പ്രോത്സാഹനവും സമ്മർദ്ദവും, അത് അയാളെ അന്നേരവും വിടാതെ പിന്തുടരുന്നതും, ഖലിലിന്റെ സ്ഥിതി അതീവ ഗുരുതമായി മാറിയതും, അവന്റെ വലിയ കണ്ണുകളിലെ ശൂന്യതയും, ജല്പനങ്ങളും, തമാശകളും, പുഞ്ചിരിയും, പരിപൂർണമായും വഴങ്ങുകയല്ലാതെ മറ്റൊന്നും ചെയ്യാൻ അയാൾക്ക് കഴിയാതായി. അവൻ അയാളെ അനുസരിച്ചു. അവൻ അയാളോട് ചോദ്യങ്ങൾ ചോദിക്കുകയും അയാൾ പറയുന്നതെല്ലാം ഒരു സ്കൂൾകുട്ടിയെപ്പോലെ അംഗീകരിക്കുകയും ചെയ്തുകൊണ്ടിരുന്നു. ഡോക്ടർമാരെ മാന്ത്രികരോ പ്രവാചകന്മാരോ ആയി കണ്ടിരുന്ന പഴഞ്ചൻ കാലത്തെ അനുസ്മരിപ്പിക്കുന്നവിധത്തിൽ അവൻ ചിലപ്പോഴൊക്കെ ഡോക്ടർ വദ്ദായുടെ ശിഷ്യനെപ്പോലെയും പെരുമാറി. ആരാണ് ആ പ്രലോഭനത്തിൽ വീഴാത്തത്?

അതിലുപരി, ഖലിലിന് അയാളെ അത്രമാത്രം ആവശ്യമുണ്ടായിരുന്നു, അവനെ സംരക്ഷിക്കേണ്ട ചുമതല അയാൾക്കാണെന്ന് അവന് തോന്നി, പ്രത്യേകിച്ച് അയാളുടെ ഓരോ സന്ദർശനങ്ങളും അവന്റെ ഏകാന്തജീവിതത്തിന് ആശ്വാസം നല്കി, ഖലിലിനെ സംബന്ധിച്ചിടത്തോളം അവന്റെ യുവസുഹൃത്ത് - നായിഫ് പോയതിനുശേഷം അവൻ അങ്ങനെയാണ് വിശ്വസിക്കുന്നത് - നേർത്ത പിങ്ക് പൂക്കൾ കൊണ്ട് അലംകൃതമായ പൂച്ചെണ്ട് ചവറ്റുകൊട്ടയിൽ കിടക്കുകയായിരുന്നു. എന്തിനാണ് ഇതൊക്കെ എന്നു ഡോക്ടർ വദ്ദാ ചോദിച്ചപ്പോൾ, ഖലിൽ പറഞ്ഞു: ഞാനിത് ആശുപത്രിയുടെ വാതിൽക്കലുള്ള പൂക്കടയിൽ നിന്ന് വാങ്ങിയതാണ്. മുമ്പ് ഞാനിത് വാങ്ങാൻ മറന്നുപോയി... അതിനിടയിൽ, എനിക്കു മുന്നിലൂടെ കടന്നുപോയപ്പോൾ... അങ്ങനെ, ഇത് വളരെ ലളിതമായ, സാധാരണപൂക്കളാണല്ലോ, അണുനാശിനികളുടേതല്ലാതെ മറ്റൊരു ഗന്ധവും ആശുപത്രിയിൽ ഇല്ലാത്തതുകൊണ്ടാണ് ഞാനിത്...

പാവം ചെറുപ്പക്കാരൻ, ഡോക്ടർ വദ്ദാ പറഞ്ഞു. അവൻ ഒരിക്കലും നന്നാവാൻ പോകുന്നില്ലെന്നും തീരെ ദുർബലമായ ശരീരവും കൊണ്ട് സുഹൃത്തുക്കളോടൊപ്പം കളിക്കാൻ പോലുമാകാതെ വിഷമിക്കുന്ന മകനെ കാണുമ്പോൾ അപ്പൻ പറയുന്നതുപോലെയായിരുന്നു അത്.

അതേസമയം തന്നെ, പൂർവസ്ഥിതി പ്രാപിക്കാനുള്ള അനന്യമായ ശക്തി വിശേഷവും അവനുണ്ടായിരുന്നു. എനിക്കറിയില്ല എവിടെ നിന്നാണ് അവന് ഇതൊക്കെ ലഭിക്കുന്നതെന്ന്.

ഡോക്ടർ വദ്ദാ പറഞ്ഞു: ഇറങ്ങി വാ വീരാ, ഞാൻ നിന്നെ താഴത്തെ നിലയിൽ കാത്തിരിക്കുകയാണ്. അവൻ പാഞ്ഞുചെന്നു. കുത്തിവയ്പിനുള്ള സൂചിയുമായി നിന്ന നഴ്സ് പുഞ്ചിരിച്ചുകൊണ്ട് പറഞ്ഞു. ഈ 'ഔച്' നിനക്ക്, പൂർണവിശ്രമവും ആശ്വാസവും നല്കും. ഈ ആശുപത്രിയിലുള്ളവർക്ക് മുഴുവൻ അറിയാം ഞാനൊരു പേടിത്തൊണ്ടനാണെന്ന്, ഖലിൽ ചിന്തിച്ചു. അവർ എത്രമാത്രം ആഴത്തിലാണ് പരസ്പരം മനസ്സിലാക്കിയിരിക്കുന്നതെന്ന് അവന് ബോധ്യമായി. അവൾ അവനൊരു പുറം കുപ്പായം നല്കിയിട്ട് പറഞ്ഞു, നിന്റെ വസ്ത്രങ്ങളെല്ലാം ഊരി കുളിമുറിയിലുള്ള പേപ്പർ സഞ്ചിയിൽ ഇട്ടേക്കൂ. പുറങ്കഴുത്ത് മാത്രം അനാവൃതമാകുന്ന രീതിയിൽ കുപ്പായം ധരിച്ചുകൊണ്ട് അവൻ കുളിമുറിയിൽ നിന്ന് പുറത്തു വന്നു. ആൺ നഴ്സ് ഒരു സ്ട്രെച്ചറും വലിച്ചു കൊണ്ടുവന്നു. പുറങ്കുപ്പായം അല്പം ഉയർത്തിയിട്ട് ഖലിൽ സ്ട്രെച്ചറിൽ കയറി കിടന്നു. വിറയ്ക്കുന്ന ചുണ്ടുകളോടെ അവൻ ചോദിച്ചു: ഡോക്ടർ വദ്ദാ താഴെയുണ്ടല്ലോ? ആൺ നഴ്സ് പറഞ്ഞു: നീ അയാളെ എത്രയുംവേഗം കാണും. നഴ്സ് അവന്റെ പുറങ്കുപ്പായം ഉയർത്തി ചന്തിയിൽ ഒരു കുത്തിവെയ്പ് നടത്തി. എന്നിട്ട് സൂചി കടന്നുപോയ സ്ഥലത്ത് ചെറുതായൊന്ന് തിരുമ്മി. ആൺ നഴ്സ് അവനെ ഇടനാഴിയിലൂടെ എലിവേറ്ററിന്റെ അടുത്തേക്ക് കൊണ്ടുപോയി. അപ്പോഴേക്കും ഒരു മയക്കം അവന്റെ ശരീരത്തെ ബാധിച്ചു കഴിഞ്ഞിരുന്നു. നല്ല വെളിച്ചമുണ്ടായിരുന്ന താഴത്തെ നിലയിലെത്തിയപ്പോൾ മുതൽ അവന്റെ കണ്ണുകൾ ഡോക്ടർ വദ്ദായ്ക്കു വേണ്ടി പരതി. ഒരു നീല മുഖപടത്തിനു പിന്നിലായി അയാളുടെ കണ്ണുകൾ തിളങ്ങുന്നത് അവൻ തിരിച്ചറിഞ്ഞു. നീലത്തുണികൊണ്ട് അയാളുടെ തലയും പൊതിഞ്ഞിരുന്നു. ബഹിരാകാശ സഞ്ചാരികളുടേതു പോലുള്ള വേഷമായിരുന്നു അയാൾ ധരിച്ചിരുന്നത്. നിന്നെ ശസ്ത്രക്രിയ ചെയ്യുന്ന സർജൻ സജ്ജനായിട്ടുണ്ട്, വദ്ദാ പറഞ്ഞു. താങ്കൾ ഇവിടെയുണ്ടാകുമോ? ഖലിൽ അയാളോട് ചോദിച്ചു. എനിക്ക് ഇവിടെ നിന്ന് മാറിനിൽക്കാനാവില്ല, കാരണം എന്റെ അധ്യാപകൻ വളരെ കർക്കശക്കാരനാണ്, വദ്ദാ മൂടുപടത്തിന് പിന്നിലൂടെ മറുപടി കൊടുത്തു. എന്നിട്ട് അയാൾ ഒരു വലിയ ചില്ലുവാതിൽ തുറന്ന് കൈകളുയർത്തി സ്ട്രെച്ചർ പിടിച്ചു കൊണ്ടുപോയി. ഒരു വിശാലമായ മുറിയുടെ ഒത്ത നടുവിലേക്കാണ് ഖലിൽ കടന്നുചെന്നത്. അവിടെ പ്രാചീനകാലത്തെ ശിലാനിർമ്മിതമായ ശവപ്പെട്ടിയെ അനുസ്മരിപ്പിക്കുന്ന വിധത്തിലുള്ള ഒരു മേശമേൽ അവനെ കിടത്തി. അവിടെയുള്ള സകലതിനും വിളറിയ നീല നിറമായിരുന്നു, അവന്റെ തലയ്ക്കുമീതെ കത്തിനിന്ന സ്പോട്ട് ലൈറ്റുകൾക്കു പോലും. അവിടെയുണ്ടായിരുന്ന ശബ്ദങ്ങൾ, വിരളമായിരുന്നെങ്കിലും അവയ്ക്കും വിളറിയ നീല നിറമായിരുന്നു. ആ

ചെറുപറുദീസയിൽ, അവനുചുറ്റുമുള്ള സകല വസ്തുക്കളുടെയും ചലന ങ്ങളും അങ്ങനെത്തന്നെയായിരുന്നു. അവരുടെ ഓരോ ചലനങ്ങളും മുൻകൂട്ടി ചിട്ടപ്പെടുത്തിയതെന്നു തോന്നിക്കുന്ന മട്ടിൽ സ്വരച്ചേർച്ചയുള്ള തായിരുന്നു.

നല്ലതുവരട്ടെ, ഹീറോ, കണ്ണടയ്ക്കു പിന്നിലൂടെ സർജൻ പറഞ്ഞു. അവർ അവന്റെ തല മറച്ചിട്ട് നാളിതുവരെയുള്ള ശരീരം അനാവൃതമാക്കി. ഖലിലിന് മുമ്പത്തേതുപോലെ പേടി തോന്നിയില്ല. വദ്ദാ അവന്റെ അരികി ലെത്തി മന്ത്രിച്ചു: സുഹൃത്തേ, ഡോക്ടർ ഇപ്പോൾ നിനക്ക് അന സ്തേഷ്യ നൽകാൻ പോവുകയാണ്. അവരുടെ സ്നേഹപരിചരണ ങ്ങൾക്കു മുന്നിൽ താൻ എത്രമാത്രം വിനീതനാവുകയാണ് എന്ന മട്ടിൽ ഖലിൽ പുഞ്ചിരിച്ചു. സുതാര്യമായ കൈയുറകൾ ധരിച്ച കൈകൾ വന്ന് അവന്റെ കൈകളിൽ ശരിക്കും അമർത്തിപ്പിടിച്ചു. ശരി, എന്നാൽ നീ എണ്ണാൻ തുടങ്ങിക്കോളൂ. കണക്കിൽ നീ എത്രമാത്രം മിടുക്കനാണെന്ന് ഞങ്ങൾക്കൊന്നറിയണമല്ലോ. ഒരു കൊച്ചുകുട്ടിയുടെ ശബ്ദത്തിൽ പറഞ്ഞു... ഞാനൊരു നല്ല കുട്ടിയായതുകൊണ്ടാണ് അവരെന്നെ ഇത്ര മാത്രം സ്നേഹിക്കുന്നത്. നാക്കു വരളുന്നുണ്ടായിരുന്നെങ്കിലും അവൻ അനായാസം എണ്ണിത്തുടങ്ങി. ഒന്ന്, രണ്ട്, മൂന്ന്, നാല്. ഒരു സൂചി അവന്റെ കൈയിലേക്ക് തുളച്ചു കയറി. അഞ്ച്, ആറ്, ഏഴ്, എട്ട്... ചെവി കളിലൂടെ അവന്റെ രക്തം ഇരമ്പിപ്പായുന്നത് ഖലിൽ കേട്ടു. ഒമ്പത്, പത്ത്, അവന്റെ ഹൃദയം ശക്തിയായൊന്നു മിടിച്ചു, പതി...

– ശ്വാസമെടുക്കൂ. നന്നായി ഉള്ളിലേക്ക് ശ്വാസം വലിക്കൂ.

ശ്വാസമെടുക്കൂ. അങ്ങനെയല്ല...

– ശ്വാസമെടുക്കൂ. ശക്തിയായി ഉള്ളിലേക്ക് ശ്വാസമെടുക്കൂ.

ശ്വാസമെടുക്കൂ.

എവിടെയോ തട്ടുന്നതിന്റെ ശബ്ദം ഖലിൽ കേട്ടു. അവൻ പരിപൂർണ മായും ഉണർന്നു. പക്ഷേ അവനറിയാമായിരുന്നു അവന്റെ ശരീരം അവനു പുറത്താണെന്ന്. അവനു മുന്നിൽ. അവന്റെ ശരീരത്തെ അവന് കാണാൻ കഴിയുന്നില്ല.

ഖലിൽ കാണുന്നത് കൂരിരുട്ടിനെ മാത്രമാണ്. അതിനിടയിൽ അതുല്യ ശോഭയുള്ള ചില കിരണങ്ങൾ, നീല നിറമുള്ള പ്രഭാവലയം തീർത്തു കൊണ്ട് അവനെ ചുറ്റിപ്പറ്റി നിൽക്കുന്നു.

അത് വിശുദ്ധപരിവേഷമുള്ള പ്രഭാവലയം തന്നെയാണ്.

– ശ്വാസമെടുക്കൂ.

ഖലിലിന്റെ ആത്മാവ് അവന്റെ വായിൽ തങ്ങിനിൽക്കുകയാണ്. അതിന്റെ ഇരിപ്പിടത്തിൽ നിന്ന് തെറിച്ചു പുറത്തേക്ക് പോകാൻ തുടങ്ങി യതാണ്. അതിലുണ്ട്. ഖലിലിന്റെ ആത്മാവ് പറ്റിപ്പിടിച്ചിരിക്കുകയാണ്... ശ്വാസകോശത്തിൽ... ശ്വാസകോശത്തിൽ നിന്ന്... അത് അടർന്നു

പോകാൻ. അത് വീണു... നീ... നീയാണ് എനിക്കുവേണ്ടി ശ്വാസമെടുക്കേണ്ടത്.

നീയത് ചെയ്യണം.

ഞാൻ കേട്ടു. എനിക്ക് കഴിയില്ല. എനിക്ക് കേൾക്കാൻ കഴിയുന്നില്ലെന്ന് പറയൂ. കേട്ടു. കേട്ടു. കേട്ടു. ഞാൻ

ഞാൻ

-ശ്വാസമെടുക്കൂ.

ദയവായി നീ തനിയെ ശ്വാസമെടുക്കാൻ ശ്രമിക്കൂ.

വായ്... വായ്. കൈ. കൈ. കൺപോള. കൺപോള. ഒരു സൂചനയ്ക്കുവേണ്ടി. ഒന്ന്... ഏതെങ്കിലുമൊന്ന്...

- ശക്തിയായി, ശക്തിയായി അമർത്തൂ... അവൻ പ്രതികരിക്കുന്നില്ല ഡോക്ടർ. അവൻ ഇല്ല...

ഇവിടെത്തന്നെയുണ്ടാവണം. ദൂരെയെങ്ങും പോകരുത്.

അത് എന്റെ ശരീരമാണോ എന്ന് എനിക്കറിയില്ല. എനിക്കറിയില്ല. അതില്ലാതെ എനിക്ക് നിന്നിലേക്ക് എത്തിച്ചേരാനാകില്ല. കേൾക്കൂ. അവനോടൊപ്പം അങ്ങനെ ചെയ്യൂ. നീ.

അന്നേരം അവൻ പിന്നിലേക്ക് വഴുതി. പെട്ടെന്ന്. പേടിച്ച്. അത് അത്ര പെട്ടെന്നൊന്നുമായിരുന്നില്ല. അതിനെ പെട്ടെന്നെന്ന് വിളിക്കാനും കഴിയില്ല. അതിനങ്ങനെ പ്രത്യേകിച്ച് പേരൊന്നുമില്ല. കാരണം മരിക്കുന്നവരാരും അതെന്താണെന്ന് അറിയുക പോലുമില്ല. പരിപൂർണമായ അന്ധകാരം ഇപ്പോൾ ഒരു തുരങ്കമായി മാറി. തുരങ്കമല്ല.

മരിക്കുന്ന മനുഷ്യന്റെ തുരങ്കം.

അതിന് ചാരനിറമാണ്. പിന്നിലേക്ക് തിരശ്ചീനമായി. പ്രഭാവലയങ്ങളൊക്കെ അപ്പോഴും തൊട്ടടുത്തുണ്ടായിരുന്നു.

- അവനിപ്പോൾ ഇല്ല... ഇല്ല.

അവനറിയാം.

അവർ എന്നെ കേൾക്കുകയില്ല.

ഞാൻ ഏകനാണ്.

തീർത്തും.

'തീർത്തും ഏകനായി' മരിക്കുന്ന മനുഷ്യൻ.

നാണക്കേട്.

ഖലിൽ.

ഏകനാണ്.

പെട്ടെന്ന്. അവൻ പിന്നിലേക്ക് ചാഞ്ഞു. താഴേക്ക്.

പ്രഭാവലയങ്ങൾ പെട്ടെന്ന് പിന്മാറി.

പെട്ടെന്ന്.

അവന്റെ ആത്മാവ് അവന്റെ കൈവിരലുകളെ പിടിച്ചു വലിച്ചു.

എല്ലാ വിരലുകളെയും.

അവന് ഒന്നും ചെയ്യാനായില്ല.

അത് പിന്നിലേക്കും താഴേക്കും വലിച്ചെടുക്കുകയായിരുന്നു.

അത് ദൂരേക്ക് പോയി.

അത് പുറത്തേക്ക് പോയി.

കറുപ്പ്.

ഒരു വെള്ളപ്പുള്ളി മുന്നിൽ. തൊട്ടു മുന്നിൽ.

തീരെ ചെറുത്.

പിന്നിലേക്കും താഴേക്കും പിന്നെ അതിലേക്കും.

അങ്ങനെതന്നെ.

ഞാൻ മരിച്ചു.

നാണക്കേട്.

നാണക്കേട്.

ഇത് അവന്റെ കൈ. അവനത് അറിയാം.

അവന്റെ കണ്ണുകൾ അവന്റെ കൈകളെ കാണുന്നുണ്ട്.

അത് അവന്റെ കൈയാണെന്നും അത് അവന്റെ കൺമുന്നിൽ ഉയർത്തുന്നുവെന്നും അവന് കാണാം.

അങ്ങനെ, അവൻ അറിയുന്നതിനുമുമ്പുതന്നെ അവന്റെ ശരീരം ചലിക്കുന്നുണ്ട്. അവന്റെ കൺമുന്നിൽ അവൻ കൈ ഉയർത്തി. അവന്റെ കൺമുന്നിൽ കൈ പൊങ്ങി.

കൈയിൽ ഡ്രിപ്പിന്റെ സൂചിയുണ്ട്, അതിനെ ഒരു വെളുത്ത നാട കൊണ്ട് ഒട്ടിച്ചിരിക്കുന്നു.

ശരീരം മുഴുവൻ വെളുത്ത പുതപ്പുകൊണ്ട് മൂടിയിരിക്കുന്നത് അവൻ കണ്ടു.

തൊട്ടടുത്ത് ആരോ സംസാരിക്കുന്നതിന്റെ ശബ്ദം അവൻ കേട്ടു.

പക്ഷേ കേൾക്കുന്നത് ശരിക്കുമങ്ങോട്ട്...

അവന്റെ നോട്ടം കൈയിലെ ആ പ്രതലത്തിലേക്ക് നീണ്ടു. ചർമ്മത്തിന്നടിയിലുള്ള നീല വരകൾ തുടിക്കുന്നുണ്ട്.

കൈയിലെ രക്തക്കുഴലുകളിലൂടെ ഒഴുകുന്ന രക്തത്തിന് അതിനെ ചലിപ്പിക്കാൻ കഴിയും. അത് ചലിക്കുന്നു.

എനിക്ക് ജീവനുണ്ട്.

ഖലിൽ കൈയിലേക്കു നോക്കി കരഞ്ഞു. കരച്ചിൽ. കരച്ചിൽ. ശബ്ദമില്ലാതെയുള്ള കരച്ചിൽ.

അവന്റെ നെറ്റിക്കും ചെവിക്കുമിടയിൽ പുരട്ടിയിരുന്ന തണുത്ത ദ്രാവകം ഒഴുകിയിറങ്ങി അവന്റെ കാതടഞ്ഞുപോയിരുന്നു. അവൻ വീണ്ടും കരഞ്ഞു.

വദ്ദായുടെ മുഖം അവന്റെ മുഖത്തോടു ചേർന്നുവന്നു.

മതി, വദ്ദായുടെ മുഖം പറഞ്ഞു... എല്ലാം മാറി.

വദ്ദായുടെ കൈകൾ ഖലിലിന്റെ കൈ പൊക്കിയെടുത്ത് ഞരമ്പിലെ മിടിപ്പ് നോക്കി.

ഖലിൽ കരഞ്ഞു.

അവൻ കരഞ്ഞു.

അവൻ ആ ഗന്ധം മണത്തു.

വദ്ദായുടെ മുഖത്തുനിന്ന് ഇളംചൂടുള്ള പാൽത്തുള്ളികൾ അവൻ കണ്ണുകളിലേക്ക് വീണതോടെ അവിടമാകെ മഞ്ഞുവീഴ്ചപോലെ വെളുത്തു.

ഖലിൽ, അവന്റെ മുറിയിൽ, ഉച്ചയ്ക്കും വൈകിട്ടുമെല്ലാം കരയുമായിരുന്നു. എന്താകാര്യം, കുറച്ചുമുമ്പ് മാത്രമാണ് ശസ്ത്രക്രിയയ്ക്കുമുമ്പ് മയക്കിയതിന്റെ പ്രഭാവം മാറുന്നത്. നീയെന്താ കരയുന്നത്, വദ്ദാ ചോദിച്ചു. ഖലിൽ സംസാരിക്കുന്നതിന്റെ തുടക്കമായിരുന്നു. അവൻ വായ തുറന്നെങ്കിലും കണ്ണുനീർ വീണ്ടും ഒഴുകിയിറങ്ങി. അത് ഒഴുകിയൊഴുകിക്കൊണ്ടേയിരുന്നു. അത് അവസാനിക്കുന്നതിനുവേണ്ടി ഖലിൽ കാത്തിരുന്നു, എന്നിട്ടുവേണമല്ലോ എന്തെങ്കിലും സംസാരിച്ചു തുടങ്ങാൻ. വീണ്ടും അവൻ സംസാരിക്കുന്നതിനായി ആരംഭിച്ചപ്പോഴേക്കും തുഞ്ചത്തെത്തിയപ്പോഴേക്കും കണ്ണുനീരും മടങ്ങിയെത്തി. അവന് സംസാരിക്കാൻ ആഗ്രഹമുണ്ടായിരുന്നു, അവന്റെ വായ അതിനു ശേഷി വീണ്ടെടുത്തതുമാണ്, എങ്കിലും സാധിച്ചില്ല.

അവൻ വദ്ദായെ നോക്കി. പിന്നെ കൈയിലേക്ക് നോക്കി. അവൻ കരഞ്ഞു.

ഒരുപക്ഷേ എന്റെ സംസാരശേഷി നഷ്ടപ്പെട്ടിട്ടുണ്ടാവാം ഖലിൽ ചിന്തിച്ചു. അസഹ്യതയുടെ ചെറിയ തുണ്ടുപോലും അനുഭവിക്കാതെയോ സങ്കടംകൊണ്ടോ ആയിരുന്നു അവന്റെ നിഗമനം.

ഞാൻ കരയുന്നത് സന്തോഷത്തിനുവേണ്ടിയാണ്.

ഞാൻ കരയുന്നുണ്ടെങ്കിലും എനിക്ക് സംസാരിക്കാൻ കഴിയാത്തതിൽ ഞാൻ സന്തുഷ്ടനാണ്. ഞാൻ ജീവിച്ചിരിപ്പുണ്ട്. മരിച്ചിട്ടില്ല. മരണവേദനയിൽനിന്ന് ഞാൻ തിരികെ വന്നിരിക്കുന്നു...

പക്ഷേ ഞാനെന്താണ് പറയേണ്ടത്... ഞാനെന്താണ് പറയേണ്ടത്... എന്റെ വിരലുകൾക്കു നേരെപോലും ഉയർന്നുവന്ന യാതനകളോട് അന്ധകാരത്തിൽ വെച്ച് ഞാനെന്താണ് ചെയ്യാൻ ശ്രമിച്ചതെന്നാണോ...

അവൻ തന്റെ കൈ ചലിപ്പിച്ചു; കാലുകളും. അതോടെ അവന്റെ പൊതിഞ്ഞുകെട്ടിയ വയറ്റിനുള്ളിൽ ഒരു തീക്കനൽ നീറി, അവൻ പൊട്ടിക്കരഞ്ഞു.

മതി, വദ്ദാ പറഞ്ഞു... എന്നോട് സംസാരിക്കൂ. നിനക്കതിന് കഴിയും. കാരണം, കുറച്ചുനേരത്തേക്ക് നീ അനസ്തേഷ്യയുടെ മയക്കത്തിൽനിന്ന് പുറത്തുവരാൻ കൂട്ടാക്കിയില്ല. ആയിരത്തിൽ ഒരാൾക്കുമാത്രം സംഭവിച്ചേക്കാവുന്ന ഒരു കാര്യമാണത്, ഞങ്ങൾക്കറിയില്ല എന്തുകൊണ്ടാണ് അങ്ങനെ സംഭവിച്ചതെന്ന്.

നിന്റെ തലച്ചോറിനെന്തെങ്കിലും ക്ഷതം സംഭവിച്ചുകാണുമോ എന്നു ഞങ്ങൾ ഭയന്നു. 'കോമാ' പോലെ എന്തെങ്കിലും. കുറച്ചുനിമിഷങ്ങൾ മാത്രമായിരുന്നു അത്. പക്ഷേ എല്ലാം ശരിയായി.

പക്ഷേ നീയിപ്പോഴും എന്നെ വിഷമിപ്പിക്കുകയാണ്. ദയവായി എന്തെങ്കിലും പറയൂ. എങ്ങനെയെങ്കിലും പറയൂ.

എന്റെ മുറിവുകൾ എന്നെ വേദനിപ്പിക്കുന്നു. ഖലിൽ പറഞ്ഞു, ചിരിയുടേയും തേങ്ങലിന്റേയും നടുവിലേക്ക് കണ്ണീരും ഉരുണ്ടുവീണു.

അപ്പോൾ അങ്ങനെയാണ് അവർ മരിച്ചത്.

ഓ, എന്റെ ദൈവമേ.

ഓ, എന്റെ ദൈവമേ.

എത്രമാത്രം കൊടിയ യാതന അനുഭവിച്ചു എന്നത് വിഷയമേ അല്ല, ജീവിച്ചിരിക്കുന്നവർക്കിടയിലുള്ള ഭാഷയിൽ പറയുന്ന യാതന അതല്ല. ഏതാണ്ട് അതുപോലെ എന്നു പറയാനും ഒന്നുമില്ല. എത്രതന്നെ കടുത്ത ഏകാന്തത അനുഭവിച്ചു എന്നതും ഒരു വിഷയമേ അല്ല, ജീവിച്ചിരിക്കുമ്പോഴുള്ള ഏകാന്തത പോലെയല്ല അത്. ഏതാണ്ട് അതുപോലെ എന്നു പറയാനും ഒന്നുമില്ല. ജീവിച്ചിരിക്കുന്നവർക്ക് എന്തറിയാം... അറിയാവുന്ന ദിവസങ്ങൾക്കുമേൽ കൊമ്പുകുത്തുകയല്ലാതെ ഈ മനുഷ്യമൃഗങ്ങൾക്ക് എന്തറിയാം?

അമ്മമാർ അവരുടെ മക്കളെ സ്നേഹിക്കുന്നു. ഇത് - എന്നുവച്ചാൽ ഇതുമാത്രമേ തീർച്ചയെന്നു പറയാവുന്നതായുള്ളൂ - ശുദ്ധ അസംബന്ധമാണ്, എന്നിട്ടാണ് അവർക്കെതിരെ പരാതി പറയുകയും അവരോട് ആക്രോശിക്കുകയും മുറുമുറുക്കുകയും അവരെ അടിക്കുകയും ചെയ്യുന്നത്. അസംബന്ധം തന്നെ.

സ്വന്തം ശരീരത്തെ സ്നേഹിക്കുന്ന പരിശുദ്ധിയോടെ ആരും മറ്റൊന്നിനെയും സ്നേഹിക്കുന്നില്ല. അത്രമേൽ സ്നേഹിക്കുകയാൽ ആരും

അതിനെ നഷ്ടപ്പെടുത്താനും ഒരുക്കമല്ല. ആര് നഷ്ടപ്പെടുത്തും? ഒരിക്കലുമില്ല. എങ്കിൽ അവൻ മരിക്കും.

ഇത്രയും കാലം വിശേഷിപ്പിച്ചിരുന്നത് ജീവിതം വെറുമൊരു അസംബന്ധമാണെന്നാണ്, ഒരു കെട്ടുകഥ, കാരണം അവർക്കറിയില്ല മരിക്കുന്നത് എങ്ങനെയാണെന്ന്.

മരണത്തിന്റെ ദുരിതജീവിതമെന്തെന്നറിയില്ലെങ്കിൽ ഈ ദുരിത ജീവതമൊന്നും ദുരിതജീവിതമേയല്ല.

ഈ ദുരിതങ്ങളും ഈ ഏകാന്തതയും ഈ വേദനയും വെറും അസംബന്ധങ്ങൾ മാത്രമാണ്. കാരണം നിങ്ങളിതേവരെ മരിച്ചിട്ടുമില്ല മറ്റൊരു പുതിയ ജീവിതം തുടങ്ങിയിട്ടുമില്ല.

സങ്കടം മാത്രം പറയുന്നവരും, ഹതാശരായ കവികളും പ്രത്യാശയില്ലാത്തവരും ദുഃഖിതരും രോഗികളും നഷ്ടപ്രണയികളും കുഷ്ഠരോഗികളും ക്ഷയരോഗികളും ദരിദ്രരും വിശപ്പിനാൽ ചവിട്ടിമെതിക്കപ്പെട്ടവരും അടിമകളും വേട്ടയാടപ്പെട്ടവരും അപമാനം സഹിക്കുന്നവരും ഒന്നും അവരുടെ ജീവിച്ചിരിക്കുന്ന ശരീരത്തിന്റെ കാര്യത്തിൽ അല്പം പോലും ശ്രദ്ധചെലുത്തുന്നില്ല. രാവിലെ വെളിച്ചം കാണുന്നതുകൊണ്ട് ഉണരുന്നു, കാറ്റടിക്കുമ്പോൾ രക്തമൊഴുകുന്നു, സംസാരിക്കണമെന്നു തോന്നുമ്പോൾ സംസാരിക്കുന്നു, ധിക്കാരികളായ ഈ മണ്ടന്മാർ കൈവന്ന അനുഗ്രഹങ്ങളെ തള്ളിക്കളയുന്നു. ഉള്ളിൽനിന്ന് കാതോർത്താൽ മാത്രം കേൾക്കാൻ കഴിയുന്ന ഹൃദയമിടിപ്പുകളെ നിസ്സാരമെന്നു കരുതി നന്ദികേട് കാണിക്കുന്നു...

അവർക്ക് ഒന്നുമറിയില്ല എന്നതാണ് എല്ലാറ്റിനും കാരണം. മാത്രമല്ല, അവർക്ക് അക്കാര്യങ്ങളൊന്നും... അക്കാര്യങ്ങളെക്കുറിച്ച് അവർക്ക് ചില ഊഹാപോഹങ്ങൾ മാത്രമേയുള്ളൂ...

രാജാവ് മരിച്ചാലും തിരിച്ചുവരും.

നേതാവോ, പടയാളിയോ, സ്വേച്ഛാധിപതിയോ, വിപ്ലകാരിയോ, ഉദ്യോഗസ്ഥനോ മരിച്ചാലും, ചക്രവർത്തിയോ, കമ്മ്യൂണിസ്റ്റോ, അമ്മയോ മരിച്ചാലും... രോഗിയോ, കാമുകരോ, മൂശാരിയോ, ചിന്തകനോ മരിച്ചാലും... തിരിച്ചുവരും.

ഞാൻ അവിടെ നിന്നു വന്നതാണ്. എന്റെ നെഞ്ച് ഉയർന്നു. വായു വലിച്ചെടുത്ത് അതിലെ ഓക്സിജൻ ശരീരത്തിലെ മുഴുവൻ കോശങ്ങളിലേക്കും വ്യാപിപ്പിക്കാൻ, പിന്നീട് താഴ്ന്നുവന്ന്, ആവശ്യമില്ലാത്തത് പുറന്തള്ളാൻ.

ജീവിക്കുന്ന എന്റെ ശരീരം അനുഗ്രഹമാണ്.

ജീവിക്കുന്ന എന്റെ ശരീരം അറിവാണ്. സകല അറിവും.

എന്നേക്കാൾ സന്തുഷ്ടരായി ഈ ലോകത്തിൽ മറ്റൊന്നുമില്ല, ഒന്നും.

എന്റെ തലയിലേക്ക് രക്തം ഇരച്ചുകയറുന്നതിന്റെ ശബ്ദം ഞാൻ കേൾക്കുന്നതുപോലെ, എന്റെ ചെവി എന്റെ കൈ ആകുന്നതു....

കാത്തി ഡ്രിപ്പ്ബാഗുകൾ മാറ്റി. മുറിവ് അഴിച്ചുനോക്കിയിട്ട് അത് തിരികെ കെട്ടിവച്ചു. മധുരസ്വപ്നങ്ങൾ കണ്ടുറങ്ങിക്കൊള്ളൂ എന്ന് ആശംസിച്ചിട്ട് അവൾ പോയി.

അവൾ മുറിയിലെ വെളിച്ചം ഓഫാക്കിയ ശേഷം ഇടനാഴിയിലെ പ്രകാശവും കെടുത്തി. തൊട്ടടുത്ത കിടക്കയിൽ അവശനായി കിടന്ന മനുഷ്യൻ ചുമച്ചു. ഈ വെള്ളപ്പുതപ്പ് അതീവഹൃദ്യമാണ്. എന്റെ തൊട്ടടുത്തുള്ളത് ഒരു ജീവനുള്ള മനുഷ്യനാണ്. അയാൾ ചുമയ്ക്കുകയും കഷ്ടപ്പെട്ടെങ്കിലും ശ്വാസമെടുക്കുകയും ചെയ്യുന്നുണ്ട്. എന്നെപ്പോലെ ജീവനുണ്ട്. എന്തൊരു സന്തോഷം, എന്തൊരു സന്തോഷം, എന്തൊരു സന്തോഷം.

ഖലിൽ ഉറങ്ങി... കൃത്യമായ ഇടവേളകളിൽ ക്രമമായി ഇറ്റിറ്റുവീഴുന്ന തുള്ളികളെ നോക്കി അവൻ എണ്ണിത്തുടങ്ങി. അങ്ങനെയാണ് ഓരോരുത്തരും മരിക്കുന്നത്. മരണം... അവർ ആത്മഹത്യ ചെയ്യുകയാണോ, എന്തിന്... എങ്കിൽ അവർ നരകത്തിൽ പതിക്കുമെന്നോർത്ത് ദുഃഖിക്കില്ലേ... ഓ, എന്റെ ദൈവമേ, ഓ, എന്റെ ദൈവമേ.

അപ്പോൾ അങ്ങനെയാണ് ഒരാൾ മരിക്കുന്നത്, അതെ, മരിക്കുന്നതുതന്നെ.

മുറിച്ചുമാറ്റപ്പെട്ട തല അപ്പോഴും സകലതും ശ്രദ്ധിക്കുന്നുണ്ടായിരുന്നു. ശിരച്ഛേദനയന്ത്രത്തിൽനിന്ന് വീണുരുളുകയായിരുന്നെങ്കിലും, അന്നേരം വിജയശ്രീലാളിതരായ വിപ്ലവകാരികളുടെ കൂട്ടം ജയഭേരി മുഴക്കുകയായിരുന്നു. വീഴുന്നതിനും നിമിഷങ്ങൾക്കുമുമ്പുതന്നെ അത് ശ്രദ്ധിക്കാൻ തുടങ്ങിയിരുന്നു എന്നതാണ് വാസ്തവം. ആയുധധാരി, തെരുവിൽ വലിച്ചിഴയ്ക്കപ്പെടുന്നു, വെടിയുണ്ടകളുടെ ശബ്ദം അപ്പോഴും കേൾക്കാം. ഒന്നുകിൽ ശത്രു മുന്നേറിയിരിക്കുന്നു. അല്ലെങ്കിൽ സുഹൃത്തുക്കൾ പങ്കാളികളെ പിന്നാക്കം വലിക്കുന്നു. അല്ലെങ്കിൽ മുന്നോട്ട് തള്ളിവിടുന്നു. അവന്റെ തലയ്ക്കുമീതെ അവർ പറയുന്നു. അവനെ വിട്ടോളൂ. അവൻ മരിച്ചുപോയി. അവനെ വിട്ടേക്കൂ. അവൻ ചത്തുപോയി. മാത്രമല്ല, അവൻ...

മരിച്ചുപോയവൻ, ശവക്കച്ചയിലായിരിക്കുമ്പോഴും അവന്റെ കുഞ്ഞുങ്ങളുടെ നിലവിളി അവന്റെ കാതുകളിൽ മുഴങ്ങിക്കൊണ്ടിരിക്കും. അപ്പോഴും അവൻ ജീവിതപ്രയാസങ്ങളോട് പോരാടുകയാണ്. സ്വയം ദുരിതമനുഭവിക്കുകയാണ്. അവൻ തിരിച്ചറിയുകയാണ്. അവൻ ഇതിനോടകം തന്നെ... ഖലിലിന്റെ തലമുടി എഴുന്നേറ്റുനിന്നു. പനിച്ചുവിറയ്ക്കുകയായിരുന്ന അവൻ അടയാളമണിയുടെ ബട്ടൺ ഞെക്കി, കാത്തി പാഞ്ഞെത്തി.

എനിക്ക് പനിയുണ്ട്, എനിക്ക് ഉറങ്ങാനാവുന്നില്ല, ഖലിൽ പറഞ്ഞു.

കാത്തി ചെറിയ വിളക്ക് പ്രകാശിപ്പിച്ചു. അവന്റെ അരികിൽ വന്ന് അവൾ നെറ്റിയിൽ കൈവെച്ചുനോക്കി, എന്നിട്ട് പോയി ഒരു കമ്പിളിപ്പുതപ്പുമായി മടങ്ങിയെത്തി. അവൾ അവന്റെ വായിലേക്ക് തെർമോമീറ്റർ തിരുകി. അല്പനേരം കഴിഞ്ഞ് അതെടുത്തുനോക്കിയിട്ട് പറഞ്ഞു, പേടിക്കാനൊന്നുമില്ല. നിനക്ക് വിശക്കുന്നുണ്ടോ?

ഉണ്ട്, ഖലിൽ പറഞ്ഞു. അവൾ അവന്റെ കൈയിൽ ഒരു കുത്തിവയ്പ് നല്കിയിട്ട്, ഇനി നീ ഉറങ്ങിക്കോളൂ, എന്നുപറഞ്ഞു. അവൾ മുറിയിലെ ചെറിയ ലൈറ്റ് ഓഫ് ചെയ്യാതെ അവന്റെ കൈയെത്തുംദൂരത്ത് അടയാളമണിയുടെ സ്വിച്ച് വച്ചിട്ട് വാതിലടച്ച് ഇടനാഴിയിലെ വെളിച്ചം കെടുത്താതെ നടന്നുനീങ്ങി.

# അഞ്ച്

**നീ** ജീവനോടെയുണ്ട്. അതെ, ജീവനോടെ. എന്തൊരു ദുഷിച്ച നന്ദികേട്... എന്തൊരു നിഷേധം... എന്തൊരു തെറ്റിദ്ധാരണ. തിരിച്ചറിയുന്നു. ഞാൻ എന്തുമാത്രം സന്തുഷ്ടനാണ്. ഞാൻ എന്തുമാത്രം സന്തുഷ്ടനാണ്, ഖലിൽ ആവർത്തിച്ചു. അവന്റെ പാർപ്പിടത്തിലേക്കുള്ള യാത്രാമധ്യേ ടാക്സിയുടെ ജാലകത്തിലൂടെ പുറത്തേക്ക് നോക്കിയപ്പോൾ തെരുവോരക്കാഴ്ചകൾ കാണാൻ കഴിഞ്ഞ കൃപയെക്കുറിച്ചോർത്തപ്പോൾ അവന്റെ കണ്ണുകൾ സന്തോഷംകൊണ്ട് നിറഞ്ഞൊഴുകി. വേദനിപ്പിക്കുന്നുണ്ടെങ്കിലും അവന്റെ മുറിവിനെ അവൻ സ്നേഹിച്ചുതുടങ്ങിയിരുന്നു. മാത്രമല്ല പിൻസീറ്റിലേക്ക് വിശാലമായി ഇരിക്കാൻ കഴിയുന്ന മട്ടിൽ പരുവപ്പെട്ട ശരീരത്തെയും അവൻ പൂർവ്വാധികം സ്നേഹിക്കാൻ തുടങ്ങി. ധൂർത്തപുത്രന്റെ മടങ്ങിവരവുപോലെ അവന്റെ സുന്ദരശരീരത്തെ അവൻ നോക്കി. എന്റെ സുന്ദരശരീരത്തെ ഞാൻ സ്നേഹിക്കുന്നു.

തെരുവിൽ തിരക്ക് ക്രമാതീതമായതിനാൽ ടാക്സി ഡ്രൈവർ വണ്ടി നിർത്തി. തെരുവിൽ തിരക്കേറിയിരിക്കുന്നു എന്നതിന്റെ അർത്ഥം അവിടെ ബോംബിംഗ് ഇല്ല എന്നാണ്. ആളുകൾ തെരുവിലൂടെ ധൃതിയിൽ നടക്കുന്നു. കടകൾ ആളുകളെക്കൊണ്ട് നിറഞ്ഞിരിക്കുന്നു. കാറുകളിലും കെട്ടിടങ്ങളിലും ആളുകൾ തിങ്ങിനിറഞ്ഞിരിക്കുന്നു. സ്ത്രീകൾ അടുക്കളകളിലും കുട്ടികൾ സ്കൂളിലും ജോലിക്കാരും ഉദ്യോഗസ്ഥരും അവരവരുടെ ഇടങ്ങളിലും വ്യാപൃതരായിരുന്നു. എല്ലാവരും ജീവനോടെയുണ്ട്. ഏതായാലും ഇപ്പോൾ മരിക്കുമെന്നും തോന്നുന്നില്ല. തിരക്കുപിടിച്ച തെരുവുകളിലാണ് ജീവിതമുള്ളതെന്നുപറയുന്നത് എത്ര ശരിയാണ്. സ്വന്തം ശരീരമാണെന്ന് നിശ്ചയദാർഢ്യമുള്ള മനുഷ്യർ അവരുടെ ആരോഗ്യമുള്ള ശരീരങ്ങളെയുംകൊണ്ട് നീങ്ങുന്നു...

ചവറുകൂനയിൽനിന്നുയരുന്ന നാറ്റം സഹിക്കാനാവാതെ ഡ്രൈവർ മൂക്ക് ചീറ്റുകയും തുമ്മുകയും ചെയ്യുന്നുണ്ടായിരുന്നു. ആദ്യം അയാൾ കാറിന്റെ ചില്ല് ഉയർത്തിയെങ്കിലും ചൂട് അസഹ്യമായതോടെ ചില്ലുകൾ താഴ്ത്തി.

അപ്പോൾ ചവറുകൂനകളോ? ചവറുകൂനകൾ ജീവിതത്തിന്റെ അടയാളങ്ങളാണ്. ശ്മശാനത്തിൽ ചവറുകൂനകളുണ്ടാവില്ല. അത് വൃത്തിയായിരിക്കും, പരിപൂർണ്ണമായ വൃത്തി, എന്നെന്നേക്കും. അത് അനങ്ങുന്നില്ല. ജീവനുള്ളവർ കൂടിനില്ക്കുമ്പോഴല്ലാതെ പിറുപിറുക്കലുകൾ പോലുമുണ്ടാവില്ല. ജീവിതം നിറയുമ്പോഴാണ്, കുട്ടികൾ ശ്മശാനങ്ങളിൽ ഓടിനടന്ന് കളിക്കുകയും ചവറുകൾ അവിടെ നിക്ഷേപിക്കുകയും സാൻവിച്ചും മിഠായിപ്പൊതികളും ഒഴിഞ്ഞ ജാം കുപ്പികളും കടലാസുകഷണങ്ങളും കാലിക്കുപ്പികളും നിറയുമ്പോഴാണ് അവിടെ ജീവിതത്തിന്റെ നേരിയ ചലനമുണ്ടാകുന്നത്.

ജീവിച്ചിരിക്കുന്നവർ ജീവന്റെ തെളിവായി നാഡിമിടിപ്പ് അവശേഷിപ്പിക്കുന്നതുപോലെയാണ് ഉച്ചഭക്ഷണം കഴിച്ചതിന്റെ അവശിഷ്ടങ്ങൾ ചവറുകൂനകളിൽ നിറയുന്നതും.

എന്തൊരു നന്ദികേട്.

എന്തൊരു നന്ദികേടും അജ്ഞതയും.

തൊട്ടടുത്തുള്ള പച്ചക്കറിക്കടയിലേക്ക് എന്തൊക്കെയോ സാധനങ്ങൾ ഉള്ള സഞ്ചി ഒരു സ്ത്രീ എടുത്തെറിഞ്ഞു. കടക്കാരൻ കഴിയുന്നത്ര ഉറക്കെ അവരെ ശകാരിച്ചു. അവന്റെ വിലയോടുള്ള അനിഷ്ടം കൊണ്ടാണോ അല്ലെങ്കിൽ അവന്റെ പ്രാക്കുകൊണ്ടാണോ എന്തോ ആ സ്ത്രീയും ഉച്ചത്തിൽ തൊള്ളയിടുകയും പ്രാകുകയും ചെയ്തു. അപ്പോഴേക്കും ചിലരൊക്കെ അവിടേയ്ക്ക് ഓടിക്കൂടി. ചിലർ കാറുനിർത്തി. ആളുകൾ തിങ്ങിനിറഞ്ഞതോടെ കാറിന്റെ ഹോൺ ശബ്ദം കൂടുതൽ ഉച്ചത്തിലായി. ആയുധധാരിയായ ഒരാൾ അവിടേക്കുവന്ന് ആകാശത്തേക്ക് വെടിയുതിർത്തു. അതിൽ രണ്ട് വെടിയുണ്ടകൾ...

അവർക്ക് മോഷ്ടാക്കളെ ഓടിച്ചിട്ട് പിടിക്കാൻ വയ്യാ, ഡ്രൈവർ പറഞ്ഞു. ഹംസാ സ്ട്രീറ്റിലെ ഒരു കറൻസികൈമാറ്റ ബ്യൂറോയിൽനിന്ന് പണം അപഹരിച്ച രണ്ട് കള്ളന്മാർ ഓടിമറയുന്നത് ഞാനും കണ്ടതാണ്. അവന്മാര് കടന്നുകളഞ്ഞു. ഇപ്പോൾ ഇവിടെ ഗതാഗതം സ്തംഭിച്ചിരിക്കുന്നത് ഒരു കിലോ പച്ചക്കറിയുടെ പേരിലാണ്. എന്തൊരു ബുദ്ധികെട്ട ലോകം.

അവർ കളിക്കുകയാണ്. ആലോചിച്ചപ്പോൾ ഖലിലിന് ചിരിവന്നു. അവർ കുട്ടികളെപ്പോലെ കളികളുണ്ടാക്കി കളിക്കുകയാണ്. എല്ലാ കളികളും ജീവിതത്തിന്റെ ആഘോഷങ്ങൾ തന്നെ.

എല്ലാ കളികളും, ഓപ്പറകൾ, നാടകങ്ങൾ, തമാശകൾ, പ്രാക്കുകൾ, എല്ലാം കളികളാണ്, ജീവിതം ആഘോഷിക്കുന്നതിനുവേണ്ടിയുള്ള കളികൾ. അവരതിനെ കാണുമ്പോഴും അവരതിനെ തൊടുമ്പോഴും അതിനോടൊപ്പം രഹസ്യമായി കൈകോർത്തുനടക്കുമ്പോഴും സഞ്ജീവനിപോലെ അത് അവരെ സന്തോഷിപ്പിക്കുന്നു. അവർ അതിന്റെ മടിയിലിരുന്ന് കളിക്കും.

ഖലിൽ മുറിയിൽ കയറി വാതിലടച്ചു. അവന്റെ ചെറിയ ബാഗ് അവൻ കട്ടിലിൽ വെച്ചു. അവൻ ക്ഷീണിതനായിരുന്നെങ്കിലും അവന്റെയുള്ളിൽ സന്തോഷത്തിന്റെ തണുപ്പ് അനുഭവപ്പെട്ടു. കാരണം, ആ തണുപ്പ് അവന്റെ ശ്വാസകോശങ്ങളേയും ശ്വാസത്തേയും സാധാരണഗതിയിലാക്കുകയും അങ്ങനെ ഹൃദയമിടിപ്പിന് അതിന്റെ താളം വീണ്ടെടുക്കാൻ കഴിയുകയും ചെയ്യുമെന്ന് അവനറിയാമായിരുന്നു.

അവൻ ബേസിന്റെ അടുത്തേക്ക് ചെന്ന്, മുഖം കഴുകി, തന്റെ വിളറിയ മുഖത്തെ കണ്ണാടിയിൽ കണ്ടു. എന്നിട്ട് ചിരിച്ചുകൊണ്ട് പറഞ്ഞു, സ്വാഗതം.

സ്വാഗതം ഖലിൽ.

എന്നോട് ക്ഷമിക്കൂ. എനിക്കറിയില്ലായിരുന്നു. എനിക്കറിയില്ലായിരുന്നു. നീയെന്നെ എന്തുമാത്രം സ്നേഹിക്കുന്നെന്ന്. ഞാൻ എത്രമാത്രം ജീവിതത്തെ സ്നേഹിക്കുന്നു.

ജീവിതത്തെ സ്നേഹിക്കാത്തവരോട് അവന് നീരസം തോന്നി. ജീവിതത്തെ സ്നേഹിക്കാത്തവരോട് അവന് വെറുപ്പ് തോന്നി, ഖലിൽ എന്റെ പ്രിയപ്പെട്ടവനേ.

സർജൻ ഖലീലിന്റെ തുന്നലുകൾ എടുത്തുകളഞ്ഞിട്ട്, പുഞ്ചിരിയോടെ പറഞ്ഞു. ഗംഭീരം... മുറിവുകൾ മാറിയിരിക്കുന്നു. ദൈവത്തിന് നന്ദി. ഇനി സ്വയം സൂക്ഷിച്ചോളൂ. എന്നിട്ട് അയാൾ പെട്ടെന്ന് അവന്റെ കൈകൾ പിടിച്ചുകുലുക്കി.

ഡോക്ടറോട് നന്ദി പറഞ്ഞിട്ട് ഖലിൽ ആ ചെറിയ മുറിയുടെ പുറത്തിറങ്ങി. എന്നിട്ട് നഴ്സിനെ നോക്കി പുഞ്ചിരിച്ചു. ആശുപത്രിയുടെ പ്രവേശന കവാടം മുതൽ അവൻ എന്തോ അന്വേഷിക്കുകയായിരുന്നു, അത് പുറത്തേക്കുള്ള വഴിയിലെത്തുന്നതുവരെ തുടർന്നു.

അവൻ തിരികെ അന്വേഷണ കൗണ്ടറിൽ ചെന്നു. റിസപ്ഷനിസ്റ്റിന്റെ കൈകളിലെ തിരക്കൊഴിയുന്നതുവരെ അവൻ കാത്തുനിന്നു. എന്നിട്ട് ചോദിച്ചു. ഡോക്ടർ വദ്ദാ... അതു ചോദിക്കുമ്പോൾ അവന്റെ ഹൃദയമിടിപ്പ് അനിയന്ത്രിതമായിരുന്നു. ഡോക്ടർ വദ്ദാ അല്പം മുമ്പ് പോയല്ലോ, റിസപ്ഷനിസ്റ്റ് മറുപടി പറഞ്ഞു. ഖലിൽ അല്പം മാറി ഒരിടത്തു പോയി കട്ടിയുള്ള ചില്ലുവാതിലിലൂടെ വെറുതെ പുറത്തേക്ക് നോക്കിയിരുന്നു.

ഞാനെന്താണ് ആ മനുഷ്യനെ വിളിക്കേണ്ടത്? ബോധം തെളിയുന്നതുവരെ എന്റെ കൈകളിൽ മുറുകെപ്പിടിച്ചിരുന്നു. അയാളുടെ മുഖം എന്റെ മുഖത്തിന് തൊട്ടുമുകളിലായിരുന്നു. ഞങ്ങളുടെ കൈകളിലൂടെ സ്പർശനം കടന്നുപോയപ്പോൾ എന്താണ് സംഭവിച്ചത്. ഞങ്ങളുടെ കൈകളുടെ ചർമ്മങ്ങൾക്കിടയിൽ. എന്റെ അമ്മയുമായുള്ള പൊക്കിൾക്കൊടി ബന്ധത്തേക്കാൾ കൂടുതൽ സ്വാസ്ഥ്യം അയാളുടെ കൈകളിലെ

ഇളംചൂട് എനിക്ക് പകർന്നുതന്നു. അതിലുപരി, എനിക്ക് അയാളുടെ കണ്ണുകളെ കാണാനാവുമായിരുന്നു. അമ്മയുടെ ഗന്ധത്തേക്കാൾ ശക്തിയോടെ, അയാളുടെ രണ്ടു കണ്ണുകളിൽനിന്നും അയാളുടെ കൈയിലെ ഇളം ചൂടിലേക്കാണ് ഞാൻ പിറന്നുവീണത്. അയാൾ എന്റെയടുത്തു തന്നെയുണ്ടായിരുന്നു, ഏറെ നേരം. അയാൾ എന്റെ കിടക്കയോടു ചേർന്നുള്ള കസേരയിൽ തന്നെയുണ്ടായിരുന്നു. ഞാൻ ഉറങ്ങുന്നതു വരെ, എന്നെത്തന്നെ നോക്കിക്കൊണ്ട്. ഞാൻ കുഞ്ഞായിരുന്നപ്പോൾ ഉറങ്ങിക്കിടക്കുന്ന എന്നെ എന്റെ അമ്മ നോക്കിയതിനേക്കാൾ കൂടുതൽ നേരം അയാൾ നോക്കിയിട്ടുണ്ടാവും. ഞാൻ കരഞ്ഞപ്പോൾ അയാൾ എന്നെ സാകൂതം  നോക്കുകയും ചിരിക്കുകയും ചെയ്തു. അയാൾക്കറിയാമായിരുന്നു എനിക്ക് എന്താണ് കുഴപ്പമെന്ന്. എത്രയോ നേരം അയാൾ എന്നെത്തന്നെ നോക്കിയിരുന്നു, ഒന്നും മിണ്ടാതെ, ഒന്നും ചെയ്യാതെ. അയാൾ പോകയെങ്കിലും വീണ്ടും തിരികെയെത്തി എന്നെ നോക്കി. എന്റെ 'കോമ'യിൽനിന്ന് ഞാൻ പുറത്തുകടന്നപ്പോൾ അയാളും ഒരുപാട് സന്തോഷിച്ചു. എന്നെ മടക്കിക്കൊണ്ടുവരാൻ കഴിയില്ലെന്ന് അവർ കരുതിയിരുന്നെങ്കിലും ഞാൻ തിരികെയെത്തി. എന്റെ അപ്പനെപ്പോലെ, അയാൾ എന്നോടൊപ്പം സന്തോഷിച്ചു. ഞാൻ തിരികെയെത്തിയപ്പോൾ എന്റെ അരികിൽ വന്നിരുന്ന്, എന്റെ കൈകളിൽ പിടിച്ചുകൊണ്ട് അയാൾ പറഞ്ഞു: 'മതി, എല്ലാം മാറി. അയാൾക്കറിയാമായിരുന്നു അതെന്താണെന്ന്'. എന്താണ് മാറിയത്. ഞാൻ 'കോമ'യിൽനിന്നുണർന്നപ്പോൾ അവരെല്ലാം പോയെങ്കിലും അയാൾ മാത്രം എന്തിനാണ് എനിക്കരികിൽ നിന്നത്. എന്റെ തൊട്ടടുത്ത്. ഞാൻ ഉണർന്ന് കണ്ണുതുറക്കുമ്പോൾ അയാൾ എന്റെ കൈയിൽ പിടിച്ചുകൊണ്ട് നിൽക്കുന്നതാണ് കണ്ടത്. എന്റെ കണ്ണുകൾ തുറക്കുന്നതിനുമുമ്പുതന്നെ എന്റെ കണ്ണുകളിലേക്ക് ഉറ്റുനോക്കിക്കൊണ്ട് നിൽക്കുകയായിരുന്നു അയാൾ.

എന്റെ കണ്ണുകൾ തുറക്കുന്നതിനുമുമ്പ് അയാൾ എന്റെ കൈകളിൽ അമർത്തുകയും പല തവണ എന്റെ പേര് വിളിക്കുകയും ചെയ്തിരുന്നു. ഞാൻ കേൾക്കുന്നതിന് മുമ്പുതന്നെ. ഞാനെന്റെ കണ്ണുകൾ വലിച്ചു തുറന്നപ്പോൾ ആദ്യംകേട്ടത് അയാളുടെ കൈയുടെ ശബ്ദമാണ്: നീ തിരികെയെത്തിയിരിക്കുന്നു ഖലിൽ. അയാളുടെ കണ്ണുകളായിരുന്നു അടയാളം, പിടിവള്ളി, എന്നെ ആ തുരങ്കത്തിൽ നിന്നുയർത്തിയ പാശം.

അയാൾ പതിവായി നഴ്സുകളോട് അന്വേഷിക്കുമായിരുന്നു, ആരെങ്കിലും ഖലീലിനെ സന്ദർശിച്ചിരുന്നോ എന്ന? ഇല്ല. ആരും അറിഞ്ഞിരുന്നില്ല. ആരെങ്കിലും എന്നെ വന്നുകണ്ടിരുന്നോ എന്ന്.

അങ്ങനെ അയാൾ വന്ന് എന്റെയടുത്ത് ഇരിക്കുകയും എന്നെ നോക്കി പുഞ്ചിരിക്കുകയും ചെയ്യുമായിരുന്നു. സംസാരിക്കാൻ വാക്കുകൾ കിട്ടാതെ പ്രയാസപ്പെടുന്നതുപോലെ, ചിലപ്പോഴൊക്കെ ഒഴിവുസമയത്തായിരിക്കും അയാൾ വരുന്നത്, ഒരു ട്രേയിൽ എന്തെങ്കിലും കൊണ്ടുവന്ന് എന്റെ അരികിലിരുന്ന് കഴിക്കും, അല്ലെങ്കിൽ ഒരു പത്രവുമായി

വന്ന് വായിക്കുകയും അതിനിടയിൽ എന്നെ നോക്കി ചിരിക്കുകയും ചെയ്യും.

പ്രധാന സംഗതി എന്താണെന്നുവച്ചാൽ അയാൾ എന്നെ സ്പർശിച്ചതോടെയാണ് എന്റെ ശരീരം തുറന്നതും അത് പ്രകാശിച്ചതും. തുറന്നതും പ്രകാശം കടന്നുവന്നതും ഒരേ സമയം തന്നെയായിരുന്നു, അയാളുടെ മൃദുസ്പർശനം കൊണ്ടുതന്നെ എന്റെ ശരീരം മുഴുവൻ പ്രകാശമാനമായി. ചെറിയ കുട്ടികൾ ആദ്യവാക്ക് പറയുന്ന സൂക്ഷ്മതയോടെയായിരുന്നു ഓരോ ദിവസവും ഞങ്ങൾ എന്റെ മുറിവ് തുറന്നുനോക്കിയത്.

അയാൾ എന്റെ കൈത്തണ്ടയിൽ പിടിച്ചതോടെ ഇളംചൂടുള്ള രക്തം അയാളുടെ ആത്മാവിൽനിന്ന് എന്റെ ശരീരമാകമാനം വ്യാപിച്ചു. നനുത്ത ഒരു തരംഗം പോലെ മധുരസമാർന്ന ജീവിതം എന്നിൽനിന്ന് വമിക്കുകയും അത് ചർമ്മത്തിന്റെ ഏറ്റവും മീതെയുള്ള പാളിയിൽനിന്ന് ക്രമേണ ശരീരം മുഴുവൻ കലരുകയും ചെയ്തു. ഞാൻ അയാളെ എന്റെ സ്വപ്നങ്ങളിൽ കാണുമ്പോഴൊന്നും ആ സുന്ദരപുരുഷനോട് എനിക്ക് അഭിനിവേശം തോന്നിയിട്ടില്ല. കാരണം, എന്റെ അഭിനിവേശങ്ങൾക്കൊക്കെ എത്രയോ ഉയരത്തിലായിരുന്നു അയാൾ. അയാൾ എന്നെ ആലിംഗനം ചെയ്യുന്നതായി കണ്ടാലും എന്റെ തല മുഴുവൻ അയാളുടെ മാറിൽ ഒതുങ്ങിയാലും എനിക്ക് അയാളോട് യാതൊരുവിധ ആസക്തിയും തോന്നിയിട്ടില്ല. കാരണം, അയാൾ ഒരു പെണ്ണിനെപ്പോലെയാണ്. എന്റെ ചുണ്ടുകൾ അയാൾക്കുമുന്നിൽ വിശപ്പോടെ തുറക്കാൻ എനിക്കു തോന്നിയിട്ടില്ല. കാരണം, അയാൾ എന്റെ അമ്മയെപ്പോലെയാണ്. മാത്രമല്ല, അയാളുടെ കണ്ണുകൾ അമ്മയുടെ മുലപ്പാലിനേക്കാൾ മാധുര്യമേറിയതാണ്.

ഞാൻ അയാളെ കാത്തിരിക്കുന്നതിന്റെ യഥാർത്ഥ കാരണം എന്താണ്. കരുത്തോ, വിധിയോ, അതോ ഞങ്ങൾക്കുതമ്മിൽ എന്തെങ്കിലും പറയാൻ അവശേഷിക്കുന്നുണ്ടോ. അനുയോജ്യമായ വാക്കുകൾ കണ്ടെത്താൻ കഴിയാത്തതിനാൽ, ഞാൻ അതീവ ദുഃഖിതനായിരുന്നു. ഞാനൊരിക്കലും അത് കണ്ടെത്താനും പോകുന്നില്ല. എന്താണ് പറയേണ്ടതെന്നും എനിക്കറിയില്ല. ഞങ്ങൾക്കിടയിൽ ഭാഷ എത്രമാത്രം ശൂന്യതയാണ് തീർക്കുന്നത്. അത് ഒരേസമയം സ്തോഭജനകവും സുന്ദരവുമാണ്. ഇതെല്ലാം അർത്ഥമാക്കുന്നത് അയാളുമായുള്ള കൂടിക്കാഴ്ചയ്ക്ക് യാതൊരു പ്രസക്തിയുമില്ലെന്നാണോ?

അത്തരത്തിലാണ് ഞാനയാളെ സ്നേഹിച്ചത്. അയാളും ഒരു പരിധിവരെ എന്നെ അതുപോലെയാവും ഇഷ്ടപ്പെട്ടത്. ഒരിക്കൽ, അത് സംഭവിച്ചു. ഒരിക്കൽ മാത്രം. അത് എന്നെന്നേക്കുമായി കടന്നുപോയതോടെ ഇനിയൊരിക്കലും ആ ദുരിതങ്ങളുടെ മടങ്ങിവരവ് അസാധ്യമാണ്. ശൂന്യതയോ തിരസ്കാരമോ കൊണ്ടുള്ള പരാജയമായിരിക്കും അതിനെ

പിന്തുടർന്നുവരുന്നത്. ഇപ്പോൾ അയാളെക്കൊണ്ട് എനിക്കെന്താണ് ആവശ്യം. അയാൾ എനിക്ക് സകലതും തന്നു. അത്രയുമൊക്കെയേ അയാൾക്ക് തരാനും സാധിക്കൂ. ഇനി ഞാനൊരിക്കലും അയാളെ കാണുകയില്ല. ഇനി അയാളെക്കുറിച്ചുള്ള ഓർമ്മകൾ മാത്രമായിരിക്കും എന്റെ മൂലധനം. അതുകൊണ്ടുതന്നെ അയാൾ എന്റെ ഹൃദയത്തിലുണ്ടാകും. എക്കാലത്തേക്കുമായി.

മടങ്ങിപ്പോകുന്ന വഴിയിൽവെച്ച്, യുവഡോക്ടർ മറ്റൊരു വഴിയിലൂടെ കയറിവരുന്നത് ഖലിൽ കണ്ടു. പിന്നീട് പാതയോരത്ത് സൗജന്യ യാത്രയ്ക്ക് കാത്തുനില്ക്കുന്ന ആൾക്കൂട്ടത്തിനിടയിൽ അയാളുടെ പിൻഭാഗം അലിഞ്ഞുചേരുന്നതും അവൻ കണ്ടു. അയാൾ എന്റെ ഹൃദയത്തിലുണ്ട്, ഖലിൽ ആവർത്തിച്ചു.

അവിടെവച്ച് ഖലിൽ സ്വയം പറഞ്ഞു: അയാളുടെ പേരാണ് ഡോക്ടർ വദ്ദാ ഇബ്രാഹിം.

# ആറ്

**പു**തിയ ശരീരം ഖലിലിനെ ശിശുസഹജമായ കൗതുകം കൊണ്ട് നിറച്ചു. അവന്റെ കരുത്തുറ്റ ശരീരം. അവന്റെ സന്തോഷം എങ്ങനെ പ്രകടിപ്പിക്കണമെന്ന് അവനറിയില്ലായിരുന്നു. ശരീരത്തെ പുറത്തെടുത്ത് ഉപയോഗിക്കാനും ചില സംഗതികൾ കാണിച്ചുകൊടുക്കാനും അവൻ യാതൊരു വഴിയും കണ്ടില്ല. അവനറിയാമായിരുന്നു, എങ്കിലും അവന് കൂടുതൽ ആഴത്തിലുള്ള അറിവ് വേണമായിരുന്നു.

ഒരു പുനരധിവാസം അവന് ആവശ്യമായിരുന്നു. സ്വയം സ്നേഹിക്കാനുള്ള പുതിയ അക്ഷരമാല അവന് പഠിക്കണമായിരുന്നു. മുമ്പെന്നോ ഒരിക്കൽ അവൻ വെറുക്കുകയും ആക്ഷേപിക്കുകയും ചെയ്ത ആത്മത്തെത്തന്നെ. സ്വയം മാറാനുള്ള ഒരുപാട് ഉപകരണങ്ങൾ അവന് ആവശ്യമുണ്ടായിരുന്നു. എങ്കിൽ മാത്രമേ പൂർണ്ണമായും വ്യത്യസ്തനാകാൻ, അവനാഗ്രഹിക്കുന്നതുപോലെ, അവൻ മറക്കാനാഗ്രഹിക്കുന്നതിൽനിന്നുള്ള മോചനം സാധ്യമാകുമായിരുന്നുള്ളൂ.

കാണുന്നതും കേൾക്കുന്നതും ഇഷ്ടപ്പെട്ടുകൊണ്ട് ഒരുപാടുനേരം അവൻ വെറുതെയിരുന്നു. കാറിന്റെ ഹോണടി ശബ്ദം, വൈദ്യുത ജനറേറ്ററുകളുടെ ഒച്ച, എല്ലാറ്റിനോടും പുഞ്ചിരിയായിരുന്നു അവന്റെ പ്രതികരണം. സിങ്കിന്റെ കുഴലിലൂടെ ഒളിച്ചുകടക്കാൻ പരക്കംപായുന്ന പാറ്റയോടുപോലും. മാന്യദേഹത്തിന്റെ അമ്മ, ഹജ്ജുമ്മ കൊണ്ടുവന്നതാണെങ്കിലും, ആ സ്ത്രീ പോയപ്പോൾ അവിടെ ഉപേക്ഷിച്ചുപോയ പൂച്ചയുമായി അവൻ ഒരുപാടുനേരം കളിച്ചു.

അവന്റെ വയറ് പിന്നീടവനെ ഉപദ്രവിച്ചില്ല. ഡോക്ടർ നിർദ്ദേശിച്ച ചെറിയ കാര്യങ്ങളിൽപ്പോലും അവൻ അതീവശ്രദ്ധ പുലർത്തി. ഭക്ഷണവും മരുന്നും കഴിക്കുന്ന കാര്യത്തിൽ പ്രത്യേകിച്ചും.

മുറി വൃത്തിയായി സൂക്ഷിക്കുന്ന കാര്യത്തിൽ അവൻ വീണ്ടും കൂടുതൽ താത്പര്യം കാണിച്ചുതുടങ്ങി. പക്ഷേ, ഇത്തവണ അത് ഒരു ഞരമ്പുരോഗിയെപ്പോലെ അവനെ ശല്യപ്പെടുത്തിയില്ല. സഹിഷ്ണുത കാണിക്കേണ്ട അവസരങ്ങളിൽ അവൻ സഹിഷ്ണുത കാണിക്കുകയും പഴയശീലങ്ങൾ ഓർമ്മ വരുമ്പോഴൊക്കെ പുഞ്ചിരി തൂകുകയും മുമ്പ്

താമസിക്കുന്ന അപ്പാർട്ട്മെന്റിന്റെ മുകളിലെ നിലയിൽനിന്ന് അത്യാവശ്യമുള്ള സാധനങ്ങൾ മാത്രം താഴേക്കുകൊണ്ടുവന്നതിനാൽ മുറി മുഴുവൻ നിറയ്ക്കാനുള്ള സാധ്യത അസാധ്യമാവുമായിരുന്നു.

അവൻ കൊണ്ടുവന്ന വേനൽക്കാലവസ്ത്രങ്ങൾ ശ്രദ്ധാപൂർവ്വം ഒരിടത്ത് സൂക്ഷിച്ചുവെച്ചിട്ടുണ്ട്. നീണ്ട കാത്തിരിപ്പിനൊടുവിൽ വൈദ്യുതി വരുമ്പോഴാണ് അവൻ ഷർട്ടുകളും പാന്റ്സും തേച്ചുമടക്കിവയ്ക്കുന്നത്. പുതിയ വസ്ത്രങ്ങൾ അവൻ ബാഗിൽ നിന്നെടുത്തു. ചിലത് വീണ്ടും തിരികെ മടക്കിവെയ്ക്കുകയും, മറ്റു ചിലത്, നിവർത്തി തൂക്കിയിടുകയും ചെയ്തു. മറ്റൊരു ബാഗിൽ അവൻ കുത്തിനിറച്ചിരിക്കുന്നത് പുതിയകാല ഫാഷൻ സങ്കല്പങ്ങളുമായി ഒത്തുപോകാത്ത വസ്ത്രങ്ങളായിരുന്നു. എന്തിനായിരുന്നു ഇത്രയും കാലം അത് സൂക്ഷിച്ച് വച്ചതെന്നോർത്ത് അവൻ അത്ഭുതപ്പെട്ടു.

പുയ്യാപ്ല, ഇപ്പോൾ വസ്തുകച്ചവടക്കാരനും കമ്മീഷൻ ഏജന്റുമായി മാറിയിരിക്കുന്നു. അവനെ ഒരുകാലത്ത് കൈവെടിഞ്ഞ സുഹൃത്തുക്കൾപോലും അവന്റെ അയൽക്കാരാണെന്ന് പൊങ്ങച്ചം പറയുകയും അപ്പാർട്ട്മെന്റിന്റെ മുകളിലത്തെ നില ഉപയോഗിച്ചുകൊള്ളാൻ അനുവാദം നൽകുകയും ചെയ്യുന്നു. കുടിയിരുപ്പിന് കേവലം പതിനായിരം ഡോളർ. എട്ട് നിനക്കും രണ്ട് എനിക്കും, അഥവാ അവരത് കൈവശം വെച്ച് അനുഭവിച്ചില്ലെങ്കിലും ഒരു ചെറുപ്പക്കാരന്റെ കാര്യങ്ങൾ നോക്കിക്കൊള്ളാമെങ്കിൽ മറ്റൊരു അഞ്ഞൂറ് ഡോളർ കൂടിക്കിട്ടും. അതിന് ഞാൻ ജാമ്യം നില്ക്കാം. ബാക്കിയൊക്കെ നിങ്ങളുടെ ഇഷ്ടം. ഇനിയഥവാ അവരത് ഉപയോഗിച്ചില്ലെങ്കിൽപ്പോലും. മറ്റൊന്ന് രണ്ടു ലക്ഷം ലിറെ വർഷംതോറും വാടക, അങ്ങനെ നമുക്ക് കൂടുതൽ ഉയരങ്ങളിലേയ്ക്ക് പോവുകയും ചെയ്യാം. ഞാനിക്കാര്യം എന്റെ സംഘാംഗങ്ങൾക്കിടയിൽ ചർച്ച ചെയ്തിട്ട് വൈകിട്ട് മടങ്ങിവരാം. ഞാൻ പറഞ്ഞ കാര്യത്തെക്കുറിച്ച് നന്നായി ആലോചിക്ക്.

ഖലിലിന് ഒരുപാടൊന്നും ആലോചിക്കാനുണ്ടായിരുന്നില്ല. ആശുപത്രിയിലെ ചെലവുകൾക്കായി ആകെയുണ്ടായിരുന്ന രണ്ട് പേർഷ്യൻ പരവതാനികളും അവന് വിൽക്കേണ്ടിവന്നിരുന്നു.

ആ സമയത്ത് അവൻ രക്തം തുപ്പുകയായിരുന്നു. മരിക്കണോ അതോ രണ്ട് പരവതാനികൾ വിൽക്കണോ. പുയ്യാപ്ല അന്നുതന്നെ പണവുമായി വന്നു. അവൻ അതിന്റെ സിംഹഭാഗവും ക്രൂരമായി അടിച്ചെടുത്തു. വേദനകൊണ്ട് പൊറുതിമുട്ടി. സകല പ്രതീക്ഷകളും നഷ്ടപ്പെട്ടിരുന്നതിനാൽ ഖലിൽ മറുത്തൊന്നും പറയാൻ വായ തുറന്നില്ല.

ആശുപത്രിയിൽനിന്ന് മടങ്ങിവന്നതിനുശേഷം അവൻ ടെലിവിഷനും സർവവിജ്ഞാനകോശവും ഫ്രിഡ്ജും വിറ്റു. അന്നേരം അവന് വേദനയോ നിരാശയോ ഉണ്ടായിരുന്നില്ലെങ്കിലും അവന് പണം ആവശ്യമായിരുന്നു.

സ്വയം സ്നേഹിച്ചുതുടങ്ങിയിരുന്നതിനാൽ ആഹാരവും വസ്ത്രവും വാങ്ങാൻ അവന് പണം ആവശ്യമായിവന്നു.

സദാചാരനിഷ്ഠയുള്ള ഒരാൾക്കും സ്വയം വെറുപ്പ് തോന്നുകയില്ല. ഉയർന്ന സദാചാരനിഷ്ഠയുള്ളവർ ദയാവായ്പുള്ളവരും ആത്മാഭിമാനവും ആത്മാദരവും ഉള്ളവരായിരിക്കും.

ഉയർന്ന സദാചാരനിഷ്ഠയുള്ളവർ, ദുരിതങ്ങളിൽപ്പെടുന്നതുവരെ ഉദാരമതികളും തനിക്കു ചുറ്റുമുള്ള തീരെ ചെറിയ കാര്യങ്ങളോടുപോലും അടുപ്പം കാണിക്കുകയും ചെയ്യുന്നതുപോലെ തോന്നിപ്പിക്കുകയും. അങ്ങനെ ചെയ്യാതിരിക്കുകയും, ഒരു കുറ്റകൃത്യങ്ങളും ചെയ്യാതിരുന്നതുകൊണ്ട് സ്വയം പഴിക്കുകയും സ്വയം ശിക്ഷിക്കുകയും ചെയ്തുകൊണ്ട്, ചുറ്റും തനിക്കെതിരെ നടക്കുന്ന കൊള്ളരുതായ്മകൾക്കെതിരെ മനസ്സിൽ പക സൂക്ഷിക്കുകയും അതിലുപരി, യാതൊരു അന്തവുമില്ലാതെ, സ്വയം ദണ്ഡിപ്പിക്കുകയും ചെയ്തുകൊണ്ടിരിക്കും.

ശ്രീമതി ഇസബെല്ല ഒരിക്കലും സന്തുഷ്ടയായിരുന്നില്ല. അതെ, അക്കാര്യത്തിൽ ആ സ്ത്രീ സന്തുഷ്ടയായിരുന്നില്ല. ആ സ്ത്രീയുടെ വീടിനുവേണ്ടി അവൾക്കെന്തായിരുന്നു ആവശ്യം. അവൾ അതൊക്കെ വിസ്മരിച്ചുകൊണ്ട്, മകൻ കൊല്ലപ്പെട്ടതിനുപിന്നാലെ, മക്കളോടൊപ്പം പോയി. അതോർത്ത് നീയെന്തിന് സ്വയം ദണ്ഡിപ്പിക്കുന്നു, ഖലിൽ.

നീയിങ്ങനെ ഓരോന്ന് വില്ക്കാൻ തുടങ്ങിയാൽ അത് ആരെയെങ്കിലും വേദനിപ്പിക്കുമോ? വീടിന്റെ കാര്യമോ? കാലിയായി കിടക്കുന്നതാണോ, ആരെങ്കിലും ഉപയോഗിക്കുന്നതാണോ നല്ലത്? അതൊക്കെ പൊട്ടത്തരങ്ങളാണ്. എല്ലാവരും അംഗീകരിക്കുന്ന ഒരു പൊതു നിർവചനം എന്താണെന്നുവെച്ചാൽ, സത്യത്തിൽ, അതിനുവേണ്ടിയാണ് നമ്മളെയെല്ലാം ഇത്രമാത്രം കഷ്ടപ്പെടുന്നതും നിയമലംഘനങ്ങളോട് നമുക്ക് പൊതുവെ പുച്ഛമാണ്. എന്നാൽ എന്നെ സംബന്ധിച്ചിടത്തോളം അടിസ്ഥാനതത്ത്വങ്ങളിൽ ഉറച്ചുനില്ക്കുന്ന ഒരേയൊരാളും അതിനൊരു അപവാദവും ഞാൻ എന്നെത്തന്നെ നിന്ദിക്കുമ്പോഴാണ് സംഭവിക്കുന്നത്, തീർച്ചയായും അതൊരു അസംബന്ധം തന്നെയാണ്.

സദാചാരനിഷ്ഠകൾ ഒരിക്കലും നിനക്ക് എതിരല്ല.

അത് വിനാശകരവും അപകീർത്തികരവുമായ ഒരു പിഴവാണ്. അത് എന്റെ മാനം കെടുത്തി. അത് എന്റെ വയർ കീറിപ്പൊളിക്കുകയും എന്റെ ആത്മാവിനെ ഞെരുക്കിക്കളയുകയും ചെയ്തു. എന്നെ സംബന്ധിച്ചാണെങ്കിൽ, മനുഷ്യന് സ്വയം അവമതിപ്പ് തോന്നാനുള്ള മറ്റൊരു കാരണം മാത്രമാണ് സദാചാരനിഷ്ഠ. ഞാൻ വിശ്വസിക്കുന്നത് ജീവിതത്തെ സ്നേഹിക്കുന്നവർക്കുമാത്രമേ സ്വയം സ്നേഹിക്കാൻ കഴിയൂ, അത്തരക്കാർക്കുമാത്രമേ അന്യരെയും സ്നേഹിക്കാനാവൂ.

സ്വയം വെറുക്കുന്നവർക്കുമാത്രമേ, ലോകത്തേയും, ജീവിതത്തേയും, മറ്റുള്ളവരെയും വെറുക്കാൻ കഴിയൂ.

എന്നെ സ്നേഹിക്കൂ, എന്നെ സ്നേഹിക്കൂ, ഞാൻ നിന്റേതുമാത്ര മായ ഖലീലാണ്. ജീവിതത്തിന്റെ സമൃദ്ധിക്കുവേണ്ടി.

എന്നാൽ ഖലിലിനെ സംബന്ധിച്ചിടത്തോളം, അവന്റെ അറിവ് നല്കിയ ജീവിതവിജയോത്സവം, ചങ്ങലയിലെ ഒരു ചെറിയ കണ്ണി നഷ്ടപ്പെട്ടുവെന്ന ആശങ്ക കൂടിയാണ്. അവന്റെ അറിവിൽ ചിലതെല്ലാം കുറവുണ്ടെന്ന വിദൂരശങ്ക അവനുതന്നെ ഉണ്ടായിരുന്നു.... മങ്ങിയതും നേർത്തതും തീരെ ചെറുതുമായ ഒരു വിദൂര ന്യൂനത.... എങ്കിലും ന്യൂനത ഒരു കുറവുതന്നെ.

പുയ്യാപ്ല ഒരു സ്ത്രീയെയും കൂട്ടി വന്നിരുന്നു. അപ്പാർട്ട്മെന്റിന്റെ മുകളിലെ നിലയിലേക്ക് കയറിപ്പോയ അവരോടൊപ്പം ചെന്ന് ആ സ്ഥലം പരിശോധിക്കുന്നതിൽനിന്ന് അവൻ സ്വയം പിന്മാറി.

പൊടിയിൽ മുങ്ങിക്കിടക്കുന്ന ചില ഗൃഹോപകരണങ്ങളൊഴികെ അപ്പാർട്ട്മെന്റ് ശൂന്യമായിരുന്നു.

ഖലിൽ പ്രതീക്ഷിച്ചതുപോലെതന്നെ അത് ശൂന്യമായിരുന്നു. എന്താണ് അവിടെനിന്ന് കണ്ടെത്തുമെന്ന് പ്രതീക്ഷിക്കുന്നത്? ആരെ യാണ് അവിടെനിന്ന് കണ്ടെത്തുമെന്ന് പ്രതീക്ഷിക്കേണ്ടത്? അവിടെ താമസിച്ചിരുന്നവരുടെ ആത്മാക്കളെയോ? അതോ, അവിടം വിട്ടുപോയ വരുടെയോ? അതാ, അതിനുള്ളിൽ മരിച്ചവരുടെയോ? അവന്റെ വിഷമം അവനോടൊപ്പം മുറിക്കുള്ളിൽ തന്നെ ചുറ്റിനടക്കുന്നുണ്ടായിരു ന്നെങ്കിലും അതൊരു ചെറിയ വിഷമം മാത്രമായിരുന്നു. കടലാസു പോലെ നേർത്തത്. തറ വൃത്തിയാക്കിയെങ്കിലും ഫ്രിഡ്ജ് ഇരുന്ന സ്ഥലത്ത് ആ പാട് അവശേഷിക്കുന്നുണ്ട്. അതുപോലെ, സർവവിജ്ഞാന കോശം ഇരുന്ന ഇടത്ത്, നിർജ്ജീവമായ, ഒരു ശൂന്യത അവശേഷിക്കു ന്നുണ്ട്.

അവശേഷിക്കുന്ന ഗൃഹോപകരണങ്ങളുടെ കാര്യത്തിൽ പുയ്യാപ്ല ആ സ്ത്രീയുമായി വിലപേശൽ നടത്തുന്നുണ്ട്. സംസാരം കേട്ടാലറിയാം ആ സ്ത്രീക്ക് അതിന്റെ ആവശ്യമില്ലെന്ന്. ഖലിൽ രണ്ടുപേരെയും ഒഴി വാക്കിയിട്ട് മുറിയിലേക്ക് പോയി.

ശ്രീമതി ഇസബെല്ലയുടെ മുറി ഒരുപാട് മാറിയിരുന്നു. ആ സ്ത്രീയെ പ്പോലൊരാൾ ഉപേക്ഷിച്ചുപോയതെല്ലാം ആ മുറിയിൽ ഉപേക്ഷിക്ക പ്പെട്ടതുപോലെ കിടന്നു, ഒരുപാടുകാലം. പിന്നെയും ഒരുപാടുകാലം. ആ സ്ത്രീയുടേതായി ആകെ അവശേഷിച്ചിരുന്നത് അവളുടെ കിടക്കയുടെ അസ്ഥികളും പിന്നെ... ചുമരുകളിൽ അവൾ തറച്ച കുറേ ആണികളും, അവളല്ലെങ്കിൽ അവിടെ മുമ്പുണ്ടായിരുന്നവർ, വിശുദ്ധരുടെയോ മക്കളു ടെയോ സഹോദരങ്ങളുടെയോ ചിത്രങ്ങൾ തൂക്കാൻ വേണ്ടി... അലമാര യുടെ കൊളുത്തുകൾ പോലും തൂങ്ങിക്കിടക്കുന്നത് കണ്ടാലറിയാം. വികൃതികളായ ഏതോ സഹോദരങ്ങൾ അതിന്മേൽ തൂങ്ങിയാടിയിട്ടു ണ്ടെന്ന്.

ഓരോ ഇടങ്ങളിലൂടെയും കടന്നുപൊയ്ക്കൊണ്ടിരിക്കുമ്പോൾ നിങ്ങൾക്കു ബോധ്യമാകും ജീവിതത്തിനും പലപ്പോഴും കൊളുത്തുകളില്ലെന്ന്... ശവപ്പെട്ടിയുടെ കൊളുത്തുകൾ മാത്രമായിരിക്കും ഇളക്കമില്ലാതെ സ്ഥിരമായിരിക്കുന്നത്, അതാകട്ടെ ശുദ്ധതുരുമ്പായി മാറേണ്ടതും.

ആ മുറിയിൽ സാധനങ്ങളൊന്നും ഉണ്ടായിരുന്നില്ലെങ്കിലും, ഒരു സാന്നിധ്യം അവിടെ അവശേഷിക്കുന്നുണ്ടായിരുന്നു. അതാകട്ടെ ഒരു പാട് സാധനങ്ങളുടേതും. അമ്മാവന്റെ വീട്ടുപകരണങ്ങൾ കൊണ്ടുപോയീട്ടും ആ ശൂന്യത അവിടെത്തന്നെയുണ്ടായിരുന്നു. പുയ്യാപ്ല ആ സ്ത്രീയോട് സൗഹാർദ്ദപരമായാണ് കാര്യങ്ങൾ പറഞ്ഞവസാനിപ്പിച്ചിട്ടുണ്ടാവുകയെന്ന് ഖലിൽ ആഗ്രഹിച്ചു.

അവൻ നാജിയുടെ മുറിയിലേക്ക് പോയി... എന്റെ പ്രിയപ്പെട്ടവനായിരുന്ന നാജി. കിഴക്കൻ പ്രവിശ്യയിൽവെച്ച് ഒരു സ്നൈപ്പറുടെ വെടിയുണ്ടകളാൽ കൊല്ലപ്പെട്ടവൻ, നാജി ഒരു ചാരനാണെന്നാണ് അവർ പറയുന്നത്. മാന്യദേഹത്തിന്റെ അമ്മയായ ഹജ്ജുമ്മ അവിടെ കഴിഞ്ഞിരുന്നതിനാൽ, നാജിയുടെ കിടക്കയോ മേശയോ അവിടെയുണ്ടായിരുന്നില്ല. അവിടെ വെള്ളം കുറവായതിനാൽ ആ സ്ത്രീ അതൊക്കെ സ്വീകരണമുറിയിലേക്ക് മാറ്റിയിരുന്നു. അവിടെയാകുമ്പോൾ നല്ല വെളിച്ചമുള്ളതുകൊണ്ട് ആ സ്ത്രീക്ക് കണ്ണുകൾക്ക് ആയാസമില്ലാതെ വായിക്കുകയും കൊന്തമണികൾ ഉരുട്ടി പ്രാർത്ഥിക്കുകയും ചെയ്യാമായിരുന്നു. കിടക്കയുടെ സമീപമുണ്ടായിരുന്ന ചെറുമേശയും അതിന്റെ വലിപ്പും അതിനു മുകളിലുണ്ടായിരുന്ന വിളക്കും അവിടെയുണ്ടായിരുന്നില്ല. അവൻ മടങ്ങിവരുവോളം ശ്രദ്ധാപൂർവ്വം വാരിവലിച്ചിട്ടിരുന്ന അവന്റെ വസ്ത്രങ്ങളെയും അവിടെ കണ്ടില്ല. തിബത്തിലെ സന്ന്യാസിമാരുടെ ഗന്ധം പുറപ്പെടുവിക്കുന്ന അവന്റെ വസ്ത്രങ്ങളും, നമ്മുടെ വിധി നിർണ്ണയിക്കുന്ന നക്ഷത്രങ്ങൾ ക്രമീകരിക്കുന്നതുപോലെ, ആണത്തവും പെണ്ണത്തവും അനുസ്മരിപ്പിക്കുന്ന യാതൊന്നും അവിടെയുണ്ടായിരുന്നില്ല. മുറിയുടെയും, കിടക്കയുടെയും ഭാവിവധുവിന്റേയും ഭാവി ഭാഗധേയം നിർണ്ണയിക്കാൻ നിങ്ങളുടെ നക്ഷത്രങ്ങൾക്ക് കഴിയുമോ ഇന്ത്യൻ സന്ന്യാസീ?

നാജിയുടെ മുറിയിൽ ചെറിയ ലോഹമൂടികൾ നിലത്ത് ചിതറിക്കിടന്നു. അവന്റെ സഹോദരങ്ങൾ കളിക്കാൻ വേണ്ടി ശേഖരിച്ചവച്ചതായിരുന്നു അത്. ചെറിയ ഒരു പ്ലാസ്റ്റിക് ചെരിപ്പ് പരവതാനിയോടൊപ്പം ചേർത്തു പൊതിഞ്ഞിരിക്കുന്നത് കാണാം, ചെറിയ കുട്ടികൾക്ക് കിടക്ക നിർമ്മിച്ചതുപോലെയാണ് അത് കണ്ടാൽ തോന്നുക. ആ കൃത്യം അവന്റെ അമ്മാവന്റെ ഭാര്യ ചെയ്തതാവാനേ വഴിയുള്ളൂ. മുഷിഞ്ഞ ഒരു പന്തും പൊട്ടിയ കുറേ പേനകളും ഏതോ ഫോട്ടോ മാഗസിനിൽ നിന്നുള്ള ചീന്തുകളും അവിടെയുണ്ടായിരുന്നു. ചുമരുകളിലെ ചിത്രങ്ങളിൽ വലിയ തലകളുള്ള പുരുഷന്മാരും ഒരു സൂര്യനും രണ്ടു വീടുകളും മുരടിച്ച

മരങ്ങളും ഒരു വിമാനവും ആൺകുട്ടികളുടെ പേരുകളും 'സാറാ ഒരു കഴുതയാണ്' എന്ന പ്രതികാരബുദ്ധിയോടെയുള്ള എഴുത്തും. ഒരു പക്ഷേ, അതൊരു അതിക്രമം തന്നെയാണ്, അങ്ങനെ ആയിരുന്നു കാണപ്പെട്ടത്.

മാന്യദേഹത്തിന്റെ അമ്മയായ ഹജ്ജുമ്മ, എങ്ങനെയായിരുന്നോ ആ വീട്ടിൽ കാണപ്പെട്ടത് അതുപോലെതന്നെയായിരുന്നു ആ സ്ത്രീ അവിടം വിട്ടുപോകുമ്പോഴും. അവൻ ഊഹിച്ചതുപോലെതന്നെ വൃത്തികെട്ടതായിരുന്നു അടുക്കള, അതുകൊണ്ടുതന്നെ അവൻ അവിടേക്ക് ഒരിക്കലും കയറിയില്ല. ആ സ്ത്രീ ഒരിക്കലും ആ വീട്ടിൽനിന്ന് ആഹാരം കഴിച്ചിട്ടില്ല. കുളിയും പ്രാർത്ഥനയും വായനയും ഉറക്കവും മരണവും മാത്രമായിരുന്നു ആ സ്ത്രീക്ക് ആ വീട്ടിൽ നിർവഹിക്കാനുണ്ടായിരുന്നത്. അവരുടേതായി ഒരു പൂച്ച മാത്രമായിരുന്നു അവിടെ അവശേഷിച്ചത്. അതാകട്ടെ തിന്നുകയും കളിക്കുകയും അവനെ പിന്തുടരുകയും എല്ലായ്പ്പോഴും അവനെത്തന്നെ ഉറ്റുനോക്കിക്കൊണ്ടിരിക്കുകയും ചെയ്തുകൊണ്ടിരുന്നു. മ്യാവു വിളിച്ചുകൊണ്ട് നടക്കുകയും മ്യാവു വിളിച്ചുകൊണ്ട് കോട്ടുവായിടുകയും മ്യൂവു വിളിച്ചുകൊണ്ട് ഉറങ്ങുകയും ചെയ്യുന്നതായിരുന്നു ആ പൂച്ചയുടെ ഇഷ്ടവിനോദം.

എന്തുകൊണ്ടാണ് യൂസഫ്, തനിയെ അടയാളം പോലും അവശേഷിപ്പിക്കാതെ പോയ്മറഞ്ഞത്. ഒരു അടയാളം പോലുമില്ലാതെ. ശരിക്കും അവൻ ഇവിടെ താമസിച്ചിരുന്നോ? അതോ മറ്റെവിടെയെങ്കിലുമായിരുന്നോ അവൻ കഴിഞ്ഞിരുന്നത്?

അവിശ്വസനീയം തന്നെ, ആ സ്ത്രീ പറഞ്ഞു. ഇതെല്ലാം വെള്ള പൂശി മിനുക്കിയെടുക്കണം, കുറേ പ്ലംബിംഗ് ജോലികളും ബാക്കിയുണ്ട്. നോക്കൂ, ഈ വെള്ളത്തിന്റെ പൈപ്പു മുഴുവൻ പൊട്ടിപ്പൊളിഞ്ഞിരിക്കുകയാണ്. അത് നന്നാക്കാമെങ്കിൽ ആദ്യം ഈ തറയോടുകളെയെല്ലാം ഇളക്കണം. ആ വെള്ളം കണ്ടോ, അതെങ്ങനെയാണ് അടുക്കളയിൽ നിന്ന് തറയിലൂടെ ഒഴുകി വാതിലിനടുത്തുവരെ എത്തി തളം കെട്ടിക്കിടക്കുന്നത്. അടുക്കളയിലെ ഷെൽഫുകളൊക്കെ ഇളകിയാടുന്നത് കണ്ടോ. ഇതെല്ലാം കൂടി നന്നാക്കിയെടുക്കാൻ എന്തു ചെലവു വരുമെന്ന് എനിക്കറിയില്ല. പോരാത്തതിന് കൃത്യമായ വാടകച്ചീട്ടുമില്ല. നീ ചിന്തിക്കുന്നതുപോലെയല്ല ഞാൻ കരുതുന്നത്. എന്റെ കൈവശം അത്രയും പണവുമില്ല. ഇവിടെയുള്ള വീട്ടുപകരണങ്ങളാകട്ടെ, പൊട്ടിപ്പൊളിഞ്ഞതും ഇളകിയാടുന്നതുമാണ്. എന്റെ പക്കൽനിന്ന് ഇതാരും വാങ്ങുമെന്നും തോന്നുന്നില്ല. നീ ഇതൊക്കെ നന്നാക്കിത്തരാമെങ്കിൽ നേരത്തെ സമ്മതിച്ച പണം ഞാൻ തരാം.

ഖലിൽ അവളെ നോക്കിയില്ല. അവളൊരുപക്ഷേ, ഇപ്പോൾ കരച്ചിലിന്റെ വക്കത്തായിരിക്കും. അതുകൊണ്ടുതന്നെ അവൾ സുന്ദരിയായിരിക്കുമെന്നും ഖലിലിന് തോന്നി. ഖലിൽ അവളുടെ അടുത്തുചെന്ന് പറഞ്ഞു. എന്നാൽ ശരി. തകരാറുകൾ പരിഹരിക്കാനുള്ള ചെലവ്

ഞങ്ങൾ വഹിക്കാം. അതുകഴിഞ്ഞ് നമുക്ക് ഇക്കാര്യം ആലോചിക്കാം. പണത്തെക്കുറിച്ച് നമുക്ക് പിന്നീട് ആലോചിക്കാം. പക്ഷേ, ഞാനിപ്പോൾ അല്പം തിരക്കിലാണ്... എന്നാൽ ഞാനിറങ്ങുന്നു, അവൾ നേരിയ ചമ്മലോടെ പറഞ്ഞു. അവൾ പോയെങ്കിലും തൊട്ടടുത്ത ദിവസം തിരികെ വന്നു.

കഴുത്തൊപ്പം നീളമുണ്ടായിരുന്ന അവളുടെ കറുത്ത തലമുടിയിഴകൾക്ക് നല്ല മിനുസമുണ്ടായിരുന്നു. ചെറിയ ഇരുണ്ട കണ്ണുകളായിരുന്നെങ്കിലും അവളുടെ നീണ്ട ചുണ്ടുകളിൽ കാപ്പിക്കുരുവിന്റെ നിറമുള്ള ചായം പൂശിയിരുന്നു. അതിന് റീത്തയുടെ ചുണ്ടുകളുമായി നേരിയ സാമ്യമുള്ളതുപോലെ.

അവളുടെ ഭർത്താവ് ദക്ഷിണ അമേരിക്കയിൽവെച്ച് മരണമടഞ്ഞെന്ന് പുയ്യാപ്ല പറഞ്ഞു. യുദ്ധത്തിൽനിന്ന് രക്ഷപ്പെട്ടോടിയതായിരുന്നു അയാളും കുടുംബവും. അവിടെ വെച്ച് സ്ഥിതിഗതികൾ വഷളായി. അയാൾ മരിച്ചതോടെ അവൾ ഏകമകനുമായി ഇവിടേക്ക് തിരിച്ചെത്തി.

അതൊരു ആത്മപ്രതിരോധമായിരുന്നു. ഓരോ ചിരിക്കുപിന്നിലും കൃത്യമായ മൂല്യസൂചനയുണ്ടെന്ന് വ്യക്തം. അവൾ മകന്റെ കയ്യും പിടിച്ച് പരക്കം പായുകയായിരുന്നു. സ്കൂൾ ബസ്സിൽ കയറുന്നതിനുമുമ്പ് അവൾ അവനെ ചുംബിക്കുകയും കൈവീശി ചിരിച്ചുകൊണ്ട്, വണ്ടി പോയ്മറയുന്നതുവരെ അവൾ അവിടെത്തന്നെ നിൽക്കുകയും ചെയ്യുമായിരുന്നു. കെട്ടിടത്തിന്റെ പ്രവേശനകവാടത്തിലേക്ക് തിരിയുന്നതോടെ അവളുടെ മുഖത്തെ ചിരി മായുകയും, പുരുഷന്മാർ നടക്കുന്നതുപോലെ തലയുയർത്തി ഉറച്ച കാൽവെയ്പുകളോടെ പടിക്കെട്ടുകൾ കയറിപ്പോവുകയും ചെയ്യും.

അല്പനേരം കഴിഞ്ഞ് അവൾ മുമ്പുണ്ടായിരുന്ന അതേ തിടുക്കത്തിൽ തിരികെ പുറത്തുപോകും. എന്നിട്ട് അവളുടെ ചെറിയ കാറിൽ കയറി ഓടിച്ചുപോകും. മകനെ കൂട്ടാതെ തിരികെ വരികയുമില്ല. അങ്ങനെയാണ് അവൾ മകനെ തിരികെ സ്കൂളിൽനിന്ന് കൂട്ടിക്കൊണ്ടുവരുന്നത്. പ്രവേശനകവാടത്തിൽവെച്ച്, അവൾ ഖലിലിനെ കാണുമ്പോഴെല്ലാം ആദരപൂർവ്വം അഭിവാദ്യം ചെയ്യും. ചിലപ്പോഴൊക്കെ അവൾ പ്രകടിപ്പിക്കുന്ന അമിതവിനയം പരിഹാസത്തിന്റെ അടുത്തെത്തുകയും ചെയ്യും. അവളുടെ വസ്ത്രധാരണത്തിലെ ലാളിത്യം, പ്രത്യേകിച്ച് കാരണമൊന്നുമില്ലെങ്കിലും ചിലനേരങ്ങളിൽ, അവനെ അവഹേളിക്കപ്പെടുന്നതുപോലെയാണ്, അനുഭവപ്പെടുന്നത്.

അവൾക്ക് പതിവ് സന്ദർശകരില്ലായിരുന്നു. അവളുടെ പ്രായത്തിലുള്ള ഒരു പെണ്ണ് വല്ലപ്പോഴും അവളെത്തിരക്കി വരും. അത് കൃത്യമായ ഇടവേളകളിലും സമയങ്ങളിലുമായിരിക്കും. കൃത്യനിഷ്ഠയുടെ കാര്യത്തിൽ യാതൊരു ആശയക്കുഴപ്പങ്ങളുമില്ലാത്തതുപോലെ.

ഒരിക്കൽ, പോകാൻ മടിച്ചുകൊണ്ട് അപ്പാർട്ടുമെന്റിന്റെ വാതിലിൽത്തന്നെ ഖലിൽ കുറേനേരം തങ്ങിനിന്നു. എങ്ങാനും അവനെ സാന്ദർഭികമായി അവളെ കണ്ടാൽ വെള്ളത്തെക്കുറിച്ച് അന്വേഷിക്കാമെന്നും കരുതി. ഇരുണ്ടതും എന്നാൽ എണ്ണമയമുള്ളതുമായ പെയിന്റ് വാതിലിന് കൂടുതൽ തിളക്കം നല്കുകയും പുതിയ ചവിട്ടിയുടെ നിറവുമായി ചേർന്നുപോകുന്നതുമായിരുന്നു. ബെല്ലും പുതിയതായിരുന്നെങ്കിലും അതിനുമുകളിൽ പേരുകളൊന്നും ഉണ്ടായിരുന്നില്ല. ഉച്ചതിരിഞ്ഞ സമയമായതുകൊണ്ട് അവൾ അവിടെത്തന്നെയുണ്ടാകുമെന്ന് ഖലിലിന് ഉറപ്പായിരുന്നു. എങ്കിലും, അവിടമാകെ പരിപൂർണ്ണ നിശ്ശബ്ദത വ്യാപിച്ചിരുന്നു. ഖലിൽ ഒന്നു കാതോർത്തപ്പോൾ പടിക്കെട്ടുകൾക്കു ചുവട്ടിലെ ഇരുട്ടിൽനിന്ന് നേർത്ത സംഗീതത്തിന്റെ ശബ്ദം കേട്ടു.

എന്തായിരിക്കും ആ പെണ്ണിപ്പോൾ ചെയ്യുന്നത്? പുറത്തുപോകുമ്പോൾ എന്തായിരിക്കും അവൾ ചെയ്യുന്നത്, വീട്ടിനുള്ളിൽ അവളെന്തായിരിക്കും ചെയ്യുന്നത്?

എന്തായാലും അവൾ ജനാലയോട് ചേർന്നിരുന്ന് മരിച്ചുപോയ ഭർത്താവിനെയോർത്ത് വിലപിക്കുകയായിരിക്കില്ല. അവൾ കരയുന്നതോ കറുത്ത വസ്ത്രം ധരിക്കുന്നതോ അവനിതേവരെ കണ്ടിട്ടുമില്ല. അവളുടെ വസ്ത്രങ്ങൾ ഇരുണ്ടതായിരുന്നെങ്കിലും അതൊരിക്കലും കറുപ്പായിരുന്നില്ല. അവളുടെ മകൻ അവളെപ്പോലെയായിരുന്നില്ല. അവന്റെ ചർമ്മം വെളുത്തതും മുടിയിഴകൾക്ക് തേനിന്റെ നിറവുമായിരുന്നു. അവൻ അവന്റെ അപ്പനെപ്പോലെയായിരിക്കുമെന്ന് തീർച്ചയാണ്.

ബെല്ലടിച്ചിട്ട് ഖലിൽ ഒരു ചുവട് പിന്നാക്കം മാറിനിന്നു. കുറേനേരം കാത്തുനിന്നതിനുശേഷം, താഴേക്കു പോകാൻ തുനിഞ്ഞപ്പോഴാണ്, വാതിൽ തുറന്നത്. അവളുടെ മുഖത്ത് അമ്പരപ്പ് ലേശംപോലുമില്ലായിരുന്നു. ഒരുപക്ഷേ, അവൾ താക്കോൽപ്പഴുതിലൂടെ അവനെ കണ്ടിരിക്കണം. അതും പുതിയതായിരുന്നു. വാതിൽ തുറക്കുമ്പോൾപ്പോലും അതീവശ്രദ്ധാലുവാണ് എന്ന് തോന്നിപ്പിക്കുന്ന വിധമായിരുന്നു അവൾ പുറത്തേക്കുവന്നത്. പുറത്തേക്ക് പോകുമ്പോൾ ധരിക്കാറുള്ള വസ്ത്രങ്ങളായിരുന്നു അവൾ ധരിച്ചിരുന്നത്. അവൾ എല്ലായ്പ്പോഴും ഇങ്ങനെതന്നെയാണോ വീട്ടിനുള്ളിൽ നിൽക്കുന്നത്, അതോ അവൾ എന്നെക്കാണാൻവേണ്ടി ആ വേഷം ധരിച്ചതായിരിക്കുമോ?

ദേഹം നിറയെ വെള്ളപ്പുള്ളികളുള്ള ഒരു ബ്രൗൺ പൂച്ച, പതിവായി ഈ അപ്പാർട്ടുമെന്റിലേക്ക് വരുമായിരുന്നു, മുമ്പ് ഇവിടെ താമസിച്ചിരുന്ന ഒരു സ്ത്രീയായിരുന്നു അതിന്റെ ശരിക്കുള്ള ഉടമസ്ഥ... അതിനെ കണ്ടോ എന്ന് ഖലിൽ വിനയാന്വിതനായി ആ പെണ്ണിനോട് ചോദിച്ചു.

അതെ, അതിവിടെയുണ്ട്, ആ പെണ്ണ് ക്ഷമാപണസ്വരത്തിൽ പറഞ്ഞു... അവൻ വീട്ടിനുള്ളിൽ എന്റെ മകനോടൊപ്പം കളിക്കുകയാണ്. ഞാനവനെ കയ്യോടെ പിടിച്ചുതന്നേക്കാം. ഇല്ലില്ല. അതിന്റെ

ആവശ്യമൊന്നുമില്ല, അവൻ പോയെന്നു ഞാൻ ശ്രദ്ധിച്ചതുകൊണ്ടുമാത്രം ചോദിച്ചതാണ്, പക്ഷേ, ഞാൻ വന്നത്...

തീർത്തും യാദൃച്ഛികം തന്നെ, അതെന്തായിരിക്കും അർത്ഥമാക്കുന്നതെന്ന് ഖലിൽ അവന്റെ മുറിക്കുള്ളിലിരുന്ന് ആലോചിക്കാൻ തുടങ്ങി. ആ പൂച്ച അവിടെയുണ്ടെങ്കിൽ അത്... ജീവിതത്തിന്റെ അടയാളമാണ്. ആ അടയാളം സൂചിപ്പിക്കുന്നത് അവിടെ ചിലതെല്ലാം...

അവിടെ സംഭവിച്ച കാര്യങ്ങളെയോർത്ത് അവൻ സന്തോഷിച്ചു. അവളുടെ മുഖം തന്നെയായിരുന്നു അവന്റെ മനസ്സിൽ, അവൻ ആലോചിച്ചുകൊണ്ടിരുന്നതും അതുതന്നെ, അങ്ങനെ ആദ്യമായി, അവൻ കരച്ചിലിന്റെ വക്കത്തെത്തി... ഇല്ല... അവൾ വളരെ പരുക്കനാണ്, ചെറിയ പ്രായത്തിൽ അമ്മയായവരെപ്പോലെ, ആ വീട്ടിൽ കണ്ട കാഴ്ചകളെയോർത്തും ഖലിൽ സന്തോഷിച്ചു, അവളുടെ മുഖത്തിനുപിന്നിൽ അടക്കിനിർത്തിയ ചിരിയും അവനെ സന്തോഷിപ്പിച്ചു. എങ്കിലും അവനത് കൂടുതൽ നേരം കാണാൻ കഴിഞ്ഞില്ല. വൃത്തിയുള്ള ചുമരുകൾക്കും തലയ്ക്കും അവിടെ തങ്ങിനിന്ന ശുദ്ധവായുവിനുമെല്ലാം മങ്ങിയ നീല നിറമായിരുന്നു. വിശാലമായ ഒരു പിച്ചളപ്പാത്രത്തിൽ വലിയൊരു ചെടി വളരുന്നു. ഒരു കറുത്ത ചങ്ങലയിൽ തൂങ്ങിയാടുന്ന ചില്ലുവിളക്ക് സുഗന്ധം പരത്തുന്നുണ്ട്. അതെല്ലാം അവൻ മടക്കിക്കൊണ്ടുവന്നു. അതെല്ലാം അവൻ മനക്കണ്ണിൽ കാണുന്നുണ്ടായിരുന്നു. അവർക്കിടയിലൂടെ പൂച്ച വന്നും പോയുമിരുന്നതും ഖലിലിനെ അതീവ സന്തുഷ്ടനാക്കി... പെട്ടെന്ന് അവളുടെ നഗ്നമായ കാൽപ്പാദങ്ങൾ കണ്ടതോടെ അവന്റെ തലയിൽ ഒരു വെളിച്ചം മിന്നി. അതെ, അവൾ ചെരിപ്പ് ധരിച്ചിട്ടില്ല. അവളുടെ സുന്ദരമായ ഉപ്പൂറ്റിയും.... സുന്ദരമായ കാൽപ്പാദങ്ങളും, പൂക്കൾ നിറഞ്ഞ വസ്ത്രങ്ങൾക്കിടയിലൂടെ കാണുന്നു...

ഒരു ദിവസം രാവിലെ അവൾ വന്ന് വിനയപൂർവ്വം അവന്റെ വാതിലിൽ മുട്ടി. വാതിൽ തുറന്നെങ്കിലും അവളുടെ സുന്ദരമുഖവും വിശാലമായ ചുണ്ടുകളും കാണാതെ വിസ്മയിച്ചു. അവൾ പറഞ്ഞു: എത്രയൊക്കെ അന്വേഷിച്ചിട്ടും അയാളെ പിന്നീട് കണ്ടെത്താൻ കഴിഞ്ഞിട്ടില്ല. ആ... അയാളുടെ പേരുപറയാൻ കഴിയാതെ അവൾ വിഷമിച്ചപ്പോൾ ഖലിൽ ചോദിച്ചു, പുയ്യാപ്ല അല്ലേ. കുളിമുറിയിൽ മുഴുവൻ പതഞ്ഞതും അഴുക്ക് അടിഞ്ഞതുമായ വെള്ളമാണ്. പിന്നെ ആ കാർപെറ്റ്... ദയവായി, ഞാൻ എന്താണ് പറഞ്ഞുവരുന്നത്...

ഖലിൽ പുഞ്ചിരിച്ചുകൊണ്ട് അവൾക്ക് ഉറപ്പു നൽകി. ഉച്ചതിരിഞ്ഞ് നിങ്ങൾ മടങ്ങിവരുമ്പോഴേക്കും പുയ്യാപ്ല ഒരു പ്ലംബറേയും കൂട്ടിക്കൊണ്ടുവരും. നന്ദി. അവൾ പറഞ്ഞു. നന്ദി. നന്ദി പറയുന്നതിനൊപ്പം അവൾക്ക് എന്നെനോക്കി പുഞ്ചിരിക്കാമായിരുന്നു... അവൾക്ക് എന്നോടെന്തോ നീരസമുണ്ടെന്നു തോന്നുന്നു, അവളിപ്പോൾ തന്നെക്കുറിച്ച് എന്തായിരിക്കും ചിന്തിക്കുന്നതെന്നറിയാൻ ഖലിലിന് താത്പര്യം തോന്നി.

മറ്റൊരിക്കൽ പ്രവേശനകവാടത്തിൽവെച്ച് അവനെ കണ്ടപ്പോൾ അവൾ നിന്നു. അവൾ മകനെ സ്കൂൾ ബസ്സിൽ കയറ്റിവിട്ടിട്ട് പുഞ്ചിരി തൂകി പരസ്പരം കൈവീശികാണിച്ചുകൊണ്ട് കണ്ണിൽനിന്ന് മറഞ്ഞതിനുശേഷമായിരുന്നു അത്. അവൾ നിൽക്കുകയോ, അല്ലെങ്കിൽ വേഗത കുറയ്ക്കുകയോ ആയിരുന്നു, ഏതായാലും അന്ന് പുരുഷന്മാരെപ്പോലെ തിടുക്കത്തിലായിരുന്നില്ല അവൾ നടന്നത്. അവൾ എനിക്കൊരു അവസരം തന്നതാണ്, ഖലിൽ ചിന്തിച്ചു. അവൻ അവളുടെയടുത്തുചെന്ന് വെള്ളം ഇപ്പോൾ എങ്ങനെയുണ്ടെന്നു ചോദിച്ചു. ഓ, അതൊന്നും സാരമില്ല. ഞാനത് പരിഹരിച്ചു. ഞങ്ങളുടേത് ഒരു ചെറിയ കുടുംബമാണ്, എന്നു പറഞ്ഞുകൊണ്ട് അവൾ അവിടെത്തന്നെ നിന്നു. പോകാൻ ഒട്ടും തിടുക്കം കാട്ടിയതുമില്ല. നന്നായി, ഖലിൽ പറഞ്ഞു, എന്നിട്ട് പടിക്കെട്ടുകൾ കയറിപ്പോകുന്ന അവളുടെ കാലുകളിലേക്ക് നോക്കിനിന്നു.

അവന്റെ മുറിയിലിരുന്നുതന്നെ അവൻ അവളുടെ കൈകൾ കണ്ടു. അവളുടെ സുന്ദരവിരലുകളിലെ അതീവസുന്ദരനഖങ്ങളിൽ നഖലേപനത്തിന്റെ ആവരണം പൂശിയിട്ടുണ്ട്.

എന്നെപ്പോലെയുള്ള മറ്റു ചില കാര്യങ്ങളും ആ പെണ്ണിനുണ്ടായിരുന്നു. എന്റെ വിരലുകൾ കൊണ്ട് അമർത്താൻ പോലും കഴിയാത്ത പേശീബലം അവൾക്കുണ്ടായിരുന്നു. അതുതന്നെയാണ് അവളിൽ എനിക്ക് ഏറ്റവും കൗതുകമുളവാക്കിയ കാര്യവും. അതുകൊണ്ടുതന്നെ അവൾ നടന്നുപോയതിനുശേഷം ഞാൻ അവളെത്തന്നെ നോക്കി നിൽക്കുമായിരുന്നു.

# ഏഴ്

**ഖ**ലിലിനെ കണ്ട് ക്ഷേമാന്വേഷണങ്ങൾ അറിയിക്കാൻ നായിഫ് രണ്ടു തവണ വന്നിരുന്നു. അപ്പാർട്ട്മെന്റ് വാടകയ്ക്കുകൊടുത്തു എന്ന് ഖലിൽ പറഞ്ഞപ്പോൾ നായിഫിന് എന്തെന്നില്ലാത്ത ആഹ്ലാദവും ആശ്വാസവും തോന്നി.

ഖലിൽ നായിഫിനെ ഒരു റസ്റ്റോറന്റിലേക്ക് ഉച്ചഭക്ഷണത്തിന് ക്ഷണിച്ചു. അവർക്കിടയിലെ അടുപ്പത്തിന്റെ അന്തരീക്ഷം വീണ്ടും തീവ്രമായി. ഭക്ഷണത്തിനുശേഷം അവർ കുടിക്കാൻ രണ്ടുകപ്പ് കാപ്പിയും പുകവലിക്കാൻ രണ്ടു ജലനാളിയും വരുത്തി. പഴയ രണ്ട് തീക്കനലുകളെപ്പോലെ അവർക്കിടയിലൂടെ കടന്നുപോയ വർഷങ്ങളെ അവർ ഓർത്തെടുത്തു. ഖലിൽ അപ്പാർട്ടുമെന്റിലെ പെണ്ണിനെക്കുറിച്ച് സംസാരിച്ചുതുടങ്ങിയതോടെ നായിഫ് കൂടുതൽ ശ്രദ്ധാലുവായി, സുഹൃത്തുക്കൾക്കിടയിൽ പെണ്ണ് ഒരു വിഷയമാകുമ്പോൾ സംഭവിക്കാറുള്ളതുപോലെതന്നെ. ഖലിൽ ഒന്നും സ്പഷ്ടമാക്കിയില്ലെങ്കിൽപോലും നായിഫ് സന്തുഷ്ടനായിരുന്നു. അവരുടെ സൗഹൃദം ചിരകാലം നിലനിർത്തണമെന്നും എന്നാലേ അത് കൂടുതൽ ദൃഢമാകൂ എന്നും അവൻ ഖലിലിനെ ഓർമ്മിച്ചു.

സംസാരിക്കുന്നതിനിടയിൽ, നായിഫിനെ സ്വാഗതംചെയ്യാൻ ഖലിൽ പുതിയൊരു വഴി കണ്ടെത്തി. ഒരു ക്ഷമാപണത്തിന്റെ മട്ടിലുള്ളത്, അവർക്കിടയിലുള്ള അസ്വാരസ്യത്തെയും അവന്റെ വ്രണപ്പെട്ട മനഃസ്സാക്ഷിയെയും സാന്ത്വനിപ്പിക്കുന്നതായിരുന്നു അത്. സുഹൃത്തുക്കൾക്കിടയിൽ ചിലപ്പോഴൊക്കെ സംഭവിക്കാറുള്ളതിനപ്പുറം ഒന്നും അവർക്കിടയിലും സംഭവിച്ചിട്ടില്ലെന്ന് നായിഫിനെ ബോധ്യപ്പെടുത്താൻ ഖലിൽ ശ്രമിച്ചു. കുടൽപ്പുണ്ണുകൊണ്ടുണ്ടായ കടുത്ത ആകാംക്ഷയിൽ നിന്നുരുത്തിരിഞ്ഞ മാനസിക വ്യഥയായിരുന്നു സകലതിനും കാരണം. ചില ഇന്ദ്രിയങ്ങളുടെ പ്രവർത്തനം തന്നെ അന്നേരം ഖലിലിന് നഷ്ടമായി. അവർ രണ്ടുപേരും ഇപ്പോൾ പക്വതയാർജ്ജിച്ചിരിക്കുന്നു. രണ്ടുപേരും ഇപ്പോൾ രണ്ട് പുതിയ മനുഷ്യരുമായിരിക്കുന്നു അവർ രണ്ടുപേരും പണ്ട് എങ്ങനെയായിരുന്നോ അതുപോലെതന്നെയായിരുന്നു. ഇപ്പോൾ അവർ രണ്ടുപേരും ഒരു കണ്ണിന് മനഃപൂർവ്വം അന്ധത

വരുത്തിയിരിക്കുകയാണ്. തമ്മിൽ പൊരുത്തപ്പെടാനാവാത്ത വിഷയങ്ങൾ കണ്ടില്ലെന്നു നടിക്കാൻ വേണ്ടിയാണത്. മുമ്പ് അങ്ങനെയായിരുന്നില്ല. വ്യത്യസ്താഭിപ്രായങ്ങൾ അവർക്കിടയിലുണ്ടാകുമ്പോൾ സമരസപ്പെടുന്നതുവരെ അവർ അതിന്മേൽ ചർച്ച ചെയ്യുമായിരുന്നു. ഇപ്പോഴുള്ള ആ ഒറ്റക്കണ്ണൻ അന്ധതയാണ് അവർക്കിടയിലെ കെട്ടുറപ്പിന്റെ അടിസ്ഥാനം, പിന്നെ ഉള്ളിൽനിന്ന് തികട്ടിവരുന്ന ഓർമ്മകളും. അതൊരു കടമയാണെന്ന് കരുതിയിട്ടുണ്ടാവണം, പ്രത്യേകിച്ചൊന്നിനും വേണ്ടിയല്ലാത്ത ഒരു കടമ, സൗഹൃദം മുന്നോട്ടുകൊണ്ടുപോകാൻ വേണ്ടിമാത്രം, പരസ്പരം പൊരുത്തപ്പെട്ട് സ്വന്തം കാര്യം നോക്കി പൊരുതാതെ കഴിഞ്ഞുകൂടുന്ന വൃദ്ധ ദമ്പതികളെപ്പോലെയായിരുന്നു അവർ. പരസ്പരം പൂർണ്ണമായ മനസ്സിലാക്കാൻ കഴിയുന്നില്ലെങ്കിലും ജീവതാന്ത്യത്തിൽപ്പോലും ഒന്നിച്ചു കഴിയുന്നവരെപ്പോലെതന്നെ. ചില മുൻധാരണകളിലൂടെ മാത്രം സ്നേഹം പ്രസരിപ്പിച്ചുകൊണ്ട് ജീവിതം തള്ളിനീക്കുന്നവർ. നിത്യജീവിതത്തിൽ അവർ എത്രകണ്ട് ശൂന്യരാണെങ്കിലും ഏറ്റവും അതിശയകരമായ കാര്യം, കിടപ്പറയിലും, ലൈംഗികാര്യങ്ങളിലും അവർ തങ്ങളുടെ മിടുക്ക് പ്രകടിപ്പിച്ചുകൊണ്ടിരിക്കും. ഒരുപക്ഷേ, ഏറ്റവും സന്തുഷ്ടമായ ലൈംഗികജീവിതം ആരംഭിക്കുന്നതുതന്നെ സ്നേഹം അവസാനിക്കുന്ന ഇടത്തുനിന്നായിരിക്കും, സകല ആകാംക്ഷകളുടെയും ആസക്തിയുടെയും ഒടുവിൽ നിന്നുതന്നെ. അപ്പോഴേക്കും ഹൃദയത്തിന്റേയും തലച്ചോറിന്റേയും കവിഞ്ഞൊഴുകലുകൾ അവസാനിക്കുകയും ശരീരം പൊള്ളയാവുകയും ചെയ്യും. അതിന്റെ പൂർണ്ണതയ്ക്കുവേണ്ടി അത് സ്വയം സമ്പൂർണ്ണമാകും. അങ്ങനെ അവർക്കിടയിലെ യാചകന് കൂടുതൽ ലൈംഗിക സംതൃപ്തിയും സമ്മോഹനമായ അനുഭൂതിയും സാധ്യമാകും. അതൊരിക്കലും ഒരു ചിന്തകനോ നമുക്കോ താരതമ്യം ചെയ്യാൻ കഴിയുന്നതിലും എത്രയോ മുകളിലായിരിക്കും, എനിക്കും നായിഫിനുമിടയിൽ അത്തരമൊരു ചങ്ങാത്തമാണ് ഇപ്പോഴുള്ളത്. അതൊരു വിജയവുമാണ്. ഞങ്ങളുടെ  സംസാരത്തിനിടയിൽ ജലനാളിയിൽ ഒരുപാട് കുമിളകൾ പൊങ്ങിവന്നുകൊണ്ടിരുന്നു. ഞങ്ങൾക്കിടയിലെ സംസാര വിഷയങ്ങൾപോലെ.

ഖലിലനെ പത്രമാപ്പീസിലെ ജോലിക്കെടുക്കാൻ ഭായി, അയാൾ സഹോദരനെപ്പോലെയാണെന്നാണ് അവൻ വിശ്വസിക്കുന്നത്, പൂർണ്ണമായും തയ്യാറെടുത്തുകഴിഞ്ഞു എന്ന് നായിഫ് പറഞ്ഞു. അതേതായാലും നന്നായി. എനിക്ക് ആ വിഷയത്തിൽ ഒരു തീരുമാനമെടുക്കാൻ അല്പസമയം കൂടി വേണം, ഖലിൽ പറഞ്ഞു.

എന്നാൽ കാണാം.

തീർച്ചയായും, കാണാം.

ഞാൻ നിന്നെ ബന്ധപ്പെട്ടോളാം.

ആയിക്കോട്ടെ.

കാണാം.

കാണാം.

ഖലിൽ ഒരുപാടുതവണ നായിഫിനെ പത്രമാപ്പീസിൽ കൊണ്ടുപോയി വിടുകയും ചിലപ്പോഴൊക്കെ 'ഭായി'യുടെ ഓഫീസിൽ ഇരിക്കുകയും ചെയ്തിട്ടുണ്ട്. നായിഫ് ഖലിലിനെ അവന്റെ മുറിയിൽ ചെന്ന് ഒരുപാട് തവണ കണ്ടിട്ടുണ്ട്. അവർ കാപ്പികടകളിലും പത്രമാപ്പീസിലും വെച്ച് സുഹൃത്തുക്കൾക്കൊപ്പവും കണ്ടുമുട്ടിയിട്ടുണ്ട്. എന്നാൽ അപ്പോഴൊന്നും ഖലിൽ പത്രമാപ്പീസിൽ ജോലി ചെയ്യുന്നതിനെക്കുറിച്ച് സംസാരിച്ചിട്ടുമില്ല. നായിഫ് അവനെ അക്കാര്യത്തിൽ നിർബന്ധിച്ചതുമില്ല. മുമ്പത്തേതുപോലെ ഖലിൽ നിശ്ശബ്ദനായിരുന്നില്ല. അതുകൊണ്ടുതന്നെ ഖലിലിന്റെ കാര്യത്തിൽ ഭായി സന്തുഷ്ടനായിരുന്നു. അക്കാരണത്താൽ നായിഫിനും ഖലിലിനോട് അനിഷ്ടമൊന്നും തോന്നിയില്ല. എന്നുമാത്രമല്ല, അവനത് സ്വകാര്യമായി ആസ്വദിക്കുകയും ചെയ്തു. അന്നേരം അവനൊരു ഭാരമേ ആയിരുന്നില്ല നായിഫിന്.

ഒരുദിവസം വൈകുന്നേരം അവർ രണ്ടുപേരെയും ഭായി 'ഗ്രീഷ്മഭൂമി'യിലേക്ക് ഒരു പാർട്ടിക്ക് ക്ഷണിച്ചു. ഖലിൽ നന്നായി ഒരുങ്ങി. നായിഫ് ഒരു പുതിയ സിൽക്ക് ഷർട്ടായിരുന്നു ധരിച്ചിരുന്നത്. പുതിയ ഷർട്ട് നന്നായി ചേരുന്നുണ്ടെന്ന് കാറിൽവെച്ച് ഖലിൽ നായിഫിനോട് പറഞ്ഞു. നായിഫ് കാറിലെ ഗ്ലൗ ബോക്സ് തുറന്ന് അതിനുള്ളിലിരിക്കുന്ന സുഗന്ധതൈലക്കുപ്പി ചൂണ്ടിക്കാട്ടി. നീ കുറച്ച് അടിച്ചിട്ട് എനിക്കുകൂടി ലേശം തരൂ എന്ന് പറഞ്ഞുകൊണ്ട് നായിഫ് റേഡിയോ ഓൺ ചെയ്തു. അതോടെ ആ കാറിനുള്ളിൽ സംഗീതത്തിന്റെ പരിമളം പരന്നൊഴുകി.

അവർ അവിടെ എത്തിയപ്പോഴേക്കും ഭായിയുടെ മട്ടുപ്പാവിന്റെ ഇരുവശങ്ങളും ആഘോഷിക്കാനെത്തിയവരെക്കൊണ്ട് നിറഞ്ഞിരുന്നു. ശരിക്കും അവിടം തിങ്ങിനിറഞ്ഞിട്ടൊന്നുമില്ലായിരുന്നു. എങ്കിലും, ഇത്രമാത്രം അതിഥികളെ അവിടെ പ്രതീക്ഷിച്ചില്ല. അവിടെയുണ്ടായിരുന്ന പുരുഷന്മാർ എഴുന്നേറ്റുനിന്ന് അവനെ അഭിവാദ്യം ചെയ്തു. എന്നാൽ, അവിടെയുണ്ടായിരുന്ന സ്ത്രീ ഇരുന്നുകൊണ്ടുതന്നെയാണ് ഹസ്തദാനം ചെയ്തത്.

അവിടെയുണ്ടായിരുന്നവരിൽ മിക്കവരും ആർപ്പുവിളികളോടെയാണ് നായിഫിനെ എതിരേറ്റതെന്ന കാര്യം ഖലിൽ പ്രത്യേകം ശ്രദ്ധിച്ചു. നായിഫ് വളരെപ്പെട്ടെന്നുതന്നെ അവരിലൊരാളായി മാറി. കൂട്ടത്തിൽ ഒരു പെണ്ണ് നായിഫിനു നേർക്ക് ഒരു മദ്യചഷുകം നീട്ടിയപ്പോൾ അവൻ അവളുടെ കരതലം ചുംബിക്കുകയും അപ്പോഴേക്കും അവന്റെ ചങ്ങാതിക്കൂട്ടത്തിൽനിന്ന് പൊട്ടിച്ചിരികൾ ഉയരുകയും ചെയ്തു.

ഭായി ഖലിലിന്റെ അടുത്തുവന്നു പറഞ്ഞു: നായിഫിന്റെ തമാശകളെല്ലാം എനിക്കറിയാം. ഒരു മനുഷ്യൻ കക്കൂസിൽ പോയ കഥയാണ്

ഇപ്പോൾ അവൻ പറഞ്ഞുകൊണ്ടിരിക്കുന്നത്. അത്തരമൊരു കഥ ഖലിലിന് അറിയില്ലെന്ന് മനസ്സിലാക്കിയ ഭായി, അത്ഭുതത്തോടെ അവന് എത്ര കാലമായി നായിഫിനെ അറിയാമെന്നു ചോദിച്ചു. തന്നോടങ്ങനെ തമാശകളൊന്നും അവൻ പറഞ്ഞിട്ടില്ലെന്നും കഴിയുമെങ്കിൽ കക്കൂസിൽ പോയ മനുഷ്യന്റെ കഥ പറയുമോ എന്നും ഖലിൽ ഭായിയോട് ചോദിച്ചു. അങ്ങനെ കക്കൂസിലിരുന്ന മനുഷ്യന്റെ കഥ ഭായി പറയാൻ തുടങ്ങി. മറ്റുള്ളവരെപ്പോലെ അയാളും കക്കൂസിൽ കാര്യസാധ്യത്തിനുവേണ്ടി ഇരിക്കുകയായിരുന്നു. പെട്ടെന്ന്, അതിരൂക്ഷമായ ബോംബിംഗ് നടന്നതോടെ കാര്യങ്ങളെല്ലാം തലകീഴ്മേൽ മറിഞ്ഞു. ആളുകളെല്ലാം വിരണ്ടോടി തെരുവിലിറങ്ങി. ഏറ്റവും വഷളായ രീതിയിൽ ബോംബാക്രമണത്തിന് ഇരയായ കെട്ടിടത്തിന്റെ നാലാം നിലയിലെ കക്കൂസിൽ, അപ്പോഴും ആ മനുഷ്യൻ ഇരിക്കുന്നത് സകലരും കണ്ടു. ആ വീടിന്റെ മട്ടുപ്പാവും ചുമരുകളുമെല്ലാം തകർന്നിരുന്നു, മുറ്റം മുതൽ സ്വീകരണമുറിവരെ. ആകസ്മികമായ ബോംബിംഗിൽ അയാൾ പേടിച്ചുവിറച്ച് ഇരിക്കുകയായിരുന്നു അവിടെ. ഒരല്പം അങ്ങോട്ടോ ഇങ്ങോട്ടോ അനങ്ങിയാൽ, കാൽച്ചുവട്ടിലെ തറകൂടി ഇളകിമാറി, അയാൾ താഴേക്കുതന്നെ ഊർന്നുപോകുമായിരുന്നു. അതുകൊണ്ട് അയാൾ ഇരിപ്പ് തുടർന്നു. എന്താണ് ചെയ്യേണ്ടതെന്നറിയാതെ, പാന്റ്സിന്റെ ബെൽറ്റിൽ മുറുകെപ്പിടിച്ചുകൊണ്ട്, അത് അയാളുടെ കണങ്കാലുകളിൽ ചുറ്റിപ്പിണഞ്ഞു കിടക്കുകയായിരുന്നു. തെരുവിലുണ്ടായിരുന്നവർ അന്നേരം അയാളെ നോക്കി കൂക്കിവിളിക്കുകയും ആർത്തട്ടഹസിച്ച് ചിരിക്കുകയും ചെയ്തു. ആൾക്കാർ അയാളെത്തന്നെ ഉറ്റുനോക്കിക്കൊണ്ട്, തെരുവ് മുഴുവൻ സ്തംഭിക്കുന്ന അവസ്ഥയിലെത്തുന്നതുവരെ അയാൾ അവരുടെ ശബ്ദങ്ങൾ കേട്ടില്ല...

എന്തൊരു രംഗമായിരിക്കും അതെന്നു പറഞ്ഞുകൊണ്ട് ഖലിൽ ചിരിക്കാൻ തുടങ്ങിയപ്പോഴേക്കും, മറ്റുള്ളവർ ചിരിച്ചുചിരിച്ച് കരയാൻ തുടങ്ങിയിരുന്നു. ഇങ്ങനെയാണ് നായിഫ് അവരോടു പറയുന്നത്, ഭായി ചിരിച്ചുകൊണ്ട് പറഞ്ഞു. അരമണിക്കൂറോ അതിൽകൂടുതലോ നേരം അവരെ ചിരികൊണ്ട് പമ്പരം കറക്കാൻ നായിഫിന് നിഷ്പ്രയാസം കഴിയും. അവന്റെ ഭാര്യ പോയതിനുശേഷം അവൻ ഇതുപോലെ സ്വകാര്യമായി സന്തോഷിക്കുന്നത് നീയിതേവരെ ശ്രദ്ധിച്ചിട്ടില്ലേ. നിനക്കവളെ അറിയാമോ? എനിക്കവളെ അറിയാം, അവളവിടെ ഒട്ടും സന്തുഷ്ടയായിരുന്നില്ല, ഖലിൽ പറഞ്ഞു. അല്ലെങ്കിലും സ്ത്രീകൾ പൊതുവെ നിർബന്ധബുദ്ധിയുള്ളവരാണ്. മാത്രമല്ല, അന്ന് സമയം വളരെ മോശവുമായിരുന്നു, ഭായി പറഞ്ഞു. പിന്നെ, നീയെന്താ നിന്റെ ഭാര്യയെ കൂട്ടിക്കൊണ്ടു വരാതിരുന്നത്.

ഞാനിതേവരെ വിവാഹം കഴിച്ചിട്ടില്ല, ഖലിൽ പറഞ്ഞു. എനിക്കറിയാം, ഞാനുദ്ദേശിച്ചത് നിന്റെ കാമുകിയുടെ കാര്യമാണ്, ഭായി പറഞ്ഞു.

ലേശം ആശയക്കുഴപ്പത്തിലായ ഖലിൽ എന്താണ് മറുപടി പറയേണ്ട തെന്നറിയാതെ വലഞ്ഞു. ഭായി ഇടയ്ക്കുകയറി പറഞ്ഞു: സാരമില്ല. അത് കാര്യമാക്കേണ്ടാ. എന്നിട്ട് അയാൾ അവന്റെ കാലിയായ ഗ്ലാസ്സ് നിറച്ചു.

മട്ടുപ്പാവിൽനിന്നു നോക്കിയാൽ താഴെ നീന്തൽക്കുളം കാണാം. വശ ങ്ങളിൽ സ്ഥാപിച്ചിരിക്കുന്ന സ്പോട്ട്ലൈറ്റിന്റെ പ്രകാശം ജലവിതാന ത്തിൽ പ്രതിഫലിക്കുന്നുണ്ട്. ശരത്കാല വായുവിൽ മെല്ലെ തെന്നി നീങ്ങുന്ന, കൃത്രിമ റോസുകൾ കൊണ്ടുണ്ടാക്കിയ ചെറുവഞ്ചിയും, അതിൽ പ്രകാശിച്ചുനിൽക്കുന്ന മെഴുകുതിരികളും അവിടെ കാണാം. ഹോട്ടൽ ജീവനക്കാർ കലാപകലുഷിതമായ ഒരു വിവാഹപ്പാർട്ടിയുടെ അവശേഷിപ്പുകൾ നീക്കം ചെയ്യുന്നു, അവരുടെ പോക്കിലും വരവിലും വെളിച്ചം മങ്ങുന്നുമുണ്ട്. വിശാലമായ ആകാശത്ത് അപ്പോഴേക്കും ചന്ദ്ര ക്കല തിളങ്ങാൻ തുടങ്ങിയിരുന്നു.

പരിചാരകൻ വിനയപൂർവ്വം വാതിലിൽ മുട്ടിക്കൊണ്ട് ഉള്ളിലേക്കു വന്നു. അവൻ ഭക്ഷണത്തിന്റെ അവശിഷ്ടങ്ങളും, മട്ടുപ്പാവിലെ മേശ പ്പുറത്തുണ്ടായിരുന്ന കാലിഗ്ലാസ്സുകളും നീക്കും ചെയ്തു. പോയിട്ട് ഉടൻ മടങ്ങിവരാമെന്ന അർത്ഥത്തിൽ അവൻ ഭായിയെ നോക്കി വണങ്ങി. വലി യൊരു കൂട നിറയെ തിളക്കമുള്ള പഴങ്ങളും ഐസ്ബക്കറ്റും കൊണ്ടാ യിരുന്നു അവൻ മടങ്ങിവന്നത്. ഭായി അവനെ വീണ്ടും നോക്കിയപ്പോൾ പരിചാരകൻ ചൂണ്ടുവിരൽകൊണ്ട് ഒരടയാളം കാണിച്ചു. ഇപ്പോൾ എന്നാ യിരുന്നു അതിനർത്ഥം. അവൻ ട്രോളിയുമായി വാതിൽ കടന്നുവന്നു. അതിൽ നിറയെ പലതരം മധുരപലഹാരങ്ങളുണ്ടായിരുന്നു. എന്നിട്ട് അവൻ പുഞ്ചിരിച്ചുകൊണ്ട് തിടുക്കത്തിൽ പുറത്തേക്ക് പോയി, പോകും വഴി കൈ അവൻ തലയിൽ വച്ചിരുന്നു, നന്ദിപ്രകാശനത്തിന്റെ അടയാള മായിരുന്നു അത്. അവനുപിന്നിൽ വാതിലടഞ്ഞു.

നായിഫ് പൗരസ്ത്യസംഗീതത്തിന്റെ ഒരു കാസറ്റ് റെക്കോഡറിൽ ഇട്ടു. അതു കേൾക്കേണ്ട താമസം, നായിഫിന്റെ പാർട്ടിയിലെ ഏറ്റവും മുതിർന്ന അംഗമായിരുന്ന സെയ്തിന്റെ കാമുകി സലാം ചാടിയെഴുന്നേറ്റ് നൃത്തം ചെയ്യാൻ തുടങ്ങി. അവൾ നഗ്നപാദയായിരുന്നു. അവളുടെ ചുമലുകളിൽനിന്ന് ചങ്ങാതികളിലൊരാൾ സൂത്രത്തിൽ കൈവശപ്പെടു ത്തിയ നീളൻ അംഗവസ്ത്രം അവളുടെ അരയിൽ നായിഫ് കെട്ടി. ആകാര ഭംഗി പൂർണ്ണമായും വ്യക്തമാകുന്ന തരത്തിൽ വശ്യമനോഹരമായാണ് അവൾ നൃത്തം ചെയ്തത്. കൈകളുയർത്തുമ്പോഴൊക്കെ അവളുടെ വസ്ത്രത്തിന്റെ തുറവുകൾ കൂടുതൽ അനാവൃതമായി. അവൾ ചായു മ്പോഴും ചരിയുമ്പോഴും അവളുടെ തുടുത്ത മാറിടങ്ങളും നീണ്ട തുടയും, അതീവസുന്ദരമായി തുള്ളിക്കളിക്കുന്ന പിങ്ക് അംഗവസ്ത്രത്തിനു ചേർന്ന മട്ടിൽ പെരുമാറി.

സെയ്ത് എങ്ങനെയായിരിക്കും അവന്റെ കാമുകിയുടെ നൃത്ത ച്ചുവടുകൾ ആസ്വദിക്കുകയെന്നറിയാൻ ഖലിലിന് കൗതുകമുണ്ടായിരു ന്നെങ്കിലും അവനെ അവിടെയെങ്ങും കണ്ടില്ല. ഖലിൽ ഭായിയോട് സെയ്ത് എവിടെയെന്ന് അന്വേഷിച്ചു. അവൻ ദൂരെയെങ്ങും പോകാ നിടയില്ല എന്നുപറഞ്ഞുകൊണ്ട് ഭായി സലാമിന്റെ നൃത്തം ആസ്വദി ക്കാൻ തുടങ്ങി.

സലാം നൃത്തച്ചുവടുകളിലേക്ക് കൂടുതൽ കൂടുതൽ ഇഴുകിച്ചേരാൻ തുടങ്ങിയതോടെ, സംഗീതമൊഴികെ അവിടെയുണ്ടായിരുന്ന മറ്റൊന്നി നെയും, മറ്റാരെയും ശ്രദ്ധിക്കാൻപോലും അവൾക്ക് സമയം കിട്ടിയില്ല. അവൾ സകലതും മറന്നു. സ്വന്തം മുറിയിൽ ഒറ്റയ്ക്ക് നൃത്തം ചെയ്യു മ്പോലെയായിരുന്നു അവളുടെ ചുവടുകൾ. ഇടയ്ക്കിടെ അവൾ ഒളി കണ്ണിട്ട് നായിഫിനെത്തന്നെ നോക്കുകയും നിലത്ത് കാലിന്മേൽ കാലും വെച്ച്, ചിരിച്ചുകൊണ്ടിരിക്കുന്ന അവന്റെ ചുമലുകളിൽ മെല്ലെ തള്ളാനും, നഗ്നപാദങ്ങളാൽ അവന്റെ പ്രവാഹശക്തിയെ അവളുടെ പെണ്ണത്തം കൊണ്ട് ഇക്കിളിപ്പെടുത്താനും ശ്രമിച്ചുകൊണ്ടിരുന്നു,

സെയ്ത് മട്ടുപ്പാവിലേക്ക് മടങ്ങിയെത്തി, സംഗീതത്തിന്റെ താളത്തി നനുസരിച്ച്, സലാമിന്റെ ചുവടുകൾക്ക് കൈയടിക്കാൻ തുടങ്ങി. അവൻ നിലത്തിരുന്ന് ഒരു സിഗററ്റിന് തീ കൊളുത്തി. അല്പനേരം കഴിഞ്ഞ്, അവൾ മുടി കോതിയൊതുക്കിയതിനുശേഷം നടിയായ ഫാത്തിമ അവന്റെയടുത്തെത്തി. ഖലിലിന്റെ നോട്ടം അവളിൽ പതിഞ്ഞിരിക്കുന്നു വെന്ന് മനസ്സിലാക്കിയ ഉടനെ അവൾ ഉറക്കെ വിളിച്ചുചോദിച്ചു: ആരെ ങ്കിലും എന്റെ ഹാൻഡ് ബാഗ് കണ്ടോ... ഞാനത് കണ്ടില്ല, എന്നുപറഞ്ഞു കൊണ്ട് അവൾ ഖലിലിന്റെ തൊട്ടടുത്ത് ഇരുന്നു. എന്നിട്ടും ഖലിലിന്റെ നോട്ടം പിന്മാറുന്ന ലക്ഷണമില്ലെന്ന് കണ്ടതോടെ അവൾ ചോദിച്ചു: എന്താ? ഖലിൽ അവളോട് മന്ത്രിച്ചു: നീ അതീവ സുന്ദരിയാണ്, അവൾ അതിനെ ശരിവയ്ക്കുന്ന മട്ടിൽ പ്രതികരിച്ചു: നന്ദി. മനം മയക്കിയ രാജ കുമാരാ, നന്ദി.

അവളുടെ തുടകൾക്ക് എന്തൊരു വശ്യതയാണ്, അല്ലേ, ഭായി ഖലി ലിനോട് ചോദിച്ചു. ഖലിലിന്റെ കണ്ണുകൾ അന്നേരം ആ സ്ത്രീയുടെ തുടകളിൽ തങ്ങിനിൽക്കുകയായിരുന്നു. പേരുകേട്ട ഒരു കവയിത്രി എന്ന തിനപ്പുറം ആ സ്ത്രീയെക്കുറിച്ച് അവന് മറ്റൊന്നും അറിയില്ലായിരുന്നു. അതുതന്നെ ദിനപ്പത്രങ്ങളിൽ വായിച്ചുള്ള അറിവുമാത്രമായിരുന്നു. ലോല മനസ്സുകളോട് വേഗത്തിൽ പ്രതികരിക്കുന്ന ഒരു കലാകാരിയെപ്പോലെ അവൾ അപ്പോൾ കാലുകൾ കവച്ചുവെച്ച് നില്ക്കുകയായിരുന്നു. എങ്കിലും, അവളൊരല്പം മുഷിപ്പനാണ്, അല്ലേ, ഭായി കൂട്ടിച്ചേർത്തു. അവൾ ഒരുപാട് കുടിച്ചിട്ടുണ്ടെന്നു തോന്നുന്നു എന്ന് ഖലിൽ പറയുന്നത് കേട്ട ഭായി പൊട്ടിച്ചിരിച്ചുകൊണ്ട് പറഞ്ഞു: അവൾ എത്രമാത്രം കുടിച്ചു വെന്നത് ഒരു വിഷയമേയല്ല, അവൾക്ക്. കുഴയാത്ത കഴുത്തും ആടാത്ത

ശരീരവുമുള്ള ആങ്കുട്ടിയാണെന്ന് അവൾക്ക് തെളിയിക്കണം. അതിനുള്ള തത്രപ്പാടിലാണ് അവൾ. അവളുടെ ഭർത്താവ് ഒരു ഹാജിയാരാണ്, കൊടും ഭക്തനായ ഒരു മനുഷ്യൻ. അയാൾ ഒരിക്കലും അവളേയും കൊണ്ട് പുറത്ത് പോകാറില്ല. അയാൾ കച്ചവട ആവശ്യങ്ങൾക്കായി എപ്പോഴും യാത്രയിലായിരിക്കും. അവളാകട്ടെ പണംകൊണ്ട് ധൂർത്തടിച്ച് അയാളെ ശിക്ഷിച്ചുകൊണ്ടിരിക്കും. എങ്കിലും, അവളെന്താ മുഷിപ്പനാണെന്നു പറഞ്ഞത്, ഖലിൽ ചോദിച്ചു... കാരണം പുരുഷന്മാരെപ്പോലെയാകണമെന്നാണ് അവളുടെ ആഗ്രഹം. നിനക്കറിയാമോ, അവളാണിപ്പോൾ എഡിറ്റർ-ഇൻ-ചീഫിന്റെ ശ്രീമതി. ഇത്തരം സാഹചര്യങ്ങളുമായി അയാളെങ്ങനെ പൊരുത്തപ്പെട്ടുപോകുന്നുവെന്ന് എനിക്കറിയില്ല. മരണം തൊട്ടടുത്തുള്ളപ്പോൾ, എന്താണ് ചെയ്യുന്നതെന്ന് ആർക്കും ഊഹിക്കാനാവില്ല, എങ്ങനെയുള്ളവരാണെന്നുപോലും അവർ അറിയാതെ പോകും... ഭായി പറഞ്ഞു.

സ്വർഗ്ഗീയ അനുഗ്രഹം പോലെയാണ് യുദ്ധം ഇപ്പോൾ ഇറങ്ങിവന്നിരിക്കുന്നതെന്ന് ഖലിൽ ചിന്തിച്ചു. സകല സദാചാരനിയന്ത്രണങ്ങളും ഓടിയൊളിച്ചിരിക്കുന്നു. സദാചാരത്തിന് എപ്പോഴെങ്കിലുമൊക്കെ ഓരോരുത്തരുടെയും ഓർമ്മകളുമായി കൂട്ടിമുട്ടാമെന്നല്ലാതെ രക്ഷയില്ലാതായി. മരണം തൊട്ടടുത്തുണ്ടെന്നുള്ള ബോധ്യമുള്ളതിനാൽ നിഷ്കളങ്കതയെപ്പോലും പകയോടെയാണ് നോക്കിക്കാണുന്നത്... ക്രൂരമായ വിധിയോട് വിധേയത്വം കാട്ടാതെ അതിൽനിന്ന് ഏതുവിധേനയും ഓടിയകലാനാണ് അവർ ശ്രമിക്കുന്നത്. അതുകൊണ്ട് അവർ മറ്റുള്ളവരേക്കാൾ ലോലമനസ്കരാകുന്നു. സാധാരണ മനുഷ്യർക്ക് ഉണ്ടാകുന്ന സകലഭാരവും അനുഭവപ്പെടുകയും ചെയ്യുന്നു. അതെന്തായാലും, ജീവിതപ്രേമികളായ ചില മനുഷ്യരെങ്കിലും എല്ലാ തരത്തിലുമുള്ള മരണത്തെ തിരസ്കരിക്കുന്നു. എല്ലാ കാര്യങ്ങൾക്കും അവരുടേതായ ന്യായീകരണങ്ങൾ കണ്ടെത്തുന്നു. ഓർമ്മകളുടെ ആഴങ്ങളിൽ നിന്നുപോലും അവർ ഒന്നും കടന്നുവരാൻ അനുവദിക്കുന്നതുമില്ല.. ഇതൊരു വിനാശകാരിയായ യുദ്ധമാണ്. നിനക്ക് നാളെവരെ മാത്രമേ ജീവനുണ്ടാകൂ...

എങ്കിലും അവരുടെ കൊച്ചുകൊച്ചു മോഹങ്ങൾ ചിന്നിച്ചിതറിയിരിക്കുന്നു. ജീവിതപ്രേമത്തേക്കാൾ എത്രയോ തുച്ഛമാണ് അതൊക്കെ. ഖലിൽ ചിന്തിച്ചു... അഭിലാഷങ്ങൾ അതിന്റെ അളവ് സ്വയം ചെറുതാക്കിയതിന് ഞാനെന്തിന് വേവലാതിപ്പെടണം. അവൻ ഗ്ലാസ്സുയർത്തി എല്ലാവരുടേയും ആരോഗ്യത്തിനായി കുടിച്ചു...

സുമയ്യയുടെ തടിച്ച കൈകൾ, കത്തിച്ച സിഗരറ്റുമായി ഖലിലിന്റെ നേർക്ക് നീണ്ടുവന്നു. ഖലിൽ അത് വാങ്ങിയിട്ട് പറഞ്ഞു: ഞാൻ പുകവലിക്കാറില്ല, എങ്കിലും നന്ദി. ഖലിലിന്റെ അതിവിനയം കണ്ടപ്പോൾ ചിരിച്ചുകൊണ്ട് സുമയ്യ പറഞ്ഞു, എന്നാലത് മറ്റാർക്കെങ്കിലും കൈമാറിക്കൊള്ളൂ. ഖലിൽ അത് ഭായിക്ക് കൈമാറി. ഭായി ചിരിച്ചുകൊണ്ട്

ഖലിലിനോടു പറഞ്ഞു: എനിക്കത് ഇഷ്ടമായി. പക്ഷേ, ഞാനും പുക വലിക്കാറില്ല. ഒടുവിൽ അത് സുമയ്യയുടെ കൈകളിലേക്കുതന്നെ മടങ്ങിയെത്തി. അവരുടെ നല്ല ശീലത്തിന് അവൾ ആശംസകൾ നേരുകയും ചെയ്തു.

നിനക്കെന്തോ അസ്വസ്ഥതയുണ്ടെന്ന് സുമയ്യയ്ക്ക് തോന്നിയിരുന്നു. ഖലിൽ, ഭായി പറഞ്ഞു. കടുത്ത ബോംബിംഗ് നാളുകളിൽ നീ പത്രമാപ്പീസിലേക്ക് വന്നുകൊണ്ടിരുന്നപ്പോൾ, നീ അവളോട് പരുഷമായിട്ടായിരുന്നു പെരുമാറിയിരുന്നത്... ഞാൻ അങ്ങനെയൊന്നും കരുതിയിട്ടില്ല, ഖലിൽ പറഞ്ഞു... എനിക്കത് അറിയില്ലായിരുന്നു. അതുകേട്ട് ഭായി ഉറക്കെ പൊട്ടിച്ചിരിച്ചു. അതിനിടയിൽ ഖലിൽ സുമയ്യയെ നോക്കിയപ്പോൾ അവൾ കണ്ണുകളടച്ച് പുകവലിക്കുകയായിരുന്നു. അവൾ കണ്ണുതുറന്ന് ഖലിലിനെ നോക്കിയിട്ട് പറഞ്ഞു, ഖലിൽ, എന്റെ നേർക്ക് ഇങ്ങനെ നോക്കരുതേ... മറ്റെവിടേക്കെങ്കിലും നോക്കിക്കോളൂ. നിന്റെ കാര്യത്തിൽ ചില അസ്വാഭാവികതകളുണ്ടെന്ന് എനിക്ക് തോന്നുന്നു സുഹൃത്തേ. ഒരു പക്ഷേ നീ തന്നെ പലപ്പോഴും നിന്നെക്കുറിച്ച് പറഞ്ഞിട്ടുണ്ടാവും, നീ സുന്ദരനും ആരെയും വശീകരിക്കുന്നവനുമാണെന്ന്. അതൊന്നും അത്ര കാര്യമാക്കണ്ട. നീ ശരിക്കും വളരെ സുന്ദരനും ആരേയും മയക്കുന്നവനുമൊക്കെയാണ്. സമ്മതിച്ചു. എങ്കിലും നോക്കൂ ഞാനൊരു തനി യാഥാസ്ഥിതിക പെണ്ണാണ്. അതൊക്കെ വിട്ടേക്കൂ. നിന്റെ ഗ്ലാസ്സ്. എങ്കിലും ഞാൻ നിന്നെ എത്ര കാലമായി കാണുന്നുണ്ട്. ശേഷിക്കുന്ന കാലം ഊഹിക്കാവുന്നതേയുള്ളൂ. എന്നാലും, എനിക്ക് വീണ്ടുമൊരു വിവാഹം കഴിക്കാൻ താത്പര്യമില്ല. നന്ദി, എല്ലാറ്റിനും.

നായിഫ് എഴുന്നേറ്റുനിന്നു. അപ്പോൾ, ആപ്പിൾ അല്പാല്പമായി കടിച്ചുകൊണ്ടിരുന്ന കവയിത്രി പറഞ്ഞു, നിന്റെ കയ്യിലുള്ള സാധനം താഴെവെച്ചിട്ട് എന്റെ ചോദ്യത്തിന് ഉത്തരം പറയൂ... ഞാനല്ല... നായിഫ് നെറ്റിചുളിച്ചുകൊണ്ട് അവളുടെ അടുത്തേക്ക് മടങ്ങി. അവളൊരു കഴുതയാണ്. അസംഖ്യം കാതുകളുള്ള കഴുത, സുമയ്യ പറഞ്ഞു. എപ്പോഴൊക്കെ അവൾ വാ തുറക്കുമോ അപ്പോഴൊക്കെ അവൾ അമറാൻ തുടങ്ങും. "അത് ഞാനല്ല...." എന്നു പറഞ്ഞുകൊണ്ട്... അവൾ എന്തല്ല എന്നു വിശദീകരിക്കാനാണ് അവളുടെ ജീവിതം മുഴുവൻ അവൾ ചെലവഴിക്കുന്നത്. അവളോട് അങ്ങനെയുമിങ്ങനെയും പറഞ്ഞിട്ട് ഒരു കാര്യവുമില്ല... എങ്കിലും എന്നെങ്കിലുമൊരിക്കൽ അവൾ എഴുന്നേറ്റുനിന്ന് ഞാനാണ് എന്നുപറയാൻ തുടങ്ങുമായിരിക്കും.... അവൾക്കെന്തായാലും ഒരുപാട് കാലമില്ലെന്ന കാര്യം അവരെല്ലാം ശ്രദ്ധിച്ചു... അതുകൊണ്ടായിരിക്കാം, അവൾ തീർത്തും ശൂന്യമായ ഒരു വൃത്തത്തിലേക്ക് തിരിയുന്നത്. അവളിപ്പോൾ അവളുടെ പ്രായം വെളിപ്പെടുത്താനും തുടങ്ങിയിരിക്കുന്നു. നിനക്കവളെ ഇഷ്ടമാണോ ഖലിൽ?... ശരിയാണ്, അവളെ ആർക്ക് ഇഷ്ടപ്പെടാൻ കഴിയും, അല്ലേ ഖലിൽ? നിനക്കിഷ്ടപ്പെട്ട ഒരു പെണ്ണിനെ കണ്ടെത്താൻ എപ്പോഴെങ്കിലും നിനക്ക് കഴിഞ്ഞിട്ടുണ്ടോ,

എന്നുവെച്ചാൽ, ഞാനുദ്ദേശിച്ചത് ഒന്നോ രണ്ടോ തവണയെങ്കിലും നീ കിടക്ക പങ്കുവെച്ച ആരെങ്കിലും... ങാ, നീ ഉമ്ൻകൽസൗമിനെ കേട്ടിട്ടുണ്ടോ... നീയിപ്പോൾ കഞ്ചാവുപുകപോലെ എന്റെ തലയിൽനിന്ന് പറന്നുയരുകയാണ്. നീയെന്റെ തൊണ്ടക്കുഴിയിൽ വിരൽ ചേർത്തു നോക്കൂ... അപ്പോഴറിയാം എന്റെ നാഡിമിടിപ്പിന്റെ വേഗം. എനിക്ക്, എനിക്കിതൊന്നും അത്ര ഇഷ്ടപ്പെടുന്നില്ല. ശരി, അതിരിക്കട്ടെ, ഇതു പറയൂ, നീ ആരോടൊപ്പമാണ്... നിന്നോടൊപ്പം കിടക്കപങ്കിട്ട ഒരാളുടെയെങ്കിലും പേര് വെളിപ്പെടുത്തൂ. അന്നേരം നിന്റെ മനസ്സിലുള്ള പെണ്ണിനെക്കുറിച്ചുള്ള ഏകദേശരൂപമെങ്കിലും എനിക്കറിയാൻ കഴിയുമല്ലോ.

'ഞാനല്ല', കവയിത്രി വീണ്ടും പറയാൻ തുടങ്ങി. നായിഫ് എഴുന്നേറ്റു നിന്ന് ആഘോഷരാവിനുവേണ്ടി ഭായിക്ക് നന്ദി പറഞ്ഞുതുടങ്ങി. ഖലിലിന്റെ ചുമലിൽ തൊട്ടുകൊണ്ട് ഭായി പറഞ്ഞു: നീയിവടെ നിൽക്കണേ, എനിക്ക് നിന്നോട് കുറച്ച് സംസാരിക്കാനുണ്ട്. ആരെങ്കിലും തന്റെ കാറിൽ ഒപ്പം വരുന്നുണ്ടോയെന്ന് നായിഫ് വിളിച്ചുചോദിച്ചപ്പോൾ അവൻ മനഃപൂർവ്വം ഖലിലിന്റെ കണ്ണുകളെ അവഗണിച്ചു...

ആളൊഴിഞ്ഞ മട്ടുപ്പാവിൽനിന്ന് പിന്തിരിയുമ്പോൾ ഭായി ഖലിലിനോടും പറഞ്ഞു, ഉള്ളിലേക്കു വരൂ, അകത്തിരിക്കുന്നതാണ് നല്ലത്, പുറത്തെ കാറ്റിന് തണുപ്പ് കൂടിയിരിക്കുന്നു. അവർ അകത്തേക്ക് പോയി. ഉള്ളിലെ പ്രകാശം തെളിച്ചിട്ട് ഭായി വിശാലമായ ഒരു കസേരയിൽ ചെന്നിരുന്നു. എന്തിനോവേണ്ടി കാത്തിരിക്കുന്നതുപോലെ ഖലിൽ അയാളുടെ തൊട്ടടുത്തുള്ള ചെറിയ സോഫായിൽ ഇരുന്നു.

ഭായി എഴുന്നേറ്റു. മട്ടുപ്പാവിന്റെ വാതിലടച്ചിട്ട് പഴക്കൂടയും രണ്ട് കാലി ഗ്ലാസ്സുകളും കൈയിലെടുത്തു. അയാൾ ഒരു ചെറിയ ചുമരലമാര തുറന്ന് ഇരുണ്ട നിറത്തിലുള്ള കുപ്പിയെടുത്ത് അതിൽനിന്ന് രണ്ടു ഗ്ലാസ്സുകളിലേക്കും പകർന്നു. അയാൾ തിരികെ ചെന്നിരുന്നിട്ട്, ഖലിലിന്റെ മുഖത്തേക്ക് നോക്കി ചോദിച്ചു, നായിഫ് പറഞ്ഞുകേട്ടല്ലോ നിനക്ക് പത്രത്തിൽ ജോലിചെയ്യാൻ താത്പര്യമുണ്ടെന്ന്.... അത്രയും പറഞ്ഞിട്ട് അയാൾ നിശ്ശബ്ദനായി, കാത്തിരുന്നു. അങ്ങനെയൊന്നുമില്ല, എല്ലാം നായിഫിന്റെ പദ്ധതിയാണ്. അവന് എന്നെ സാമ്പത്തികമായി സഹായിച്ചാൽ കൊള്ളാമെന്നുതോന്നി. അങ്ങനെയാണ്, അല്ലാതെ, ഞാൻ നിർബന്ധിച്ചിട്ടൊന്നുമല്ല...

ഭായി വീണ്ടും ചുമരലമാരയുടെ വലിപ്പ് തുറന്നു. അതിനുള്ളിലിരുന്ന അയാളുടെ പേഴ്സിൽനിന്ന് ഒരു കെട്ട് ഡോളർ പുറത്തെടുത്ത് ഖലിലിന്റെ ഗ്ലാസ്സിന് തൊട്ടടുത്തായി വച്ചുകൊണ്ടുപറഞ്ഞു: നിനക്ക് ആവശ്യമുള്ളത് എടുത്തോളൂ. എന്നിട്ട് ഒരു ലമ്പടനെപ്പോലെ ഖലിലിനെത്തന്നെ നോക്കിയിരുന്ന് കണ്ണുകഴച്ചു. ഖലിലിന്റെ ആശയക്കുഴപ്പം വർദ്ധിച്ചതോടെ അവന്റെ തലയിലേക്ക് ചുടുരക്തം ഇരച്ചുകയറി. എന്റെ മുമ്പിൽ നീ നാണിക്കേണ്ട കാര്യമൊന്നുമില്ല. നിനക്കാവശ്യമുള്ളത് നീയെടുത്തോളൂ, ഭായി

പറഞ്ഞു. പക്ഷേ, എനിക്ക് പണത്തിന് ആവശ്യമില്ല. ഖലിൽ ഒരു വിധം പറഞ്ഞൊപ്പിച്ചു... എങ്കിലും ഞാനീ പണം എന്തിന് സ്വീകരിക്കണമെന്നാണ് ഞാനിപ്പോൾ ആലോചിക്കുന്നത്.

കാര്യമെന്തെന്ന് വ്യക്തമാക്കാനാകാതെ ഭായി ദീർഘമായി നിശ്വസിച്ചു. നിനക്ക് എന്തുവേണമെങ്കിലും ഇപ്പോൾ എന്നിൽനിന്ന് സ്വീകരിക്കാം, എന്നെയിങ്ങനെ വിഷമിപ്പിക്കാതിരുന്നാൽ മതി, എല്ലാം നിനക്കറിയാമല്ലോ, ഭായി പറഞ്ഞു.

ശരിയാണ്, ഖലിലിന് അതറിയാമായിരുന്നു. എങ്കിലും, ശ്വാസമെടുക്കാൻ പ്രയാസപ്പെട്ടുകൊണ്ട് അവൻ പറഞ്ഞു: ഇല്ല, എനിക്കറിയില്ല. ഭായി ആ നോട്ടുകളെടുത്ത് കിടക്കയിലേക്ക് വലിച്ചെറിഞ്ഞു. എന്നെ നീ തെറ്റിദ്ധരിക്കണമെന്ന് ഞാനാഗ്രഹിക്കുന്നില്ല. പണം പോയി തുലയട്ടെ. അതിനെ പൂർണ്ണമായും മറന്നേക്കൂ... അയാൾ ഗ്ലാസ്സിൽനിന്ന് ഒരു കവിൾ അകത്താക്കി. ഒരു മാസം മുമ്പ് ഞാൻ വിദേശത്തേക്ക് പോകാമെന്നു കരുതിയതായിരുന്നു, നീയാണെന്നെ ചലിക്കാനാവാത്തവിധം തളർത്തിക്കളഞ്ഞത്. ഞാനിപ്പോഴും നിന്റെ മേലുള്ള പ്രതീക്ഷ കൈവെടിഞ്ഞിട്ടില്ല. ഞാനൊരു പോക്കണംകെട്ടവനാണോ? നീയൊരു പെണ്ണിനെപ്പോലെയാണോ? ...ആ, എനിക്കറിയില്ല, ഖലിൽ നിസ്സാരമായി പറഞ്ഞു.

അല്ല... നീയൊരിക്കലും ഒരു പെണ്ണിനെപ്പോലെയല്ല... എനിക്കറിയാം. നോക്കൂ.. നീ എന്നേക്കാൾ എത്രയോ ചെറുപ്പമാണ്. ഒരുപക്ഷേ അതു തന്നെയാവും എന്നെ കൂടുതൽ ദണ്ഡിപ്പിക്കുന്നതും കാര്യങ്ങൾ ഇത്ര മാത്രം സങ്കീർണ്ണമാക്കുന്നതും. മുമ്പൊക്കെ, എനിക്ക് പെണ്ണുങ്ങളോടൊപ്പം കിടക്കുന്നതായിരുന്നു ഇഷ്ടം. പക്ഷേ, അതെല്ലാം കഴിഞ്ഞു പോയി. അതുകൊണ്ടാണ് സ്ത്രീകളുടെ കാര്യത്തിൽ എനിക്കത്ര ഉറപ്പില്ലാത്തതും. നിനക്കെന്നോട് താല്പര്യമില്ലെങ്കിൽ ഞാനൊരു ചെറുവിരൽപോലും നിന്റെമേൽ... ശരി, അതിരിക്കട്ടെ.... നീയെന്നോട് എന്താണ് ചെയ്യാൻ പോകുന്നത്... എനിക്കറിയാം നിന്റെ തല മുഴുവൻ ഇപ്പോൾ ആശയക്കുഴപ്പംകൊണ്ട് നിറഞ്ഞിരിക്കുകയായിരിക്കുമെന്ന്... ഞാൻ നിന്നെ സഹായിക്കാം. ഞാനുദ്ദേശിച്ചത്, നിനക്ക് എന്തുവേണമെങ്കിലും ഇപ്പോൾ എന്നോട് ചോദിക്കാം, എന്തും, എന്തുവേണമെങ്കിലും.

ആ സമയം ടെലഫോൺ ബെല്ലടിച്ചു. ഭായി റിസീവറെടുത്തു പറഞ്ഞു: സാരമില്ല, രണ്ടാളും വന്നോളൂ, ഞാൻ ഉറങ്ങിയിട്ടില്ല.

ഈ സമയത്ത് വരുന്നതുകൊണ്ട് ആർക്കെങ്കിലും ശല്യമുണ്ടോ എന്നു ചോദിച്ചുകൊണ്ട് രണ്ടുസ്ത്രീകൾ അവിടേക്കു വന്നു. ഒരിക്കലുമില്ല, ഭായി പുഞ്ചിരിച്ചുകൊണ്ട്, വൈകീട്ട് എവിടെയായിരുന്നെന്ന് അവരോട് തിരക്കി. അവിടെ വന്ന സ്ത്രീകളിൽ കൂടുതൽ കൈക്കരുത്തുണ്ടെന്നു തോന്നിക്കുന്ന പെണ്ണ്, ഖലിലിന് അറിയാവുന്നിടത്തോളം, ഭായിയുടെ രാഷ്ട്രീയ പ്രസ്ഥാനവുമായി ഒരുനിലയ്ക്കും കൈകോർക്കാൻ കഴിയാത്ത പ്രത്യയശാസ്ത്രങ്ങളുള്ള സംഘടനയിലെ അംഗമായിരുന്നു.

അവൾ പറഞ്ഞു: അത്താഴം കഴിച്ചശേഷം ഞങ്ങൾ ഇവളുടെ ഏറ്റവും പുതിയ പുസ്തകത്തെക്കുറിച്ച് സംസാരിച്ചിരിക്കുകയായിരുന്നു. അപ്പോഴാണ് താങ്കളെയൊന്നു കാണണമെന്നു തോന്നിയത്... അവൾ ചെരിപ്പ് ഊരിമാറ്റിയിട്ട് പറഞ്ഞു: എനിക്കൊന്ന് നീന്തിയാൽ കൊള്ളാമെന്നുണ്ട്. തത്കാലം എന്റെ വസ്ത്രങ്ങൾ ഇവിടെ കിടക്കട്ടെ... നീ ഇട്ടേച്ചുപോകുന്നയിടത്തുതന്നെയുണ്ടാകും അവ, ഭായി സന്തോഷത്തോടെ അറിയിച്ചു. അവൾ കുളിമുറിയിലേക്ക് കയറി വസ്ത്രം മാറി പുറത്തിറങ്ങിയിട്ട് എഴുത്തുകാരിയായ സുഹൃത്തിനോട് നീ വരുന്നോ എന്നു ചോദിച്ചു. ഇല്ലെന്ന് അവൾ മറുപടി പറഞ്ഞു. ഞാനീ കിടക്കയിൽ അല്പനേരമൊന്നു കിടക്കട്ടെ, ഒന്നു നിവർന്നുകിടന്നു സംസാരിക്കട്ടെ... അല്ലാ, ഞങ്ങൾ ആരെയെങ്കിലും ശല്യപ്പെടുത്തുകയാണെങ്കിൽ പറയണം... മറുപടിക്കുവേണ്ടി കാത്തുനിന്നില്ല... അവൾ തുടർന്നു, നിങ്ങളാ നികൃഷ്ട ജന്തുവിനെ ഇവിടെനിന്ന് ആട്ടിപ്പായിച്ചുകളയുന്നോ ഇല്ലയോ... എന്നെ പണിയെടുക്കാൻ സമ്മതിക്കുകയില്ല അവൻ, എനിക്ക് എന്റേതായ രീതിയിൽ മാത്രമേ ചെയ്യാൻ കഴിയൂ. അവനെ എവിടെനിന്ന് കിട്ടി?

അത്രയും കേൾക്കേണ്ട താമസം ഭായി ഖലിലിനു നേർക്ക് തിരിഞ്ഞു. ഞാൻ രണ്ടുദിവസത്തേക്ക് നാട്ടിലുണ്ടാവുകയില്ല. തിരികെ വരുമ്പോൾ തീർച്ചയായും കാണാം... നിനക്ക് പോകാൻ ഞാനൊരു ടാക്സി വിളിക്കാം.

# എട്ട്

**ബോം**ബിംഗിന്റെ ശബ്ദം കേട്ടാണ് ഖലിൽ ഉണർന്നത്. അന്നേരം ഉച്ചതിരിഞ്ഞ് രണ്ടുമണിയായിട്ടുണ്ടാവും. എന്താ ഇപ്പോൾ പുതുതായി? അവർ പറയുംപോലെ, കഴിഞ്ഞ കുറേ നാളുകൾ ശാന്തിയുടേയും പ്രതീക്ഷയുടേയും നാളുകളായിരുന്നു.

പ്രവേശനകവാടത്തിൽ അവൻ ആ സ്ത്രീയുടെ ശബ്ദം കേട്ടു. അവൻ വേഗം മുഖം കഴുകിക്കൊണ്ട് പുറത്തേക്ക് പാഞ്ഞു. അവളോടൊപ്പം അബു അഹമ്മദും ഉണ്ടായിരുന്നു. അവൾ വല്ലാതെ അസ്വസ്ഥയായി പേടിച്ചുവിളറി നില്ക്കുകയായിരുന്നു. വേണ്ടാ, അവിടെ നില്ക്കൂ. നിനക്കൊന്നും ചെയ്യാൻ കഴിയില്ല. അബു അഹമ്മദ് അവളോട് പറഞ്ഞു. എന്നിട്ട് ഖലിലിനുനേർക്ക് തിരിഞ്ഞു. ആ ചെക്കൻ സ്കൂളിലാണ്. അവൾക്കിപ്പോൾ... മറ്റൊരു വഴിയുമില്ല. ഖലിൽ പറഞ്ഞു, ബോംബിംഗ് ചെറുതായെങ്കിലും ശമിക്കുന്നതുവരെ കാത്തിരിക്കുകയേ നിവർത്തിയുള്ളൂ. ഇത്തരം അവസരങ്ങളിൽ കുട്ടികൾ എവിടെയെങ്കിലും സുരക്ഷിതരായിരിക്കും. പക്ഷേ സ്കൂളിൽ അത്തരം ഇടങ്ങളൊന്നുമില്ല, അവൾ പറഞ്ഞു. അവൻ വല്ലാതെ പേടിക്കുന്നുണ്ടാകും... ചിലപ്പോൾ അവൻ മാത്രമായിരിക്കും അവിടെ അവശേഷിച്ചിട്ടുണ്ടാവുക... ഒരുപക്ഷേ, ബോംബിംഗ് കൂടുതൽ തീവ്രമായിക്കൊണ്ടിരിക്കും. എനിക്കുടനെ അവന്റെയടുത്ത് എത്തണം.

ശരി, എന്നാൽ നമുക്ക് സ്കൂളിലേക്ക് വിളിച്ചുനോക്കാം. ഖലിൽ പറഞ്ഞുതീരുംമുമ്പേ അവൾ അവന്റെ പിന്നാലെ പാഞ്ഞു. അവൾ പറഞ്ഞപ്രകാരമുള്ള നമ്പർ ഡയൽ ചെയ്യുമ്പോഴും റിസീവർ കൈയിൽ പിടിച്ചപ്പോഴും അവൾ ഖലിലിനെ പിടിച്ചുകുലുക്കുന്നുണ്ടായിരുന്നു. എന്നാൽ അവിടേക്കുള്ള ലൈൻ തുടർച്ചയായി തിരക്കിലായിരുന്നു. അതോടെ രണ്ടുപേരും നിശ്ശബ്ദരായി. അവളോടൊപ്പം അവളുടെ കാറിൽ കുട്ടിയെ അന്വേഷിച്ച് പോകാമെന്ന് ഖലിലിന് ആദ്യം തോന്നിയെങ്കിലും പെട്ടെന്ന് മനസ്സിൽ നല്ലൊരു ആശയം പൊട്ടിമുളച്ചു. അതിനിടയിൽ, ആകസ്മികമായി സ്കൂളിൽനിന്ന് ഉത്തരം കിട്ടി, അവൻ റിസീവർ അവൾക്കു കൈമാറി. അവൾ അത്യധികം ആകാംക്ഷയോടെ ഫോണിൽ സംസാരിക്കുകയും റിസീവർ തിരികെ വെയ്ക്കുകയും ചെയ്തു. പിന്നെ

തെല്ലൊരു ശാന്തതയോടെ അവൾ അടുത്തുള്ള കസേരയിൽ ചെന്നിരുന്നു, എന്നിട്ട് പറഞ്ഞു: അവർക്ക് കുഴപ്പമൊന്നുമില്ല, എല്ലാവരും സുരക്ഷിതസ്ഥാനങ്ങളിലാണ്. ശരി, എങ്കിൽ കുറച്ചുനേരം നമുക്ക് കാത്തിരിക്കാം. ഒരു കാപ്പി കുടിക്കുന്നോ? എന്നു ചോദിച്ചുകൊണ്ട് ഖലിൽ അവളെ ക്ഷണിച്ചു. പക്ഷേ, അവൾ എഴുന്നേറ്റ് ക്ഷമാപണം നടത്തി, ഖലിലിനോട് നന്ദിപറഞ്ഞുകൊണ്ട് അവളുടെ വീട്ടിലേക്ക് പോയി.

വൈകുന്നേരമായതോടെ ബോംബിംഗ് വീണ്ടും രൂക്ഷമായി. പടിക്കെട്ടുകളുടെ ഇടത്തിണ്ണയിൽവെച്ച് അവളെയും മകനെയും ഖലിൽ കണ്ടു. അന്നേരം അവർക്കൊപ്പം കുറേ അയൽക്കാരുമുണ്ടായിരുന്നു. അവർ നിശ്ശബ്ദരായിരുന്നു. അവൾ വസ്ത്രങ്ങൾ നേരെയാക്കുന്നതിനിടയിലും അവളുടെ മകൻ അവളെയും പറ്റിച്ചേർന്ന് നിശ്ശബ്ദനായി നിൽക്കുകയായിരുന്നു. ഇടയ്ക്കൊരു അവസരം വീണുകിട്ടിയപ്പോൾ അവൻ അവളോട് പൂച്ച എവിടെയെന്ന് ചുമ്മാ അന്വേഷിച്ചു. അത് എവിടേക്കോ ഓടിക്കളഞ്ഞെന്ന് അവൾ മറുപടിയും കൊടുത്തു. അന്നേരം അവൾ നനഞ്ഞുതൂങ്ങി ചുമലുകളിൽ ഒട്ടിപ്പിടിച്ചിരിക്കുന്ന തലമുടി ഉണക്കിക്കൊണ്ടിരുന്നു.

വൈദ്യുതി വീണ്ടും വിച്ഛേദിക്കപ്പെട്ടു. ആകെയുണ്ടായിരുന്ന മെഴുകുതിരിയുടെ നാളം ശക്തിയായ കാറ്റിനെ അതിജീവിക്കാനാവാതെ കെട്ടുപോകുമെന്നു തോന്നി. ഖലിൽ അതിനെ ഒരു മൂലയിൽ കൊണ്ടുപോയി വച്ചു. തണക്കുന്നുണ്ടോ എന്ന് അവൾ മകനോട് ചോദിച്ചെങ്കിലും അവൻ ഒന്നും മിണ്ടാതെ നിന്നതേയുള്ളൂ. അവളുടെ അപ്പാർട്ട്മെന്റിലേക്കു പോയി ഒരു ജാക്കറ്റ് എടുത്തുകൊണ്ടുവന്ന് അവന്റെ ചുമലുകളിലൂടെ പുതപ്പിച്ചു. അവിടെയുണ്ടായിരുന്ന നവവധു, അവളുടെ പത്രാസൊക്കെ ഉപേക്ഷിച്ച് ഉറക്കെ കോട്ടുവായിട്ടു. ഉയർന്ന മടമ്പും കിന്നരികളും പിടിച്ച ചെരിപ്പും അവൾ ധരിച്ചിരുന്നില്ല. മാറിടം മുഖത്തേക്കാളും കുറേക്കൂടി തടിച്ചിരുന്നതിനാൽ, അവൾ ധരിച്ചിരുന്ന വെൽവെറ്റ് വസ്ത്രത്തിന്റെ മുൻവശത്തെ തുറവ് കൂടുതൽ വിശാലമായിരുന്നു. എങ്കിലും ഉള്ളിലുണ്ടായിരുന്ന പരുത്തിക്കുപ്പായം കഴുത്തറ്റംവരെ മൂടിയിരുന്നതിനാൽ അവളുടെ മാറിടം അനാവൃതമാക്കപ്പെട്ടിരുന്നില്ല.

ബോംബുവർഷത്തിന്റെ തീവ്രത കുറഞ്ഞതോടെ ആ സ്ത്രീയുടെ ചുമലുകളിൽ ചെക്കൻ തലകൊണ്ട് മുട്ടിച്ചു. നന്നായി ഉറങ്ങിക്കോളൂ, എന്ന് അവനോട് പറഞ്ഞിട്ട് വധു അവളുടെ വീട്ടിലേക്ക് പോയി. നിനക്കും അവൾക്കുമിടയിൽ എന്തെങ്കിലും വിഷയങ്ങളുണ്ടോ, എന്ന് അബു അഹമ്മദ് ചോദിച്ചു. അവരെല്ലാം ശാന്തരാകുന്നതുവരെ ഇവിടംവിട്ടുപോകരുതെന്ന് അവനോട് നിർദ്ദേശിക്കുകയും ചെയ്തു.

ചുമലുകൾക്കുമീതെ തൂങ്ങിക്കിടന്ന മകന്റെ കഴുത്ത് കൈത്തണ്ട കൊടുത്ത് നേരെയാക്കാൻ അവൾ ശ്രമിച്ചുകൊണ്ടിരുന്നു. ഖലിൽ എഴുന്നേറ്റുചെന്ന് അവളെ സഹായിക്കാൻ തുടങ്ങി. അതിനിടയിൽ അവന്റെ

കൈ അവളുടെ മാറിടത്തിന്റെ വിളുമ്പിൽ സ്പർശിച്ചു. ഒരു നിമിഷം കൊണ്ട് അവരുടെ മുഖങ്ങൾ നേർക്കുനേർ വന്നു. അന്നേരം അവളിൽ നിന്നുയർന്ന സോപ്പിന്റെ വാസന ഖലിലിന്റെ തലയ്ക്കുപിടിച്ചു. അവൻ തിരികെ പടിക്കെട്ടിലെ അവന്റെ ഇരിപ്പിടത്തിലേക്ക് വല്ലവിധേനയും മടങ്ങി. അപ്പോൾ അവന്റെ ഹൃദയം ആർത്തിരമ്പുന്നുണ്ടായിരുന്നു. പിടിക്കപ്പെട്ടോ എന്നറിയാൻ അവൻ അബു അഹമ്മദിനെ ഒന്നു പാളിനോക്കി. പിന്നെ കുറേനേരത്തേക്ക് അവൻ അവളെ നോക്കിയില്ല. അല്പനേരം കഴിഞ്ഞ് അബു അഹമ്മദ് പറഞ്ഞു. ശരി, എന്നാലിനി നമുക്ക് ഉറങ്ങാം. ഖലിൽ താഴേയ്ക്ക് ഇറങ്ങിയപ്പോൾ അവൾ അവനെത്തന്നെ നോക്കുന്നത് അവൻ കണ്ടു. അവൻ കണ്ടുവെന്ന് മനസ്സിലാക്കിയതോടെ അവൾ പെട്ടെന്ന് മുഖം തിരിച്ച്, മകനെ കൈകളിലേക്ക് മാറ്റിയെടുക്കാൻ ശ്രമിച്ചു.

എന്തൊരു മനക്കട്ടിയാണ് ആ പെണ്ണിന്, എന്തൊരു മനക്കട്ടിയാണ് അവൾക്ക്, എന്ന് ആവർത്തിച്ചുകൊണ്ട് ഖലിൽ ആ രാത്രി അവന്റെ മുറിയിൽ ഒറ്റയ്ക്ക് ഉറക്കമില്ലാതെ കഴിച്ചുകൂട്ടി. ഈ പെണ്ണുങ്ങളെന്താ ഇങ്ങനെ? യക്ഷിക്കഥകളിലെ ദുർമന്ത്രവാദിനികളെപ്പോലെ പെരുമാറുന്നത്. അവർക്കറിയാം എങ്ങനെയാണ് മറ്റുള്ളവരെ വശീകരിക്കേണ്ടതെന്ന്, വൃത്തിയുള്ളതാണെങ്കിലും വൃത്തികെട്ടതാണെങ്കിലും മിടുക്കരാണെങ്കിലും, മിടുക്കില്ലാത്തവരാണെങ്കിലും.

എന്തൊരു അറപ്പുളവാക്കുന്ന ശരീരമാണ് അവരുടേത്. എല്ലായ്പ്പോഴും എന്തൊക്കെയോ രഹസ്യങ്ങൾ അത് മൂടിവെയ്ക്കുന്നുണ്ട്. മലം, മൂത്രം, രക്തം, വിയർപ്പ്, വൃത്തികെട്ട പാല്, തീക്ഷ്ണ ഗന്ധമുള്ള വെള്ളരസം, കണ്ണുനീര്... അങ്ങനെ എന്തൊക്കെയോ അവർ മൂടിവെയ്ക്കുന്നുണ്ട്...

ശരീരത്തിലെ ഒരു ഓട്ട എല്ലായ്പ്പോഴും ഏതാണ്ടൊക്കെ നുകരുന്നുണ്ട്. അതെ, എല്ലായ്പ്പോഴും നുകരുന്നുണ്ട്. അവരുടെ ലിംഗഭേദം പോലെതന്നെ മറഞ്ഞുകിടക്കുന്ന ഒരു കുഴിയാണത്. ആ തിരിച്ചറിവ് നൽകുന്ന സാമർത്ഥ്യവും സൗന്ദര്യവുമുള്ള പെണ്ണുങ്ങൾ ശൃംഗരിച്ചുകൊണ്ട് വിലസി നടക്കാറുമുണ്ട്... അതുപോലെതന്നെ വൃത്തികെട്ട പെണ്ണുങ്ങളും. വൃത്തികെട്ട പെണ്ണുങ്ങൾക്കായിരിക്കും കൂടുതൽ വശീകരണശക്തി. അതെ, എല്ലാം അല്പം കൂടുതലായിരിക്കും. ഇരുൾ വീശുന്ന ഇടങ്ങളിൽ ശ്വാസം മുട്ടിക്കാനായി ആസക്തിയോടെ അവർ കാത്തുനിൽക്കുന്നത് നിങ്ങൾക്കും അറിയാമല്ലോ? ഭാവനകളെ വിട്ട് നിങ്ങളുടെ അവയവങ്ങൾക്കുമേൽ അവർ പടർന്നുകയറും. അവരുടെ ശരീരചലനങ്ങൾപോലും അറപ്പുളവാക്കുന്നതായിരിക്കും. അവരുടെ നോട്ടങ്ങളും ചലനങ്ങളുമായി പ്രത്യേകിച്ചെന്തെങ്കിലും ബന്ധമുണ്ടായിരിക്കില്ല. എങ്കിലും ചിലതെല്ലാം തീവ്രമായിരിക്കും. മറ്റു ചിലത് മായമില്ലാത്തതും. അവരോട് പ്രേമാഭ്യർത്ഥന നടത്തി നിങ്ങളുടെ സമയം പാഴാക്കരുത്. ഇരുൾമൂടിയ ഇടങ്ങളിൽ അവർ പ്രകടിപ്പിക്കുന്ന ആസക്തിയുടെ

അഗ്നിനാളങ്ങൾ, എന്നെയൊന്നു സ്പർശിക്കൂ എന്ന് നിങ്ങളോട് ആവശ്യപ്പെടും. അവിടെയും വൃത്തികെട്ടവരായിരിക്കും ഏറ്റവും കൂടുതൽ സംഭ്രമിപ്പിക്കുന്നത്.

മുകളിലത്തെ നിലയിൽ താമസിക്കുന്ന ആ സ്ത്രീയുണ്ടല്ലോ, അവൾ തെരുവിലൂടെ നടന്നുപോകുമ്പോൾ ആരും സമ്മതിക്കും: അവളൊരു വൃത്തികെട്ട പെണ്ണാണെന്ന്.

എവിടെയാണ് അയാൾ എനിക്കുവേണ്ടി കാത്തുനില്ക്കുന്നത്, ഖലിൽ ചോദിച്ചു. റംലാ ബയ്ദാ പ്രദേശത്തായിരിക്കും, ഭായിയുടെ വിശ്വസ്തനായ അനുചരൻ മറുപടി കൊടുത്തു. ആപൽക്കരമായ വേഗതയിലായിരുന്നു അന്നേരം അയാൾ വണ്ടിയോടിക്കുന്നതെന്ന കാര്യം ഖലിൽ ശ്രദ്ധിച്ചു. അക്കാര്യം സൂചിപ്പിച്ചതോടെ അവൻ സാധാരണനിലയിലേക്ക് മടങ്ങിവന്നു.

എപ്പോഴാണ് അയാൾ മടങ്ങിവന്നത്? ഖലിൽ ചോദിച്ചു. ഏതാണ്ട് ഒരാഴ്ച മുമ്പാണ്. ഞാൻ ഇന്നലെ വന്നിരുന്നു, പക്ഷേ അന്നേരം നീ വീട്ടിലില്ലായിരുന്നു, അവൻ മറുപടി പറഞ്ഞു.

അവൻ അതിനെ വീടെന്നാണ് വിശേഷിപ്പിച്ചത്. അവനത് ശരിക്കും ഹൃദയത്തിന്റെ അടിയിൽ തട്ടി പറഞ്ഞതുതന്നെയാണ്. അവൻ ഇതുപോലെ തെരുവിൽനിന്ന് ഒരുപാടു ചെറുപ്പക്കാരെ തെരഞ്ഞുപിടിച്ചിട്ടുണ്ട്, ഒരുപക്ഷേ അവന് ഊഹിക്കാൻ സാധിക്കുമായിരിക്കും, എന്തുകൊണ്ടാണ് ഭായി തുടർച്ചയായി രണ്ടുദിവസങ്ങളിൽ എന്നെ അന്വേഷിച്ചതെന്ന്. ഞാനും ഇതുപോലൊരു മുറിയിലാണ് താമസിക്കുന്നത്. ഓ, അതിലൊന്നും ഒരു കാര്യവുമില്ല.

ഭൂമിക്കടിയിലെ രഹസ്യതാവളത്തിലേക്കുള്ള പടികളിലൂടെ ഖലിൽ ഭായിയുടെ വിശ്വസ്തനെ പിന്തുടർന്നു. അവർ ചെന്നെത്തിയത് ഒരു ഉരുക്കുവാതിലിന്റെ മുന്നിലായിരുന്നു. അതിനുമുന്നിൽ വലിയ തുകൽത്തുണ്ടുകൾ അലക്ഷ്യമായി കിടന്നിരുന്നു. ഭായിയുടെ വിശ്വസ്തൻ വാതിലിൽ മുട്ടിയിട്ട് അല്പം പിന്നിലേക്ക് മാറിനിന്നു. വാതിൽ തുറന്നത് ഒരു സ്ത്രീയായിരുന്നു. അവളോടൊപ്പം വിശാലമായ ഹാൾ പോലെ തോന്നിക്കുന്ന ഒരു നടപ്പുരയിലൂടെ കടന്ന് തടികൊണ്ട് ചെറുമുറികളായി തിരിച്ചിരുന്ന ഒരു വലിയ മുറിയിലേക്കെത്തി. അവിടെ കാണപ്പെട്ട ഒരു നീണ്ട അഴിയുടെ മൂലയിൽ ഭായി ഇരിക്കുന്നത് അവൻ കണ്ടു. അവിടമാകെ പതിഞ്ഞ ശബ്ദത്തിൽ സംഗീതം പതഞ്ഞൊഴുകിയിരുന്നു.

കൈപിടിച്ചുകുലുക്കിക്കൊണ്ട് ഭായി അവനെ സ്വീകരിച്ചു, അത് ഏറെ നേരം നീണ്ടുനിന്നു. അയാളുടെ തൊട്ടടുത്തിരിക്കാൻ ഭായി അവനെ ക്ഷണിച്ചു. ഞാനിതെവിടെയാണ്? അവന്റെ ചോദ്യത്തിന് പ്രതിഷേധസ്വരമായിരുന്നു. എന്തു സ്ഥലമാണിത്?

ആ സ്ഥലം, മുമ്പ്, ഒരു നിശാക്ലബ്ബ് ആയിരുന്നിരിക്കണം. അവരിപ്പോൾ അതിന്റെ ചുവരുകൾ കുറേക്കൂടി ബലപ്പെടുത്തി അടിയന്തിര

സാഹചര്യങ്ങൾക്കുവേണ്ടിയുള്ള രഹസ്യസങ്കേതമായി ഉപയോഗിക്കുന്നു. ഇവിടെ അവർക്ക് സ്വസ്ഥതയുണ്ട്. വിശുദ്ധന്മാരെയോ സന്ന്യാസി മാരെയോ പോലെ ലോകവുമായുള്ള ബന്ധങ്ങളെല്ലാം വിച്ഛേദിച്ച് അവിടെ കഴിയാം. അത്യാവശ്യഘട്ടങ്ങളിൽ പാർട്ടി യോഗങ്ങളും നടത്താം. അയാളുടെ രഹസ്യ സന്ദേശങ്ങളെപ്പോലെ തന്നെയായിരുന്നു. അവിടെ യുള്ള സകലതും ചുവരലമാരകളും താക്കോൽക്കൂട്ടങ്ങളും തളർച്ച നീങ്ങാനുള്ള മയക്കുമരുന്നുകളും രാത്രികളെ ഉണർത്താനുള്ള കൊക്കെ യിനും സൂക്ഷിച്ചിരുന്നത് അവിടെയാണെന്നു തോന്നും.

അവിടേക്ക്, ഭായിയുടെ അരികിലേക്ക് വലിച്ചടുപ്പിക്കുന്ന, കാന്തിക പ്രഭാവം പോലെ വലിച്ചടുപ്പിക്കുന്ന ശക്തിയെന്താണെന്ന് ഖലിൽ തിരി ച്ചറിഞ്ഞു, അത് ഭായിക്ക് അവനോടുള്ള അടക്കാനാവാത്ത അഭിനിവേശം തന്നെയാണ്. അയാളുടെ അഭിനിവേശം അത്രമാത്രം ശക്തമായിരുന്നു. മറ്റൊരു വസ്തുവിലേക്കും അത് വ്യതിചലിപ്പിക്കാൻ അയാൾക്ക് കഴി ഞ്ഞതുമില്ല. മറ്റൊരാളുടെ അഭിനിവേശവും ആസക്തിയും തിരിച്ചറഞ്ഞ തോടെ ആരുടെയും തൃഷ്ണ അതുവഴി വെറുതെ ചെന്നെത്തിനോക്കും.

ഭായി ആ സമയം അലിവും മയവും നിറഞ്ഞ മനസ്സോടെ, നാണം കലർന്ന മട്ടിൽ, മിതഭാഷിയായിട്ടായിരുന്നു അവനോട് ഇടപഴകിയത്. മൈഥുനക്രിയയുടെ ആത്മാവിനെക്കൊണ്ട് അവിടമാകെ നിറഞ്ഞിരി ക്കുന്നതായി ഖലിലിന് അനുഭവപ്പെട്ടു... അതുകൊണ്ടുതന്നെ ഭായിയുടെ തൊലിപ്പുറത്ത് തൊടുന്ന കാര്യമോർത്തപ്പോൾത്തന്നെ അവന് ലജ്ജ കലർന്ന അറപ്പുതോന്നി. അഭിനിവേശം മനംപിരട്ടലുമായി കൂടിക്കലർന്നു. വെറുപ്പിനൊപ്പം യാതനാസുഖത്തിന്റെ വക്കോളമെത്തിയിരുന്നു അത്. എന്റെ അരികിലെത്താൻ ഈ മനുഷ്യൻ ഒരുപാടുതവണ പരിശ്രമിച്ചി ട്ടുണ്ട്. എന്റെ ആത്മാവിൽ അയാളുടെ മുദ്ര പതിപ്പിച്ച് എന്നെ അവകാശ മാക്കാൻ അയാൾ ശ്രമിച്ചിട്ടുണ്ട്. അതുകൊണ്ട് ഞാൻ അയാളെ ഇഷ്ട പ്പെടാൻ തുടങ്ങുന്നു. ഞങ്ങൾ തീർച്ചയായും ലൈംഗികപങ്കാളികളെ പ്പോലെയായി മാറും. എങ്കിലും എനിക്ക് ആ മനുഷ്യനെപ്പോലെയാകാൻ താല്പര്യമില്ല, ഖലിൽ ചിന്തിച്ചു.

ഭായി ഖലിലിനെത്തന്നെ നോക്കിയിരിക്കുകയാണ്, അയാളുടെ അഭി നിവേശത്തെ നിരന്തരം ഉത്തേജിപ്പിക്കുകയും കൂടുതൽ ഉദ്ദീപിപ്പിക്കു കയും ചെയ്യുന്ന വസ്തുവിനെ പോലെ. ഖലീലിന്റെ യൗവനം എത്രയും വേഗം ചിതറിപ്പോകുമെന്നും അങ്ങനെ വീണ്ടും ഹതാശനാകുമെന്നും അയാൾക്കറിയാം. ഖലിൽ അയാളെ ഒരു പൊതുകാര്യപ്രസക്തനായി ട്ടാണ് കണക്കാക്കുന്നതെന്നും അയാൾക്കറിയാം. അത് ദൗർഭാഗ്യകരവും അവ്യക്തവുമായ അവസ്ഥയാണ്. അതുകൊണ്ടുതന്നെ അക്കാര്യം അവനെ നിരാശപ്പെടുത്തും. അവന്റെ പ്രായമെന്നുപറയുന്നത്, ആരും തീവ്രമായി ആഗ്രഹിച്ചുപോകുന്നതും ആരെയും അവഗണിക്കുകയും ചെയ്യുന്ന കാലമാണ്. അങ്ങനെയൊക്കെ ചിന്തിക്കാൻ തുടങ്ങിയതോടെ

ഭായിയുടെ അവശേഷിച്ച കരുത്തും ചോർന്നുപോയി. കാര്യങ്ങൾ കൂടുതൽ വഷളാവുകയും ചെയ്തു. അത്യന്തം പരവശനായ ഭായിക്ക് ഖലിൽ അവിടെനിന്നു പോകുന്നതാണ് നല്ലതെന്നു തോന്നി. ഖലിൽ, ഇന്നു നീ പോയിട്ട് നാളെ മടങ്ങിവരൂ, എനിക്കിന്ന് ഒരു പ്രത്യേക ദൗത്യ യാത്ര പോകേണ്ടതുണ്ട്, അയാൾ പറഞ്ഞു.

തൊട്ടടുത്ത ദിവസം ഖലിൽ അയാളുടെ അടുത്തേക്കുപോയി, അഭി നിവേശത്തോടെ തന്നെ. എന്നാൽ അന്ന് അവൻ പോയത് അവനുവേണ്ടി ത്തന്നെയായിരുന്നു.

മിലിട്ടയർ ക്ലബ്ബിനു സമീപത്തായി അവർ ഒരു നൗക തയ്യാറാക്കി നിർത്തിയിരുന്നു. ആ വിദേശിയെ തട്ടിക്കൊണ്ടുപോയത് അവിടെവെച്ചാ യിരുന്നു. സെയ്തും മറ്റുള്ളവരും അവിടെയുണ്ടായിരുന്നു. ജോണിയേ ബീച്ചിന് എതിർവശത്തായി ഹബീബ് എന്നുപേരുള്ള ഒരാളും അവർ ക്കൊപ്പം ഉണ്ടായിരുന്നു. ഖലിൽ ഒഴികെ മറ്റാരും, ഒരുപക്ഷേ, അവൻ അവിടെ വന്നുപെട്ടതിന്റെ അനിഷ്ടം രൂക്ഷനോട്ടങ്ങളിലൂടെ പ്രകടിപ്പിച്ചി രുന്നില്ല. ഭായിയും അസ്വസ്ഥനായി കാണപ്പെട്ടു. രാത്രിയായപ്പോഴാണ് നൗക നിന്നത്.

ഭായി ഖലിലിനോടു പറഞ്ഞു: ഇപ്പോൾ നമ്മുടെ ചരക്കുകളുടെ കൂട്ട ത്തിലുള്ള കഞ്ചാവും കറുപ്പും ഒഴിവാക്കി പകരം മേൽത്തട്ടിൽ ആയുധ ങ്ങൾ നിറയ്ക്കുകയാണ്. ഇന്നത്തെ ഇടപാടുകൾ ഇന്ത്യയിലെ സിക്കു കാരുടെ അക്കൗണ്ടിലാണ്. ഹബീബ് സൈന്യത്തിൽനിന്ന് സംഘടി പ്പിച്ച വമ്പൻ ആയുധങ്ങളുമായിട്ടാണ് ഇന്നത്തെ ഏർപ്പാട്. അതുകൊണ്ടു തന്നെ അതിന്റെ സുരക്ഷ മുഴുവൻ അവനെ ഏൽപ്പിച്ചിരിക്കുകയാണ്. കനേഡിയൻ മാഫിയയാണ് ഇന്നത്തെ ഇടപാടുകാർ. അവൾ തന്നെ യാണ് ജാമ്യം നിൽക്കുന്നതും. നമ്മൾ തിരികെ അതിർത്തി കടന്നു പോകുമ്പോൾ ട്രക്കുകൾക്കുള്ളിൽ ഉരുളക്കിഴങ്ങുകളാണെന്ന വ്യാജേന ചെറുകിട ആയുധങ്ങൾ കടത്തും. അതിന്റേയും സുരക്ഷാചുമതല ഹബീബ് ഏറ്റെടുത്തിട്ടുണ്ട്. അവനിപ്പോൾ ഇസ്രായേലികളുമായി വില പേശിക്കൊണ്ടിരിക്കുകയാണ്. ഇസ്രായേലികൾ ഇവിടെത്തന്നെയുണ്ട്. വെള്ളത്തിലാണെന്നു മാത്രം. അവരെ കൈകാര്യം ചെയ്യാനാണ് ഏറ്റവും പ്രയാസം. ആനുപാതികമായ പങ്ക് കിട്ടുന്നതുവരെ അവന്മാർ കളിച്ചു കൊണ്ടിരിക്കും. അത്യാഗ്രഹികളാണ് അവന്മാർ. നമ്മളെ നിരന്തരം ശല്യ പ്പെടുത്തി തട്ടിയെടുക്കുന്നതെല്ലാം ശേഖരിച്ച് ചില്ലറ വില്പന നടത്തും. അതിൽനിന്ന് ലാഭമുണ്ടാക്കുമോ എന്നറിയില്ല, ഏതായാലും അതെല്ലാം കരുതി വയ്ക്കുന്നുണ്ട്. ഇന്ന് അബു അലിയും നമ്മോടൊപ്പമുണ്ട്. അയാളൊരു സ്ഫോടകവസ്തു വിദഗ്ദ്ധനാണ്. നാല്പത്തെട്ടിലെ യുദ്ധം മുതലേ ഇസ്രായേലികൾക്ക് അവനെ അറിയാം. അവനോട് അവ രുടെ ചറ്റിക്കളികളൊന്നും നടക്കില്ല... സെയ്തും, തീർച്ചയായും അവന്റെ പങ്കും അവന്റെ പാർട്ടിയുടെ പങ്കും എടുക്കുന്നുണ്ട്. ശത്രുക്കളെ വകവരുത്താനുള്ള തന്ത്രപരമായ നീക്കമെന്ന നിലയ്ക്കാണ് അവർ

ആ കളിയെ ന്യായീകരിക്കുന്നത്. ഖലിൽ നിനക്കിപ്പോൾ എന്തു തോന്നുന്നു?

ഒരു ചിത്രകഥാപുസ്തകത്തിലേതെന്നതുപോലെ, ഈ മനുഷ്യനിൽ ഞാൻ ശരിക്കും ഭ്രമിച്ചുപോയിരിക്കുകയാണെന്ന് ഖലിൽ സ്വയം പറഞ്ഞു. തന്നെയും കൂടി ഒപ്പം കൂട്ടിയതിലെ സാഹസികതയോർത്ത് ഖലിലിന് ഭായിയോട് സഹതാപം തോന്നി. എങ്കിലും അവൻ ഓരോന്ന് ആലോചിച്ചിരിക്കുകയല്ലാതെ ഒന്നും പറഞ്ഞില്ല. എന്റെ ശുദ്ധഗതികൊണ്ടുണ്ടാകുന്ന ചെറിയ മണ്ടത്തരങ്ങൾ കണ്ടിട്ടാവണം ഭായി എന്നെ തെരഞ്ഞെടുത്തതെന്ന് അവൻ സ്വയം സമാധാനിച്ചു. എന്റെ വളർച്ച അയാൾ ആഗ്രഹിക്കുന്നുണ്ടാവണം. അയാൾക്ക് അതു കാണണമായിരിക്കും. ആദ്യമായി വിമാനത്തിൽ കയറുന്നയാളെപ്പോലെയായിരുന്നു അന്നേരം എന്റെ പരിഭ്രമം. അത് ഉയർന്നുപൊങ്ങുമ്പോഴേക്കും വിസ്മയത്തുമ്പത്ത് എത്തുമ്പോലെയായിരുന്നു. നിലത്തുനിന്ന് ഉയർന്നതോടെ ഞാൻ അതേക്കുറിച്ച് ഒന്നും ചിന്തിച്ചില്ലെങ്കിൽപോലും എല്ലാ ദിവസവും അത് എന്റെ തലയിലൂടെ കടന്നുപൊയ്ക്കൊണ്ടിരുന്നു. അവൻ ഭായിയോടു പറഞ്ഞു: പൊതുവിജ്ഞാനമാണ് നിങ്ങളുടെ രഹസ്യം, നിങ്ങൾക്കത് എപ്പോഴെങ്കിലും മനസ്സിലായിട്ടുണ്ടോ? ഭായി അവനെനോക്കി ചിരിച്ചുകൊണ്ടു പറഞ്ഞു, ഇന്ന് നീയത് നിന്റെ സ്വന്തംകണ്ണുകളാൽ കണ്ടു. നിന്റെ പ്രശ്നം നിന്റെ തലയിലാണുള്ളത്, ഖലിൽ. എന്റെ എല്ലാ ചീട്ടുകളും ഇപ്പോൾ നിന്റെ കൈകളിലാണുള്ളത്, അതുകൊണ്ട് ഇനിയെങ്കിലും നീയൊന്നു വളരുമോ? വളർന്ന് വലുതാകുമോ?

ഭായി കാറിൽ കയറുന്നതിനുമുമ്പ് അയാളുടെ സകല ടെലഫോൺ നമ്പറുകളുമടങ്ങിയ ഒരു കാർഡ് ഖലിലിന് നൽകിയിട്ട് പറഞ്ഞു: വെറുതെ ഇത് എവിടേക്കെങ്കിലും വലിച്ചെറിഞ്ഞുകളയരുത്... ഞാൻ നിനക്കുവേണ്ടി കാത്തിരിക്കും.

നേരം പുലരുന്നതേയുള്ളൂ... ഖലിൽ മിലിട്ടയർ ക്ലബ്ബിനടുത്തുള്ള കുന്ന് കയറിത്തുടങ്ങിയപ്പോൾത്തന്നെ അവന്റെ കണ്ണുകൾ ഒരു ടാക്സിക്കുവേണ്ടി പരമാവധി പരതുന്നുണ്ടായിരുന്നു. ഹംറ തെരുവിൽ എത്തുന്നതുവരെ അവൻ നടത്തം തുടർന്നു. വീണ്ടും അവൻ നടന്നുതുടങ്ങുന്നതിനിടയിൽ... മൂന്ന് ചെറുക്കന്മാർ ഇടവഴികളിലേക്ക് ഓടി മറയുന്നത് കണ്ടു. അതിനുപിന്നാലെ വെടിയുണ്ടകൾ വർഷിക്കുന്ന ശബ്ദം കേട്ടതോടെ അവൻ പെട്ടെന്ന് അവിടെത്തന്നെ നിന്നു.... അപ്പോഴേയ്ക്കും ഒരു ഭയങ്കര സ്ഫോടനശബ്ദം അവിടമാകെ പ്രകമ്പനംകൊണ്ടു.

വന്നവഴിയെ തിരിച്ചുപോകുന്നതാണ് നല്ലതെന്നുതോന്നുന്നു, എന്ന് സ്വയം പറഞ്ഞുകൊണ്ട് ഖലിൽ മുന്നോട്ടുള്ള നടത്തത്തിന് വേഗംകൂട്ടി. വളരെ പെട്ടെന്നുതന്നെ അതൊരു ഓട്ടത്തിലേക്ക് വഴിമാറി. അവനു പിന്നിൽ മറ്റാരോ പാഞ്ഞുവരുന്ന ശബ്ദം കേട്ടു, ഒപ്പം വെടിയുണ്ടകളും. അവൻ നിന്നു. ഒരു കൈ അവന്റെ കഴുത്തിൽ അമർന്നു. തകർപ്പനൊരു

ഇടി അവന്റെ താടിയെല്ലിലും പതിഞ്ഞു. അവൻ നിലത്തുവീണു. അവന്റെ ചുമലിൽ വീണ അടുത്ത അടി തോക്കിന്റെ പാത്തിയിൽനിന്നായിരുന്നു. എന്നിട്ട് ആയുധധാരിയായ ആ മനുഷ്യൻ അവന്റെ കുപ്പായത്തിൽ പിടിച്ച് വലിച്ചിഴച്ചുകൊണ്ടുവന്ന് ഒരു ഭിത്തിയോട് ചേർത്തുനിർത്തി. അവനെ അതിക്രൂരമായി തൊഴിച്ചു. അവൻ നിലത്തുവീണ് രക്തംതുപ്പുന്നത് മറ്റു രണ്ട് ആയുധധാരികൾ കണ്ടുനില്ക്കുന്നുണ്ടായിരുന്നു. പെട്ടെന്ന് ഒരു കാർ അവിടേക്കുവരികയും അവനെ തൂക്കിയെടുത്ത് അതിനുള്ളിലേക്ക് എറിയുകയും ചെയ്തു.

നിങ്ങൾ എന്നെ തെറ്റിദ്ധരിച്ചിരിക്കുകയാണ്. ഞാൻ... പറഞ്ഞുതുടങ്ങിയപ്പോഴാണ് ഖലിലിന് അക്കാര്യം ഓർമ്മവന്നത്. എന്റെ പാന്റ്സിന്റെ പിന്നിലെ പോക്കറ്റിൽ ഒരു കാർഡുണ്ട്, അതൊന്നു എടുത്തുനോക്കൂ. ആയുധധാരിയായ ആ മനുഷ്യൻ അതെടുത്ത് അതിൽ എഴുതിയിരിക്കുന്നത് വായിച്ചുനോക്കി. ഖലിലിന് അപ്പോഴും അറിയില്ലായിരുന്നു അതിൽ എന്താണ് എഴുതിയിരിക്കുന്നതെന്ന്.

നിർത്തൂ, ആയുധധാരിയായ മനുഷ്യൻ ഡ്രൈവറോട് അലറി. കാർ നിന്നു. താങ്കൾ എന്തുകൊണ്ടാണ് ഇക്കാര്യം നേരത്തെ പറയാതിരുന്നത്? ആയുധധാരിയായ മനുഷ്യൻ വിനയപൂർവം ചോദിച്ചു. ഓ, അതുസാരമില്ല, ഖലിൽ പറഞ്ഞു.

ഞങ്ങളെങ്ങനെയാണ് സാർ താങ്കളോട് ക്ഷമ ചോദിക്കേണ്ടത്? ഞങ്ങളുടെ സിരകൾക്ക് ഭ്രാന്തുപിടിച്ച സമയമായിരുന്നു അത്.

അയാളൊരു അഭിഭാഷകനാണ്. നമ്മുടെ ചങ്ങാതിക്കൂട്ടത്തിൽപ്പെട്ടയാളുതന്നെയാണ്.... ഹൊ, ദൈവമേ... ഞങ്ങൾ താങ്കളെ വേഗം ആശുപത്രിയിലെത്തിക്കാം.

വേണ്ടാ, എന്നെ ഈ തെരുവോരത്ത് എവിടെയെങ്കിലും വിട്ടാൽ മതി, ഖലിൽ പറഞ്ഞു.

അതുവേണ്ട, ഞങ്ങൾ താങ്കളെ വീട്ടിൽ കൊണ്ടുപോയിവിടാം. ആയുധധാരിയായ മനുഷ്യൻ നിർബന്ധിച്ചു.

## ഒമ്പത്

**എ**ന്ത് തിരഞ്ഞെടുക്കണം, എന്ത് തിരഞ്ഞെടുക്കണം, എന്താണ് തിരഞ്ഞെടുക്കേണ്ടത്?

വിശിഷ്ടജന്തുവായ ഖലിൽ, നീയെന്താണ് ആലോചിച്ചുകൂട്ടുന്നത്, കരിഞ്ഞ വാലുമായി മുറിക്കുള്ളിൽ ചുറ്റിത്തിരിയുന്ന പേപിടിച്ച പൂച്ചയെപ്പോലെ?

ഓ, ഖലിൽ ജീവിതത്തെ പ്രകീർത്തിക്കാൻ വേണ്ടി ആരാണ് മടങ്ങിവന്നിട്ടുള്ളത്, സ്വയം സ്നേഹിക്കാനായി...

അറ്റുപോയ ആ കണ്ണിയെക്കുറിച്ചോർത്താണ് നീയിപ്പോൾ ഭയപ്പെടുന്നത്, അതെന്താണെന്നു നിനക്കറിയില്ല, നിനക്ക് എന്തിന്റെ കുറവാണുള്ളതെന്നുപോലും നിനക്കറിയില്ല. പുഷ്പസമൃദ്ധികൊണ്ട് കുനിഞ്ഞ ജീവിതത്തിന്റെ ചില്ലയോടൊപ്പം തുടിക്കുന്ന കൈകളിലെ ധമനികളുടെ ആനന്ദത്തിനുവേണ്ടി, നിന്റെയുള്ളിലെ ആശയക്കുഴപ്പങ്ങൾ അവസാനിപ്പിക്കാൻ സമയമായിരിക്കുന്നു.

അതുപോരാ... അത് തികയില്ല... അത് മതിയാകില്ല ഖലിൽ, നിനക്ക് നിന്നോടുതന്നെ സ്നേഹം തോന്നാൻ.

നിനക്ക് നിന്നോടുതന്നെ സ്നേഹം തോന്നാൻ അതൊന്നും പോരാതെ വരും. കാരണം അത്രവേഗം നീ കെട്ടുപോകും.

അത്രമേൽ നീ സ്നേഹിക്കുന്ന നിന്നിലെ നിനക്കാവശ്യം അണുകേന്ദ്രിതമായ അഭയസ്ഥാനമാണ്.

ഇപ്പോൾ അതിനെ എങ്ങനെ സ്നേഹിക്കാൻ കഴിയുമെന്ന് പഠിക്കുക... അതിനെ കാത്തുകൊള്ളുക...

എന്നെ സംരക്ഷിക്കുമ്പോൾ മാത്രമേ നിനക്കെന്നെ സ്നേഹിക്കാനും കഴിയൂ. ഖലിലീന്റെ സ്വാത്മം അവനോട് പറഞ്ഞു.

എന്നെ സ്നേഹിക്കൂ, എന്നെ സ്നേഹിക്കൂ ഖലിൽ കുഞ്ഞേ... കൂടുതൽ, കൂടുതൽ, നിനക്കുവേണ്ടി എന്നെ സ്നേഹിക്കൂ.

എന്തുകൊണ്ടെന്നാൽ എനിക്ക് തീർച്ചയായും അതിനുള്ള

അർഹതയുണ്ട്. എനിക്ക് പെരുകണം, എനിക്ക് വളരണം, അതുകൊണ്ട് നിനക്കുവേണ്ടി എന്നെ സ്നേഹിക്കൂ.

നീയൊന്നു ചുറ്റും കണ്ണോടിക്കൂ. എന്താണ് തിരഞ്ഞെടുക്കേണ്ടതെന്ന്, എന്താണ് ശരിക്കും തിരഞ്ഞെടുക്കേണ്ടതെന്ന്.

ഖലിൽ സ്വയം സംസാരിക്കുകയായിരുന്നു. അവന് അഭിമുഖമായി, തൊട്ടടുത്തുനിന്ന്, എല്ലാമറിയാവുന്ന ഗുരുവിനെപ്പോലെ സ്വാത്മം പറഞ്ഞുതുടങ്ങി: നിങ്ങളുടെ പുത്രന്മാരെ കഴിവുകെട്ടവരാക്കി, ബോംബ് സ്ഫോടനങ്ങളിൽ കൊല്ലപ്പെടാത്തവർ ബേക്കറികൾക്കുമുന്നിൽ പരസ്പരം പോരടിച്ചു ചത്തുവീണു, അവർ പരസ്പരം കൊന്നുകൊലവിളിച്ചു.

ആഭ്യന്തരയുദ്ധത്തിൽ അകപ്പെട്ടുപോയ എന്റെ സഹോദരന്മാർക്ക് എന്താണ് സംഭവിച്ചത്?

ആഭ്യന്തരയുദ്ധത്തിൽ അകപ്പെട്ടുപോയ നിന്റെ സഹോദരന്മാർ സ്ഫോടനങ്ങളിൽ കൊല്ലപ്പെടുകയോ, അല്ലെങ്കിൽ മരണത്തിലേക്ക് പാഞ്ഞുകയറി മൃതദേഹമെന്ന പദവി പിടിച്ചുവാങ്ങുകയോ, മുറിച്ചുമാറ്റപ്പെട്ട കൈകളിൽനിന്ന് സ്വർണ്ണമോതിരങ്ങൾ ഊരിയെടുക്കുകയോ ചെയ്തുകൊണ്ടിരുന്നു.

അപ്പോൾ എന്റെ അമ്മമാർക്കോ? ഖലിൽ സ്വയം ചോദിച്ചു.

ഒരുപാട് മക്കളെ താങ്ങിയ നിങ്ങളുടെ അമ്മമാർ, സുൽത്താന്മാരെപ്പോലെ കാലിന്മേൽ കാലും കയറ്റിവെച്ച് പണിയെടുത്തുകൊണ്ടിരുന്ന അവരുടെ മക്കളെ, ആയുധങ്ങളാൽ കൊന്നുകളഞ്ഞു. അവർ എല്ലാം വളരെപ്പെട്ടെന്ന് മറക്കുകയും പൊറുക്കുകയും ചെയ്യുന്നവരാണ്. അതുകൊണ്ടുതന്നെ ജീവിച്ചിരിക്കുന്നവരുടെ ശമ്പളവും മറ്റ് ആനുകൂല്യങ്ങളും കൈപ്പറ്റുന്നതുപോലെ അവർ മരിച്ചവരുടെയും ആദായമെടുത്തുകൊണ്ടിരുന്നു.

നമുക്ക് കാര്യത്തിലേക്ക് വരാം, ഖലിൽ, ഭായി നിന്നോടുപറഞ്ഞതുപോലെ, സകലതും മുൻകൂട്ടി ആസൂത്രണം ചെയ്തതാണ്, അല്ലെങ്കിൽ സംഭവത്തിനുശേഷം ആസൂത്രണം ചെയ്യുന്നത്. ആകെ താറുമാറായ ഈ അവസ്ഥയിൽ നീയൊരാൾ മാത്രമാണ് വെറുതെ നട്ടം തിരിയുന്നത്. അനുഭവസമ്പത്തില്ലാത്ത നവാഗത എഴുത്തുകാരനെപ്പോലെ ഈ കുഴപ്പങ്ങൾക്കിടയിൽ നീ നിസ്സാരമായി പെട്ടുപോയിരിക്കുകയാണ്. കാനഡക്കാരുടെ ജാമ്യം ഉറപ്പുള്ളതുതന്നെ. ഇന്ത്യയിൽ നിന്നുള്ള സിക്ക് സംഘം കൃത്യസമയത്തുതന്നെ പണം നൽകും. ഇസ്രായേല്യർ അവരുടെ ഓഹരിക്കുവേണ്ടി നമ്മളെ ഉപദ്രവിച്ചുകൊണ്ടുമിരിക്കും.

എനിക്ക് നിന്നെ പിരിഞ്ഞാൽ എന്താണുള്ളത്, എന്താ എനിക്കൊന്നിനും അർഹതയില്ലേ, അത്രയും വില എനിക്കില്ലേ?

എന്റെ കാര്യം തന്നെ നോക്കൂ, എന്നെ ആരാണ് സംരക്ഷിക്കുന്നത്, നീയിങ്ങനെ ഗൗരവം ഭാവിച്ചുകൊണ്ട് ഇങ്ങനെ ഇരിക്കാൻ തുടങ്ങിയാൽ? നിനക്ക് ഉത്തമബോധ്യം വരേണ്ട കാര്യം എന്താണെന്നുവെച്ചാൽ നീയിപ്പോഴും ജീവിതത്തിന്റെ പക്ഷത്തുതന്നെയാണ്. അതുകൊണ്ട് നമുക്കു ചെയ്യാൻ കഴിയുന്ന ഏറ്റവും സുന്ദരമായ കാര്യം എന്താണെന്നുവച്ചാൽ ജീവിതത്തെ പ്രകീർത്തിക്കുക എന്നതുതന്നെയാണ്.

ജീവിതത്തെ പാടിപ്പുകഴ്ത്തണം ഖലിൽ.

ജീവിതത്തെ വാഴ്ത്തിപ്പാടണം.

ജീവിതമില്ലാത്തയിടങ്ങളിൽ, അതുണ്ടാവുകയില്ല ഖലിൽ. കാരണം, ജീവിതം നമുക്കിടയിൽ ഉണ്ട്. എന്നെയല്ലാതെ, എന്നേക്കാളുപരി നീ മറ്റാരെയെങ്കിലും സ്നേഹിച്ചിരുന്നോ ഖലിൽ? മറ്റൊരു പെണ്ണുണ്ടായിരുന്നോ നിന്റെ ജീവിതത്തിൽ?

അപ്പോഴേക്കും ഖലിലിന്റെ സ്വാത്മം സ്വയം നിയന്ത്രിക്കാൻ ശ്രമിച്ചു.

ശരി, ഇപ്പോഴെന്താണ് നീ ചെയ്യുന്നത്? ഒരു പ്രവാചകനെപ്പോലെയോ, ഒരു ദൂതനെപ്പോലെയോ, യുദ്ധം തുടങ്ങാനോ, പുതിയ പാർട്ടി രൂപീകരിക്കാനോ തയ്യാറെടുക്കുകയാണോ? നിന്റെയുള്ളിലെ നിനക്ക് പങ്കാളിയായി ഒരു സഖാവിനെയോ സൈനികനെയോ കണ്ടെത്താൻ നിനക്കിതേവരെ കഴിഞ്ഞോ?

അങ്ങനെയൊരാളെ കണ്ടെത്താൻ നിനക്ക് കഴിയില്ല. കാരണം, അങ്ങനെയൊരാളില്ല. അതൊക്കെ, അങ്ങനെയൊക്കെത്തന്നെയാണ്, കഴുതേ. ക്ഷമിക്കണം. ഖലീലിന്റെ സ്വാത്മം അവനോട് ക്ഷമ ചോദിച്ചു... അവൾ ദീർഘമായി ഒന്നു നിശ്വസിച്ചുകൊണ്ട് കാലിന്മേൽ കാല് കയറ്റിവെച്ചു. എന്നിട്ട് ഇറക്കം കുറഞ്ഞ പാവാടയുടെ വിളുമ്പ് നേരെയാക്കി.

ഭായി ഒരു വഷളനായിരുന്നോ? അങ്ങനെയെങ്കിൽ മനുഷ്യവംശം മുഴുവൻ വഷളന്മാരാണെന്നു പറയേണ്ടിവരും. പരാജയപ്പെട്ട ഒരു സായുധവിപ്ലവശ്രമത്തിന്റെ പേരിൽ അയാളെ ഒരു കങ്കാരുകോടതി തൂക്കിലേറ്റിക്കാണുമോ? ആരാലും തിരിച്ചറിയപ്പെടാത്ത ഏതെങ്കിലുമൊരു കുഗ്രാമത്തിൽ, പോഷകാഹാരക്കുറവുകൊണ്ട് വീങ്ങിയതെന്നു തോന്നിപ്പിക്കുന്ന കണ്ണുകളുമായി അയാൾ കഴിയുന്നുണ്ടാകുമോ? നമുക്ക് ഇവിടെ നിന്ന് തുടങ്ങാമെന്നു തോന്നുന്നു. ഈ പോഷകാഹാരക്കുറവിൽനിന്ന്, എന്താ നിന്റെ അഭിപ്രായം? നമുക്ക് നമ്മുടേതായ ഒരു പ്രതിവിധി കണ്ടെത്തണം. രേഖയുടെ അവസാനം എവിടെയാണെന്ന് നിനക്കറിയാം. കഴിയുമെങ്കിൽ അവിടെ നിന്നാണ് നീ തുടങ്ങേണ്ടത്. നമുക്കിടയിൽ വിഭാഗീയത ഉണ്ടാവുന്നതിനോട് എനിക്ക് താത്പര്യമില്ല. ഏറ്റുപറയൂ, നമ്മളിപ്പോഴും പരസ്പരം ഭ്രമിച്ചുപോയിരിക്കുകയാണെന്ന്.

ഇരിക്കൂ, ഖലിൽ... ഖലിന്റെ സ്വാത്മം അവളുടെ കൈ അവന്റെ കൈമേൽ വെച്ചു. ആശയറ്റ, അവസാന ശ്രമമെന്ന നിലയിൽ അവൾ

പറഞ്ഞു: ഉച്ചരിക്കുന്ന എല്ലാ വാക്കുകളും നമുക്ക് ഈ മേശമേൽ നിരത്തിവെയ്ക്കാം.

ഇപ്പോൾ ഇതല്ലാതെ മറ്റൊരു വഴിയുമില്ലെന്ന് നമുക്കറിയാം. നിന്നെ സംബന്ധിച്ചിടത്തോളം, സ്വയം സ്നേഹിക്കുക എന്നതുകൊണ്ട് അർത്ഥമാക്കുന്നത് മറ്റുള്ളവരെ വെറുക്കുകയെന്നാണ്.

ഖലിലിന്റെ സ്വാത്മത്തിനുപിന്നിൽ വാതിൽ ശക്തിയായി അടയ്ക്കപ്പെട്ടു. എങ്കിലും, കെട്ടിടത്തിന്റെ പ്രവേശനകവാടത്തിൽ തന്നെ നിന്ന അവൾ വല്ലാതെ കിതയ്ക്കുന്നുണ്ടായിരുന്നു.

അകലെയുള്ള കുന്നിൻചരുവിൽ ഒരു കൂട്ടം ചെന്നായ്ക്കൾ അലഞ്ഞുതിരിയുന്നുണ്ടായിരുന്നു, വ്യത്യസ്ത വരികളിലൂടെയെങ്കിലും വളഞ്ഞും പുളഞ്ഞും സമാന്തര വഴികളിലൂടെ മഞ്ഞുകൂനകളെ തട്ടിത്തെറിപ്പിച്ചും നിലാവിൽ മുങ്ങിപ്പൊങ്ങിയും നിശ്വാസത്തിന്റെ കാറ്റു വീശിപ്പറപ്പിക്കുമ്പോൾ പൊള്ളയായ താഴികക്കുടങ്ങൾ തീർത്തും അവ ചുറ്റിത്തിരിഞ്ഞു.

ചെന്നായ്ക്കൾ അലഞ്ഞുതിരിയുന്നത് കൂട്ടമായിട്ടായിരുന്നില്ല. അവ കണ്ടുമുട്ടുന്നു, പിരിയുന്നു. കണ്ടുമുട്ടുന്ന അല്പസമയത്തേക്കുമാത്രം ഒരുമിച്ചു നടക്കുന്നു. ചെന്നായ്ക്കൂട്ടത്തിന് നേതാക്കന്മാരില്ല. ആരും ആർക്കുമുന്നിലും നടക്കുന്നില്ല. കാരണം, അവർക്കറിയാം, ആരെങ്കിലും കാലടികളെ പിന്തുടരുന്നുണ്ടെങ്കിൽ അവർ അവനെ വിഴുങ്ങിക്കളയുമെന്ന്.

വിശക്കുമ്പോൾ മാത്രമാണ് അവർ ഒത്തുകൂടുന്നത്. ഒരാണും ഒരു പെണ്ണും. ഒരാണും അവന്റെ പെണ്ണിനെ വിശ്വസിക്കുകയില്ല. കാരണം, അവനറിയാം, അവനേക്കാൾ കരുത്തും ധൈര്യവും അവൾക്കാണെന്ന്. എങ്കിലും അവൻ അവളുടെമേൽ കുതിരകയറും, ചെറിയരീതിയിൽ. അവൾക്ക് അവനെയോ, അവന് അവളെയോ ഭയമില്ലാത്ത ചില നിമിഷങ്ങളുമുണ്ട്. അഭിനിവേശം കരുത്തിനെ തളർത്തിക്കളയുന്ന അവസരങ്ങളിലാണത്. അന്നേരം, ആദ്യത്തേത് മടങ്ങിവരുന്നതിനുമുമ്പ് മറ്റൊരു വീര്യം പകരം ഉയർന്നുനില്ക്കും.

ചെന്നായകൾക്കു ഭാഗ്യമുണ്ടെങ്കിൽ ഇരയെ കണ്ടാലുടനെ അവർ ആക്രമിച്ച് കീഴ്പ്പെടുത്തി വലിച്ചുകീറിയെടുക്കും, എത്രയും പെട്ടെന്നു തന്നെ. എത്രതന്നെ ശേഷിക്കുറവുണ്ടെങ്കിലും അത് തിരിച്ചറിഞ്ഞ് അവൻ അവസരത്തിനൊത്തുയരും.

ചെന്നായകൾ ഉറങ്ങാറില്ല.

ഇറങ്ങാറില്ലെങ്കിലും മറ്റു ചെന്നായകളുടെ ഗന്ധപരിധിക്കു പുറത്തായിരിക്കും അവറ്റകളുടെ ഏകാന്ത ജീവിതം. കുന്നിന്റെ ഉച്ചിയിലായിരിക്കും ചെന്നായകൾ കയറിനിൽക്കുന്നത്. എന്നിട്ടാണ് ചുറ്റുപാടും നിരീക്ഷിക്കുന്നത്.

കുന്നിന്റെ ഉച്ചിയിൽ കയറിനിന്നുകൊണ്ട് നൈരാശ്യത്തിന്റെ ആഴത്തിനനുസരിച്ച് ഉച്ചത്തിൽ ഓരിയിടാൻ തുടങ്ങും.

വെറുപ്പ്, വെറുപ്പ്

വെറുപ്പാണെനിക്ക്. എന്നെ സ്നേഹിച്ച അമ്മയോട്.

വെറുപ്പിന് അനായാസം ശ്വാസമെടുക്കാൻ കഴിയില്ല, അത് ശ്വസിക്കാറുമില്ല.

വെറുപ്പാണ് എന്റെ സിരകളിലൂടെ ജീവിതപ്രവാഹം നടത്തുന്നത്. ഞാൻ അതിനോട് പറ്റിച്ചേർന്നു നിൽക്കുകയാണ്, എന്റെ സ്വാത്മം എന്നോട് പറ്റിച്ചേർന്നു നിൽക്കുന്നതുപോലെ.

നഗരവീഥിയിലൂടെ നടക്കുമ്പോൾ സാധാരണ കേൾക്കാറുള്ളതുപോലെ, ഖലിലിന്റെ കാൽച്ചുവട്ടിൽ അന്നേരം ടാർ ഞെരിഞ്ഞമരുന്ന ശബ്ദം കേട്ടു.

അവൻ അതിലൂടെ നടക്കുകയായിരുന്നു, അവൾ അതിനുമീതെ നടക്കുകയായിരുന്നു.

ബീഭത്സമായ നഗരം

അതുല്യമാംവിധം ബീഭത്സമായ നഗരം.

കവികൾക്ക് എങ്ങനെയാണ് ഇതിന്റെ സൗന്ദര്യം വാഴ്ത്തിപ്പാടാൻ കഴിയുന്നത്? ഈ അധഃപതനത്തിന്റെ സൗന്ദര്യത്തെ.

അറപ്പുളവാക്കുന്ന കാഴ്ചകൾ അവർക്ക് ആവശ്യമേയില്ല. അഥവാ അറപ്പുതോന്നിക്കുന്ന കാഴ്ചകൾ അവർ കണ്ടിരുന്നെങ്കിൽ അത് അവരുടെ ജീവിതത്തിലെ ഭീകരകാഴ്ചകൾ കൂടി കാട്ടിക്കൊടുക്കുമായിരുന്നു. അതിന്റെ നികൃഷ്ടതയിലൂടെ സ്വന്തം നികൃഷ്ടത കൂടി കാണാമായിരുന്നു. അങ്ങനെ, ചുമ്മാ കഥകൾ പടച്ചുവിടുന്നതിനു പകരം അതിനെക്കുറിച്ചുള്ള കഥകൾ കെട്ടിച്ചമയ്ക്കാമായിരുന്നു...

ആ നഗരത്തിലെ നിർദ്ദോഷിയായിരുന്നു ഖലിൽ. ഖലിലും അവന്റെ സ്വാത്മവും. അവളാകട്ടെ സുന്ദരിയും തേജസ്വിനിയുമായ ഒരു ചെറുപ്പക്കാരിയായിരുന്നു, രണ്ടുപേരും പരിപൂർണ്ണമായും നിഷ്കളങ്കരായിരുന്നു.

അവൻ പരിപൂർണ്ണ നിഷ്കളങ്കനായിരുന്നുവെന്നുമാത്രമല്ല പരിപൂർണ്ണ സ്വതന്ത്രനുമായിരുന്നു. അതുകൊണ്ടുതന്നെ, എങ്ങനെയാണ് നഗരത്തെ വെറുക്കേണ്ടതെന്ന് ശരിക്കും അവന് അറിയാമായിരുന്നു.

സുന്ദരിയായ സ്ത്രീയുടെ മകനായതുകൊണ്ടുമാത്രമല്ല, അവൻ അമ്മയെ വെറുത്തത്. അവന്റെ അമ്മ സുന്ദരിയായിരുന്നെങ്കിലും അവൾ എപ്പോഴും ജനറലിന് ഒപ്പമായിരുന്നു. ഇളംതീയായിട്ടുപോലും, ഉള്ള് തിളയ്ക്കുന്ന മകന്റെ കോപം നീണ്ടുനിന്നു. വേവിക്കപ്പെടുന്നതുവരെ. അങ്ങനെ അത് സജ്ജമായി. അവൻ അമ്മയെ സ്നേഹിക്കുകയും അതേ

സമയംതന്നെ ദീർഘകാലം വെറുക്കുകയും ചെയ്തു. അമ്മ സുന്ദരിയാണെന്ന കാരണംകൊണ്ടുതന്നെ. ആ സുന്ദരിയായ അമ്മ നമ്മുടെ അമ്മയല്ല. അവൾ അമ്മയും സുന്ദരിയുമാണ്. അതുകൊണ്ടുതന്നെയാണ് ജനറൽ അവളുടെ സൗന്ദര്യത്തിന്മേൽ കണ്ണുവെച്ചതും.

നമ്മൾ ഉറങ്ങുന്നതിനുമുമ്പ് നമ്മുടെ കിടക്കയിൽവന്ന് അമ്മ നമ്മെ ചുംബിക്കുമായിരുന്നു. സ്വീകരണമുറിയിൽ കാത്തിരിക്കുന്ന, ജനറലിനോട് ചെയ്യുന്നതുപോലെതന്നെ ഇളംചൂടുള്ള ചുണ്ടുകൾ പതിയുമായിരുന്നു. സ്വീകരണമുറിയിൽ ജനറലിനെപ്പോലെ അഭിനയിച്ചുകൊണ്ട് ആരെങ്കിലുമൊരാൾ കാത്തിരിക്കുന്നുണ്ടാകും, സുന്ദരിയായ അമ്മയെക്കൊണ്ട് ദുരതമനുഭവിക്കുന്ന ഞങ്ങൾ ആൺകുട്ടികൾ അന്നേരം പട്ടാളക്കാരെയും കൊള്ളക്കാരെയും അനുകരിച്ചുകൊണ്ടുള്ള കളികളിൽ വ്യാപൃതരായിരിക്കും.

പക്ഷേ, ഞങ്ങളിനി എന്നാണ് നേതാക്കന്മാരായി വളരുക? ഏതായാലും ഞങ്ങൾ അവളെ വെറുക്കുകയും അവളുടെ സൗന്ദര്യത്തെ കശക്കിയെറിയുകയും ചെയ്യും. അവളുടെ ചുണ്ടുകളുടെ വശ്യതയും ഞങ്ങൾ ചതച്ചുകളയും. പിന്നീട് എപ്പോഴൊക്കെ ഞങ്ങൾ അവളുടെ സൗന്ദര്യത്തെക്കുറിച്ച് ഓർക്കുന്നുവോ, അപ്പോഴൊക്കെ ഞങ്ങൾ അവളുടെ സൗന്ദര്യത്തെ പാടിപ്പുകഴ്ത്തി വീണ്ടുമതിനെ കശക്കിയെറിയുകയും വികലമാക്കുകയും ചെയ്യും.

നേതാക്കന്മാർ അങ്ങനെയാണ് ചെയ്യുന്നത്.

പക്ഷേ, പാവം ഖലിലിന് എന്തുചെയ്യാൻ കഴിയും?

ഒരു നേതാവിനെയോ കവിയെയോ പോലെ വെറുക്കാനും വിഷാദിക്കാനും മാത്രം നഗരം അവന്റേതായിരുന്നില്ല. അത് അവന് യാതൊന്നും നൽകിയതുമില്ല. അവനോട് യാതൊന്നും വാഗ്ദാനം ചെയ്തതുമില്ല. അവൻ അതിനെ പ്രണയിച്ചിരുന്നില്ല; അതുപോലെ തന്നെ അത് അവനെ ഒറ്റിക്കൊടുത്തതുമില്ല.

പ്രണയവും ഒറ്റിക്കൊടുക്കലും അതുപോലെയുള്ള വാക്കുകൾ നഗരത്തിൽവെച്ച് സംസാരിക്കേണ്ടിവരുമ്പോൾ നിനക്ക് മനംമടുത്തുപോകും.

നഗരത്തിലേക്ക് അവൻ കടന്നുവരുമ്പോൾ അവിടം അങ്ങനെയൊക്കെയായിരുന്നു.

അങ്ങനെയാണ് അവർ അവനെ വിഡ്ഢിവേഷം കെട്ടിച്ചത്. ഒന്നിനും യാതൊരു അർത്ഥവുമില്ലാതെ.

അങ്ങനെയാണ് അവൻ വിശ്വസിച്ചിരുന്നത്. ഉദാഹരണത്തിന്, ഫൈറൂസയുടെ ശബ്ദം അവനെ സംബന്ധിച്ചിടത്തോളം മാലാഖമാരുടെ ശബ്ദംപോലെയായിരുന്നു. സ്വർഗ്ഗീയ ശബ്ദംപോലെ, എന്നാൽ പെട്ടെന്നുതന്നെ അവൻ തിരിച്ചറിഞ്ഞു. ആ സ്ത്രീയുടെ ഗാനമാധുരികൊണ്ട് തനിക്കൊരു

ഗുണവുമില്ലെന്ന്. ഒരു ചെറിയ പിശകിനേക്കാൾ വലുതായി ഒന്നുമില്ലായിരുന്നു അത്. ആ സ്ത്രീ പാടിക്കൊണ്ടിരുന്നത് അവനറിയാത്തതും അവന് സങ്കല്പിക്കാൻപോലും കഴിയാത്തതുമായ ഒരു നഷ്ടത്തെയോർത്തായിരുന്നു. ഒരു പുരാതന തുറമുഖം മുഖം മിനുക്കുന്നതുപോലെയായിരുന്നു അത്. അവളും പൊള്ളയായ വാക്കുകൾകൊണ്ട് ഉള്ളു നിറച്ചത്. അതൊക്കെ ആ ഹൃദയത്തിന്റെ പ്രതീക്ഷകളായിരുന്നു. അവന്റെയുള്ളിൽ യാതൊരു പ്രതീകവൽക്കരണവും നടത്താത്ത ഒരു പ്രതീകമായിരുന്നു അത്.

ഞങ്ങളുടെ കുടുംബങ്ങളുടെ ഭാഗമായിരുന്നു ഫൈറൂസയുടെ പാട്ടുകൾ. ഒരുപക്ഷേ, ക്ഫാർഹല കുന്നുകളിലേക്ക് മിഴിയും നട്ടിരിക്കുന്നവർക്ക് അതൊരു ആവേശമായിരിക്കാം. പക്ഷേ ആ ഗായിക എന്നെ സ്പർശിച്ചില്ല. എന്നുമാത്രമല്ല, അവളുടെ ശബ്ദം കേൾക്കുന്ന മാത്രയിൽത്തന്നെ കരയാൻ തുടങ്ങുന്നവർക്കിടയിൽ അവൾ എന്നെ സ്വാധീനിക്കുകയോ ആകാശത്തോളം ഉയർത്തുകയോ ചെയ്തില്ല. ആരംഭകാലം മുതൽ അവൾ തലമുറകളെ സ്വാധീനിച്ചു. അവരത് കൈമാറി, അതിനെ ചുറ്റിപ്പറ്റിയുള്ള അധികാരങ്ങൾ പോലുമുണ്ടായി. യാതനയോടെ അവർ വിട്ടുപോയെങ്കിലും ഓർമ്മകൾ മാത്രം അവശേഷിച്ചു. ആർക്കും നന്ദി പറയാൻ മാത്രം ആരും എനിക്കൊന്നും നൽകിയില്ല. ഒരു മുട്ടയിൽനിന്ന് കോഴിക്കുഞ്ഞ് വിരിഞ്ഞിറങ്ങുന്നപോലെ ഞാനും നിസ്സാരമായി പിറന്നു. അപ്പോൾ എന്റെ വകയിലുള്ള അമ്മാവൻ ഹിജാസിലുള്ള സഹോദരനെ വിളിച്ച് സന്തോഷത്തോടെ പാട്ടുപാടി, എന്നിട്ട് നിറകണ്ണുകളോടെ എന്നോടുപറഞ്ഞു. ഫൈറൂസയുടെ പാട്ടുകൾ ശ്രദ്ധിച്ചുകേൾക്കണം...

ഫൈറൂസ പിന്നെയും രാജ്യത്തിന്റെ വിശാലമായ ആകാശത്തെ ഒരുമിച്ചുനിർത്തി. അതിനിടയിൽ അവളുടെ പാട്ടുകൾ അതിരുകൾ താണ്ടി. ഏതെങ്കിലുമൊരു കണ്ണിൽ എപ്പോഴും അന്ധതയുള്ള പെലിക്കൻ പക്ഷികൾ ആകാശവിതാനത്തിലൂടെ അങ്ങോട്ടുമിങ്ങോട്ടും പറക്കുന്നതുപോലെയായിരുന്നു അത്. ഏത് പാരമ്പര്യവും എത്രമാത്രം വെറുപ്പിന്റെ ഉഷ്ണവായുവും പൊള്ളയായ വാഗ്ദാനങ്ങളുമുണ്ടെങ്കിൽ മാത്രമായിരിക്കും എന്റെ ആത്മാവാകുന്ന ആകാശക്കപ്പൽ നിങ്ങളുടെ ആകാശത്തിനുമീതെ സ്വർഗീയ ഗായകർക്കൊപ്പം ഉയർന്നുപൊങ്ങുന്നത്. അതും എത്ര ഉയരത്തിൽ. എങ്ങനെ ഉയരും? നിങ്ങളെയെല്ലാം സ്വന്ത്രമാക്കാൻ തന്നെ?.... എന്തുകൊണ്ടെന്നാൽ ഞാൻ സ്വതന്ത്രനാണ്. കാരണം, എന്റെ വെറുപ്പ് കളങ്കമില്ലാത്തതാണ്.

മുടിഞ്ഞുപോകട്ടെ, സകലരും മുടിഞ്ഞുപോകട്ടെ.

അടിമകളുടെ കാര്യവും അങ്ങനെതന്നെ. അടിമയായിരിക്കണമെന്ന് ഇച്ഛിക്കുന്നതുകൊണ്ടുമാത്രമാണ് ഒരാൾ അടിമയാകുന്നത്. അടിമ അവന്റെ ഉടമയെ സ്നേഹിക്കുന്നുവെങ്കിൽ, അത് അവൻ സ്വയം സ്നേഹിക്കുന്നതുകൊണ്ടുതന്നെയാണ്. സ്വയം സ്നേഹിക്കുന്നതിനേക്കാളധികം

ചിലപ്പോൾ അടിമ തന്റെ ഉടമയെ സ്നേഹിച്ചെന്നിരിക്കും. അത്തരം അടിമകൾ എക്കാലവും അടിമകൾ മാത്രമായിരിക്കും.

ഉടമയെ വെറുക്കുന്ന അടിമ, അവന്റെ കൈകാലുകൾ ബന്ധിക്കപ്പെട്ടിരിക്കുകയാണെങ്കിൽപ്പോലും അവൻ സ്വതന്ത്രനായിരിക്കും. ഓരോ ദിവസം കഴിയുന്തോറും അവൻ വെറുപ്പിന്റെ വേലിക്കെട്ടുകൾ കൂടുതൽ മുറുക്കിക്കെട്ടിക്കൊണ്ടിരിക്കും. കരുത്തോടെ, കൂടുതൽ കരുത്തോടെ. കഴിയുന്നത്രയും ആഴത്തിൽ കുഴിയെടുക്കും. ഓരോ ഋതുക്കളിലും മാറി മാറി... ഉടമയെ വെറുക്കുന്ന അടിമ സ്വതന്ത്രമായ സ്വാത്മത്തെ സ്നേഹിക്കും. അന്നേരം ഉടമയേക്കാൾ സ്വതന്ത്രനായിരിക്കും അടിമ. ഉടമയേക്കാൾ ഉയരത്തിലായിരിക്കും അവൻ. ഉടമയ്ക്ക് ഒരിക്കലും എത്തിച്ചേരാൻ പോലുമാകാത്തത്ര ഉയരത്തിൽ. കാരണം, ഉടമയുടെ സ്വാതന്ത്ര്യമെന്നത് ദുഷിച്ച വൃദ്ധപരിചാരികയെപ്പോലെയാണ്.

ഉച്ചമയക്കത്തിൽ, ഉച്ചമയക്കത്തിന്റെ ചൂടിൽ, എല്ലാം ശാന്തവും ഭദ്രവുമായിരിക്കും.

ഈറനണിഞ്ഞ, തണുത്ത കാലുകളുള്ള പെണ്ണിനെയായിരിക്കും യജമാനൻ കൂടെകിടക്കാൻ തെരഞ്ഞെടുക്കുന്നത്. ഉടമയുടെ ഉച്ചമയക്കത്തിനിടയിൽ പുറത്തേക്കുള്ള വഴിയിൽ, അടിമ ഏതെങ്കിലും നിഴൽമറവിൽ തനിച്ചിരിപ്പുണ്ടാകും. ഇടതടവില്ലാതെ പണിയെടുത്ത് ക്ഷീണിതനാണെങ്കിലും, ചുറ്റും പാടിനടക്കുന്ന ഈച്ചകളുടെ സാന്നിധ്യം അന്നേരം അവൻ ഇഷ്ടപ്പെടുന്നുമുണ്ടാകും. എങ്കിലും, നോക്കി നോക്കി കണ്ണുകൾ കഴയ്ക്കുന്നതുവരെ അവന്റെ കണ്ണുകൾ യജമാനന്റെ വാതിലിൽ തന്നെയുണ്ടാകും. അങ്ങനെയിരിക്കെ യജമാനൻ നോക്കുന്നത് അവൻ കാണും. യജമാനൻ അവനെത്തന്നെ നോക്കുന്നത്. നിത്യാഭ്യാസത്തിനിടയിൽ ഇടവേളകൊടുത്തതിന്റെ പേരിലുള്ള ദുരിതജീവിതം അവിടെ നിന്നാവും ആരംഭിക്കുന്നത്. യജമാനന്റെ കണ്ണുകളിൽനിന്നുള്ള ഒരു പുഞ്ചിരിയിൽനിന്നോ അല്ലെങ്കിൽ അലിവുള്ള ഒരു വാക്കിൽനിന്നോ ആയിരിക്കും അതിന്റെ തുടക്കം. ശ്വാസതാളം ക്രമമാകുന്നതുവരെ അല്ലെങ്കിൽ ചലനം നിരപ്പാകുന്നതുവരെ മുന്നോട്ടും പിന്നോട്ടും അവൻ ആടിയുലഞ്ഞുകൊണ്ടിരിക്കും. മുന്നോട്ടും പിന്നോട്ടുമുള്ള ചലനവേഗം സാധാരണഗതിയിലാകുന്നതോടെ, രക്ഷാകവചം നേർരേഖയിലാകും. ആ രക്ഷാകവചമാണ് അവനെ പുഞ്ചിരിയിൽനിന്നും അലിവുള്ള ശബ്ദത്തിൽനിന്നും അവന്റെ ഉടമയിൽനിന്ന് ഇറ്റിറ്റുവീഴുന്ന സ്രവത്തിൽനിന്നും അവനെ കാത്തുരക്ഷിക്കുന്നത്. അങ്ങനെയാണ് വെറുപ്പ് ശുദ്ധവും നിർമ്മലവുമായി അവശേഷിക്കുന്നത്. അങ്ങനെയാണ് അവൻ സ്വയം കുപ്പിയിലാകുന്നതും അതുമാത്രമായി അവശേഷിക്കുന്നതും.

അതിനുശേഷം മാത്രമായിരിക്കും യജമാനന്റെ വാതിലിൽനിന്ന് അടിമ കണ്ണുകൾ പിൻവലിക്കുന്നതും, ഉച്ചമയക്കം കഴിഞ്ഞ് പുറത്തേക്കു വരുന്ന ഉടമയെ വെറുപ്പോടെ നോക്കിത്തുടങ്ങുന്നതും. അങ്ങനെ അടിമ

സ്വതന്ത്രനാകുന്നതോടെ, ഉറക്കമെണീറ്റുവരുന്ന ഉടമയ്ക്കുവേണ്ടി കുളിക്കാനുള്ള വെള്ളവും കുടിക്കാനുള്ള വീഞ്ഞും തയ്യാറാക്കുന്നതിനിടയിൽ അവൻ പാട്ടുപാടാൻ തുടങ്ങും. ഞാനുണർന്നതുകൊണ്ട് നഗരം എന്നിലേക്കെത്തുകയില്ല, ഞാൻ കൂടുതൽ ഉയർന്നിരിക്കുന്നു. ഇനിമുതൽ അതിൽനിന്നുയരുന്ന കീർത്തനമായിരിക്കും ഞാൻ.

വാസ്തവത്തിൽ, എന്നെ ദഹിപ്പിക്കുന്ന ഭയമെന്താണെന്നുവച്ചാൽ അവിടെയുള്ള ആൾക്കൂട്ടത്തെപ്പോലെയായിപ്പോകുമോ ഞാനുമെന്നുള്ളതാണ്. അവരുടെ ഒച്ച കേൾക്കാതിരിക്കാനും അവരുടെ ഗന്ധമേറ്റ കാറ്റ് എന്നെ സ്പർശിക്കാതിരിക്കാനും ഞാനൊരു കട്ടിക്കടലാസുകൊണ്ട് എന്നെ പൊതിയും.

തെരുവിൽവെച്ച് മറ്റൊരാളുടെ ചുമലുകൾ ഖലിലിന്റെ ചുമലിൽ തട്ടിയപ്പോൾ അവന് വല്ലാത്ത അറപ്പുതോന്നി. അവന്റെ വയറ് ചുരുങ്ങി, ഓക്കാനിച്ചു, അവന് സകലതിനോടും വെറുപ്പുതോന്നി. എന്നെ തൊടരുത്, എന്റെ പരിശുദ്ധിയിൽ തൊടരുത്... എന്നെ തൊടരുത്!

അവരുടെ ഉച്ഛ്വാസവായുവിന്റെ നാറ്റമടിക്കാതിരിക്കാൻ ടാക്സി ഒഴിവാക്കി മുറിയിലേക്ക് നടന്നുപോകാമെന്ന് ഖലിൽ തീരുമാനിച്ചു.

# ഭാഗം അഞ്ച്

## ഉത്താരാഖ്യാനം

**പു**റത്ത് മഴ ചാറുണ്ടായിരുന്നു, രാത്രി ഈ നേരമാകുമ്പോഴാണ്, തണുപ്പ് ശരീരത്തിലേക്ക് തുളച്ചുകയറുന്നത്.

നിരോധിതമേഖലയ്ക്കു തൊട്ടടുത്ത് വണ്ടി പാർക്കുചെയ്യാൻ ശ്രമിക്കുന്ന ട്രക്ക്ഡ്രൈവറെ സഹായിക്കാൻ പുയ്യാപ്ല റോഡിനു കുറുകെ കയറി നിന്നു.

അപ്പോഴേക്കും ചിലരെത്തി അതിൽനിന്ന് ഭാരമുള്ള വീഞ്ഞപ്പെട്ടികൾ പുറത്തിറക്കാൻ തുടങ്ങിയിരുന്നു.

- അവിടെ ആവശ്യത്തിന് മുറികളുണ്ടെന്ന് തോന്നുന്നുണ്ടോ? ഖലിൽ പുയ്യാപ്ലയോടു ചോദിച്ചു.

തീർച്ചയായും, സർ, രണ്ടു വലിയ ടാങ്കുകൾ ഇതിനോടകം അവിടെ ഉൾക്കൊള്ളിച്ചിട്ടുണ്ട്. പിന്നെ ഏപ്പുകൾ തുരുമ്പെടുത്ത ഒരു എണ്ണ ചൂടാക്കിയന്ത്രം അവിടെയുണ്ട്, ഒരല്പം കടുപ്പമാണെങ്കിലും, അതും നന്നാക്കിയെടുക്കാവുന്നതേയുള്ളൂ... പുയ്യാപ്ല മറുപടി പറഞ്ഞു.

കൊള്ളാം, എന്നുപറഞ്ഞുകൊണ്ട് മഴ നനയാതിരിക്കാൻ ഖലിൽ കെട്ടിടത്തിന്റെ പ്രവേശനകവാടംവരെ നടന്നുചെന്നു.

നിശാവസ്ത്രങ്ങളണിഞ്ഞ പെണ്ണ് പടിക്കെട്ടുകളിറങ്ങി താഴേക്ക് വരുന്നത് അവൻ കണ്ടു...

- എന്തായിത്, ഖലിൽ... ഇക്കാര്യത്തിൽ നിനക്ക് ഇത്രയും താത്പര്യമുണ്ടാകുമെന്ന് ഞാൻ സ്വപ്നത്തിൽപോലും കരുതിയിരുന്നില്ല. ആ വീഞ്ഞപ്പെട്ടികൾ മുഴുവൻ ആയുധങ്ങളും വെടിക്കോപ്പുകളുമാണെന്ന് നിനക്ക് നന്നായറിയാം... ഈയിടെയാണ് വീടിനടുത്തുപോലും അബദ്ധത്തിൽ ചില സ്ഫോടനങ്ങളുണ്ടായത്... എന്നിട്ടും, ഇതൊന്നും...

മുകളിലേക്ക് കയറിപ്പൊയ്ക്കോ, ങും, അകത്തു പൊയ്ക്കോ, നീ കരുതുന്നതുപോലെയല്ല കാര്യങ്ങൾ. ഞാനുടനെ വന്നേക്കാം. എന്നിട്ട്, എന്താണ് നടന്നുകൊണ്ടിരിക്കുന്നതെന്ന് ഞാൻ വിശദീകരിക്കാം. തത്കാലം എന്നെ വിശ്വസിക്കൂ.

- പക്ഷേ ഖലിൽ....

– സാരമില്ല, ഞാൻ പറഞ്ഞില്ലേ... ഈ കൊടും തണുപ്പിൽ അധിക നേരം നിൽക്കണ്ടാ, മുകളിലേക്ക് പൊയ്ക്കൊള്ളൂ, സാരമില്ല, നിന്നോട് മുകളിലേക്ക് പോകാനല്ലേ പറഞ്ഞത്....

അത്രയും നേരം അവിടെത്തന്നെ കാത്തുനിൽക്കുകയായിരുന്നു എന്ന മട്ടിൽ അവൾ വാതിൽ തുറന്നു. ഖലിൽ വാതിലടച്ച് അവളുടെ പിന്നാലെ ചെന്നു. അവളുടെ കണ്ണുകളിൽ അപ്പോഴും ഭയം നിറഞ്ഞിരിക്കുന്നത് അവൻ കണ്ടു. ഭയമോ അതോ അഭിനിവേശമോ?

അവൻ അവളുടെ മുഖം കൈത്തലത്തിലൊതുക്കി അവളെ ചുംബിച്ചു. അന്നേരം അവൾ കുതറിമാറാൻ ശ്രമിച്ചു... അവളെ പൊതിഞ്ഞിരിക്കുന്ന അവന്റെ കൈകളിൽനിന്ന് സ്വതന്ത്രയാകാൻ അവൾ ഇരുകൈകളും തന്നാലാവുംവിധം ശ്രമിച്ചെങ്കിലും സാധിച്ചില്ല. ഖലിൽ അവളുടെ ചുണ്ടുകളിൽ മൃദുവായി കടിച്ചു. അവൾ പെട്ടെന്ന് തലയുയർത്തി. എടാ, തന്തയില്ലാത്തോനേ, താന്തോന്നീ! അതു പറയുമ്പോൾ അവൾ കരയുന്നുണ്ടായിരുന്നു. ഖലിൽ മുടിക്കു കുത്തിപ്പിടിച്ച് അവളുടെ ചെകിട്ടത്തടിച്ചു.

അകത്തുകിടന്നുറങ്ങുന്ന മകൻ ഉണരുമെന്നു കരുതി അവൾ ഉറക്കെ നിലവിളിച്ചില്ല.

അവൻ അവളെ നിലത്തേക്ക് വലിച്ചെറിഞ്ഞിട്ട് അവളുടെ നിശാവസ്ത്രം വിലങ്ങനെ പിച്ചിച്ചീന്തി. ഉന്തും തള്ളുമായി രണ്ടുപേരും സ്വീകരണമുറിയുടെ മധ്യത്തിലെത്തുംവരെ അവൾ വേദനകൊണ്ട് പുളയുകയും അതിനിടയിൽ തരം കിട്ടുമ്പോഴൊക്കെ അവനെ തൊഴിക്കുകയും ഞരങ്ങുകയും മൂളുകയും ചെയ്തു. അവൻ കാൽമുട്ടുകൊണ്ട് അവളുടെ തുടകളിൽ കുത്തിപ്പിടിച്ച് അവളുടെ പുറത്ത് കയറിയിരുന്നു. എന്നിട്ടും അവൾ അവനെ പൊതിരെ തല്ലുന്നുണ്ടായിരുന്നു. അവളുടെ കൈകൾ കുഴയുന്നതുവരെ അവനും തലങ്ങും വിലങ്ങും അവളുടെ ചെകിട്ടത്തടിച്ചുകൊണ്ടിരുന്നു... ആദ്യം അവശയായത് അവളായിരുന്നു... ദുർബലമായി ഞാന്നുകിടക്കുന്ന, ഒരു ശവശരീരത്തെപ്പോലെ.

ഇതൊന്നും അത്ര നല്ലതിനുവേണ്ടിയല്ല, അത് നീ ഓർത്തോളൂ, എന്നുപറഞ്ഞുകൊണ്ട് അവൻ വീണ്ടും അവളുടെ ചെകിട്ടത്തടിച്ചു. എന്റെ കൈകലിൽ ചുംബിക്കൂ. എന്റെ കൈകളിൽ ചുംബിക്കൂ... എന്നിട്ട് അവൻ അവളുടെ മാറിലേക്ക് ചാഞ്ഞു. എന്നെ ചുംബിക്കൂ... എന്നെ ചുംബിക്കൂ... എന്റെ കഴുത്തിൽ ചുംബിക്കൂ... എന്റെ കഴുത്തിൽ... നിന്റെ മുഖമൊന്നുയർത്തൂ... ഊരിമാറ്റൂ... ആ നിശാവസ്ത്രം. ആ നിശാവസ്ത്രമൊന്ന് ഒഴിവാക്കൂ, വേഗം.

ഇവിടെ കിടക്കൂ.

ഖലിൽ വീടിന്റെ ഓരോ മൂലയും നിരീക്ഷിച്ചു. പ്രാണികൾ തീർത്ത നീലയും കടുംപച്ചയും നിറത്തിലുള്ള ചിത്രപ്പണികൾ ചുവരിന്റെ ഓരോ

മൂലയിൽനിന്നും അരിച്ചിറങ്ങുന്നു.... അവൾ ഈ വീടിനെവെച്ച് കളിക്കുകയാണ്....

കുടുംബത്തെയും അതിന്റെ സുരക്ഷയേയും മുൻനിർത്തി അവൾ കളിക്കുകയാണ്.

അതെ, അവൾ ഈ വീടിനെവെച്ച് കളിക്കുകയാണ്....

ഇപ്പോൾ കാര്യങ്ങളെല്ലാം നിരപ്പായി. ഇനിയാണ് അടക്കവും ഒതുക്കവുമുള്ള എന്റെ യഥാർത്ഥ കഥ തുടങ്ങാൻ പോകുന്നത്. എന്റെ വസ്തുവകകളോടും, എന്റെ സഹോദരങ്ങളോടുമുള്ള വിധേയത്വം, ജീവിത ക്ലേശങ്ങളിൽനിന്ന് ഉയർത്തപ്പെട്ടതിലുള്ള ആദരവ്, എന്നിങ്ങനെയുള്ള അസാധാരണ ജീവിതകഥ.

ഖലിൽ പുയ്യാപ്ലയോടു പറഞ്ഞു. നോക്കൂ, ഒന്നുകിൽ അവൾ വരുത്തിവച്ച തകരാറുകൾക്ക് നഷ്ടപരിഹാരം കിട്ടണം. അല്ലെങ്കിൽ അവളുടെ പെട്ടിയും കിടക്കയുമെല്ലാം തെരുവിൽനിന്ന് വാരിയെടുത്തുകൊള്ളാൻ അവളോട് പറയുക.

ഞാൻ മറ്റൊരു ഗംഭീര ഓഫർ പറയാം. തീർച്ചയായും, നിനക്ക് നിന്റെ പങ്ക് എടുക്കാം. മുപ്പതിനായിരം ഡോളർ, എന്നുമാത്രമല്ല. ഇത്തവണ ഉറപ്പായും ഉടമ്പടിപത്രവുണ്ടായിരിക്കും.

ഈ വീഞ്ഞപ്പെട്ടികളെല്ലാമെടുത്ത്, കാറിൽ വച്ചേക്കൂ... ശേഷിക്കുന്നത് ഇവിടെത്തന്നെ കിടക്കട്ടെ. ദാ, ഞാൻ താക്കോൽ തരാം.

വാതിലടച്ചിട്ടും പുയ്യാപ്ല ഖലിലിനോടൊപ്പം കെട്ടിടത്തിന്റെ പ്രവേശന കവാടത്തിൽതന്നെ നിന്നു.

പ്രവേശന കവാടത്തിൽ, ഹജ്ജുമ്മയുടെ പൂച്ച കുണുങ്ങിക്കരഞ്ഞുകൊണ്ട് ഖലിലിന്റെ കാൽച്ചുവട്ടിൽതന്നെ ഉരസിനിന്നു. ഖലിൽ അതിനെ നിർദ്ദയം തൊഴിച്ചതോടെ അതിന്റെ പൂച്ചശബ്ദം അലർച്ചയായി മാറി.

ഖലിലിന്റെ വിശ്വസ്തൻ കാറിന്റെ പിൻവാതിൽ തുറന്നുകൊടുത്തു.

ദൈവം അനുഗ്രഹിക്കട്ടെ. സർ, പുയ്യാപ്ല പറഞ്ഞു.

വിശ്വസ്തൻ കയറി കാർ സ്റ്റാർട്ട് ചെയ്തു.

കാറിന്റെ പിൻജാലകത്തിലൂടെ ഞാൻ അകന്നുപോയി... ഖലിലിന്റെ മുഖത്ത് മീശയും സൺഗ്ലാസ്സും ഉണ്ടായിരുന്നു. നീ എവിടേക്കാണ് പോകുന്നത്, ഞാൻ ചോദിച്ചു. അവൻ എന്നെ കേട്ടില്ല.

ഇത് ഞാനാണ്. ഞാനവനോട് ഉറക്കെ വിളിച്ചുപറഞ്ഞു. അവൻ ഒന്നു തിരിഞ്ഞുനോക്കിയതുപോലുമില്ല.

കാർ മുന്നോട്ടുനീങ്ങിക്കൊണ്ടിരുന്നു, പിൻജാലകത്തിലൂടെ നോക്കിയാൽ, തവിട്ടുനിറമുള്ള തുകൽ ജാക്കറ്റിനുള്ളിൽ ഖലിലിന്റെ ചുമലുകൾ വിരിഞ്ഞുനില്ക്കുന്നതുപോലെ തോന്നും....

കാർ കണ്ണിൽനിന്നും മറഞ്ഞു. ഖലിൽ മുകളിലേക്ക് ഉയർന്നു പോകുന്നതുപോലെയാണ് ആ കാഴ്ച കണ്ടാൽ തോന്നുക.

ആദ്യപേജുകളിൽ ഞാൻ വിവരിച്ചതിനേക്കാൾ ഒരുപാട് മാറിപ്പോയിരിക്കുന്നു നീ. ഞാൻ ചെയ്തതിനേക്കാൾ എത്രയോ കൂടുതൽ കാര്യങ്ങൾ നിനക്കിപ്പോൾ അറിയാം. എന്തൊരു രാസമാറ്റമാണത്. ശിലാഹൃദയന്റെ ചിരിമുഴക്കം എനിക്കു കേൾക്കാം.

ഖലിൽ പോയി, അവനിപ്പോൾ ചിരിക്കാനറിയാവുന്ന ഒരു മനുഷ്യനായിരിക്കുന്നു. എന്നാൽ ഞാനിപ്പോഴും എഴുത്തുകാരിയായിത്തന്നെ അവശേഷിക്കുന്നു.

ഖലിൽ : എന്റെ സ്നേഹഭാജനം.

എന്റെ സ്നേഹഭാജനമേ....

■

www.ingramcontent.com/pod-product-compliance
Ingram Content Group UK Ltd.
Pitfield, Milton Keynes, MK11 3LW, UK
UKHW042102021026
15589UKWH00001B/127

9 789386 120649